AF482364

Tủ Sách Bảo Anh Lạc 74

PHÁP NGỮ
Kinh Hoa Nghiêm

Tập 2

Biên soạn
Thích Nữ Giới Hương

Giới thiệu
Hòa thượng Thích Như Minh

NXB TÔN GIÁO

Liên lạc:

HUONG SEN BUDDHIST TEMPLE

19865 Seaton Avenue, Perris, CA 92570, USA

Tel: 951-657-7272 Cell: 951-616-8620

Email: huongsentemple@gmail.com

Fanpage: Huong Sen

(https://www.facebook.com/Huong.Sen.Riverside)

Web: www.huongsentemple.com

MỤC LỤC

Lời Giới Thiệu

Của **Hòa Thượng Thích Như Minh**

Trân trọng giới thiệu hai tập sách Nghiên cứu về Kinh Hoa Nghiêm của Ni Sư Thích Nữ Giới Hương:

Quyển 1: PHÁP NGỮ KINH HOA NGHIÊM (2 tập): nội dung là những câu Pháp ngữ của Kinh, văn trường hàng dài từng phẩm được trích thành nhiều đoạn ngắn để dễ hiểu ý kinh Hoa Nghiêm.

Quyển 2: TINH HOA KINH HOA NGHIÊM: 1. Trình bày nội dung triết lý ở mỗi phẩm và trích đoạn chánh văn.

Hai tập sách này có mặt là thành quả nghiên cứu trong chương trình hoằng pháp có danh xưng Vi Diệu Pháp Media của Hội Đồng Tăng Già Giáo Hội Phật Giáo Liên Hữu Mỹ Việt – Vietnam America Buddhist Felllowship Sangha mà Ni Sư là vị đảm trách thuyết giảng trên băng tần TV và Netword hàng tuần suốt hai năm qua.

Ni Sư Thích Nữ Giới Hương là đệ tử của một Bậc thạc đức danh Ni Phật Giáo Việt Nam, trưởng lão Ni Hải Triều Âm. Ni sư tốt nghiệp tại Học Viện Phật Giáo Việt Nam, du học tại Đại Học New Delhi Ấn độ, nhận học vị Tiến Sĩ Phật Học. Sau đó, được Trưởng Lão Hòa Thượng Thích Mãn Giác bảo lãnh đến Hoa kỳ Hoằng Pháp. Hiện khai sáng và trú trì chùa Hương sen miền Nam California và giảng dạy tại Học Viện Phật Giáo Việt Nam tại TPHCM.

Ni Sư Thích Nữ Giới Hương đã nghiên cứu, trước tác, dịch thuật và đã xuất bản 53 tác phẩm Phật Học. Và trong năm 2022 đã hoàn tất để in 2 tập sách về Kinh Hoa Nghiên này.

Theo Đại sư Trí Khải (538-597) và truyền thuyết đại thừa Phật giáo nói rằng sau khi Đức Phật chứng ngộ Vô Thượng Chánh Đẳng Chánh Giác, ngài liền nhập đại định Hải ấn tam muội để thuyết giảng Kinh Hoa Nghiêm trong 21 ngày để hóa độ hàng thượng thừa Bồ Tát.

Kinh Đại Phương Quảng Phật Hoa Nghiêm (**大方廣佛華嚴經**, Mahāvaipulya Buddhāvataṃsaka Sūtra (Avatamsaka) hay Kinh Hoa Nghiêm – tràng hoa trang nghiêm cõi Phật là bộ kinh Đại Thừa được Đức Phật thuyết giảng trong 9 Pháp Hội và 7 địa điểm khác nhau:

Hội thứ nhất: Đức Phật tuyên thuyết tại Bồ Đề Đạo Tràng, do Bồ Tát Phổ Hiền là chủ hội về Y Báo và Chính Báo của Như-Lai.

Hội thứ hai: Đức Phật tuyên thuyết tại Điện Phổ Quang, do Bồ Tát Văn Thù là chủ hội, Đức Phật giảng về pháp môn Thập Tín.

Hội thứ ba: Gồm 6 phẩm diễn ra tại cung trời Đao Lợi, do Bồ Tát Pháp Tuệ là hội chủ giảng về Thập Trụ.

Hội thứ tư: Tại cung trời Dạ Ma, do Bồ Tát Công Đức Lâm là hội chủ giảng về Thập Hành.

Hội thứ năm: Tại cung trời Đâu Suất, do Bồ Tát Kim Cương Tràng là hội chủ giảng về Thập Hồi Hướng.

Hội thứ sáu: Tại cung trời Tha Hóa, do Bồ Tát Kim Cương Tạng là chủ hội giảng về Thập Địa.

Hội thứ bảy: Tại điện Phổ Quang Minh, do Đức Như-Lai là chủ Hội giảng về pháp môn Đẳng Giác Diệu Giác.

Hội thứ tám: Tái diễn tại điện tại Phổ Quang Minh, do Bồ Tát Phổ Hiền là chủ hội giảng về 2.000 Hạnh Môn.

Hội thứ chin tại rừng Thệ Đa, do Như-Lai và Thiện hữu đều là chủ hội giảng về Quả Pháp Giới, là phẩm Nhập Pháp Giới và phẩm 40 Nhập Bất Tư Nghì Giải Thoát Cảnh Giới Phổ Hiền

Hạnh Nguyện.

Phẩm Hoa Nghiêm – chữ Phạn là Gaṇḍavyūha – tương đương với bộ 40 quyển của Pháp sư Bát-nhã nên cũng được gọi là Tứ thập Hoa Nghiêm, thường được xem là toàn bộ Hoa Nghiêm kinh (Avataṃsaka). Bởi vì bộ kinh Đại thừa mang biệt danh Gaṇḍavyūha được xem như là 9 bộ kinh cốt yếu ở Nepal. Tại Trung Quốc và Tây Tạng, phẩm Gaṇḍavyūha được gọi là phẩm "Nhập Pháp giới" (入法界, Dharmadhātupraveśa) gồm 100.000 slokas (kệ).

Hai bộ kinh Hoa Nghiêm tiếng Việt hiện nay được Trưởng Lão Hòa Thượng Thích Trí Tịnh và trưởng lão Hòa Thượng Thịch Minh Định dịch từ bản của Tam tạng Pháp sư Thật Xoa Nan Đà và Phẩm 40 của Tam tạng Bát Nhã thời Đường.

Trân trọng, kính giới thiệu đến chư vị độc giả.

Chùa Việt Nam – Los Angeles,

Ngày 20 tháng 06 năm 2022

Hòa Thượng Thích Như Minh

Nếu người muốn rõ biết
Tất cả Phật ba đời
Nên quán pháp-giới-tánh
Tất cả duy tâm tạo.
(Kinh Hoa Nghiêm, Phẩm 20, số 9. Giác Lâm Bồ Tát)

Bài quán kinh Hoa Nghiêm này cho biết tất cả chư Phật ba đời và sơn hà vũ trụ, núi sông đất liền, muôn loài vạn vật, hữu tình, vô tình… đều được hình thành từ tâm linh của mỗi người. Pháp giới càn khôn, vũ trụ Hoa Nghiêm là hiện tướng của tâm. Tâm trang nghiêm tạo nên cảnh giới y báo chánh báo, nên kinh này được gọi là Hoa Nghiêm Kinh, nói đủ là Đại Phương Quảng Phật Hoa Nghiêm Kinh.

Hoa Nghiêm là một trong những Bộ kinh lớn của Phật giáo, vua trong các kinh. Kinh giữ vị trí vô cùng quan trọng trong hệ thống tư tưởng văn học Phật giáo Đại thừa. Nội dung bao gồm tất cả tinh túy triết học của nhân sinh quan và vũ trụ quan Phật giáo, chân tướng của nhân sinh vũ trụ, pháp giới viên dung vô ngại của trùng trùng duyên khởi, tín Giải hạnh chứng Nhất thừa viên giáo, Thập huyền môn, Nhất Chân pháp giới (sự lý, lý sự vô ngại) và thể tánh Huyền Hoa Tạng bao trùm khắp mười phương. Kinh Hoa Nghiêm cũng đề cao lý tưởng Bồ tát, hoàn thiện nhân cách thánh thiện của hành giả tu tập qua hình ảnh của Thiện tài đồng tử tham cầu học hạnh Bồ Tát từ 53 vị thiện tri thức.

Những ý tưởng siêu tuyệt của thế giới Huyền Hoa Tạng Trang Nghiêm, Thế Giới Hải trong Hoa Nghiêm đã ảnh hưởng đến tri thức và văn hóa của những nước tin theo Đạo Phật từ ngàn xưa đến nay. Nói đến đỉnh cao tư tưởng Phật Giáo, không thể nào không nói đến triết lý Bát Nhã, Tánh Không, Viên Giác, Lăng Nghiêm hay Hoa Nghiêm, vv...

Vụ Hoằng Pháp Giáo Hội Phật Giáo Tăng già Liên Hữu Việt Mỹ lúc 11 giờ sáng, Thứ tư ngày 10 tháng 03, năm 2021, đã diễn ra buổi lễ chính thức ra mắt chương trình hoằng pháp có danh xưng là Vi Diệu Pháp Media tại Chánh điện Chùa Việt Nam, thành phố Los Angeles, tiểu bang California, Mỹ quốc.

Hòa thượng Thích Như Minh[1] trụ trì Chùa Việt Nam, đã khai mạc chương trình hoằng pháp với diễn văn như sau:

"Hoằng pháp là Sứ mệnh của Tăng Già Giáo Hội Phật Giáo Tăng già Liên Hữu Việt Mỹ. Tiếp nối con đường hoằng pháp của Phật Giáo Việt Nam tại Hoa kỳ của những Đại Sư Trưởng Lão Thích Nhất hạnh, Trưởng Lão Thích Thiên Ân, Trưởng Lão Thích Mãn Giác, và Chư Tôn Đức Tăng Ni trưởng lão...."

Trong buổi lễ này, con là Thích Nữ Giới Hương đã được chỉ định tôn kính tuyên đọc và chia sẻ ý nghĩa Bộ kinh Đại Phương Quảng Phật Hoa Nghiêm (Avatamsaka Sutra) do Pháp Sư Bát Nhã dịch từ Phạn ngữ ra Hán ngữ, được Trưởng Lão Hòa Thượng Thích Trí Tịnh dịch từ Đại Chính Tân Tu Đại Tạng Kinh ra tiếng Việt và dựa vào bài giảng sớ giải Hoa Nghiêm của Đại sư Giới Hoàn, Hòa thượng Tuyên Hóa, Hòa thượng Trí Quảng, Hòa thượng Duy Lực, Hòa thượng Đức Nhuận, Sư bà Hải Triều Âm và nhiều chư tôn thiền đức cùng các hành giả khác.

---

1   https://www.huongsentemple.com/index.php/vn/ung-dung/phap-am-video/7118-phap-am-vi-dieu-phap
    https://viengiac.info/2021/04/phap-am-tang-gia-phat-giao-lien-huu-viet-my/

Thời gian hơn một năm đã trôi qua nhanh, đến hôm nay bộ Kinh Hoa Nghiêm đã được tuyên đọc và chia sẻ xong, trên các đài Tivi Vi Diệu Pháp Media, Cali Today, Global Tivi, Tivi AVA 57.7, Website và Fanpage Huong Sen, các phương tiện truyền thông và trang mạng khác.

Nói đến Kinh Hoa Nghiêm là nói đến tư tưởng Liên Hoa Tạng, pháp giới trùng trùng duyên khởi giao xen viên dung vô ngại, như giăng bày màng lưới báu châu ma ni của cung trời Đế Thích. Ánh sáng chiếu soi đan xuyên giao nhau qua lại hiện hữu trang nghiêm mà chư Phật đang ngự trụ trong đó, là cảnh giới thiền định để giáo giới vi trần chư Bồ Tát, hóa độ chúng sanh khắp mười phương. Đây là một bản kinh quan trọng mà chính Đức Phật Thích Ca Mâu Ni khi vừa giác ngộ dưới gốc cây bồ đề đã chia sẻ liền trong 21 ngày đầu tiên như Thiên Thai Trí Giả nói kệ:

Hoa Nghiêm đức Phật nói lần đầu trong hai mươi mốt ngày

A Hàm mười hai, Phương Đẳng tám năm

Hai mươi hai năm bàn về Bát Nhã

Pháp Hoa, Niết Bàn cộng tám năm.

Những gì hay và cao quý trong bộ Hoa Nghiêm được Đức Phật quyết định truyền trao liền cho chúng sanh ngay khi vừa giác ngộ, giống như người cha già có bao nhiêu của cải trân quý muốn trao hết liền cho đàn con dại. Những gì Đức Phật và Bồ Tát dạy trong 21 ngày đều nằm trong Bộ Kinh Hoa Nghiêm 4 quyển gồm 2940 trang[2] với nhiều triết lý thâm sâu cao siêu uyên áo. Tuy nhiên, đối với quần chúng bình dân bận rộn thì Hoa Nghiêm rất khó đọc, khó tụng và khó hiểu vì quá dày, quá uyên áo, đa dạng, muôn hình vạn trạng. Được sự khích lệ của Hòa thượng Thích Như Minh và chư huynh đệ, con là Tỷ kheo Ni Giới Hương đảnh lễ phát nguyện soạn

---

2   Kinh Đại Phương Quảng Phật Hoa Nghiêm Kinh. Hán dịch: Đại Sư Phật Xoa Nan Đà. Việt dịch HT Thích Trí Tịnh. 4 tập. Tái bản lần thứ 12. Nhà xuất bản Tôn Giáo. Pl 2563. DL 2019. Dày 2940 trang.

lại thành 2 quyển ngắn gọn:

Quyển 1: PHÁP NGỮ KINH HOA NGHIÊM

Chánh văn kinh trường hàng dài gồm các lời dạy của Đức Phật Tỳ-Lô-Giá-Na, Đức Phật Thích Ca, Chư Phật, Bồ Tát và các Thiện Thần, được lựa chọn làm ngắn lại và đặt tên: Pháp Ngữ Kinh Hoa Nghiêm. Đầu mỗi phẩm có mục lục, để giúp hành giả dễ tiếp cận chi tiết từng phẩm Kinh Hoa Nghiêm.

Từ phẩm 1-30 là tập 1 và từ phẩm 31-40 là tập 2.

Quyển 2: TINH HOA KINH HOA NGHIÊM

1. Nội dung triết học toát lên ở mỗi phẩm

2. Vài đoạn chánh văn tiêu biểu.

Mục đích hai tác phẩm này giúp Phật tử ít có thời gian học pháp, có thể có duyên lành học hỏi, tiếp cận nhanh một phần nào tinh hoa của triết lý Hoa Nghiêm uyên áo và ứng dụng lý tưởng Bồ Tát trong đời sống tu tập hàng ngày qua hình ảnh của Thiện Tài Đồng Tử du phương tham học Phật pháp không mệt mỏi.

Chúng con đê đầu đảnh lễ tri ân tôn sư Hải Triều Âm cùng nhiều chư tôn đức Hòa thượng pháp sư và các hành giả đã vẽ Bản đồ Kinh Hoa Nghiêm để chúng con lần theo đó mà thấy rõ lộ trình tu tập lên lầu Kinh Hoa Nghiêm.

Thế giới huyền hoa tạng Tỳ-lô-giá Na Phật cao siêu thâm áo là thế giới và trí tuệ của các bậc chứng nghiệm, chứng ngộ mà chúng con mạo muội dùng ngôn ngữ trần gian để giải thích mô tả trên sự hiểu biết còn non kém của mình, nên sẽ có nhiều sai xót vấp phải. Kính mong Chư Tôn Thiền Đức Tăng Ni, đạo cả thâm uyên và các hành giả Hoa Nghiêm từ bi chỉ dạy góp ý bổ sung, với ước nguyện mong cho ý Phật càng thấu vào lòng chúng sanh trong thời đại khoa học điện tử, có thể hiểu thế giới vật chất nguyên tử cùng với bản thể tâm thức pháp giới vốn là không hai, không một (bất nhị).

Chúng con kính đảnh lễ tri ân Chư tôn thiền đức và tất cả quý Phật tử đã ủng hộ và đồng hành với chúng con trong sứ mạng tận lòng: *"Phục vụ chúng sanh là cúng dường chư Phật."*

Chúng con kính đảnh lễ và phát nguyện hành theo công hạnh của Đức Tỳ-lô-giá-na Phật, Chư Phật, Bồ Tát và Thiện Thần trong hải hội Hoa Nghiêm:

Ba đời Như-Lai bậc đạo sư

Trí nguyện quảng đại khó nghĩ bàn

Vô biên sát hải vô số cõi

Một niệm Như-Lai hiện Chân như.

Nam Mô Hoa Tạng Giáo Chủ Trang Nghiêm
Sát Hải Tỳ-Lô-Giá-Na Phật.

Nam mô Giáo Pháp Viên Dung Vô Ngại,

Đại Phương Quảng Phật Hoa Nghiêm Kinh tác đại chứng minh.

Mùa hạ Hương Sen Perris, tháng 5 năm 2023

Kính lạy,

Hậu học: **Thích Nữ Giới Hương**

Phẩm 31.

I. MỤC LỤC

1. 1 kiếp ở Ta Bà thế giới
2. 1 kiếp ở Cực Lạc thế giới
3. 1 kiếp ở Ca SaTràng thế giới
4. 1 kiếp ở nơi Bất Thối Chuyển Âm Thanh Luân thế giới
5. 1 kiếp ở Ly Cấu thế giới
6. 1 kiếp ở Thiện Đăng thế giới
7. 1 kiếp ở Diệu Quang Minh thế giới
8. 1 kiếp ở Nan Siêu Quá thế giới
9. 1 kiếp ở Trang nghiêm Huệ thế giới
10. 1 kiếp ở Thắng Liên Hoa thế giới

***

II. CHÁNH VĂN

1. THEO PHƯỚC BÁU THỌ LƯỢNG MỖI NƠI KHÁC NHAU

Bấy giờ Tâm Vương đại Bồ-Tát ở trong chúng hội bảo chư Bồ-Tát rằng:

1. Ở **Ta Bà thế giới** cõi của Thích Ca Mâu Ni Phật đây một kiếp, nơi **Cực Lạc thế giới,** cõi của A Di Dà Phật là một ngày một đêm.

2. Một kiếp ở **Cực Lạc thế giới** là một ngày một đêm nơi **Ca SaTràng thế giới,** cõi của Kim Cang Kiên Phật.

3. Một kiếp ở **Ca Sa Tràng thế giới** là một ngày một đêm nơi **Bất Thối Chuyển Âm Thanh Luân thế giới**, cõi của Thiện Thắng Quang Minh Liên Hoa Khai Phu Phật.

4. Một kiếp ở **Bất Thối Chuyển Âm Thanh Luân thế giới** là một ngày một đêm nơi **Ly Cấu thế giới,** cõi của Pháp Tràng Phật.

5. Một kiếp ở **Ly Cấu thế giới** là một ngày một đêm nơi **Thiện Đăng thế giới,** cõi của Sư Tử Phật.

6. Một kiếp ở **Thiện Đăng thế giới** là một ngày một đêm nơi **Diệu Quang Minh thế giới**, cõi của Quang Minh Tạng Phật.

7. Một kiếp ở **Diệu Quang Minh thế giới** là một ngày một đêm nơi **Nan Siêu Quá thế giới**, cõi của Pháp Quang Minh Liên Hoa Khai Phu Phật.

8. Một kiếp ở **Nan Siêu Quá thế giới** là một ngày một đêm nơi **Trang nghiêm Huệ thế giới**, cõi của Nhứt Thiết Thần Thông Quang Minh Phật.

9. Một kiếp ở **Trang Nghiêm Huệ thế giới** là một ngày một đêm nơi **Cảnh Quang Minh thế giới,** cõi của Nguyệt Trí Phật.

10. Tuần tự như vậy, nhẫn đến quá trăm vạn a tăng kỳ thế giới, một kiếp ở **thế giới rốt sau** là một ngày một đêm nơi **Thắng Liên Hoa thế giới,** cõi của Hiền Thắng Phật.

11. *Phổ Hiền Bồ-Tát và chư đại Bồ-Tát đồng hạnh đông đầy trong thế giới Thắng Liên Hoa này.*

(Kinh Hoa Nghiêm, phẩm 31. Thọ Lượng)

Phẩm 32.

I. MỤC LỤC

Các đạo tràng chư Bồ-Tát tu tập và hoằng pháp ở mười phương như:

1. Phương Đông: Kim Cang Thắng Bồ-Tát và ba trăm vị Bồ-Tát quyến thuộc tu tập và thuyết pháp.

2. Phương Nam: Pháp Huệ Bồ-Tát

3. Phương Tây: Tinh Tấn Vô Úy Hành Bồ-Tát

4. Phương Bắc: Hương Tượng Bồ-Tát

5. Đông Bắc: Văn Thù Sư Lợi Bồ-Tát

6. Trong biển: Pháp Khởi Bồ-Tát

7. Đông Nam: Thiên Quan Bồ-Tát

8. Tây Nam: Hiền Thắng Bồ-Tát

9. Tây Bắc: Hương Quang Bồ-Tát

10. Đại hải: Trang Nghiêm Quật

11. Phía Nam nước Tỳ Xá Ly

12. Thành ma Độ La

13. Thành Câu Trân Na

14. Thành Thanh Tịnh Bĩ Ngạn

15. Nước Ma Lan Đà

16. Nước Cam Bồ Già

17. Nước Chấn Đán

18. Nước Sớ Lặc

19. Nước Ca Diếp Di La

20. Thành Tăng Trưởng Hoan Hỷ

21. Nước An Phù Lê Ma

22. Nước Càn Đà La có xứ *Chiêm Bà La Quật*, từ xưa đến nay các chúng Bồ-Tát thường ở nơi đó.

***

II. CHÁNH VĂN

ĐẤT THIÊNG LINH KHÍ NƠI CHƯ BỒ-TÁT AN TRÚ

Tâm vương đại Bồ-Tát giới thiệu về các đạo tràng chư Bồ-Tát tu tập và hoằng pháp ở mười phương như:

1. Phương Đông có xứ *Tiên Nhơn Sơn*, nơi Kim Cang Thắng Bồ-Tát và ba trăm vị Bồ-Tát quyến thuộc tu tập và thuyết pháp.

2. Phương Nam có xứ *Thắng Phong Sơn*, Pháp Huệ Bồ-Tát với năm trăm vị Bồ-Tát quyến thuộc.

3. Phương Tây có xứ *Kim Cang Diệm Sơn*, Tinh Tấn Vô Úy Hành Bồ-Tát với ba trăm vị Bồ-Tát quyến thuộc.

4. Phương Bắc có xứ *Hương Tích Sơn*, nơi Hương Tượng Bồ-Tát với ba ngàn vị Bồ-Tát quyến thuộc.

5. Đông Bắc phương có xứ *Thanh Lương Sơn*, nơi Văn Thù Sư Lợi Bồ-Tát với một vạn vị Bồ-Tát quyến thuộc.

6. Trong biển có xứ *Kim Cang Sơn*, nơi có Pháp Khởi Bồ-Tát với một ngàn hai trăm vị Bồ-Tát quyến thuộc.

7. Đông Nam phương có xứ *Chi Đề Sơn*, nơi Thiên Quan Bồ-Tát với một ngàn vị Bồ-Tát quyến thuộc

8. Tây Nam phương có xứ *Quang Minh Sơn*, nơi Hiền Thắng Bồ-Tát với ba ngàn vị Bồ-Tát quyến thuộc.

9. Tây Bắc phương có xứ *Hương Phong Sơn*, nơi có Hương Quang Bồ-Tát với năm ngàn vị Bồ-Tát quyến thuộc.

10. Trong đại hải có xứ *Trang Nghiêm Quật*, từ xưa đến nay các chúng Bồ-Tát thường ở nơi đó.

11. Phía Nam nước Tỳ Xá Ly có xứ *Thiện Trụ Căn*, từ xưa đến nay các chúng Bồ-Tát thường ở nơi đó.

12. Thành ma Độ La có xứ *Mãn Túc Quật*, từ xưa đến nay các chúng Bồ-Tát thường ở nơi đó.

13. Thành Câu Trân Na có xứ *Pháp Toạ*, từ xưa đến nay các chúng Bồ-Tát thường ở nơi đó.

14. Thành Thanh Tịnh Bĩ Ngạn có xứ *Chơn Lân Đà Quật*, từ xưa đến nay các chúng Bồ-Tát thường ở nơi đó.

15. Nước Ma Lan Đà có xứ *Vô Ngại Long Vương Kiến Lập*, từ xưa đến nay các chúng Bồ-Tát thường ở nơi đó.

16. Nước Cam Bồ Già có xứ *Xuất Sanh Từ*, từ xưa đến nay các chúng Bồ-Tát thường ở nơi đó.

17. Nước Chấn Đán có xứ *Na La Diên Quật*, từ xưa đến nay các chúng Bồ-Tát thường ở nơi đó.

18. Nước Sớ Lặc có xứ *Ngưu Đầu Sơn*, từ xưa đến nay các chúng Bồ-Tát thường ở nơi đó.

19. Nước Ca Diếp Di La có xứ *Thứ Đệ*, từ xưa đến nay các chúng Bồ-Tát thường ở nơi đó.

20. Thành Tăng Trưởng Hoan Hỷ có xứ *Tôn Giả Quật*, từ xưa đến nay các chúng Bồ-Tát thường ở nơi đó.

21. Nước An Phù Lê Ma có xứ *Kiến Ức Tạng Quang Minh*, từ xưa đến nay các chúng Bồ-Tát thường ở nơi đó.

22. Nước Càn Đà La có xứ *Chiêm Bà La Quật*, từ xưa đến nay các chúng Bồ-Tát thường ở nơi đó.

(Kinh Hoa Nghiêm, phẩm 32. Chư Bồ-Tát Trụ Xứ)

Phẩm 33.

Phật Bất Tư Nghì Pháp

I. MỤC LỤC

Mười pháp tự tại

Mười thứ vô lượng bất tư nghì Phật pháp viên mãn

Mười phương tiện thiện xảo

Mười Phật sự quảng đại vô lượng vô biên bất tư nghì

Mười điều vô nhị thật hành pháp tự tại

24. Mười pháp trụ, để an trụ tất cả pháp

Mười điều biết hết tất cả pháp không thừa sót

Mười thứ lực

Mười thứ tràng đại kim cang dũng kiện pháp

Mười pháp quyết định

Mười pháp tốc tật

Mười điều phải thường ghi nhớ pháp thanh tịnh

Mười điều trụ nơi nhứt thiết trí

Mười Phật tam muội vô lượng bất tư nghì

Mười vô ngại giải thoát.

***

II. CHÁNH VĂN

1. CHƯ PHẬT THẾ TÔN CÓ VÔ LƯỢNG TRỤ

Thanh Liên Hoa Tạng Bồ-Tát thừa thần lực của chư Phật nói về Bất tư nghì pháp của chư Phật như sau:

- Thường trụ đại bi

- Trụ nhiều loại thân làm những Phật sự

- Trụ tâm bình đẳng chuyển tịnh pháp luân

- Trụ tứ biện tài thuyết vô lượng pháp

- Trụ bất tư nghì tất cả Phật pháp
- Trụ tiếng thanh tịnh khắp vô lượng cõi
- Trụ bất khả thuyết pháp giới thậm thâm
- Trụ hiện tất cả thần thông tối thắng, trụ hay khai thị pháp rốt ráo vô ngại.

(Kinh Hoa Nghiêm, phẩm 33. Phật Bất Tư Nghì Pháp)

2. MƯỜI PHÁP KHẮP CÙNG VÔ LƯỢNG VÔ BIÊN PHÁP GIỚI

- Tất cả chư Phật có vô biên tế thân sắc tướng thanh tịnh, vào khắp các cõi mà không nhiễm trước.

- Tất cả chư Phật có vô biên tế nhãn vô ngại, đều hay thấy rõ tất cả pháp.

- Tất cả chư Phật có vô biên tế nhĩ vô ngại, đều hay hiểu rõ tất cả âm thanh.

- Tất cả chư Phật có vô biên tế tỷ, hay đến bĩ ngạn tự tại tất cả Phật.

- Tất cả chư Phật có quảng trường thiệt, phát ra âm thanh vi diệu cùng khắp pháp giới.

- Tất cả chư Phật có vô biên tế thân, ứng theo tâm của chúng sanh, cho họ đều được thấy.

- Tất cả chư Phật có vô biên tế ý, trụ nơi vô ngại bình đẳng pháp thân.

- Tám là tất cả chư Phật có vô biên tế giải thoát vô ngại thị hiện sức đại thần thông vô tận.

- Tất cả chư Phật có vô biên tế thế giới thanh tịnh, theo sở thích của chúng sanh hiện những Phật độ, đầy đủ vô lượng những thứ trang nghiêm, mà ở trong đó chẳng sanh nhiễm trước.

- Tất cả chư Phật có vô biên tế Bồ-Tát hạnh nguyện, được trí viên mãn du hý tự tại, đều hay thông đạt tất cả Phật pháp.

(Kinh Hoa Nghiêm, phẩm 33. Phật Bất Tư Nghì Pháp)

3. MƯỜI NIỆM NIỆM XUẤT SANH TRÍ

- Trong một niệm, tất cả chư Phật đều hay thị hiện vô lượng thế giới, từ cõi trời giáng xuống.

- Trong một niệm, tất cả chư Phật đều hay thị hiện vô lượng thế giới, Bồ-Tát thọ sanh.

- Trong một niệm, tất cả chư Phật đều hay thị hiện vô lượng thế giới, xuất gia học đạo.

- Trong một niệm, tất cả chư Phật đều hay thị hiện vô lượng thế giới, dưới cội Bồ Đề thành Đẳng Chánh Giác.

- Trong một niệm, tất cả chư Phật đều hay thị hiện vô lượng thế giới, chuyển diệu Pháp luân.

- Trong một niệm, tất cả chư Phật đều hay thị hiện vô lượng thế giới, giáo hóa chúng sanh, cúng dường chư Phật.

- Trong một niệm, tất cả chư Phật đều hay thị hiện vô lượng thế giới, bất khả thuyết nhiều loại thân Phật.

- Trong một niệm, tất cả chư Phật đều hay thị hiện vô lượng thế giới, nhiều thứ trang nghiêm vô số trang nghiêm, tất cả trí tạng tự tại của Như-Lai.

- Trong một niệm, tất cả chư Phật đều hay thị hiện vô lượng thế giới, vô lượng vô số chúng sanh thanh tịnh.

- Trong một niệm, tất cả chư Phật đều hay thị hiện vô lượng thế giới, tam thế chư Phật, có nhiều loại căn tánh, nhiều cách tinh tấn, nhiều thứ hạnh giải, ở trong tam thế thành Đẳng Chánh Giác.

(Kinh Hoa Nghiêm, phẩm 33. Phật Bất Tư Nghì Pháp)

4. MƯỜI ĐIỀU CHẲNG LỖI THỜI

- Tất cả chư Phật thành Đẳng Chánh Giác chẳng lỗi thời.

- Tất cả chư Phật thành thục cả có duyên chẳng lỗi thời.

- Tất cả chư Phật thọ ký cho chư Bồ-Tát chẳng lỗi thời.

- Tất cả chư Phật theo tâm của chúng sanh mà thị hiện thần lực chẳng lỗi thời.

- Tất cả chư Phật theo chỗ hiểu của chúng sanh mà thị hiện thân Phật chẳng lỗi thời.

- Tất cả chư Phật trụ nơi đại xả chẳng lỗi thời.

- Tất cả chư Phật vào các tụ lạc chẳng lỗi thời.

- Tất cả chư Phật nhiếp thọ các chúng sanh tịnh tính chẳng lỗi thời.

- Tất cả chư Phật đều phục những chúng sanh ác chẳng lỗi thời.

- Tất cả chư Phật hiện bất tư nghì Phật thần thông chẳng lỗi thời.

(Kinh Hoa Nghiêm, phẩm 33. Phật Bất Tư Nghì Pháp)

5. MƯỜI CẢNH GIỚI VÔ TỶ BẤT TƯ NGHÌ

- Tất cả chư Phật một lần ngồi kiết già cùng khắp mười phương vô lượng thế giới.

- Tất cả chư Phật nói một cú nghĩa đều hay khai thị tất cả Phật pháp.

- Tất cả chư Phật phóng một quang minh đều chiếu khắp tất cả thế giới.

- Tất cả chư Phật ở nơi một thân đều hay thị hiện tất cả thân.

- Tất cả chư Phật ở trong một xứ đều hay thị hiện tất cả thế giới.

- Tất cả chư Phật ở trong một trí đều hay quyết rõ tất cả các pháp không bị ngăn ngại.

- Tất cả chư Phật ở trong một niệm đều hay qua khắp mười phương thế giới.

- Tất cả chư Phật ở trong một niệm đều hiện Như-Lai vô lượng oai đức.

- Tất cả chư Phật ở trong một niệm duyên khắp tam thế: Phật và chúng sanh, tâm không tạp loạn.

- Tất cả chư Phật ở trong một niệm cùng với tam thế tất cả Phật đồng một thể không hai.

(Kinh Hoa Nghiêm, phẩm 33. Phật Bất Tư Nghì Pháp)

6. XUẤT SANH MƯỜI THỨ TRÍ

- Tất cả chư Phật biết tất cả pháp không chỗ xu hướng, mà hay xuất sanh "hồi hướng nguyện trí".

- Tất cả chư Phật biết tất cả pháp đều không có thân mà hay xuất sanh "thanh tịnh thân trí".

- Tất cả chư Phật biết tất cả pháp bổn lai không hai, mà hay xuất sanh "năng giác ngộ trí".

- Tất cả chư Phật biết tất cả pháp vô ngã vô chúng sanh, mà hay xuất sanh "điều chúng sanh trí".

- Tất cả chư Phật biết tất cả pháp bổn lai vô tướng, mà hay xuất sanh "liễu chư tướng trí".

- Tất cả chư Phật biết tất cả thế giới không có thành hoại, mà hay xuất sanh "liễu thành hoại trí".

- Tất cả chư Phật biết tất cả pháp không có tạo tác, mà hay xuất sanh "tri nghiệp quả trí".

- Tất cả chư Phật biết tất cả pháp không có ngôn thuyết, mà hay xuất sanh "liễu ngôn thuyết trí".

- Tất cả chư Phật biết tất cả pháp không có nhiễm tịnh, mà hay xuất sanh "tri nhiễm tịnh trí".

- Tất cả chư Phật biết tất cả pháp không có sanh diệt, mà hay xuất sanh "liễu sanh diệt trí".

(Kinh Hoa Nghiêm, phẩm 33. Phật Bất Tư Nghì Pháp)

7. MƯỜI THỨ PHỔ NHẬP PHÁP

- Tất cả chư Phật có thân tịnh diệu vào khắp tam thế.

- Tất cả chư Phật, đều đầy đủ ba thứ tự tại, giáo hoá khắp chúng sanh.

- tất cả chư Phật đều đầy đủ những đà la ni, hay khắp thọ trì tất cả Phật pháp.

- Tất cả chư Phật đều đầy đủ bốn thứ biện tài, chuyển khắp tất cả pháp luân thanh tịnh.

- Tất cả chư Phật đều đầy đủ bình đẳng đại bi, hằng chẳng bỏ lìa tất cả chúng sanh.

- Tất cả chư Phật đều đầy đủ thậm thân thiền định, hằng khắp quán sát tất cả chúng sanh.

- Tất cả chư Phật đều đầy đủ thiện căn lợi tha, đều phục chúng sanh không có thôi dứt.

- Tất cả chư Phật đều đầy đủ tâm vô ngại, hay khắp an trụ tất cả pháp giới.

- Chín là tất cả chư Phật đều đầy đủ thần lực vô ngại, một niệm hiện khắp tam thế chư Phật.

- Tất cả chư Phật đều đầy đủ trí huệ vô ngại, một niệm lập khắp tam thế kiếp số.

(Kinh Hoa Nghiêm, phẩm 33. Phật Bất Tư Nghì Pháp)

8. MƯỜI PHÁP QUẢNG ĐẠI KHÓ TIN THỌ

- Tất cả chư Phật đều hay trừ diệt tất cả loại ma.

- Tất cả chư Phật đều hay hàng phục tất cả ngoại đạo.

- Tất cả chư Phật đều hay điều phục tất cả chúng sanh đều làm cho họ vui đẹp.

- Tất cả chư Phật đều hay qua đến tất cả thế giới hóa đạo mọi loài.

- Tất cả chư Phật đều hay trí chứng pháp giới thậm thâm.

- Tất cả chư Phật đều hay dùng thân vô nhị hiện những thân tràn đầy thế giới.

- Tất cả chư Phật đều hay dùng âm thanh, thanh tịnh khởi bốn biện tài thuyết pháp không dứt, phàm có tin thọ thời chẳng luống công.

- Tất cả chư Phật đều hay ở trong một lỗ lông xuất hiện chư Phật số đồng với số tất cả thế vi trần, không lúc nào đoạn tuyệt.

- Tất cả chư Phật đều hay ở trong một vi trần thị hiện các cõi đồng với số tất cả thế giới vi trần, đầy đủ các thứ trang nghiêm thượng diệu, hằng ở trong đó chuyển diệu pháp luân giáo hoá chúng sanh mà vi trần chẳng lớn, thế giới chẳng nhỏ, thường dùng chứng trí an trụ pháp giới.

- Tất cả chư Phật đều liễu đạt pháp giới thanh tịnh, dùng trí quang minh phá si ám của thế gian, làm cho đều được khai hiểu nơi Phật pháp, theo dõi Như-Lai, trụ trong Thập lực.

(Kinh Hoa Nghiêm, phẩm 33. Phật Bất Tư Nghì Pháp)

9. MƯỜI CÔNG ĐỨC LỚN
RỜI LỖI HOÀN TOÀN THANH TỊNH

- Tất cả chư Phật đủ oai đức lớn, rời lỗi thanh tịnh.

- Tất cả chư Phật đều sanh nơi nhà tam thế Như-Lai, chủng tộc điều thiện, rời lỗi thanh tịnh.

- Tất cả chư Phật tột vị lai tế tâm vô sở trụ, rời lỗi thanh tịnh.

- Tất cả chư Phật nơi pháp tam thế đều vô sở trước, rời lỗi thanh tịnh.

- Tất cả chư Phật biết những loại tánh, đều là một tánh, không từ đâu đến, rời lỗi thanh tịnh.

- Tất cả chư Phật, tiền tế hậu tế phước đức vô tận đồng với pháp giới, rời lỗi thanh tịnh.

- Tất cả chư Phật vô biên thân tướng khắp mười

phương cõi, tùy thời điều phục tất cả chúng sanh, rời lỗi thanh tịnh.

- Tất cả chư Phật được bốn đức vô úy lìa những khủng bố, ở trong chúng hội đại sư tử hống, phân biện rành rẽ tất cả các pháp, rời lỗi thanh tịnh.

- Tất cả chư Phật trong bất khả thuyết bất khả thuyết kiếp nhập Niết Bàn, chúng sanh nghe danh hiệu được phước vô lượng như Phật hiện tại công đức không khác, rời lỗi thanh tịnh.

- Tất cả chư Phật ở xa trong bất khả thuyết bất khả thuyết thế giới, nếu có chúng sanh nhất tâm chánh niệm thời đều được thấy, rời lỗi thanh tịnh.

(Kinh Hoa Nghiêm, phẩm 33. Phật Bất Tư Nghì Pháp)

10. MƯỜI ĐIỀU RỐT RÁO THANH TỊNH

Tất cả chư Phật đại nguyện thuở xưa rốt ráo thanh tịnh.

Tất cả chư Phật giữ gìn phạm hạnh rốt ráo thanh tịnh.

Tất cả chư Phật rời những mê lầm thế gian rốt ráo thanh tịnh.

Tất cả chư Phật trang nghiêm cõi nước rốt ráo thanh tịnh.

Tất cả chư Phật có những quyến thuộc rốt ráo thanh tịnh.

Tất cả chư Phật chỗ có chủng tộc rốt ráo thanh tịnh.

Tất cả chư Phật sắc thân tướng hảo rốt ráo thanh tịnh.

Tất cả chư Phật pháp thân vô nhiễm rốt ráo thanh tịnh.

Tất cả chư Phật nhứt thiết chủng trí không có chướng ngại rốt ráo thanh tịnh.

Tất cả chư Phật giải thoát tự tại chỗ làm đã xong đến bĩ ngạn rốt ráo thanh tịnh.

(Kinh Hoa Nghiêm, phẩm 33. Phật Bất Tư Nghì Pháp)

11. MƯỜI THỨ PHẬT SỰ

1. Nếu có chúng sanh chuyên tâm nghĩ nhớ thời Phật hiện ra trước họ.

2. Nếu có chúng sanh tâm chẳng điều thuận thời Phật vì họ mà thuyết pháp.

3. Nếu có chúng sanh hay sanh tịnh tín thời Phật làm cho họ được vô lượng thiện căn.

4. Nếu có chúng sanh hay nhập pháp vị thời đều hiện chứng không pháp nào chẳng biết.

5. Giáo hóa chúng sanh không hề nhàm mỏi.

6. Du hành các cõi Phật, qua lại vô ngại.

7. Đại bi chẳng bỏ tất cả chúng sanh.

8. Hiện thân biến hóa hằng không đoạn tuyệt.

9. Thần thông tự đại chưa từng thôi nghỉ.

10. An trụ pháp giới hay khắp quán sát.

   (Kinh Hoa Nghiêm, phẩm 33. Phật Bất Tư Nghì Pháp)

12. MƯỜI THỨ PHÁP TRÍ HẢI VÔ TẬN

- Tất cả chư Phật vô biên pháp thân, pháp trí hải vô tận.

- Tất cả chư Phật vô lượng Phật sự, pháp trí hải vô tận.

- Tất cả chư Phật cảnh giới Phật nhãn, pháp trí hải vô tận.

- Tất cả chư Phật vô lượng vô số nan tư thiện căn, pháp trí hải vô tận.

- Tất cả chư Phật mưa khắp tất cả cam lồ diệu pháp, pháp trí hải vô tận.

- Tất cả chư Phật tán thán Phật công đức, pháp trí hải vô tận.

- Tất cả chư Phật ngày trước đã tu những nguyện hạnh, pháp trí hải vô tận.

- Tất cả chư Phật tận vị lai tế hằng làm Phật sự, pháp trí hải vô tận.

- Tất cả chư Phật biết rõ tâm hành của tất cả chúng sanh, pháp trí hải vô tận.

- Tất cả chư Phật phước trí trang nghiêm không ai hơn, pháp trí hải vô tận.

(Kinh Hoa Nghiêm, phẩm 33. Phật Bất Tư Nghì Pháp)

13. MƯỜI THỨ THƯỜNG PHÁP

- Tất cả chư Phật thường thật hành tất cả những Ba la mật.

- Tất cả chư Phật nơi tất cả các pháp, thường rời hẳn mê lầm.

- Tất cả chư Phật thường đủ đức đại bi.

- Tất cả chư Phật thường có đủ Thập lực.

- Tất cả chư Phật thường chuyển Pháp luân.

- Tất cả chư Phật thường vì chúng sanh mà thị hiện thành Chánh giác.

- Tất cả chư Phật thường thích điều phục tất cả chúng sanh.

- Tất cả chư Phật tâm thường chánh niệm pháp Bất nhị.

- Tất cả chư Phật giáo hóa chúng sanh xong rồi thường thị hiện nhập Vô dư Niết bàn.

- Tất cả chư Phật cảnh giới thường không biên tế.

(Kinh Hoa Nghiêm, phẩm 33. Phật Bất Tư Nghì Pháp)

14. MƯỜI MÔN DIỄN THUYẾT VÔ LƯỢNG

- Tất cả chư Phật diễn thuyết vô lượng chúng sanh giải thoát môn.

- Tất cả chư Phật diễn thuyết vô lượng chúng sanh hạnh môn.

- Tất cả chư Phật diễn thuyết vô lượng chúng sanh nghiệp quả môn.

- Tất cả chư Phật diễn thuyết vô lượng hóa chúng sanh môn.

- Tất cả chư Phật diễn thuyết vô lượng tịnh chúng sanh môn.

- Tất cả chư Phật diễn thuyết vô lượng Bồ-Tát hạnh môn.

- Tất cả chư Phật diễn thuyết vô lượng Bồ-Tát nguyện môn.

- Tất cả chư Phật diễn thuyết vô lượng tất cả thế giới thành kiếp hoại kiếp môn.

- Tất cả chư Phật diễn thuyết vô lượng Bồ-Tát thâm tâm tịnh Phật sát môn.

- Tất cả chư Phật diễn thuyết vô lượng tất cả thế giới tam thế chư Phật nơi những kiếp đó thứ đệ xuất hiện môn.

- Tất cả chư Phật diễn thuyết vô lượng nhứt thiết chư Phật trí môn.

(Kinh Hoa Nghiêm, phẩm 33. Phật Bất Tư Nghì Pháp)

15. MƯỜI ĐIỀU VÌ CHÚNG SANH LÀM PHẬT SỰ

- Tất cả chư Phật thị hiện sắc thân vì chúng sanh mà làm Phật sự.

- Tất cả chư Phật phát diệu âm thanh vì chúng sanh mà làm Phật sự.

- Tất cả chư Phật có chỗ thọ vì chúng sanh mà làm Phật sự.

- Tất cả chư Phật không chỗ thọ vì chúng sanh mà làm Phật sự.

- Tất cả chư Phật dùng địa, thủy, hỏa, phong vì chúng sanh mà làm Phật sự.

- Tất cả chư Phật thần lực tự tại thị hiện tất cả cảnh giới sở duyên vì chúng sanh mà làm Phật sự.

- Tất cả chư Phật nhiều thứ danh hiệu vì chúng sanh mà làm Phật sự.

- Tất cả chư Phật dùng cảnh giới cõi Phật vì chúng sanh mà làm Phật sự.

- Tất cả chư Phật nghiêm tịnh cõi Phật vì chúng sanh mà làm

Phật sự.

- Tất cả chư Phật vắng lặng không lời vì chúng sanh mà làm Phật sự.

(Kinh Hoa Nghiêm, phẩm 33. Phật Bất Tư Nghì Pháp)

16. MƯỜI PHÁP TỐI THẮNG

- Tất cả chư Phật đại nguyện kiên cố chẳng gì ngăn trở phá hoại được, nói ra tất thật hành, lời nói không có hai

- Tất cả chư Phật vì muốn viên mãn tất cả công đức nên tột kiếp vị lai tu hạnh Bồ-Tát chẳng mỏi lười.

- Tất cả chư Phật vì muốn điều phục tất cả chúng sanh nên qua đến bất khả thuyết bất khả thuyết thế giới để vì chúng sanh không lúc nào đoạn tuyệt.

- Tất cả chư Phật đối với hai hạng chúng sanh: kính tin và hủy báng, tâm đại bi xem đồng bình đẳng không khác.

- Tất cả chư Phật từ lúc sơ phát tâm nhẫn đến thành Phật trọn không thối thất tâm Bồ Đề.

- Tất cả chư Phật chứa nhóm vô lượng những công đức lành đều đem hồi hướng tánh nhứt thiết trí, với các thế gian trọn không nhiễm trước.

- Tất cả chư Phật ở chỗ chư Phật tu học ba nghiệp, chỉ thật hành hạnh Phật chẳng phải hạnh Nhị thừa, đều để hồi hướng tánh Nhứt thiết trí, thành tựu Vô thượng Chánh đẳng Bồ Đề.

- Tất cả chư Phật phóng đại quang minh, quang minh này bình đẳng chiếu tất cả chỗ và chiếu tất cả Phật pháp, làm cho chư Bồ-Tát tâm được thanh tịnh viên mãn Nhứt Thiết trí.

- Tất cả chư Phật rời bỏ sự vui thế gian chẳng tham chẳng nhiễm, mà nguyện khắp thế gian lìa khổ được vui không có những hý luận.

- Tất cả chư Phật thương các chúng sanh chịu những sự khổ, giữ gìn Phật chủng, đi nơi cảnh giới Phật, xuất ly sanh tử, đến bực Thập lực.

(Kinh Hoa Nghiêm, phẩm 33. Phật Bất Tư Nghì Pháp)

17. MƯỜI ĐIỀU VÔ CHƯỚNG NGẠI TRỤ

- Tất cả chư Phật đều hay qua đến tất cả thế giới, vô chướng ngại trụ.

- Tất cả chư Phật đều hay trụ ở tất cả thế giới, vô chướng ngại trụ.

- Tất cả chư Phật đều hay ở nơi tất cả thế giới đi, đứng, nằm, ngồi, vô chướng ngại trụ.

- Tất cả chư Phật đều hay ở nơi tất cả thế giới diễn thuyết chánh pháp, vô chướng ngại trụ.

- Tất cả chư Phật đều hay ở nơi tất cả thế giới trụ ở cung trời Đâu Suất, vô chướng ngại trụ.

- Tất cả chư Phật đều hay nhập pháp giới tất cả tam thế, vô chướng ngại trụ.

- Tất cả chư Phật đều hay ngồi pháp giới tất cả đạo tràng, vô chướng ngại trụ.

- Tất cả chư Phật đều hay niệm niệm quán tâm hành của tất cả chúng sanh, dùng ba môn tự tại giáo hóa điều phục, vô chướng ngại trụ.

- Tất cả chư Phật đều hay dùng một thân trụ ở vô lượng bất tư nghì chỗ chư Phật và tất cả chỗ để lợi ích chúng sanh, vô chướng ngại trụ.

- Tất cả chư Phật đều hay khai thị chánh pháp của vô lượng chư Phật nói, vô chướng ngại trụ.

(Kinh Hoa Nghiêm, phẩm 33. Phật Bất Tư Nghì Pháp)

18. MƯỜI THỨ TỐI THẮNG VÔ THƯỢNG TRANG NGHIÊM

- Thân trang nghiêm tối thắng vô thượng: Tất cả chư Phật đều đầy đủ những đại nhơn tướng và tùy hình hảo.

- Ngữ trang nghiêm tối thắng vô thượng thứ hai: Tất cả chư Phật đều đầy đủ sáu mươi thứ âm thanh, đại sư tử hống diễn nói pháp nghĩa thậm thâm của Như-Lai.

- Ý trang nghiêm tối thắng vô thượng: Tất cả chư Phật đều đủ Thập lực các đại tam muội, mười tám pháp bất cộng trang nghiêm ý nghiệp.

- Quang minh trang nghiêm tối thắng vô thượng: Tất cả chư Phật đều hay phóng vô số quang minh. Mỗi mỗi quang minh có bất khả thuyết lưới quang minh làm quyến thuộc chiếu khắp tất cả Phật độ, diệt trừ đen tối của tất cả thế gian.

- Lìa si hoặc thế gian hiện vi tiểu trang nghiêm tối thắng vô thượng.

- * Pháp thân trang nghiêm tối thắng vô thượng.

- Thường diệu quang minh trang nghiêm tối thắng vô thượng.

- Diệu sắc trang nghiêm tối thắng vô thượng.

- Chủng tộc trang nghiêm tối thắng vô thượng.

- Đại từ đại bi công đức trang nghiêm tối thắng vô thượng của chư Phật.

(Kinh Hoa Nghiêm, phẩm 33. Phật Bất Tư Nghì Pháp)

19. MƯỜI PHÁP TỰ TẠI

- Tất cả chư Phật nơi tất cả pháp đều được tự tại. Thấu rõ tất cả cú thân, vị thân, diễn thuyết các pháp biện tài vô ngại.

- Tất cả chư Phật giáo hóa chúng sanh chưa từng lỗi thời, tùy theo sở thích mong cầu của họ mà nói chánh pháp.

- Tất cả chư Phật hay làm cho tận hư không giới vô lượng vô

số các thứ trang nghiêm, tất cả thế giới chấn động sáu cách.

- Tất cả chư Phật dùng sức thần thông đều hay nghiêm tịnh tất cả thế giới, trong khoảng một niệm, hiện khắp tất cả thế giới trang nghiêm.

- Tất cả chư Phật thấy một chúng sanh đáng được giáo hóa, vì họ mà trụ thọ mạng trải qua bất khả thuyết bất khả thuyết kiếp.

- Tất cả chư Phật đều hay qua khắp tất cả thế giới, nơi sở hành của tất cả Như-Lai, mà chẳng tạm bỏ tất cả pháp giới. Mười phương đều riêng khác.

- Tất cả chư Phật vì muốn điều phục tất cả chúng sanh trong mỗi niệm thành Vô thượng Chánh giác.

- Tất cả chư Phật hay dùng nhãn xứ làm nhĩ xứ Phật sự, hay dùng nhĩ xứ làm tỷ xứ Phật sự.

- Tất cả chư Phật lỗ lông nơi thân, mỗi lỗ lông hay dung chứa tất cả chúng sanh, mỗi chúng sanh thân họ đồng với bất khả thuyết cõi Phật mà không chật hẹp.

- Tất cả chư Phật trong khoảng một niệm hiện tất cả thế giới vi trần số Phật.

(Kinh Hoa Nghiêm, phẩm 33. Phật Bất Tư Nghì Pháp)

20. MƯỜI THỨ VÔ LƯỢNG BẤT TƯ NGHÌ PHẬT PHÁP VIÊN MÃN

- Tất cả chư Phật, mỗi tướng thanh tịnh đều đủ trăm phước.
- Thảy đều thành tựu tất cả Phật pháp.
- Thảy đều thành tựu tất cả thiện căn.
- Thảy đều thành tựu tất cả công đức.
- Hay giáo hóa tất cả chúng sanh.
- Hay vì tất cả chúng sanh mà làm chủ.
- Thành tựu cõi Phật thanh tịnh.

- Thành tựu Nhứt thiết chủng trí.
- Thành tựu sắc thân tướng hảo, người thấy thân Phật thời được lợi ích, công chẳng luống uổng.
- Đủ chánh pháp bình đẳng của chư Phật.
- Tất cả chư Phật khi làm Phật sự rồi, không đức Phật nào chẳng thị hiện nhập Niết bàn.

(Kinh Hoa Nghiêm, phẩm 33. Phật Bất Tư Nghì Pháp)

21. MƯỜI PHƯƠNG TIỆN THIỆN XẢO

- Tất cả chư Phật biết rõ tất cả pháp đều rời hý luận mà hay khai thị thiện căn của chư Phật.
- Tất cả chư Phật biết tất cả pháp đều không chỗ thấy, đều chẳng biết nhau, không trói không mở.
- Tất cả chư Phật lìa hẳn các tướng, tâm không sở trụ, mà biết rõ tất cả chẳng loạn chẳng lầm.
- Tất cả chư Phật trụ nơi pháp giới, chẳng trụ quá khứ, vị lai, hiện tại.
- Tất cả chư Phật thân, ngữ, ý nghiệp không chỗ tạo tác, không lai không khứ không trụ.
- Tất cả chư Phật biết tất cả pháp chẳng thấy được, chẳng phải một chẳng phải khác.
- Tất cả chư Phật ở trong một thời gian biết tất cả thời gian, đủ thiện căn thanh tịnh, nhập chánh vị mà không sở trước.
- Tất cả chư Phật hằng trụ pháp giới thành tựu vô lượng Phật vô úy và bất khả số biện tài.
- Tất cả chư Phật trụ tịnh pháp giới, biết tất cả pháp vốn không danh tự, không tên quá khứ, không tên hiện tại, không tên vị lai.
- Tất cả chư Phật biết tất cả pháp bổn tánh tịch tịnh. Vì không sanh nên chẳng phải sắc, thọ, tưởng, hành, thức.

(Kinh Hoa Nghiêm, phẩm 33. Phật Bất Tư Nghì Pháp)

22.MƯỜI PHẬT SỰ QUẢNG ĐẠI VÔ LƯỢNG VÔ BIÊN BẤT TƯ NGHÌ

- Tất cả chư Phật nơi tận hư không khắp pháp giới tất cả thế giới cung trời Đâu Suất, đều hiện thọ sanh tu hạnh Bồ-Tát làm Phật sự lớn.

- Tất cả chư Phật từ trời Đâu Suất giáng thần thai mẹ, dùng tam muội rốt ráo quán pháp thọ sanh

- Tất cả chư Phật đều đã thanh tịnh tất cả thiện nghiệp, tất cả sanh trí đều đã sáng sạch, mà dùng sanh pháp dạy dỗ dẫn dắt quần mê, cho họ khai ngộ thật hành đủ các nghiệp lành.

- Tất cả chư Phật thị hiện ở những cung điện trang nghiêm, quán sát nhàm lìa bỏ mà xuất gia, muốn cho chúng sanh biết rõ thế pháp đều là vọng tưởng vô thường hư hoại.

- Tất cả chư Phật đủ Nhứt thiết trí, nơi vô lượng pháp đều đã thấy biết, dưới cội Bồ Đề thành Đẳng Chánh Giác, hàng phục ma quân, oai đức đặc tôn. Thân Phật sung mãn tất cả thế giới.

- Tất cả chư Phật chuyển bất thối pháp luân, vì làm cho chư Bồ-Tát chẳng thối chuyển.

- Chuyển vô lượng pháp luân, vì làm cho tất cả thế gian đều biết rõ.

- Tất cả chư Phật vào nơi tất cả vương đô thành ấp, vì những chúng sanh mà làm Phật sự.

- Tất cả chư Phật hoặc trụ A lan nhã mà làm Phật sự. Hoặc ở chỗ tịch tịnh mà làm Phật sự.

- Tất cả chư Phật là tạng sanh ra thiện căn thanh tịnh, làm cho các chúng sanh ở trong Phật pháp sanh tín giải thanh tịnh, các căn điều phục lìa hẳn thế gian.

- Đối với đức Như-Lai thời biết ơn và báo ơn. Trọn làm chỗ quy y cho thế gian. Chư Phật Thế Tôn dầu nhập đại Niết bàn, vẫn làm phước điền thanh tịnh bất tư nghì cho chúng sanh, là phước điền tối thượng công đức vô tận.

(Kinh Hoa Nghiêm, phẩm 33. Phật Bất Tư Nghì Pháp)

23. MƯỜI ĐIỀU VÔ NHỊ THẬT HÀNH PHÁP TỰ TẠI

- Tất cả chư Phật đều hay khéo nói lời thọ ký, quyết định không hai.

- Tất cả chư Phật đều hay tùy thuận tâm niệm của chúng sanh làm cho ý họ được thỏa mãn, quyết định không hai

- Tất cả chư Phật đều hay hiện giác tất cả pháp, diễn thuyết ý nghĩa, quyết định không hai.

- Tất cả chư Phật đều hay đầy đủ tam thế Phật trí huệ, quyết định không hai.

- Tất cả chư Phật đều biết tam thế tất cả sát na là một sát na, quyết định không hai.

- Tất cả chư Phật đều biết tam thế tất cả cõi Phật vào một cõi Phật, quyết định không hai.

- Tất cả chư Phật đều biết tam thế tất cả lời Phật là một lời Phật, quyết định không hai.

- Tất cả chư Phật đều biết tam thế tất cả chư Phật cùng tất cả chúng sanh được giáo hóa thể tánh bình đẳng, quyết định không hai.

- Tất cả chư Phật đều biết thế pháp và Phật pháp tánh không sai khác, quyết định không hai.

- Tất cả chư Phật đều biết tam thế chư Phật có bao nhiêu thiện căn đều đồng một thiện căn, quyết định không hai.

(Kinh Hoa Nghiêm, phẩm 33. Phật Bất Tư Nghì Pháp)

24. MƯỜI PHÁP TRỤ, ĐỂ AN TRỤ TẤT CẢ PHÁP

- Tất cả chư Phật trụ giác ngộ tất cả pháp giới.

- Tất cả chư Phật trụ đại bi ngữ.

- Tất cả chư Phật trụ bổn đại nguyện.

- Tất cả chư Phật trụ chẳng bỏ điều phục chúng sanh.

- Tất cả chư Phật trụ pháp không tự tánh.

- Tất cả chư Phật trụ bình đẳng lợi ích.

- Tất cả chư Phật trụ pháp không quên mất.

- Tất cả chư Phật trụ tâm không chướng ngại.

- Tất cả chư Phật trụ tâm hằng chánh định.

- Tất cả chư Phật trụ vào khắp tất cả pháp chẳng trái tướng thiệt tế.

(Kinh Hoa Nghiêm, phẩm 33. Phật Bất Tư Nghì Pháp)

25. MƯỜI ĐIỀU BIẾT HẾT TẤT CẢ PHÁP KHÔNG THỪA SÓT

- Biết hết tất cả pháp quá khứ, không thừa sót.

- Biết hết tất cả pháp vị lai, không thừa sót.

- Biết hết tất cả pháp hiện tại, không thừa sót.

- Biết hết tất cả pháp ngôn ngữ, không thừa sót.

- Biết hết tất cả đạo thế gian, không thừa sót.

- Biết hết tất cả tâm chúng sanh, không thừa sót.

- Biết hết tất cả những phần vị thượng trung hạ thiện căn của Bồ-Tát, không thừa sót.

- Biết hết tất cả trí viên mãn và những thiện căn của Phật chẳng tăng, chẳng giảm, không thừa sót.

- Biết hết tất cả Pháp đều từ duyên khởi, không thừa sót.

- Biết hết tất cả thế giới chủng, trong tất cả pháp giới những sự sai biệt như lưới Thiên Đế, không thừa sót.

(Kinh Hoa Nghiêm, phẩm 33. Phật Bất Tư Nghì Pháp)

26. MƯỜI THỨ LỰC

Quảng đại lực, tối thượng lực, vô lượng lực, đại oai đức lực, nan hoạch lực, bất thối lực, kiên cố lực, bất khả hoại lực, tất cả thế gian bất tư nghì lực, tất cả chúng sanh vô năng động lực.

(Kinh Hoa Nghiêm, phẩm 33. Phật Bất Tư Nghì Pháp)

27. MƯỜI THỨ TRÀNG ĐẠI KIM CANG DŨNG KIỆN PHÁP

27.1. Tràng đại na la diên dũng kiện pháp thứ nhứt của Phật

Tất cả chư Phật thân chẳng hư hoại.

27.2. Tràng đại kim cang dũng kiện pháp thứ hai

Nơi một lỗ lông, chư Phật giữ lấy tất cả thế giới suốt kiếp vị lai.

27.3. Tràng đại kim cang dũng kiện pháp thứ ba:

Tất cả chư Phật có thể trong khoảng một niệm bước được bất khả thuyết bất khả thuyết thế giới vi trần số bước.

27.4. Tràng đại kim cang dũng kiện pháp thứ tư của chư Phật

Chư Phật có thể ở nơi chỗ một đầu lông ngồi kiết già suốt kiếp vị lai, như nơi chỗ một đầu lông, tất cả chỗ đầu lông cũng đều như vậy

Giả sử mười phương thế giới, tất cả chúng sanh trong đó, thân của họ đều lớn bằng tất cả thuyết Phật sát vi trần số thế giới, nhẹ nặng cũng bằng.

Chư Phật có thể để tất cả chúng sanh đó trên đầu một ngón tay, tất cả đầu ngón tay cũng đều như vậy, trải qua suốt tất cả kiếp vị lai, đem tất cả chúng sanh ấy vào mỗi mỗi thế giới khắp hư không cùng pháp giới không thừa sót. Mà thân tâm của Phật trọn không mỏi nhọc.

27.5. Tràng đại kim cang dũng kiện pháp thứ năm

Tất cả chư Phật có thể ở nơi một thân hóa hiện bất khả thuyết bất khả thuyết Phật sát vi trần số đầu.

Mỗi mỗi đầu hóa hiện bất khả thuyết bất khả thuyết Phật sát vi trần số lưỡi.

Mỗi mỗi lưỡi hóa suất bất khả thuyết bất khả thuyết Phật sát vi trần số âm thanh sai khác, chúng sanh trong pháp giới không ai chẳng nghe.

Mỗi mỗi âm thanh diễn bất khả thuyết bất khả thuyết Phật

sát vi trần số tạng tu đa la.

Mỗi mỗi tạng khế kinh diễn bất khả thuyết bất khả thuyết Phật sát vi trần số pháp.

Mỗi mỗi pháp có bất khả thuyết bất khả thuyết Phật sát vi trần số văn tự cú nghĩa.

Như vậy, diễn thuyết suốt bất khả thuyết bất khả thuyết Phật sát vi trần.

27.6. Tràng đại kim cang dũng kiện pháp thứ sáu của chư Phật

Tất cả chư Phật đều dùng đức tướng trang nghiêm hông ngực như kim cang không bị tổn hoại.

Ngồi kiết già dưới cội Bồ Đề, quân ma số đông vô biên, các thứ dị hình rất đáng kinh sợ, chúng sanh thấy đó không ai chẳng kinh sợ, hãi hùng cuồng loạn hoặc ngất chết.

27.7. Tràng đại kim cang dũng kiện pháp thứ bảy của chư Phật

Tất cả chư Phật có âm thanh vô ngại. Âm thanh đó khắp tất cả thế giới mười phương, chúng sanh được nghe tự nhiên điều phục.

27.8. Tràng đại kim cang dũng kiện pháp thứ tám của chư Phật

Tất cả chư Phật tâm không chướng ngại. Trong trăm ngàn ức na do tha bất khả thuyết bất khả thuyết kiếp hằng khéo thanh tịnh.

Nơi tam thế pháp và tâm hành của tất cả chúng sanh, khoảng một niệm liễu đạt tất cả đều không chướng ngại.

27.9. Tràng đại kim cang dũng kiện pháp thứ chín của chư Phật

Tất cả chư Phật đồng một pháp thân, cảnh giới vô lượng thân, công đức vô biên thân.

Từ tất cả công đức mà sanh ra thân, đủ tất cả Phật pháp chơn như thân, bổn tánh tịch tịnh không chướng ngại thân, thành tựu tất cả vô ngại pháp thân, trụ khắp tất cả pháp giới thanh tịnh thân, phân hình cùng khắp tất cả thế gian thân, không phan duyên không thối chuyển trọn giải thoát đủ nhứt thiết trí rõ thấu khắp cả thân.

27.10. Tràng đại kim cang dũng kiện pháp thứ mười của chư Phật

Tất cả chư Phật đồng ngộ tất cả Như-Lai pháp, đồng tu tất cả Bồ-Tát hạnh.

Trụ nơi Phật chủng tánh của chư Phật đã trụ. Dùng trí huệ Phật mà làm Phật sự.

Dùng trí Phổ Hiền nhóm những hạnh lành. Thành tựu diệu huệ một niệm tương ưng, đều biết rõ được tất cả pháp. Tất cả chúng sanh như trước đã nhớ, điều y theo tự thừa để ban dạy pháp đó. Tất cả các pháp, tất cả thế giới, tất cả chúng sanh, tất cả tam thế, ở trong pháp giới cảnh giới như vậy có vô lượng vô biên, dùng trí vô ngại điều thấy biết được.

Tất cả chư Phật dùng thần thông lực hiện tối diệu thân, trụ vô biên xứ, đại bi phương tiện tâm không chướng ngại, trong tất cả thời gian thường vì chúng sanh thuyết pháp không thôi dứt.

Tràng đại kim cang dũng kiện pháp của tất cả chư Phật vô lượng vô biên bất tư nghì.

Tất cả chúng sanh và hàng nhị thừa không hiểu biết được. Chỉ trừ người được Đức Như-Lai dùng thần lực gia hộ.

(Kinh Hoa Nghiêm, phẩm 33. Phật Bất Tư Nghì Pháp)

28. MƯỜI PHÁP QUYẾT ĐỊNH

1. Tất cả chư Phật quyết định từ Trời Đâu Suất thọ mãn hạ sanh.

2. Tất cả chư Phật quyết định thị hiện thọ sanh ở thai mười tháng.

3. Tất cả chư Phật quyết định nhàm chán thế tục thích cầu xuất gia.

4. Tất cả chư Phật quyết định ngồi dưới cây Bồ Đề ngộ

các Phật pháp thành Đẳng Chánh Giác.

5. Tất cả chư Phật quyết định trong một niệm ngộ tất cả pháp, tất cả thế giới thị hiện thần lực.

6. Tất cả chư Phật quyết định hay ứng thời chuyển diệu pháp luân.

7. Tất cả chư Phật quyết định hay tùy kia đã gieo căn lành ứng thời thuyết pháp để thọ ký cho họ.

8. Tất cả chư Phật quyết định hay ứng thời vì họ mà làm Phật sự.

9. Tất cả chư Phật quyết định hay vì chư Bồ-Tát đã thành tựu mà thọ ký.

10. Tất cả chư Phật quyết định hay một niệm đáp khắp lời hỏi của tất cả chúng sanh.

29. MƯỜI PHÁP TỐC TẬT

1. Tất cả chư Phật, nếu có người thấy Phật, thời mau được xa lìa tất cả ác thú.

2. Tất cả chư Phật, nếu có người thấy Phật thời mau được viên mãn công đức thù thắng.

3. Tất cả chư Phật, nếu có người thấy Phật, thời mau được thành tựu thiện căn quảng đại.

4. Tất cả chư Phật, nếu có người thấy Phật, thời mau được sanh lên trời tịnh diệu.

5. Tất cả chư Phật, nếu có người thấy Phật, thời mau trừ dứt được tất cả nghi lầm.

6. Tất cả chư Phật, nếu có người đã phát Bồ Đề tâm mà được thấy Phật, thời mau được thành tựu tín giải quảng đại vĩnh viễn không thối chuyển, có thể tùy chỗ đáng độ mà giáo hóa chúng sanh.

7. Tất cả chư Phật, nếu người chưa nhập chánh vị mà được thấy Phật thời mau nhập chánh vị.

8. Tất cả chư Phật, nếu ai được thấy Phật, thời mau được thanh tịnh tất cả các căn thế gian và xuất thế gian.

9. Tất cả chư Phật, nếu có ai được thấy Phật, thời mau diệt trừ được tất cả chướng ngại.

10. Tất cả chư Phật, nếu có người được thấy Phật, thời mau được vô úy biện tài.

(Kinh Hoa Nghiêm, phẩm 33. Phật Bất Tư Nghì Pháp)

30. MƯỜI ĐIỀU PHẢI THƯỜNG GHI NHỚ PHÁP THANH TỊNH

1. Tất cả chư Phật về nhơn duyên quá khứ, tất cả Bồ-Tát phải thường ghi nhớ.

2. Tất cả chư Phật hạnh thanh tịnh thù thắng tất cả Bồ-Tát phải thường ghi nhớ.

3. Tất cả chư Phật đầy đủ các Ba La mật, tất cả Bồ-Tát phải thường ghi nhớ.

4. Tất cả chư Phật thành tựu đại nguyện, tất cả Bồ-Tát phải thường ghi nhớ.

5. Tất cả chư Phật chứa nhóm thiện căn, tất cả Bồ-Tát phải thường ghi nhớ.

6. Tất cả chư Phật đã đủ phạm hạnh, tất cả Bồ-Tát phải thường ghi nhớ.

7. Tất cả chư Phật hiện thành Chánh giác, tất cả Bồ-Tát phải thường ghi nhớ.

8. Tất cả chư Phật sắc thân vô lượng, tất cả Bồ-Tát phải thường ghi nhớ.

9. Tất cả chư Phật thần thông vô lượng, tất cả Bồ-Tát phải thường ghi nhớ.

10. Tất cả chư Phật Thập lực, Tứ vô úy, tất cả Bồ-Tát phải thường ghi nhớ.

(Kinh Hoa Nghiêm, phẩm 33. Phật Bất Tư Nghì Pháp)

31. MƯỜI ĐIỀU TRỤ NƠI NHỨT THIẾT TRÍ

1. Tất cả chư Phật ở trong một niệm đều biết tam thế tất cả chúng sanh tâm và tâm sở hành.

2. Tất cả chư Phật ở trong một niệm đều biết tam thế tất cả chúng sanh chứa nhóm các nghiệp và nghiệp quả báo.

3. Tất cả chư Phật ở trong một niệm đều biết tất cả chúng sanh tùy sở nghi mà dùng tam luân giáo hóa điều phục.

4. Tất cả chư Phật ở trong một niệm biết hết pháp giới tất cả chúng sanh chỗ có tâm tưởng, ở tất cả xứ khắp hiện Phật xuất thế, khiến họ đều được phương tiện nhiếp thọ.

5. Tất cả chư Phật ở trong một niệm tùy khắp tâm nhạo dục giải của tất cả chúng sanh trong pháp giới mà thị hiện thuyết pháp cho họ điều phục.

6. Tất cả chư Phật ở trong một niệm đều biết tâm sở thích của tất cả chúng sanh trong pháp giới mà vì hiện thần lực.

7. Tất cả chư Phật ở trong một niệm khắp tất cả chỗ tùy theo tất cả chúng sanh đáng được hóa độ mà thị hiện xuất thế, vì họ nói thân Phật chẳng nên thủ trước.

8. Tất cả chư Phật ở trong một niệm đến khắp pháp giới tất cả chỗ, tất cả chúng sanh, tất cả lục đạo.

9. Tất cả chư Phật ở trong một niệm tùy các chúng sanh có ai nhớ tưởng, không chỗ nào là Phật không đến ứng.

10. Tất cả chư Phật ở trong một niệm đều biết chỗ hiểu và chí muốn của tất cả chúng sanh mà vì họ thị hiện vô lượng sắc thân.

(Kinh Hoa Nghiêm, phẩm 33. Phật Bất Tư Nghì Pháp)

32. MƯỜI PHẬT TAM MUỘI VÔ LƯỢNG BẤT TƯ NGHÌ

1. Tất cả chư Phật hằng tại chánh định ở trong một niệm khắp tất cả chỗ vì khắp chúng sanh mà nói rộng diệu pháp.

2. Tất cả chư Phật hằng tại chánh định, ở trong một niệm khắp

tất cả chỗ vì các chúng sanh mà nói vô ngã tế.

3. Tất cả chư Phật hằng tại chánh định, ở trong một niệm khắp tất cả chỗ vào suốt tam thế.

4. Tất cả chư Phật hằng tại chánh định, ở trong một niệm khắp tất cả chỗ vào khắp mười phương Phật độ quảng đại.

5. Tất cả chư Phật hằng tại chánh định, ở trong một niệm khắp tất cả chỗ hiện khắp vô lượng Phật thân.

6. Tất cả chư Phật hằng tại chánh định, ở trong một niệm khắp tất cả chỗ tùy những tâm giải của các chúng sanh mà hiện thân ngữ ý.

7. Tất cả chư Phật hằng tại chánh định, ở trong một niệm khắp tất cả chỗ nói chơn tế ly dục của tất cả pháp.

8. Tất cả chư Phật hằng tại chánh định, ở trong một niệm khắp tất cả chỗ diễn thuyết tất cả duyên khởi tự tánh.

9. Tất cả chư Phật hằng tại chánh định, ở trong một niệm khắp tất cả chỗ thị hiện vô lượng sự trang nghiêm quảng đại của thế gian và xuất thế gian, khiến các chúng sanh thường được thấy Phật.

10. Tất cả chư Phật hằng tại chánh định, ở trong một niệm khắp tất cả chỗ khiến các chúng sanh đều được thông đạt tất cả Phật pháp vô lượng giải thoát, rốt ráo đến nơi bĩ ngạn vô thượng.

(Kinh Hoa Nghiêm, phẩm 33. Phật Bất Tư Nghì Pháp)

33. MƯỜI VÔ NGẠI GIẢI THOÁT

1. Tất cả chư Phật hay ở nơi một vi trần hiện bất khả thuyết bất khả thuyết chư Phật xuất thế.

2. Tất cả chư Phật hay ở nơi một vi trần hiện bất khả thuyết bất khả thuyết chư Phật chuyển tịnh pháp luân.

3. Tất cả chư Phật hay ở nơi một vi trần hiện bất khả thuyết bất khả thuyết chúng sanh được giáo hóa điều phục.

4. Tất cả chư Phật hay ở nơi một vi trần hiện bất khả thuyết bất khả thuyết chư Phật quốc độ.

5. Tất cả chư Phật hay ở nơi một vi trần hiện bất khả thuyết bất khả thuyết Bồ-Tát thọ ký.

6. Tất cả chư Phật hay ở nơi một vi trần hiện tam thế tất cả chư Phật.

7. Tất cả chư Phật hay ở nơi một vi trần hiện tam thế tất cả thế giới chủng.

8. Tất cả chư Phật hay ở nơi một vi trần hiện tam thế tất cả thần thông.

9. Tất cả chư Phật hay ở nơi một vi trần hiện tam thế tất cả chúng sanh.

10. Tất cả chư Phật hay ở nơi một vi trần hiện tam thế tất cả Phật sự.

(Kinh Hoa Nghiêm, phẩm 33. Phật Bất Tư Nghì Pháp)

Phẩm 34.

I. MỤC LỤC

Phổ Hiền đại Bồ-Tát nói về Thập thân Như-Lai và 97 tướng hải bửu trang nghiêm của Đức Như-Lai.

Ba Mươi Hai Tướng Đại Nhơn Trang Nghiêm Trên Đảnh Đức Như-Lai:

1. Tóc báu

2. Tướng lông giữa chặng mày

3. Phóng quang

4. Thị hiện phổ chiếu vân

5. Phóng bửu quang minh vân

6. Mão

7. Quang minh

8. Âm thanh

9. Viên mãn quang minh vân

10. Quang minh vân

11. Âm thanh

12. Dùng tạp bửu hoa

13. Quang minh chiếu diệu vân

14. Trang nghiêm phổ chiếu vân

15. Hiện Phật tam muội hải hạnh vân

16. Biến hóa hải phổ chiếu vân

17. Nhứt thiết Như-Lai giải thoát vân

18. Tự tại phương tiện phổ chiếu vân

19. Giác Phật chủng tánh vân

20. Hiện tất cả tướng Như-Lai tự tại vân

21. Biến chiếu nhứt thiết pháp giới vân

22. Tỳ-Lô-Giá-Na Như-Lai tướng vân

23. Phổ chiếu nhứt thiết Phật quang minh vân

24. Phổ hiện nhứt thiết trang nghiêm vân

25. Xuất tất cả pháp giới âm thanh vân

26. Phổ chiếu chư Phật biến hóa luân vân

27. Quang chiếu Phật hải vân

28. Bửu đăng vân.

29. Pháp giới vô sai biệt vân

30. An trụ tất cả thế giới hải phổ chiếu vân

31. Nhứt thiết bửu thanh tịnh quang diệm vân

32. Chiếu khắp tất cả pháp giới trang nghiêm vân

65 tướng hải bửu trang nghiêm của Đức Như-Lai:

33. Giữa chặng mày

34. Mắt

35. Mũi

36. Lưỡi

37. Lưỡi

38. Đầu lưỡi

39. Đầu lưỡi Chiếu diệu pháp giới vân

40. Hàm trên trong miệng

41. Răng nhanh hữu Phật nha vân

42. Răng nanh hữu

43. Phía dưới răng nanh

44. Phía trên răng nanh

45. Răng

46. Môi

47. Cổ

48. Vai hữu

49. Vai hữu Tối thắng bửu phổ chiếu vân

50. Vai tả Tối thắng quang chiếu pháp giới vân

51. Vai tả Quang minh biến chiếu vân

52. Vai tả Phổ chiếu diệu vân

53. Giữa ngực có chữ "vạn"

54. Bên hữu tướng Thị hiện quang chiếu vân:

55. Bên hữu tướng Phổ hiện Như-Lai vân

56. Bên hữu tướng kiết tường Khai phu hoa vân

57. Bên hữu tướng kiết tường Khả duyệt lạc kim sắc vân

58. Bên hữu tướng kiết tường Phật hải vân

59. Bên tả tướng kiết tường Thị hiện quang minh vân

60. Bên tả tướng kiết tường Thị hiện khắp pháp giới quang minh vân

61. Bên tả tướng kiết tường Phổ thắng vân

62. Bên tả tướng kiết tường Chuyển pháp luân diệu âm vân

63. Bên tả tướng kiết tường Trang nghiêm vân

64. Tay hữu của Như-Lai Hải chiếu vân

65. Tay hữu của Như-Lai Ảnh hiện chiếu diệu vân

66. Tay hữu Đăng diệm man phổ nghiêm tịnh vân

67. Tay hữu Phổ hiện tất cả ma ni vân

68. Tay hữu Quang minh vân

69. Tay tả Tỳ lưu ly thanh tịnh đăng vân

70. Tay tả Nhứt thiết sát trí huệ đăng âm thanh vân

71. Tay tả của Như-Lai An Trụ bửu liên hoa quang minh vân

72. Tay tả của Như-Lai Biến chiếu pháp giới vân

73. Ngón tay hữu

74. Ngón tay tả

75. Bàn tay hữu

76. Bàn tay tả

77. Âm tàng

78. Hông hữu

79. Hông tả

80. Vế hữu

81. Vế tả

82. Bắp chân lộc vương

83. Bắp chân lộc vương y ni

84. Lông trên bắp chân báu và xoay bên hữu.

85. Dưới bàn chân

86. Trên bàn chân hữu

87. Trên bàn chân tả

88. Khoảng giữa ngón chân hữu

89. Khoảng giữa ngón chân tả

90. Gót chân hữu

91. Gót chân tả

92. Lưng bàn chân hữu

93. Lưng bàn chân tả

94. Chu vi bàn chân hữu

95. Chu vi bàn chân tả

96. Đầu ngón chân hữu

97. Đầu ngón chân tả

Tỳ-Lô-Giá-Na Như-Lai có hoa tạng thế giới hải vi trần số đại nhơn tướng như vậy. Mỗi mỗi thân phần của Như-Lai dùng những tướng vi diệu báu đẹp để trang nghiêm.

***

II. CHÁNH VĂN

PHỔ HIỀN ĐẠI BỒ-TÁT DIỄN NÓI 97 TƯỚNG HẢI BỬU TRANG NGHIÊM CỦA NHƯ-LAI

1. BA MƯƠI HAI TƯỚNG ĐẠI NHƠN TRANG NGHIÊM TRÊN ĐẢNH CỦA ĐỨC NHƯ-LAI

1. **Tóc báu:** Quang chiếu tất cả phương khắp phóng vô lượng lưới đại quang minh, tất cả diệu bửu dùng làm trang nghiêm. Tóc báu cùng khắp kín dầy mềm nhuyễn, mỗi mỗi đều phóng ánh sáng ma ni bửu chiếu khắp tất cả vô biên thế giới, đều hiện thân Phật sắc tướng viên mãn.

2. **Tướng lông giữa chặng mày:** Phật nhãn quang minh vân, dùng ma ni vương để trang nghiêm phóng ra ánh sáng màu huỳnh kim như tướng lông giữa chặng mày. Quang minh phóng ra đây chiếu khắp tất cả thế giới.

3. **Phóng quang:** Sung mãn pháp giới vân, bửu luân thượng diệu dùng để trang nghiêm, phóng ánh sáng đèn phước trí của Như-Lai, chiếu khắp mười phương tất cả pháp giới những thế giới hải, trong đó hiện khắp tất cả chư Phật và chư Bồ-Tát.

4. **Thị hiện phổ chiếu vân,** trang nghiêm bằng chơn kim ma ni.

Những diệu bửu đó đều phóng quang minh chiếu bất tư nghì

cõi nước Phật. Tất cả chư Phật xuất hiện trong quang minh này.

5. **Phóng bửu quang minh vân**, ma ni bửu vương thanh tịnh trang nghiêm.

Tùy lưu ly bửu làm hoa nhụy. Ánh sáng chiếu khắp mười phương tất cả thế giới, trong đó hiện khắp tất cả thần biến, ca ngợi trí huệ công đức của Như-Lai đã tu hành thuở xưa.

6. **Mão:** Thị hiện Như-Lai khắp pháp giới đại tự tại vân, Bồ-Tát thần biến bửu diệm ma ni làm mão, đầy đủ Như-Lai lực giác ngộ tất cả bửu diệm quang luân làm tràng hoa.

Quang luân này chiếu khắp thập phương thế giới, trong đó thị hiện tất cả Như-Lai ngồi đạo tràng, mây nhứt thiết trí đầy khắp hư không vô lượng pháp giới.

7. **Quang minh:** Như-Lai phổ đăng vân, dùng đại tự tại bửu hải hay chấn động cõi nước trong pháp giới để trang nghiêm. Phóng tịnh quang minh chiếu khắp pháp giới. Trong đó khắp hiện công đức hải của thập phương chư Bồ-Tát, và khắp hiện trí huệ tràng hải của tam thế chư Phật.

8. **Âm thanh:** Phổ chiếu chư Phật quảng đại vân, trang nghiêm với nhơn đà la bửu, như ý vương bửu, ma ni vương bửu, thường phóng Bồ-Tát diệm đăng quang minh chiếu khắp mười phương tất cả thế giới, trong đó hiển hiện các sắc tướng hải của tất cả chư Phật, và hiển hiện đại âm thanh hải, thanh tịnh lực hải của tất cả chư Phật.

9. **Viên mãn quang minh vân**, trang nghiêm với các thứ bửu hoa bằng thượng diệu lưu ly ma ni vương, phóng lưới đại quang minh khắp mười phương tất cả thế giới.

Tất cả chúng sanh đều thấy đức Như-Lai hiện ngồi trước mình, khen ngợi công đức pháp thân của chư Phật và chư Bồ-Tát, khiến vào cảnh giới thanh tịnh của Như-Lai.

10. **Quang minh vân**: Chiếu khắp tất cả Bồ-Tát hạnh tạng quang minh vân, trang nghiêm với những bửu hoa đẹp. Bửu quang chiếu khắp vô lượng thế giới. Bửu diệm trùng khắp tất cả quốc độ.

Thập phương thế giới thông đạt vô ngại. Chấn độngPhật

âm tuyên thông pháp hải.

11. **Âm thanh:** Phổ quang chiếu diệu vân, trang nghiêm bằng tỷ lưu ly nhơn đà la kim cang ma ni. Bửu quang ma ni sắc tướng sáng thấu chiếu khắp tất cả thế giới hải, phát ra âm thanh vi diệu tràn đầy pháp giới.

Như thế đều từ trí huệ đại công đức hải của chư Phật mà hoá hiện.

12. **Dùng tạp bửu hoa:** Chánh giác vân, dùng tạp bửu hoa để trang nghiêm. Những bửu hoa đó đều phóng quang minh, đều có Như-Lai ngồi đạo tràng, khắp đầy tất cả vô biên thế giới, khiến các thế giới đều khắp thanh tịnh, dứt hẳn tất cả vọng tưởng phân biệt.

13. **Quang minh chiếu diệu vân**, dùng bửu diệm tạng hải tâm vương ma ni để trang nghiêm, phóng đại quang minh. Trong quang minh hiển hiện vô lượng Bồ-Tát và Bồ-Tát hạnh, tất cả Như-Lai, trí thân, pháp thân, các sắc tướng hải đầy dẫy pháp giới.

14. **Trang nghiêm phổ chiếu vân**, dùng kim cang hoa tỷ lưu ly bửu để trang nghiêm, phóng đại quang minh, trong quang minh có tòa đại bửu liên hoa, đầy đủ trang nghiêm, che trùm pháp giới, tự nhiên diễn thuyết bốn hạnh Bồ-Tát. Tiếng đó thấu khắp pháp giới hải.

15. **Hiện Phật tam muội hải hạnh vân**, trong một niệm thị hiện Như-Lai vô lượng trang nghiêm, trang nghiêm khắp tất cả pháp giới bất tư nghì thế giới hải.

16. **Biến hóa hải phổ chiếu vân**, trang nghiêm với diệu bửu liên hoa như núi Tu Di. Những bửu quang minh từ Phật nguyện sanh, hiện các sự biến hóa không có cùng tận.

17. **Nhứt thiết Như-Lai giải thoát vân**, trang nghiêm với diệu bửu thanh tịnh, phóng đại quang minh trang nghiêm tất cả tòa sư tử của chư Phật. Thị hiện tất cả sắc tướng của chư Phật, và vô lượng Phật pháp, cùng chư Phật sát hải.

18. **Tự tại phương tiện phổ chiếu vân**, trang nghiêm bằng những tỷ lưu ly hoa, chơn kim liên hoa, ma ni vương đăng, diệu pháp diệm vân, phóng tất cả quang minh thanh tịnh bửu diệm mật

vân của chư Phật tràn đầy pháp giới, trong đó hiện khắp tất cả đồ trang nghiêm đẹp tốt.

19. **Giác Phật chủng tánh vân,** trang nghiêm với vô lượng bửu quang, đầy đủ ngàn luân, trong ngoài thanh tịnh, từ thiện căn thuở xưa sanh ra. Quang minh này chiếu khắp thập phương thế giới, phát minh trí nhựt, tuyên bố pháp hải.

20. **Hiện tất cả tướng Như-Lai tự tại vân,** trang nghiêm với những bửu anh lạc, lưu ly bửu hoa, phóng đại bửu diệm đầy khắp pháp giới. Trong đó hiện khắp tam thế vô lượng chư Phật bằng số vi trần trong tất cả Phật độ, như sư tử vương dũng mãnh vô úy, đều đầy đủ sắc, tướng và trí huệ.

21. **Biến chiếu nhứt thiết pháp giới vân,** Như-Lai bửu tướng thanh tịnh trang nghiêm, phóng đại quang minh chiếu khắp pháp giới, hiển hiện tất cả vô lượng vô biên trí huệ diệu tạng của chư Bồ-Tát.

22. **Tỳ-Lô-Giá-Na Như-Lai tướng vân,** trang nghiêm với bửu hoa thượng diệu và tỳ lưu ly thanh tịnh diệu nguyệt, đều phóng vô lượng trăm ngàn vạn ức ma ni bửu quang, đầy khắp tất cả hư không pháp giới. Trong đó hiển hiện vô lượng cõi Phật, đều có Như-Lai ngồi kiết già.

23. **Phổ chiếu nhứt thiết Phật quang minh vân,** trang nghiêm với những đèn báu đẹp, phóng tịnh quang minh chiếu khắp mười phương tất cả thế giới, đều hiện chư Phật chuyển pháp luân.

24. **Phổ hiện nhứt thiết trang nghiêm vân,** trang nghiêm với những bửu diệm phóng tịnh quang minh tràn đầy pháp giới, niệm niệm thường niệm bất khả thuyết bất khả thuyết tất cả chư Phật và chư Bồ-Tát ngồi nơi đạo tràng.

25. **Xuất tất cả pháp giới âm thanh vân,** trang nghiêm với ma ni bửu hải và thượng diệu chiên đàn. Phóng lưới đại diệm tràn đầy pháp giới, trong đó diễn khắp âm thanh vi diệu, hiển thị tất cả nghiệp hải của tất cả chúng sanh.

26. **Phổ chiếu chư Phật biến hóa luân vân,** Như-Lai tịnh

nhãn dùng làm trang nghiêm, quang chiếu tất cả thế giới mười phương. Trong đó hiện khắp tất cả đồ trang nghiêm của tam thế Phật. Lại phát diệu âm diễn nói pháp hải quảng đại bất tư nghì.

27. **Quang chiếu Phật hải vân**, quang minh chiếu khắp tất cả thế giới, khắp cả pháp giới không bị chướng ngại, đều có đức Như-Lai ngồi kiết già.

28. Bửu đăng vân, phóng Phật quảng đại quang minh, chiếu khắp mười phương tất cả pháp giới. Trong đó hiện khắp tất cả chư Phật và chư Bồ-Tát cùng bất tư nghì các chúng sanh hải.

29. **Pháp giới vô sai biệt vân,** phóng Phật đại trí quang minh, chiếu khắp mười phương cõi Phật, và tất cả Bồ-Tát đạo tràng chúng hội vô lượng pháp hải.

Trong đó hiện khắp các thứ thần thông. Lại phát diệu âm tùy tâm sở thích của các chúng sanh mà diễn nói hạnh nguyện của Phổ Hiền Bồ-Tát, khiến họ hồi hướng.

30. **An trụ tất cả thế giới hải phổ chiếu vân**, phóng bửu quang minh tràn đầy tất cả hư không pháp giới. Trong đó hiện khắp đạo tràng tịnh diệu và thân tướng trang nghiêm của Phật cùng Bồ-Tát, khiến ai ngó thấy đều được vô sở kiến.

31. **Nhứt thiết bửu thanh tịnh quang diệm vân**, phóng vô lượng quang minh thanh tịnh ma ni diệu bửu của chư Phật và Bồ-Tát, chiếu khắp mười phương tất cả pháp giới, trong đó hiện khắp chư Bồ-Tát hải đều đầy đủ thần lực của Như-Lai, thường du hành thập phương cùng tận cõi hư không tất cả sát võng.

32. **Chiếu khắp tất cả pháp giới trang nghiêm vân**, ở ngay giữa tất cả tướng lần lần vun cao, trang nghiêm với diêm phù đàn kim nhơn đà la võng, phóng tịnh quang vân tràn đầy pháp giới, niệm niệm thường hiện tất cả thế giới chư Phật Bồ-Tát đạo tràng chúng hội.

Trên đây là ba mươi hai tướng đại nhơn trang nghiêm trên đảnh của đức Như-Lai.

(Kinh Hoa Nghiêm, phẩm 34. Như-Lai Thập Phần Tướng Hải)

67 TƯỚNG HẢI BỬU TRANG NGHIÊM CỦA NHƯ-LAI

(32+67 = 97 tướng hải)

33. Giữa chặng mày của đức Như-Lai có đại nhơn tướng tên là Biến pháp giới quang minh vân, trang nghiêm với ma ni bửu hoa, phóng đại quang minh đủ những bửu sắc, dường như mặt trời, mặt trăng, suốt thấu thanh tịnh. Quang minh này chiếu khắp mười phương quốc độ, trong đó hiển hiệntất cả thân Phật. Lại xuất diệu âm tuyên dương pháp hải.

34. Mắt của Như-Lai có đại nhơn tướng tên là Tự tại phổ kiến vân, trang nghiêm với những diệu bửu, ma ni bửu quang thanh tịnh sáng suốt, thấy khắp tất cả đều không chướng ngại.

35. Mũi của Như-Lai có đại nhơn tướng tên là Nhứt thiết Nhứt thiết thần thông trí huệ vân, trang nghiêm với diệu bửu thanh tịnh, những quang minh bửu sắc giăng che trên đó, trong đó xuất hiện vô lượng Hóa Phật tọa bửu liên hoa qua đến các thế giới, vì tất cả Bồ-Tát và tất cả chúng sanh diễn bất tư nghì Phật pháp hải.

36. Lưỡi của Như-Lai có đại nhơn tướng tên là Thị hiện âm thanh ảnh tượng vân, trang nghiêm với diệu bửu nhiều màu, do thiện căn nhiều đời trước thành tựu. Lưỡi đó rộng dài che khắp tất cả thế giới hải.

Đức Như-Lai hoặc vui vẻ vi tiếu tất phóng tất cả ma ni bửu quang, quang minh này chiếu khắp mười phương pháp giới, hay làm cho tất cả tâm được thanh lương. Tam thế tất cả chư Phật đều hiển hiện sáng rỡ trong quang minh đó, đều phát âm thanh vi diệu quảng đại khắp tất cả cõi, trụ vô lượng kiếp.

37. Lưỡi của Như-Lai lại có đại nhơn tướng tên là Pháp giới vân, bằng phẳng các thứ báu trang nghiêm, phóng diệu bửu quang sắc tướng đều viên mãn như quang minh từ giữa chặng mày phóng ra.

Quang minh này chiếu khắp tất cả cõi Phật, chỉ vi trần hiệp thành không có tự tánh. Trong quang minh lại hiện vô lượng chư Phật đều phát diệu âm thuyết tất cả pháp.

38. Đầu lưỡi của Như-Lai có đại nhơn tướng tên là Chiếu pháp giới quang minh vân, trang nghiêm với Như ý bửu vương, tự nhiên hằng xuất bửu diệm màu chơn kim, trong đó ảnh hiện tất cả Phật hải, lại phát diệu âm tràn đầy tất cả vô biên thế giới. Trong mỗi mỗi diệu âm đủ tất cả âm thanh đều diễn thuyết pháp, người nghe tâm vui đẹp, trải vô lượng kiếp nghiền ngẫm chẳng quên.

39. **Đầu lưỡi** của Như-Lai lại có đại nhơn tướng tên là Chiếu diệu pháp giới vân, dùng ma ni bửu vương để nghiêm sức diễn những sắc tướng quang minh vi diệu đầy khắp mười phương vô lượng cõi nước, khắp pháp giới đều thanh tịnh. Trong đó đều có vô lượng chư Phật và chư Bồ-Tát đều phát diệu âm phương tiện khai thị, tất cả Bồ-Tát hiện tiền thính thọ.

40. **Hàm trên trong miệng** của Như-Lai có đại nhơn tướng tên là Thị hiện bất tư nghì pháp giới vân, dùng nhơn đà la bửu và tỳ lưu ly bửu để trang nghiêm. Phóng hương đăng diệm thanh tịnh quang vân đầy khắp tất cả pháp giới mười phương, thị hiện các thứ thần thông phương tiện, khắp tất cả thế giới hải, khai diễn pháp thậm thâm bất tư nghì.

41. **Răng nanh:** Trong miệng của Như-Lai, phía dưới răng nanh hữu có đại nhơn tướng tên là Phật nha vân, tướng luân chữ "vạn" bằng những bửu ma ni dùng trang nghiêm, phóng đại quang minh chiếu khắp pháp giới, trong đó hiện khắp tất cả thân Phật, châu lưu thập phương khai ngộ quần sanh. 42. **Răng nanh hữu:** Phía trên răng nanh hữu có đại nhơn tướng tên là Bửu diệm di lô tạng luân, trang nghiêm với ma ni bửu tạng. Phóng kim cang hương diệm thanh tịnh quang minh. Mỗi mỗi quang minh tràn đầy pháp giớithị hiện tất cả thần lực chư Phật, lại hiện tất cả đạo tràng tịnh diệu trong thập phương thế giới.

43. **Phía dưới răng nanh** tả có đại nhơn tướng tên là Bửu đăng phổ chiếu vân, trang nghiêm với tất cả diệu bửu nở hoa pháp hương. Phóng đăng diệm vân thanh tịnh quang minh đầy khắp tất cả thế giới hải. Trong đó hiển hiện tất cả chư Phật ngồi tòa liên hoa tạng sư tử. Chúng Bồ-Tát vi nhiễu quanh Phật.

44. **Phía trên răng nanh tả** có đại nhơn tướng tên là chiếu hiện Như-Lai vân, trang nghiêm với thanh tịnh quang minh, diêm

phù đàn kim, lưới báu và hoa báu, phóng đại diệm luân đầy khắp pháp giới, trong đó hiện khắp tất cả chư Phật, dùng thần lực ở trong hư không lưu bố pháp nhũ, pháp đăng, pháp bửu, giáo hóa tất cả chúng Bồ-Tát.

45. **Răng** của Như-Lai có đại nhơn tướng tên là Phổ hiện quang minh vân, giữa mỗi mỗi răng có tướng hải trang nghiêm. Nếu lúc Phật vi tiếu đều phóng quang minh đủ những bửu sắc, bửu diệm ma ni uyển chuyển xoay phía hữu lưu bố pháp giới đều cùng khắp, diễn ngôn âm của Phật, thuyết hạnh Phổ Hiền.

46. **Môi** Như-Lai có đại nhơn tướng tên là Ảnh hiện tất cả bửu quang vân, phóng quang minh quảng đại màu diêm phù đàn kim, màu liên hoa, màu tất cả bửu, chiếu khắp pháp giới làm cho đều thanh tịnh. 47. **Cổ** Như-Lai có đại nhơn tướng tên là Phổ chiếu tất cả thế giới vân, trang nghiêm với ma ni bửu vương, mềm nhuyễn mịn láng, phóng Tỳ-Lô-Giá-Na thanh tịnh quang minh, đầy khắp mười phương tất cả thế giới, trong đó hiện khắp tất cả chư Phật.

48. **Vai hữu** của Như-Lai có đại nhơn tướng tên là Phật quảng đại nhứt thiết bửu vân, phóng quang minh màu tất cả bửu, màu chơn kim, màu liên hoa, thành lưới bửu diệm, chiếu khắp pháp giới trong đó hiện khắp tất cả Bồ-Tát.

49. **Vai hữu Tối thắng bửu phổ chiếu vân:** có đại nhơn tướng tên là Tối thắng bửu phổ chiếu vân, màu thanh tịnh như vàng diêm phù đàn, phóng ma ni quang tràn đầy pháp giới, trong đó hiển hiện tất cả Bồ-Tát.

50. **Vai tả** của Như-Lai có đại nhơn tướng tên là Tối thắng quang chiếu pháp giới vân, các thứ trang nghiêm như trên đảnh và giữa mày phóng bửu quang minh màu vàng diêm phù đàn, màu liên hoa thành lưới sáng lớn tràn đầy pháp giới, trong đó thị hiện tất cả thần lực.

51. **Vai tả Quang minh biến chiếu vân:** có đại nhơn tướng tên là Quang minh biến chiếu vân, tướng đó xoay về phía hữu, trang nghiêm với ma ni bửu vương màu vàng diêm phù đàn, phóng những quang minh bửu hoa hương diệm tràn đầy pháp giới, trong

đó hiện khắp tất cả chư Phật và cùng tất cả cõi nước nghiêm tịnh.

52. Vai tả Phổ chiếu diệu vân: -Lai có đại nhơn tướng tên là Phổ chiếu diệu vân, tướng đó xoay phía hữu vi mật trang nghiêm, phóng quang minh thanh tịnh Phật đăng diệm vân đầy khắp pháp giới, trong đó hiển hiện tất cả Bồ-Tát, những sự trang nghiêm thảy đều diệu hảo.

53. Giữa ngực Như-Lai có chữ vạn: có đại nhơn tướng hình như chữ "vạn" tên là Kiết tường hải vân, trang nghiêm với ma ni bửu hoa, phóng những quang diệm vân màu tất cả bửu tràn đầy pháp giới làm cho khắp thanh tịnh. Lại phát diệu âm diễn thông pháp hải.

54. Bên hữu tướng Thị hiện quang chiếu vân: dùng lưới nhơn đà la để trang nghiêm, phóng đại quang luân đầy khắp pháp giới, trong đó hiện khắp vô lượng chư Phật.

55. Bên hữu tướng Phổ hiện Như-Lai vân: dùng ma ni bửu quang của chư Bồ-Tát để trang nghiêm, phóng đại quang minh chiếu khắp mười phương tất cả thế giới đều làm cho thanh tịnh, trong đó thị hiện tam thế Phật ngồi nơi đạo tràng, khắp hiện thần lực, tuyên rộng pháp hải.

56. Bên hữu tướng kiết tường Khai phu hoa vân: trang nghiêm với ma ni bửu hoa, phóng bửu hương diệm đăng thanh tịnh quang minh trạng như liên hoa, đầy khắp pháp giới.

57. Bên hữu tướng kiết tường Khả duyệt lạc kim sắc vân: trang nghiêm với ma ni vương tất cả bửu tâm vương tạng, phóng tịnh quang minh chiếu khắp pháp giới hiện tất cả trong đó, như Phật nhãn quảng đại quang minh ma ni bửu tạng.

58. Bên hữu tướng kiết tường Phật hải vân: dùng tràng hoa tỳ lưu ly bửu hương đăng để trang nghiêm. Phóng quang minh thanh tịnh ma ni bửu vương hương đăng đại diện đầy hư không khắp mười phương tất cả quốc độ. Trong đó hiện khắp đạo tràng chúng hội.

59. Bên tả tướng kiết tường Thị hiện quang minh vân: vô số Bồ-Tát tọa bửu liên hoa dùng làm trang nghiêm, phóng quang minh ma ni vương bửu diệm thanh tịnh khắp tất cả pháp giới hải. Trong đó thị hiện vô lượng Phật, và Phật diệu âm diễn thuyết các pháp.

60. Bên tả tướng kiết tường Thị hiện khắp pháp giới quang minh vân: dùng ma ni bửu hải để trang nghiêm, phóng đại quang minh khắp tất cả cõi, trong đó hiện khắp các chúng Bồ-Tát.

61. Bên tả tướng kiết tường Phổ thắng vân: trang nghiêm với tràng nhựt quang minh ma ni vương bửu luân, phóng đại quang diệm, tràn đầy pháp giới những thế giới hải, trong đó thị hiện tất cả thế giới, tất cả Như-Lai, tất cả chúng sanh.

62. Bên tả tướng kiết tường Chuyển pháp luân diệu âm vân: trang nghiêm với tất cả pháp đăng thanh tịnh hương nhụy, phóng đại quang minh tràn đầy pháp giới, trong đó hiện khắp tất cả chư Phật có bao nhiêu tướng hải và tâm hải.

63. Bên tả tướng kiết tường Trang nghiêm vân: dùng tam thế tất cả Phật hải để trang nghiêm, phóng tịnh quang minh nghiêm tịnh tất cả Phật độ, trong đó hiện khắp tất cả thập phươngchư Phật, chư Bồ-Tát và những hạnh sở hành của chư Phật, chư Bồ-Tát.

64. Tay hữu của Như-Lai Hải chiếu vân: các báu trang nghiêm, hằng phóng nguyệt diệm thanh tịnh quang minh tràn đầy hư không tất cả thế giới, phát đại âm thanh khen ngợi tất cả Bồ-Tát hạnh.

65. Tay hữu của Như-Lai Ảnh hiện chiếu diệu vân: dùng tỳ lưu ly đế thanh ma ni bửu hoa để trang nghiêm, phóng đại quang minh chiếu khắp liên hoa tạng, ma ni tạng tất cả thế giới của thập phương Bồ-Tát an trụ. Trong đó đều hiện vô lượng chư Phật, dùng tịnh pháp thân ngồi cội Bồ Đề, chấn động tất cả cõi nước mười phương.

66. Tay hữu Đăng diệm man phổ nghiêm tịnh vân: dùng Tỳ-Lô-Giá-Na bửu để trang nghiêm, phóng đại quang minh thành lưới biến hóa, trong đó hiện khắp những chúng Bồ-Tát đều đội bửu quan, diễn những hạnh hải.

67. Tay hữu Phổ hiện tất cả ma ni vân: dùng liên hoa diệm đăng để trang nghiêm, phóng hải tạng quang đầy khắp pháp giới.

Trong đó hiện khắp chư Phật ngồi tòa liên hoa.

68. **Tay hữu Quang minh vân**: dùng ma ni diệm hải để trang nghiêm, phóng những quang minh thanh tịnh bửu diệm, hương diệm, hoa diệm tràng đầy tất cả thế giới. Trong đó hiện khắp đạo tràng của chư Phật.

69. **Tay tả Tỳ lưu ly thanh tịnh đăng vân**: dùng bửu địa diệu sắc để trang nghiêm, phóng Như-Lai kim sắc quang minh, niệm niệm thường hiện tất cả đồ trang nghiêm thượng diệu.

70. **Tay tả Nhứt thiết sát trí huệ đăng âm thanh vân**: dùng nhơn đà la võng kim cang hoa để trang nghiêm. Phóng diêm phù đàn kim thanh tịnh quang minh, chiếu khắp mười phương tất cả thế giới.

71. **Tay tả của Như-Lai An Trụ bửu liên hoa quang minh vân**: dùng những bửu diệu hoa để trang nghiêm. Phóng đại quang minh như Tu Di đăng chiếu khắp tất cả thế giới mười phương.

72. **Tay tả của Như-Lai Biến chiếu pháp giới vân**: dùng tràng hoa diệu bửu, bửu luân, bửu bình, lưới nhơn đà la và những diệu tướng để trang nghiêm. Phóng đại quang minh chiếu khắp tất cả cõi nước mười phương. Trong đó thị hiện tất cả pháp giới, tất cả thế giới hải, tất cả Như-Lai ngồi tòa liên hoa.

73. **Ngón tay hữu của Như-Lai Hiện chư kiếp sát hải triền vân**: dùng thủy nguyệt diệm tạng ma ni vương tất cả bửu hoa để trang nghiêm, phóng đại quang minh đầy khắp pháp giới. Trong đó hằng phát âm thanh vi diệu khắp tất cả cõi.

74. **Ngón tay tả của Như-Lai An trụ tất cả bửu vân**: Dùng đế thanh kim cang bửu để trang nghiêm. Phóng ma ni vương chúng bửu quang minh đầy khắp pháp giới. Trong đó hiện khắp tất cả chư Phật và chư Bồ-Tát.

75. **Bàn tay hữu của Như-Lai Chiếu diệu vân**: Dùng ma ni vương thiên bức bửu luân để trang nghiêm. Phóng bửu quang minh xoay phía hữu tràn đầy pháp giới. Trong đó hiện khắp tất cả chư Phật. Mỗi mỗi thân Phật quang minh rực rỡ, thuyết pháp độ người, làm thanh tịnh thế giới.

76. Bàn tay tả Diệm luân phổ tăng trưởng hóa hiện pháp giới đạo tràng vân: Dùng nhựt quang ma ni vương thiên bức luân để trang nghiêm. Phóng đại quang minh tràn đầy tất cả những thế giới hải. Trong đó thị hiện tất cả Bồ-Tát diễn thuyết tất cả hạnh hải của Phổ Hiền, vào khắp tất cả Phật độ, mỗi Bồ-Tát đều khai ngộ vô lượng chúng sanh.

77. Âm tàng Phổ lưu xuất Phật âm thanh vân; dùng tất cả diệu bửu để trang nghiêm. Phóng ma ni đăng hoa diệm quang minh chiếu sáng rực rỡ đủ những màu báu, chiếu khắp hư không pháp giới. Trong đó hiện khắp tất cả chư Phật du hành qua lại cùng khắp mọi nơi.

78. Hông hữu Bửu đăng mạn phổ chiếu vân: các báu ma ni dùng để trang nghiêm. Phóng bất tư nghì bửu diệm quang minh, giăng bày mười phương tất cả pháp giới, cùng hư không pháp giới đồng làm một tướng mà hay xuất sanh tất cả các tướng. Trong mỗi mỗi tướng đều hiện thần biến tự tại của chư Phật.

79. Hông tả Thị hiện tất cả pháp giới hải quang minh vân: che trùm hư không như liên hoa. Nghiêm sức với diệu bửu thanh tịnh. Phóng lưới quang minh chiếu khắp tất cả pháp giới mười phương. Trong đó hiện khắp những tướng đẹp.

80. Vế hữu Phổ hiện vân: dùng ma ni nhiều màu để trang nghiêm. Vế và bắp chân trên dưới xứng nhau. Phóng ma ni diệm diệu pháp quang minh trong một niệm hay thị hiệnkhắp tất cả du bộ tướng hải của đấng Bửu Vương.

81. Vế tả Hiện tất cả Phật vô lượng tướng hải vân: dùng tất cả bửu hải tùy thuận an trụ để trang nghiêm, du hành rộng lớn phóng tịnh quang minh chiếu khắp chúng sanh, đều khiến mong cầu Phật pháp vô thượng.

82. Bắp chân lộc vương y ni diên bên hữu của Như-Lai có đại nhơn tướng tên là Tất cả hư không pháp giới vân. Dùng quang minh diệu bửu để trang nghiêm. Tướng đó tròn thẳng hay khéo bước đi, phóng quang minh thanh tịnh màu vàng diêm phù đàn chiếu khắp chư Phật thế giới, phát âm thanh lớn đều chấn động khắp nơi. Lại hiện tất cả quốc độ của chư Phật trụ giữa hư không, bửu diệm trang nghiêm, vô lượng Bồ-Tát hóa hiện trong đó.

83. Bắp chân lộc vương y ni diên bên tả của Như-Lai có đại nhơn tướng tên là Trang nghiêm hải vân, màu như chơn kim, hay khắp du hành tất cả cõi Phật, phóng quang minh tất cả bửu thanh tịnh tràn đầy pháp giới ra làm Phật sự.

84. Lông trên bắp chân báu của Như-Lai có đại nhơn tướng tên là Phổ hiện pháp giới ảnh tượng vân. Lông đó xoay bên hữu. Mỗi mỗi đầu lông phóng bửu quang minh đầy khắp tất cả mười phương tất cả pháp giới, thị hiện tất cả thần lực của chư Phật. Những lỗ lông đó đều phóng quang minh, tất cả cõi Phật đều hiện trong đó.

85. Dưới bàn chân của Như-Lai có đại nhơn tướng tên là Tất cả Bồ-Tát hải an trụ vân, màu như hoa sen thanh tịnh bằng vàng kim cang diêm phù đàn, phóng bửu quang minh chiếu khắp mười phương những thế giới hải. Mây bửu hương diệm cùng khắp mọi nơi.

Lúc cất chân sắp bước thời hơi thơm lan khắp đủ những màu báu khắp pháp giới.

86. Trên bàn chân hữu của Như-Lai có đại nhơn tướng tên là Phổ chiếu nhứt thiết quang minh vân. Dùng tất cả các báu để trang nghiêm, phóng đại quang minh tràn đầy pháp giới thị hiện tất cả chư Phật, chư Bồ-Tát.

87. Trên bàn chân tả của Như-Lai có đại nhơn tướng tên là Phổ hiện nhứt thiết chư Phật vân, dùng bửu tạng ma ni để làm trang nghiêm, phóng bửu quang minh, trong mỗi niệm hiện tất cả thần biến và pháp hải của Phật. Đạo tràng của đức Phật ngự suốt đến kiếp vị lai không gián đoạn.

88. Khoảng giữa ngón chân hữu của Như-Lai có đại nhơn tướng tên là Quang chiếu nhứt thiết pháp giới hải vân. Trang nghiêm với tu di đăng ma ni vương thiên bức diệm luân, phóng đại quang minh đầy khắp mười phương pháp giới những thế giới hải. Trong đó hiện khắp tất cả những tướng bửu trang nghiêm của chư Phật.

89. **Khoảng giữa ngón chân tả của Như-Lai** có đại nhơn tướng tên là Hiện nhứt thiết Phật hải vân. Trang nghiêm với ma ni bửu hoa, tràng hương diệm đăng, tất cả bửu luân. Hằng phóng bửu hải thanh tịnh quang minh đầy khắp hư không khắp đến mười phương tất cả thế giới. Trong đó thị hiện những tướng chữ "vạn" và thanh âm viên mãn của tất cả chư Phật và chư Bồ-Tát. Lợi ích vô lượng tất cả chúng sanh..

90. **Gót chân hữu của Như-Lai có đại nhơn tướng** tên là Tự tại chiếu diệu vân. Dùng bột báu để thanh để trang nghiêm. Thường phóng Như-Lai diệu bửu quang minh. Quang minh này đẹp tốt tràn đầy pháp giới đều đồng một tướng không sai khác. Trong đó thị hiện tất cả chư Phật ngồi đạo tràng diễn nói diệu pháp.

91. **Gót chân tả của Như-Lai có đại nhơn tướng** tên là Thị hiện diệu âm diễn thuyết pháp hải vân. Dùng biến hóa hải ma ni bửu, hương diệm hải, tu di hoa ma ni bửu và tỳ lưu ly để trang nghiêm. Phóng đại quang minh đầy khắp pháp giới. Trong đó hiện khắp thần lực của chư Phật. 92. **Lưng bàn chân hữu của Như-Lai** có đại nhơn tướng tên là Thị hiện tất cả trang nghiêm quang minh vân, các báu làm thành rất trang nghiêm đẹp, phóng quang minh thanh tịnh màu vàng diêm phù đàn, chiếu khắp mười phương tất cả pháp giới. Tướng quang minh đó như đại vân che khắp tất cả đạo tràng của chư Phật.

93. **Lưng bàn chân tả của Như-Lai** có đại nhơn tướng tên là Hiện chúng sắc tướng vân. Dùng nguyệt diệm tạng Tỳ-Lô-Giá-Na bửu và nhơn đà la ni la bửu để trang nghiêm. Niệm niệm du hành các pháp giới hải, phóng ma ni đăng hương diệm quang minh đầy khắp pháp giới.

94. **Chu vi bàn chân hữu của Như-Lai** có đại nhơn tướng tên là Phổ tạng vân. Dùng nhơn đà la ni la kim cang bửu để trang nghiêm. Phóng bửu quang minh đầy khắp hư không. Trong đó thị hiện tất cả chư Phật ngồi đạo tràng trên tòa sư tử ma ni bửu vương.

95. **Chu vi bàn chân tả của Như-Lai** có đại nhơn tướng tên là Quang minh biến chiếu pháp giới vân. Dùng ma ni bửu hoa để trang nghiêm. Phóng đại quang minh tràn đầy pháp giới, bình

đẳng một tướng. Trong đó thị hiện tất cả thần lực tự tại của chư Phật và chư Bồ-Tát, dùng đại diệu âm diễn thuyết pháp giới vô tận pháp môn.

96. Đầu ngón chân hữu của Như-Lai có đại nhơn tướng tên là Thị hiện trang nghiêm vân, rất đáng mến thích, dùng chơn kim thanh tịnh diêm phù đàn để trang nghiêm. Phóng đại quang minh đầy khắp mười phương tất cả pháp giới. Trong đó thị hiện vô tận pháp hải, những thứ công đức, thần thông biến hóa của chư Phật, chư Bồ-Tát.

97. Đầu ngón chân tả của Như-Lai có đại nhơn tướng tên là Hiện nhứt thiết Phật thần biến vân. Dùng bất tư nghì Phật quang minh nguyệt diệm phổ hương ma ni bửu diệm luân để trang nghiêm. Phóng quang minh thanh tịnh nhiều bửu sắc đầy khắp tất cả thế giới hải. Trong đó thị hiện tất cả chư Phật và chư Bồ-Tát diễn thuyết tất cả Phật pháp hải. Tỳ-Lô-Giá-Na Như-Lai có hoa tạng thế giới hải vi trần số đại nhơn tướng như vậy. Mỗi mỗi thân phần của Như-Lai dùng những tướng vi diệu báu đẹp để trang nghiêm.

(Kinh Hoa Nghiêm, phẩm 34. Như-Lai Thập Phần Tướng Hải)

Phẩm 35.

I. MỤC LỤC

1. Tùy hảo viên mãn vương

2. Dưới bàn chân của Bồ-Tát có thiên bức luân tên là quang minh phổ chiếu vương

3. Bàn tay hữu trong một tùy hảo phóng một quang minh xuất hiện vô lượng thần lực tự tại

4. Mỗi hoa sen đều có Bồ-Tát ngồi kiết già

5. Kim võng chuyển luân vương phóng ma ni kế thanh tịnh quang minh

6. Phước đức thiện căn của thanh tịnh kim võng chuyển luân vương tam muội.

***

II. CHÁNH VĂN

1.TÙY HẢO VIÊN MÃN VƯƠNG

Bấy giờ đức Thế Tôn bảo Bửu Thủ Bồ-Tát rằng:

- Như-Lai Ứng Đẳng Chánh Giác có tùy hảo tên là *Viên Mãn Vương*. Trong tùy hảo này phóng đại quang minh tên là Xí Thạnh, có bảy trăm vạn a tăng kỳ quang minh làm quyến thuộc.

- Lúc ta làm Bồ-Tát, ở cung trời Đâu Suất, ta phóng đại *quang minh tên là Quang Tràng Vương* chiếu mười Phật sát vi trần số thế giới. Trong những thế giới đó, chúng sanh nơi địa ngục gặp được quang minh này thời liền hết khổ được mười thứ thanh tịnh nhãn, nhĩ, tỷ, thiệt, thân và ý cũng như vậy.

-Họ đều vui mừng hớn hở. Từ địa ngục chết, họ sanh về cõi trời Đâu Suất. Trong cõi trời này có cái trống tên là *Thậm khả ái nhạo*. Khi những trời mới sanh xong thời cái trống đó phát âm bảo họ rằng: Này các Thiên Tử! Do người chẳng phóng dật, ở chỗ đức Như-Lai gieo căn lành, ngày trước gần gũi các thiện tri thức nên nhờ oai lực của đức Tỳ-Lô-Giá-Na Bồ-Tát, các người thoát khỏi địa ngục mà sanh về đây.

(Kinh Hoa Nghiêm, phẩm 35. Như-Lai Tùy Hảo Quang Minh Công Đức)

2. DƯỚI BÀN CHÂN CỦA BỒ-TÁT CÓ THIÊN BỨC LUÂN TÊN LÀ QUANG MINH PHỔ CHIẾU VƯƠNG

- *Dưới bàn chân của Bồ-Tát có thiên bức luân tên là Quang minh phổ chiếu vương*. Nơi đây có tùy hảo tên là Viên Mãn Vương thường phóng bốn mươi thứ quang minh.

Trong đó có một quang minh tên là thanh tịnh công đức có thể chiếu ức na do tha Phật sát vi trần số thế giới, tùy những nghiệp hành, những dục lạc của chúng sanh đều làm cho họ được thành thục.

Chúng sanh nơi A Tỳ địa ngục gặp quang minh này thời đều mạng chung sanh về cõi trời Đâu Suất.

Đã sanh thiên rồi, thời nơi trống phát âm bảo họ rằng: Lành thay! Lành thay! Các Thiên Tử! Tỳ-Lô-Giá-Na Bồ-Tát nhập ly cấu tam muội, các Thiên Tử nên đảnh lễ.

(Kinh Hoa Nghiêm, phẩm 35. Như-Lai Tùy Hảo Quang Minh Công Đức)

3. BÀN TAY HỮU TRONG MỘT TÙY HẢO PHÓNG MỘT QUANG MINH XUẤT HIỆN VÔ LƯỢNG THẦN LỰC TỰ TẠI

-Tỳ-Lô-Giá-Na Bồ-Tát trụ ly cấu tam muội cũng như vậy. Nơi *bàn tay hữu trong một tùy hảo phóng một quang minh xuất hiện vô lượng thần lực tự tại.* Tất cả Thanh Văn, Bích Chi Phật còn chẳng biết được huống là các chúng sanh.

- Bấy giờ có vị Thiên Tử bảo rằng: *Tỳ-Lô-Giá-Na Bồ-Tát đã ẩn nơi đây mà sanh xuống nhơn gian nơi cung của nhà vua Tịnh Phạn,* ngự lầu các chiên đàn ở thai bà Ma Gia phu nhơn.

- *Chư Thiên Tử dùng thiên nhãn xem,* thấy thân Bồ-Tát ở nhà vua Tịnh Phạn tại nhơn gian. Phạm Thiên, Dục Thiên chầu hầu cúng dường.

- Bấy giờ chư Thiên Tử nghe nói *Phổ Hiền quảng đại hồi hướng, vì được Thập địa,* vì được chư lực trang nghiêm tam muội, vì dùng ba nghiệp thanh tịnh bằng số chúng sanh mà sám hối trừ tất cả những trọng chướng, nên liền thấy trăm ngàn ức na do tha Phật sát vi trần số hoa sen thất bửu.

(Kinh Hoa Nghiêm, phẩm 35. Như-Lai Tùy Hảo Quang Minh Công Đức)

4. MỖI HOA SEN ĐỀU CÓ BỒ-TÁT NGỒI KIẾT GIÀ

-Trên *mỗi mỗi hoa sen đều có Bồ-Tát ngồi kiết già phóng đại quang minh.* Mỗi mỗi Bồ-Tát nơi mỗi tùy hảo phóng đại quang minh bằng số chúng sanh. Trong quang minh đó có chư Phật bằng số chúng sanh ngồi kiết già theo tâm của chúng sanh để thuyết pháp. Mà còn chưa hiện sức chút ít phần của ly cấu tam muội.

- Bấy giờ chư Thiên Tử đem những hoa trên, lại ở trên *thân mỗi lỗ lông hóa làm những mây hoa đẹp* bằng số chúng sanh cúng dường đức Tỳ-Lô-Giá-Na Như-Lai bằng cách rải hoa lên chỗ Phật. Tất cả hoa đó đều dừng ở trên thân Phật. Những mây hương rưới khắp vô lượng Phật sát vi trần số thế giới.

Nếu có chúng sanh nào thân được thấm hương thời được an

lạc như Tỳ Kheo nhập đệ Tứ thiền, tất cả nghiệp chướng đều tiêu diệt. Nếu có ai được ngửi, thời đối với năm trần sắc, thinh, hương, vị và xúc, trong đó có năm trăm phiền não, ngoài đó cũng có năm trăm phiền não, kẻ tham nhiều có hai vạn một ngàn phiền não, kẻ sân nhiều có hai vạn một ngàn phiền não, kẻ si nhiều có một vạn hai ngàn phiền não, kẻ đẳng phần có một vạn hai ngàn phiền não, rõ biết tất cả đều hư vọng. Biết như vậy rồi được thành tựu hương tràng vân tự tại quang minh thanh tịnh thiện căn.

(Kinh Hoa Nghiêm, phẩm 35. Như-Lai Tùy Hảo Quang Minh Công Đức)

- Nếu có chúng sanh nào thấy lọng đó thời gieo được một thanh tịnh kim võng chuyển luân vương một hằng hà sa thiện căn.

- Bồ-Tát trụ nơi ngôi Chuyển luân vương này thời giáo hóa chúng sanh trong trăm ngàn ức na do tha Phật sát vi trần số thế giới.

-Như người được Sơ thiền, dầu chưa mạng chung đã thấy cung điện ở Phạm Thiên mà được thọ an lạc nơi phạm thể.

(Kinh Hoa Nghiêm, phẩm 35. Như-Lai Tùy Hảo Quang Minh Công Đức)

5. KIM VÕNG CHUYỂN LUÂN VƯƠNG PHÓNG MA NI KẾ THANH TỊNH QUANG MINH

Đại Bồ-Tát an trụ nơi ngôi thanh tịnh *kim võng chuyển luân vương phóng ma ni kế thanh tịnh quang minh.*

Nếu có chúng sanh nào gặp được quang minh này đều được bực Bồ-Tát đệ Thập địa, thành tựu *vô lượng trí huệ quang minh, được mười thứ thanh tịnh nhãn*, nhẫn đến mười thứ thanh tịnh ý, đầy đủ vô lượng thậm thâm tam muội, thành tựu nhục nhãn thanh tịnh như vậy.

- Giả sử có người đem ức na do tha Phật sát nghiền làm vi trần, một vi trần là một cõi, lại đem vi trần số Phật sát đó nghiền làm vi trần. Những vi trần này đều để trên bàn tay tả, cầm đi qua phương

Đông khởi ngần ấy vi trần số thế giới mới bỏ xuống một vi trần, đi mãi đến hết số vi trần ấy, chín phương kia cũng như vậy. Mười phương tất cả những thế giới như vậy, hoặc dính vi trần hoặc chẳng dính đều đem hiệp làm một Phật độ.

(Kinh Hoa Nghiêm, phẩm 35. Như-Lai Tùy Hảo Quang Minh Công Đức)

6. PHƯỚC ĐỨC THIỆN CĂN CỦA THANH TỊNH KIM VÕNG CHUYỂN LUÂN VƯƠNG TAM MUỘI

Này Bửu Thủ! Phật độ như vậy có thể nghĩ bàn được chăng?

Bạch Thế Tôn! Phật độ như vậy rộng lớn vô lượng kỳ đặc ít có chẳng thể nghĩ bàn được.

Nếu có chúng sanh nào nghe ví dụ này mà hay sanh được lòng tin hiểu, phải biết lại là kỳ đặc ít có.

Phật nói: Như vậy! Như vậy! Như lời của ngươi nói, này Bửu Thủ! Nếu có thiện nam tử thiện nữ nhơn nghe ví dụ này mà sanh lòng tin thời ta thọ ký cho người ấy quyết định sẽ thành Vô Thượng Chánh Đẳng Chánh Giác. Sẽ được Như-Lai Vô Thượng trí huệ.

Này Bửu Thủ! Giả sử lại có người đem ngàn ức Phật sát vi trần số Phật độ rộng lớn như trên đã nói nghiền làm vi trần, rồi đem vi trần này y theo ví dụ trước mỗi mỗi bỏ xuống nhẫn đến hiệp làm một Phật độ. Lại nghiền làm vi trần. Thứ đệ như vậy lần lượt đến tám mươi lần. Tất cả Phật độ quảng đại như vậy có bao nhiêu vi trần, nhục nhãn thanh tịnh nghiệp báo của Bồ-Tát, trong một niệm đều có thể thấy rõ. Cũng thấy trăm ức Phật sát rộng lớn vi trần số Phật như gương pha lê trong sạch sáng suốt chiếu mười phương Phật sát vi trần số thế giới.

Này Bửu Thủ! Như vậy đều là phước đức thiện căn của thanh tịnh kim võng Chuyển luân vương tam muội làm thành.

(Kinh Hoa Nghiêm, phẩm 35. Như-Lai Tùy Hảo Quang Minh Công Đức)

Phẩm 36.

I. MỤC LỤC

***

II. CHÁNH VĂN

1. BỒ-TÁT SIÊNG TU MƯỜI PHÁP

Phổ-Hiền lại bảo chúng hội Bồ-Tát rằng:

Tùy theo căn khí thích nghi của chúng sanh mà lược nói ít

phần cảnh giới của Như-Lai. Chư đại Bồ-Tát không nên khởi sân hận và phải siêng tu các pháp như:

- Tâm chẳng xa bỏ tất cả chúng sanh.
- Đối với chư Bồ-Tát xem như Phật.
- Trọn chẳng hủy báng tất cả Phật pháp.
- Biết các quốc độ không có cùng tận.
- Rất có lòng tin mến nơi Bồ-Tát hạnh.
- Chẳng bỏ tâm bình đẳng hư không pháp giới Bồ Đề.
- Quán sát Bồ Đề nhập Như-Lai lực.
- Siêng năng tu tập vô ngại biện tài.
- Giáo hóa chúng sanh không nhàm mỏi.
- Trụ nơi tất cả thế giới không tâm nhiễm trước.

(Kinh Hoa Nghiêm, phẩm 36. Phổ-Hiền Hạnh)

2. MƯỜI THANH TỊNH

1. Thông đạt thậm thâm pháp thanh tịnh.
2. Thân cận thiện tri thức thanh tịnh.
3. Hộ trì chư Phật pháp thanh tịnh.
4. Liễu đạt hư không giới thanh tịnh.
5. Thâm nhập pháp giới thanh tịnh.
6. Quán sát vô biên tâm thanh tịn h.
7. Cùng Bồ-Tát đồng thiện căn thanh tịnh.
8. Chẳng chấp trước các kiếp thanh tịnh.
9. Quán sát tam thế thanh tịnh.
10. Tu hành tất cả những Phật pháp thanh tịnh.

(Kinh Hoa Nghiêm, phẩm 36. Phổ-Hiền Hạnh)

3. MƯỜI TRÍ QUẢNG ĐẠI

1. Trí biết tất cả tâm hành của chúng sanh.
2. Trí biết tất cả nghiệp báo của chúng sanh.
3. Trí biết tất cả Phật pháp.
4. Trí biết lý thú thâm mật của tất cả Phật pháp.
5. Trí biết tất cả môn đà la ni.
6. Trí biết tất cả văn tự biện tài.
7. Trí biết tất cả ngôn ngữ âm thanh từ biện thiện xảo của chúng sanh.
8. Trí hiện thân mình ở khắp trong tất cả thế giới.
9. Trí hiện ảnh tượng mình ở khắp trong tất cả chúng hội đạo tràng.
10. Trí ở nơi tất cả chỗ thọ sanh đều đầy đủ Nhứt thiết trí.

(Kinh Hoa Nghiêm, phẩm 36. Phổ-Hiền Hạnh)

4. MƯỜI PHỔ NHẬP

1. Tất cả thế giới vào một lỗ lông, một lỗ lông vào tất cả thế giới.
2. Tất cả thân chúng sanh vào một thân, một thân vào tất cả thân chúng sanh.
3. Tất cả kiếp vào một niệm, một niệm vào tất cả kiếp.
4. Tất cả Phật pháp vào một pháp, một pháp vào tất cả Phật pháp.
5. Bất khả thuyết xứ vào một xứ, một xứ vào bất khả thuyết xứ.
6. Bất khả thuyết căn vào một căn, một căn vào bất khả thuyết căn.
7. Tất cả căn vào phi căn, phi căn vào tất cả căn.
8. Tất cả tưởng vào một tưởng, một tưởng vào tất cả tưởng.
9. Tất cả ngôn âm vào một ngôn âm, một ngôn âm vào tất cả

ngôn âm.

10. Tất cả tam thế vào một thế, một thế vào tất cả tam thế.

(Kinh Hoa Nghiêm, phẩm 36. Phổ-Hiền Hạnh)

5. MƯỜI TÂM THẮNG DIỆU

1. An trụ tâm thắng diệu tất cả thế giới ngữ ngôn phi ngữ ngôn.

2. An trụ tâm thắng diệu tất cả chúng sanh tưởng niệm không chỗ y chỉ.

3. An trụ tâm thắng diệu rốt ráo hư không giới.

4. An trụ tâm thắng diệu vô biên pháp giới.

5. An trụ tâm thắng diệu tất cả Phật pháp thâm mật.

6. An trụ tâm thắng diệu pháp thậm thâm vô sai biệt.

7. An trụ tâm thắng diệu trừ diệt tất cả nghi lầm.

8. An trụ tâm thắng diệu tất cả thế bình đẳng vô sai biệt.

9. An trụ tâm thắng diệu tam thế chư Phật bình đẳng.

10. An trụ tâm thắng diệu tất cả Phật lực vô lượng.

(Kinh Hoa Nghiêm, phẩm 36. Phổ-Hiền Hạnh)

6. MƯỜI PHẬT PHÁP THIỆN XẢO TRÍ

1. Trí thiện xảo liễu đạt và xuất sanh Phật pháp thậm thâm quảng đại.

2. Trí thiện xảo tuyên thuyết các thứ Phật pháp.

3. Trí thiện xảo chứng nhập Phật pháp bình đẳng.

4. Trí thiện xảo minh liễu Phật pháp sai biệt.

5. Trí thiện xảo ngộ giải Phật pháp vô sai biệt.

6. Trí thiện xảo thâm nhập trang nghiêm Phật pháp.

7. Trí thiện xảo một phương tiện vào Phật pháp.

8. Trí thiện xảo vô lượng phương tiện vào Phật pháp.

9. Trí thiện xảo biết vô biên Phật pháp vô sai biệt.

10. Trí thiện xảo dùng tự tâm tự lực không thối chuyển nơi tất cả Phật pháp.

(Kinh Hoa Nghiêm, phẩm 36. Phổ-Hiền Hạnh)

7. PHỔ-HIỀN ĐẠI BỒ-TÁT THUYẾT PHÁP KHAI NGỘ CHÚNG SANH

Bấy giờ Phổ-Hiền đại Bồ-Tát do thần lực của Phật, do sức thiện căn của mình, quán sát mười phương đến cả pháp giới, muốn khai thị Bồ-Tát hạnh, muốn tuyên thuyết Bồ Đề giới của Như-Lai, muốn nói đại nguyện giới, muốn nói tất cả thế giới kiếp số, muốn thuyết minh chư Phật tùy thời nghi mà xuất thế, muốn nói Như-Lai tùy chúng sanh căn cơ thuần thục mà xuất hiện cho họ cúng dường, muốn nói rõ đức Như-Lai xuất thế chẳng uổng công, muốn nói rõ đã gieo thiện căn tất được quả báo, muốn thuyết minh đại oai đức Bồ-Tát vì tất cả chúng sanh mà hiện hình thuyết pháp cho họ khai ngộ.

(Kinh Hoa Nghiêm, phẩm 36. Phổ-Hiền Hạnh)

8. TRÍ PHỔ-HIỀN

Vô lượng vô biên cõi

Rõ biết tức một cõi

Vào các cõi như vậy

Số đó chẳng biết được.

Tất cả các thế giới

Đều vào trong một cõi

Thế giới chẳng là một

Lại cũng không tạp loạn.

Thế giới có ngửa úp
Hoặc cao hoặc lại thấp
Đều là chúng sanh tưởng
Đều hay phân biệt biết.

Vô lượng và vô biên
Biết nhiều thứ là một
Biết một là nhiều thứ
Các Phật tử Phổ-Hiền
Đều dùng *trí Phổ-Hiền.*

Biết rõ số các cõi
Số đó không ngằn mé
Biết thế giới như hóa
Cõi hóa, chúng sanh hóa.

Pháp hóa, chư Phật hóa
Tất cả đều rốt ráo
Tất cả các thế giới
Cõi vi tế, cõi lớn.

Chẳng động nơi bổn xứ
Bất khả thuyết những kiếp
Tức là khoảng giây lát
Chẳng thấy dài và văn.

Rốt ráo pháp sát na
Tâm trụ nơi thế gian
Thế gian trụ nơi tâm
Nơi đây chẳng vọng khởi.
(Kinh Hoa Nghiêm, phẩm 36. Phổ-Hiền Hạnh)

9. TRỤ HẠNH PHỔ-HIỀN

Rõ biết các thế gian
Như dương diệm như ảnh
Như vang cũng như mộng
Như huyễn như biến hóa.

Tùy thuận nhập như vậy
Chỗ sở hành chư Phật
Thành tựu trí Phổ-Hiền
Chiếu khắp thâm pháp giới.

Tất cả vô sai biệt
Như-Lai tạng pháp thân
Vào khắp trong thế gian
Dầu ở tại thế gian.

Nên biết cũng như vậy
Rời nhiễm trước như vậy
Thân thế đều thanh tịnh
Lặng dừng như hư không.

Tất cả không có sanh
Biết thân là vô tận
Không sanh cũng không diệt
Chẳng thường chẳng vô thường.

Trong tam thế như vậy
Có bao nhiêu Như-Lai
Tất cả đều biết được
Gọi trụ hạnh Phổ-Hiền.
(Kinh Hoa Nghiêm, phẩm 36. Phổ-Hiền Hạnh)

10. SỨC PHỔ-HIỀN VÔ LƯỢNG

Những nghiệp đều sai khác
Đều do tưởng huệ nhóm
Bình đẳng đều biết rõ
Nhiễm ô, chẳng nhiễm ô.

Tâm học, tâm vô học
Bất khả thuyết những tâm
Trong mỗi niệm đều biết
Biết rõ chẳng một hai.

Chẳng nhiễm cũng chẳng tịnh
Cũng lại không tạp loạn
Đều từ tâm tưởng sanh
Đều thấy rõ như vậy.

Mỗi mỗi cảnh giới nhãn
Vô lượng nhãn đều vào
Những thứ tánh sai biệt
Vô lượng bất khả thuyết.

Chỗ thấy vô sai biệt
Cũng lại không tạp loạn
Đều tùy nơi tự nghiệp
Thọ dụng quả báo đó.

Sức Phổ-Hiền vô lượng
Đều biết tất cả kia
Tất cả cảnh giới nhãn
Đại trí đều hay nhập.

Các thế gian như vậy
Đều hay phân biệt biết
Mà tu tất cả hạnh
Cũng lại không thối chuyển.

Phật thuyết, chúng sanh thuyết
Nhẫn đến quốc độ thuyết
Tam thế thuyết như vậy
Đều rõ biết tất cả.

Vị lai trong quá khứ
Hiện tại trong vị lai

Tam thế lẫn thấy nhau
Mỗi mỗi đều rõ ràng.

Như vậy vô lượng thứ
Khai ngộ các thế gian
Nhứt thiết trí phương tiện
Biên tế bất khả đắc.
(Kinh Hoa Nghiêm, phẩm 36. Phổ-Hiền Hạnh)

Phẩm 37.

Như-Lai Xuất Hiện

I. MỤC LỤC

6. Mười tướng thân Như-Lai

    6.1. Đại Bồ-Tát phải ở vô lượng xứ mà thấy thÂn Như-Lai

    6.2. Thân Như-Lai không có phân biệt cũng không hý luận như hư không

    6.3. Thân Như-Lai phóng vô lượng quang minh chiếu sáng khắp nơi

    6.4. Thân Như-Lai thường phóng vô ngại trí huệ quang minh

    6.5. Thân Như-Lai tích tập tất cả công đức

    6.6. Thân của Như-Lai có bốn pháp kỳ đặc vị tằng hữu

    6.7. Thân Như-Lai không phân biệt không hý luận

    6.8. Thân Phật thanh tịnh không phiền não

    6.9. Thân của chư Như-Lai là tạng đại trí huệ tất cả công đức

    6.10. Thân Như-Lai thành tựu đầy đủ trăm vạn công đức

7. An Trụ Thệ Nguyện

8. Diệu dụng âm thanh của Như-Lai

9. Âm thanh của Như-Lai không từ thân tâm mà lợi ích vô số chúng sanh

10. Nguyên nhân có bốn âm thanh Tứ Thiền & bốn âm thanh Quảng Đại

11. Bốn âm thanh tứ thiền

12. Bốn âm thanh quảng đại

13. Mười tướng âm thanh của Như-Lai

    13.1. Âm thanh của đức Như-Lai, chẳng từ thân phát ra, chẳng từ tâm phát ra mà có thể lợi ích vô lượng chúng sanh.

    13.2. Âm thanh của đức Như-Lai không có hình trạng

    13.3. Âm thanh của đức Như-Lai không khởi không diệt mà có thể lợi ích vô lượng chúng sanh

    13.4. Âm thanh của đức Như-Lai phát ra một âm thanh mà

thành vô lượng âm thanh

18.4. Cảnh giới Như-Lai đều từ đại nguyện thuở xưa của Như-Lai mà sanh khởi

18.5. Cảnh giới Như-Lai bất khả tư nghì

18.6. Đại Bồ-Tát phải biết trí hải của Như-Lai vô lượng

19. Tâm cảnh giới vô biên lượng

20. Hạnh của đức Như-Lai đẳng chánh giác

21. Mười đức của Như-Lai thành đẳng chánh giác

22. Đức Như-Lai đẳng chánh giác chuyển pháp luân

23. Đức Như-Lai đẳng chánh giác nhập Niết-Bàn

24. Đức Như-Lai trụ nơi vô lượng vô ngại cứu cánh pháp giới

25. Như-Lai đẳng chánh giác, thấy nghe thân cận gieo trồng thiện căn

26. Niềm vui hiền thánh

27. Vô sư tự nhiên trí

28. Na do tha Phật sát vi trần số Như-Lai đồng hiệu Phổ Hiền đều hiện ra trước Phổ Hiền Bồ-Tát

29. Oai đức quảng đại xuất hiện của Như-Lai

30. Công hạnh của Như-Lai.

***

II. CHÁNH VĂN

1. NHƯ-LAI XUẤT HIỆN

Bấy giờ đức Thế Tôn từ trong tướng bạch hào giữa chặng mày, phóng đại quang minh tên là Như-Lai xuất hiện. Có vô lượng trăm ngàn ức na do tha a tăng kỳ quang minh làm quyến thuộc.

Phổ Hiền đại Bồ-Tát bảo Như-Lai Tánh Khởi Diệu Đức Bồ-Tát và đại chúng:

Đức Như-Lai Đẳng Chánh Giác, do vô lượng pháp mà được xuất hiện, do mười vô lượng trăm ngàn vô số sự mới được thành tựu.

(Kinh Hoa Nghiêm, phẩm 37. Như-Lai Xuất Hiện)

2. MƯỜI PHÁP

1. Do quá khứ vô lượng Bồ Đề tâm nhiếp thọ tất cả chúng sanh làm thành.

2. Do quá khứ vô lượng chí nguyện thanh tịnh thù thắng làm thành.

3. Do quá khứ vô lượng đại từ đại bi cứu hộ tất cả chúng sanh làm thành.

4. Do quá khứ vô lượng hạnh nguyện tương tục làm thành.

5. Do quá khứ vô lượng tu các phước trí tâm không nhàm đủ làm thành.

6. Do quá khứ vô lượng cúng dường chư Phật giáo hóa chúng sanh làm thành.

7. Do quá khứ vô lượng trí huệ phương tiện thanh tịnh đạo làm thành.

8. Do quá khứ vô lượng thanh tịnh công đức tạng làm thành.

9. Do quá khứ vô lượng trang nghiêm đạo trí làm thành.

10. Do quá khứ vô lượng thông đạt pháp nghĩa làm thành.

Vô lượng a tăng kỳ pháp môn viên mãn như vậy làm thành Như-Lai.

Ví như Đại Thiên thế giới này, chẳng phải do một duyên, chẳng phải do một sự mà được thành tựu, phải do vô lượng duyên, vô lượng sự mới được thành.

Những là nổi giăng mây lớn, tuôn xối mưa lớn, bốn thứ phong luân nối tiếp làm sở y.

Bốn Phong Luân

Một tên là năng trì, vì hay trì đại thủy

Hai tên là năng tiêu, vì hay tiêu đại thủy

Ba tên là kiến lập, vì kiến lập tất cả xứ sở

Bốn tên là trang nghiêm, vì trang nghiêm phân bố đều thiện xảo.

Như trên đây đều do cộng nghiệp của chúng sanh và thiện căn của chư Bồ-Tát phát khởi, làm cho tất cả chúng sanh trong đó đều tùy sở nghi mà được thọ dụng.

Vô lượng nhơn duyên như vậy mới thành Đại Thiên thế giới. Pháp tánh như vậy không có sanh giả, không có tác giả, không có tri giả, không có thành giả, nhưng Đại Thiên thế giới vẫn được thành tựu.

(Kinh Hoa Nghiêm, phẩm 37. Như-Lai Xuất Hiện)

3. MƯỜI TƯỚNG LỢI HÀNH VÔ LƯỢNG KHI NHƯ-LAI XUẤT HIỆN

3.1. Như-Lai xuất hiện được là do vô lượng Duyên và vô lượng sự

Đức Như-Lai thành chánh đẳng cháng giác như vậy, pháp thân như vậy, vô sanh vô tác mà thành tựu

Như-Lai xuất hiện chẳng phải do một duyên, chẳng phải do một sự mà được thành tựu, phải do vô lượng duyên vô lượng sự mới thành tựu được. Những là từng ở chỗ Phật quá khứ lắng nghe thọ trì đại pháp vân, đại pháp võ. Do đây có thể khởi Như-Lai bốn thứ đại trí phong luân.

Bốn Thứ Đại Trí Phong Luân

Một là đại trí phong luân đà la ni niệm trì chẳng quên, vì hay trì tất cả đại pháp vân đại pháp võ của Như-Lai.

Hai là đại trí phong luân xuất sanh chỉ quán, vì hay tiêu diệt tất cả phiền não

Ba là đại trí phong luân hồi hướng thiện xảo, vì hay thành tựu tất cả thiện căn.

Bốn là đại trí phong luân xuất sanh ly cấu sai biệt trang nghiêm, vì khiến quá khứ những chúng sanh được hóa độ, thiện căn của họ thanh tịnh, thành tựu sức thiện căn vô lậu của Như-Lai.

Đức Như-Lai thành Đẳng Chánh Giác như vậy, pháp tánh như vậy, vô sanh vô tác mà được thành tựu.

Đây là tướng xuất hiện thứ nhứt của đức Như-Lai Đẳng Chánh Giác, chư đại Bồ-Tát phải biết như vậy.

3.2. Như-Lai xuất hiện nhờ sức tâm tương tục của chư đại Bồ-Tát

Ví như Đại Thiên thế giới lúc sắp thành, mây lớn tuôn mưa gọi là hồng chú.

Tất cả phương xứ chẳng thể thọ, chẳng thể trì, chỉ trừ Đại Thiên thế giới lúc sắp thành.

Cũng vậy, đức Như-Lai Đẳng Chánh Giác nổi đại pháp vân, tuôn đại pháp vũ, gọi là thành tựu Như-Lai xuất hiện, tất cả hàng Nhị thừa tâm chí hẹp kém không thọ được, không trì được, chỉ trừ sức tâm tương tục của chư đại Bồ-Tát.

Đây là tướng xuất hiện thứ hai của đức Như-Lai Đẳng Chánh Giác, đại Bồ-Tát phải biết như vậy.

3.3. Như-Lai xuất hiện nhờ sức Thiện Căn của Chư Bồ-Tát

Ví như chúng sanh vì do nghiệp lực, mây lớn tuôn mưa, đến không từ đâu, đi không về đâu.

Cũng vậy, đức Như-Lai Đẳng Chánh Giác, do sức thiện căn của chư Bồ-Tát, nổi đại pháp vân, tuôn đại pháp vũ, cũng đến không từ đâu, đi chẳng đến đâu.

Đây là tướng xuất hiện thứ ba của đức Như-Lai Đẳng Chánh Giác, đại Bồ-Tát phải biết như vậy.

3.4. Do sức giác huệ của Chư Bồ-Tát đã tu từ quá khứ

Ví như mây lớn tuôn xối mưa lớn. Trong Đại Thiên thế giới tất cả chúng sanh không biết được số. Nếu muốn tính đếm, chỉ luống phát cuồng. Duy có Ma Hê Thủ La, chủ của Đại Thiên thế giới, do sức thiện căn đã tu từ quá khứ, nhẫn đến một giọt đều biết rõ cả.

Cũng vậy, đức Như-Lai Đẳng Chánh Giác nổi đại pháp vân, tuôn đại pháp vũ, tất cả chúng sanh, Thanh Văn, Duyên Giác đều không biết được.

Nếu muốn nghĩ lường tâm ắt cuồng loạn. Chỉ trừ đại Bồ-Tát, chủ của tất cả thế gian, do sức giác huệ đã tu từ quá khứ, nhẫn đến một văn một câu nhập vào tâm chúng sanh đều biết rõ cả.

Đây là tướng xuất hiện thứ tư của đức Như-Lai Đẳng Chánh Giác. Đại Bồ-Tát phải biết như vậy.

3.5. Do đại pháp bửu có sức phân biệt tất cả các tâm sở thích của chúng sinh

Ví như lúc mây lớn tuôn mưa, có mây lớn mưa lớn tên là năng diệt, diệt được hỏa tai. Có mây lớn mưa lớn tên là năng khởi, hay khởi đại thủy. Có mây lớn mưa lớn tên là năng chỉ, hay ngăn đại thủy. Có mây lớn mưa lớn tên là năng thành, hay thành tất cả các báu ma ni. Có mây lớn mưa lớn tên phân biệt, hay phân biệt Tam thiên Đại thiên thế giới.

Cũng vậy, đức Như-Lai xuất hiện nổi đại pháp vân, tuôn đại pháp vũ.

Có đại pháp vũ tên là:

Năng diệt, hay diệt tất cả phiền não chúng sanh.

Năng khởi, hay khởi tất cả thiện căn của chúng sanh.

Năng chỉ, hay ngăn kiến hoặc của tất cả chúng sanh.

Năng thành, hay thành tất cả trí huệ pháp bửu.

Có đại pháp bửu tên là phân biệt, phân biệt tất cả tâm sở thích của chúng sanh.

Đây là tướng xuất hiện thứ năm của đức Như-Lai, đại Bồ-Tát phải biết như vậy.

3.6. Đức Như-Lai xuất hiện tuôn đai bi phát thủy đông một vị, nhưng có vô lượng sai biệt

Ví như mây lớn tuôn nước đồng một vị mà tùy những chỗ mưa có vô lượng sai biệt.

Cũng vậy, đức Như-Lai xuất hiện tuôn đại bi pháp thủy đồng một vị mà tùy sở nghi thuyết pháp có vô lượng sai biệt.

Đây là tướng xuất hiện thứ sáu của đức Như-Lai, đại Bồ-Tát phải biết như vậy.

3.7. Vì theo thiện căn của chúng sinh có sai khác, nên Đại bi pháp vũ của Như-Lai có sai khác

Ví như Đại Thiên thế giới, lúc mới bắt đầu thành, trước hết thành cung điện của trời cõi Sắc, kế đến thành cung điện của trời cõi Dục, kế đến thành chỗ ở của loài người và những loài khác.

Cũng vậy, đức Như-Lai xuất hiện, trước hết khởi những hạnh trí huệ Bồ-Tát, kế khởi những hạnh trí huệ Duyên Giác, kế khởi những hạnh trí huệ thiện căn Thanh Văn, kế khởi những hạnh trí huệ thiện căn hữu vi của các chúng sanh khác.

Như mây lớn tuôn nước một vị, vì theo thiện căn của chúng sanh sai khác nên khởi các loại cung điện chẳng đồng.

Đại bi pháp vũ nhứt vị của Như-Lai tùy căn khí của chúng sanh mà có sai khác.

Đây là tướng xuất hiện thứ bảy của đức Như-Lai, đại Bồ-Tát phải biết như vậy.

3.8. Chúng sinh thời có vô vàn phân biệt, còn Như-Lai thời vô phân biệt

Ví như lúc thế giới ban đầu sắp thành, có đại thủy khởi đầy khắp Đại Thiên thế giới, sanh hoa sen lớn tên là Như-Lai xuất hiện công đức bửu trang nghiêm, che khắp trên mặt nước, ánh sáng chiếu tất cả thế giới mười phương. Lúc đó Ma Hê Thủ La và Tịnh Cư Thiên thấy hoa sen đó, liền quyết định biết trong kiếp này có bao nhiêu đức Phật như vậy xuất thế.

Bấy giờ trong đó có phong luân nổi lên tên là Thiên tịnh quang minh hay làm thành cung điện chư Thiên cõi Sắc.

Lại có phong luân tên là Tịnh quang trang nghiêm hay thành cung điện chư Thiên cõi Dục.

Lại có phong luân tên là Kiên mật vô năng hoại hay thành

những đại và tiểu Luân Vi Sơn cùng Kim Cang Sơn.

Lại có phong luân tên là Thắng cao hay thành núi Tu Di.

Lại có phong luân tên là Bất động hay thành mười núi lớn là núi Khư Đà la, núi Tiên Nhơn, núi Phục Ma, núi Đại Phục Ma, núi Trì Song, núi Di Dân Đà La, núi Mục Chơn Lân Đà, núi Ma Ha Mục Chơn Lân Đà, Hương Sơn và Tuyết Sơn.

Có phong luân khởi lên như An trụ hay thành đại địa.

Có phong luân khởi tên là Trang Nghiêm hay thành cung điện của Địa thiên, Long cung, Càn Thát bà cung.

Có phong luân khởi tên là Vô tận tạng hay thành tất cả đại hảitrong Đại thiên thế giới.

Có phong luân khởi tên là Phổ quang minh tạng hay thành những ma ni bửu trong Đại Thiên thế giới.

Có phong luân khởi tên là Kiên cố căn hay thành tất cả Như Ý thọ.

* Mây lớn tuôn mưa một thứ nước đồng một vị không có sai khác. Do chúng sanh thiện căn chẳng đồng nên phong luân chẳng đồng. Phong luân sai khác nên thế giới sai khác.

Cũng vậy, Như-Lai xuất hiện đầy đủ thiện căn công đức, phóng quang minh đại trí vô thượng tên là trí bất tư nghì chẳng dứt Như-Lai chủng, chiếu khắp tất cả thế giới mười phương, thọ Như-Lai quán đảnh ký cho chư Bồ-Tát sẽ thành Chánh Giác xuất hiện ra đời.

Đây là tướng xuất hiện thứ tám của đức Như-Lai Đẳng Chánh Giác, chư đại Bồ-Tát phải biết như vậy.

3.9. Như-Lai xuất hiện y vô ngại huệ quang minh

Như y hư không khởi bốn phong luân hay giữ lấy thủy luân: một tên là an trụ, hai tên là thường trụ, ba tên là cứu cánh, bốn tên là kiên cố.

Bốn phong luân này hay giữ lấy thủy luân. Thủy luân hay giữ lấy đại địa cho khỏi tan hư.

Vì thế nên nói địa luân y nơi thủy luân, thủy luân y nơi phong luân, phong luân y nơi hư không, hư không không chỗ y. Dầu không chỗ y mà hư không có thể làm cho Đại Thiên thế giới được an trụ.

Cũng vậy, Như-Lai xuất hiện y nơi quang minh vô ngại huệ phát khởi bốn thứ đại trí phong luân của Phật hay giữ lấy thiện căn của tất cả chúng sanh.

Một là đại trí phong luân nhiếp khắp chúng sanh đều làm cho hoan hỷ.

Hai là đại trí phong luân kiến lập chánh pháp khiến các chúng sanh đều sanh ưa thích.

Ba là đại trí phong luân giữ gìn thiện căn của tất cả chúng sanh.

Bốn là đại trí phong luân đủ tất cả phương tiện thông đạt vô lậu giới.

Chư Phật Thế Tôn đại từ cứu hộ tất cả chúng sanh, đại bi độ thoát tất cả chúng sanh, đại từ đại bi lợi ích khắp cả. Nhưng đại từ đại bi y đại phương tiện thiện xảo. Phương tiện thiện xảo y Như-Lai xuất hiện. Như-Lai xuất hiện y vô ngại huệ quang minh. Vô ngại huệ quang minh không chỗ y.

Đây là tướng xuất hiện thứ chín của đức Như-Lai Đẳng Chánh Giác. Đại Bồ Tát hải biết như vậy.

3.10. Đức Như-Lai xuất hiện lợi ích tất cả vô lượng chúng sinh

Ví như Đại Thiên thế giới đã thành tựu rồi, nhiêu ích vô lượng chúng sanh. Những loài thủy tộc được lợi ích nơi nước.

Cũng vậy, Như-Lai xuất hiện nhiều thứ lợi ích cho vô lượng chúng sanh. Những là người thấy Phật sanh hoan hỷ thời được lợi ích nơi sự hoan hỷ. Kẻ an trụ nơi tịnh giới thời được lợi ích nơi tịnh giới.

Đây là tướng xuất hiện thứ mười của đức Như-Lai Đẳng Chánh Giác, đại Bồ-Tát phải biết như vậy.

(Kinh Hoa Nghiêm, phẩm 37. Như-Lai Xuất Hiện)

4. NHƯ-LAI THÀNH TỰU VÔ LƯỢNG

Đại Bồ-Tát biết Như-Lai xuất hiện thời biết vô lượng, vì biết thành tựu vô lượng.

Thời biết quảng đại, vì biết cùng khắp mười phương. Thời biết không lai khứ, vì biết lìa sanh, trụ, diệt.

Thời biết vô hành, vô sở hành, vì biết lìa tâm ý thức. Thời biết không thân, vì biết như hư không.

Thời biết bình đẳng, vì biết tất cả chúng sanh đều vô ngã.

Thời biết vô tận, vì biết khắp tất cả cõi vô tận.

Thời biết vô thối, vì biết tận hậu tế không đoạn tuyệt.

Thời biết vô hoại, vì biết Như-Lai trí không có đối đãi.

Thời biết vô nhị, vì biết bình đẳng quán sát hữu vi và vô vi.

Thời biết tất cả chúng sanh đều được lợi ích, vì bổn nguyện hồi hướng tự tại đầy đủ.

(Kinh Hoa Nghiêm, phẩm 37. Như-Lai Xuất Hiện)

5. NHƯ-LAI XUẤT HIỆN PHÁP VÔ BIÊN

Thập Lực Đại Hùng vô thượng nhứt

Ví như hư không vô đẳng đẳng

Cảnh giới quảng đại chẳng lường được

Công đức thứ nhứt siêu thế gian.

Pháp Vương xuất hiện cũng như vậy

Tất cả chúng sanh đều được nhờ

Nếu có thấy nghe và thân cận

Đều khiến trừ diệt những hoặc não

Như-Lai xuất hiện pháp vô biên

Thế gian mê lầm chẳng biết được

Vì muốn khai ngộ những hàm thức

Trong không ví dụ mà nó dụ.

(Kinh Hoa Nghiêm, phẩm 37. Như-Lai Xuất Hiện)

6. MƯỜI TƯỚNG THÂN NHƯ-LAI

6.1. Đại Bồ-Tát phải ở vô lượng xứ mà thấy thân Như-Lai. Vì chư đại Bồ-Tát chẳng nên ở một pháp, một sự, một thân, một quốc độ, một chúng sanh mà thấy Như-Lai, phải khắp tất cả nơi thấy Như-Lai.

Ví như hư không đến khắp tất cả chỗ sắc phi sắc, chẳng phải đến chẳng phải chẳng đến. Vì hư không chẳng có thân.

Cũng vậy, thân Như-Lai khắp tất cả chỗ, khắp tất cả chúng sanh, khắp tất cả pháp, khắp tất cả quốc độ, chẳng phải đến chẳng phải chẳng đến. Vì thân Như-Lai là không có thân. Vì chúng sanh mà thị hiện thân Phật.

Đây là tướng thứ nhứt của thân Như-Lai.

6.2. Thân Như-Lai không có phân biệt cũng không hý luận như hư không: Ví như hư không rộng rãi chẳng phải sắc mà hay hiển hiện tất cả sắc.

Nhưng hư không kia không có phân biệt cũng không hý luận.

Thân của Như-Lai cũng vậy. Vì do trí quang minh khắp chiếu sáng làm cho tất cả chúng sanh, thế gian, xuất thế gian, các nghiệp thiện căn đều được thành tựu. Nhưng thân Như-Lai không có phân biệt cũng không hý luận. Vì từ xưa đến nay, tất cả chấp trước, tất cả hý luận đều đã dứt hẳn.

Đây là tướng thứ hai của thân Như-Lai.

6.3. Thân Như-Lai phóng vô lượng quang minh chiếu sáng khắp nơi:

Ví như mặt nhựt mọc lên, vô lượng chúng sanh ở Diêm Phù Đề được lợi ích.

Những là phá tối làm sáng, biến ướt thành khô, sanh trưởng cỏ cây, thành thục lúa mạ, chói suốt hư không, hoa sen nở xoè, người đi thấy đường, kẻ ở nhà xong công việc. Vì mặt nhựt khắp phóng vô lượng quang minh.

Như-Lai trí nhựt cũng như vậy, dùng vô lượng sự khắp lợi ích chúng sanh. Những là diệt ác sanh lành, phá ngu làm trí, đại từ cứu hộ, đại bi độ thoát, làm cho họ tăng trưởng căn, lực, giác phần, khiến sanh lòng tin sâu chắc, bỏ lìa tâm ô trược, khiến kẻ thấy nghe chẳng hư nhơn quả, khiến được thiên nhãn thấy chỗ thọ sanh sau khi chết, khiến tâm vô ngại chẳng hư căn lành, khiến trí tỏ sáng mau nở giác hoa, khiến họ phát tâm thành tựu bổn hạnh. Vì thân mặt nhựt trí huệ quảng đại của Như-Lai phóng vô lượng quang minh chiếu sáng khắp nơi.

Đây là tướng thứ ba của thân Như-Lai.

6.4. Thân Như-Lai thường phóng vô ngại trí huệ quang minh

Ví như mặt nhựt mọc lên, trước hết chiếu những núi lớn như núi Tu Di v.v... , kế chiếu hắc sơn, kế chiếu cao nguyên, sau rốt chiếu khắp đại địa. Mặt nhựt chẳng nghĩ rằng ta trước chiếu đây rồi sau sẽ chiếu nơi kia. Chỉ do núi và mặt đất có cao và thấp nên chiếu có trước và sau.

Đức Như-Lai Đẳng Chánh Giác cũng như vậy. Thành tựu vô biên pháp giới trí luân, thường phóng vô ngại trí huệ quang minh. Trước chiếu chư đại Bồ-Tát, kế chiếu Duyên Giác, kế chiếu Thanh Văn, kế chiếu chúng sanh có thiện căn quyết định, tùy theo tâm khí của họ mà thị hiện trí quảng đại, sau rốt chiếu khắp tất cả chúng sanh, nhẫn đến kẻ tà định cũng chiếu đến để làm nhơn duyên lợi ích thuở vị lai khiến họ được thành thục.

Nhưng đức Như-Lai Đại Trí Nhựt Quang chẳng nghĩ rằng, ta phải chiếu Bồ-Tát đại hạnh, nhẫn đến sau rốt sẽ chiếu tà định chúng sanh. Chỉ phóng trí quang bình đẳng chiếu khắp, vô ngại, vô chướng, vô phân biệt.

Ví như mặt nhựt, mặt nguyệt, tùy thời xuất hiện, núi lớn, hang tối chiếu khắp không riêng tư.

Như-Lai trí huệ cũng như vậy, chiếu khắp tất cả không có phân biệt. Tùy theo chúng sanh căn khí, sở thích không đồng mà trí huệ quang minh có nhiều thứ khác nhau.

Đây là tướng thứ tư của thân Như-Lai.

6.5. Thân Như-Lai tích tập tất cả công đức: Ví như mặt nhựt mọc lên, những kẻ sanh manh vì không nhãn căn nên trọn không thấy. Dầu không thấy, nhưng vẫn được ánh sáng mặt nhựt làm lợi ích. Vì do mặt nhựt mà biết thời tiết ngày đêm, thọ dụng các thứ y phục, ẩm thực, khiến thân mạnh khỏe khỏi tật bịnh.

Như-Lai trí nhựt cũng như vậy. Những kẻ không tin, không hiểu, phá giới, phá kiến tà mạng sanh sống, vì không tín nhãn nên chẳng thấy chư Phật trí huệ. Dầu không thấy, nhưng vẫn được sự lợi ích nơi trí huệ của Phật.

Vì do oai lực của Phật làm cho những chúng sanh đó, các sự khổ nơi thân và những phiền nảo nhơn khổ vị lai đều được tiêu diệt.

Chư Phật tử! Đức Như-Lai có quang minh tên là tích tập tất cả công đức.

Như-Lai trí nhựt lợi ích cho hàng sanh manh chúng sanh như vậy, làm cho họ được thiện căn thành thục đầy đủ.

Đây là tướng thứ năm của thân Như-Lai.

6.6. Thân của Như-Lai có bốn pháp kỳ đặc vị tằng hữu

Ví như mặt nguyệt có bốn pháp kỳ đặc vị tằng hữu:

Một là che chói quang minh của tất cả tinh tú.

Hai là theo dõi thời gian mà hiện tròn khuyết.

Ba là trong nước đứng trong ở đại địa đều hiện bóng cả.

Bốn là tất cả người thấy mặt nguyệt đều đối trước mắt họ, mà nguyệt luân không phân biệt không hý luận.

Thân của Như-Lai cũng vậy, có bốn pháp kỳ đặc vị tằng hữu:

Một là che chói tất cả hàng Thanh Văn, Duyên Giác, những chúng hữu học, vô học.

Hai là tùy theo sở nghi mà thị hiện thọ mạng dài ngắn chẳng

đồng, nhưng thân Như-Lai không tăng giảm.

Ba là trong căn khí Bồ Đề chúng sanh tâm tịnh nơi tất cả thế giới đều hiện bóng trong đó.

Bốn là tất cả chúng sanh có ai thấy Như-Lai đều cho rằng đức Như-Lai chỉ hiện trước tôi.

6.7. Thân Như-Lai không phân biệt không hý luận

Như-Lai theo sở thích của họ mà thuyết pháp, theo địa vị của họ khiến được giải thoát, theo chỗ đáng độ khiến thấy thân Phật. Nhưng thân Như-Lai vẫn không phân biệt không hý luận. Những điều lợi ích làm ra đều được rốt ráo.

Đây là tướng thứ sáu của thân Như-Lai, chư đại Bồ-Tát phải biết như vậy.

Lại nữa, chư Phật tử! Ví như Đại Phạm Thiên Vương dùng chút phương tiện hiện thân khắp Đại Thiên thế giới. Tất cả chúng sanh đều thấy Đại Phạm Vương hiện ở trước mình. Nhưng Đại Phạm Vương này chẳng phân thân, cũng không các thứ thân.

Cũng vậy, chư Phật Như-Lai không có phân biệt không hý luận, cũng chẳng phân thân, không các thứ thân. Nhưng tùy sở thích của tất cả chúng sanh mà thị hiện Phật thân, cũng vẫn chẳng nghĩ rằng hiện ngần ấy thân.

Đây là tướng thứ bảy của thân Như-Lai, chư đại Bồ-Tát phải thấy như vậy.

6.8. Thân Phật thanh tịnh không phiền não

Ví như y vương khéo biết các thứ thuốc và những chú luận, đều dùng được tất cả những thứ thuốc có ở Diêm Phù Đề. Lại do năng lực của những thiện căn đời trước và sức đại minh chú làm phương tiện, nên chúng sanh được thấy y vương đều được lành mạnh. Y vương này biết mạng sắp chết, nghĩ rằng sau khi ta chết, tất cả chúng sanh không nơi nương dựa. Nay ta phải nên vì họ mà hiện phương tiện.

Lúc đó y vương chế thuốc thoa thân mình dùng sức minh chú gia trì, nên dầu đã chết mà thân chẳng rã, chẳng héo, chẳng khô, cử chỉ nhìn nghe không khác lúc còn sống, phàm có chữa trị đều được lành mạnh.

Cũng vậy, đức Như-Lai Đẳng Chánh Giác vô thượng y vương trải qua vô lượng trăm ngàn ức na do tha kiếp tu luyện pháp dược đã được thành tựu, tu học tất cả phương tiện thiện xảo đại minh chú lực đều được viên mãn đến bĩ ngạn. Khéo trừ diệt được tất cả bịnh phiền não của chúng sanh, và trụ thọ mạng trải qua vô lượng kiếp.

Thân Phật thanh tịnh không tư lự, không động dụng, tất cả Phật sự không hề thôi nghỉ.

Chúng sanh được thấy, các bịnh phiền não đều được tiêu diệt.

Đây là tướng thứ tám của thân Như-Lai.

6.9. Thân của chư Như-Lai là tạng đại trí huệ tất cả công đức

Ví như đại hải có châu đại ma ni tên là Tạng Tỳ-Lô-Giá-Na họp tất cả quang minh.

Nếu có chúng sanh nào chạm phải quang minh của châu này thời đồng một màu với bửu châu. Nếu ai được thấy châu này thời mắt được thanh tịnh. Tùy quang minh này chiếu đến chỗ nào thời mưa ma ni bửu tên là an lạc, làm cho chúng sanh khỏi khổ và được vừa ý.

Thân của chư Như-Lai cũng như vậy, là đại bửu tụ, là tạng đại trí huệ tất cả công đức.

Nếu có chúng sanh nào chạm phải quang minh của thân Phật thời đồng màu với thân Phật.

Nếu ai được thấy thân Phật thời được pháp nhãn thanh tịnh. Tùy chỗ nào mà quang minh của thân Phật chiếu đến đều làm cho các chúng sanh khỏi khổ bần cùng, nhẫn đến đầy đủ sự vui Phật Bồ Đề.

Như-Lai pháp thân không phân biệt, cũng không hý luận mà hay vì khắp tất cả chúng sanh làm Phật sự lớn. Đây là tướng thứ chín của thân Như-Lai.

6.10. Thân Như-Lai thành tựu đầy đủ trăm vạn công đức

Ví như đại hải có đại như ý ma ni bửu vương tên là tạng trang nghiêm tất cả thế gian.

Thành tựu đầy đủ trăm vạn công đức. Tùy bửu vương này ở chỗ nào thời làm cho các chúng sanh tai hoạn tiêu trừ sở nguyện đầy đủ. Nhưng chẳng phải chúng sanh ít phước mà được thấy như ý bửu vương này.

Cũng vậy, thân Như-Lai tên là hay làm cho tất cả chúng sanh đều được hoan hỷ. Nếu có ai thấy thân Như-Lai, nghe danh hiệu Như-Lai, khen công đức Như-Lai thời đều làm cho thoát hẳn khổ hoạn sanh tử.

Giả sử tất cả thế giới tất cả chúng sanh đồng thời chuyên tâm muốn thấy đức Như-Lai, đều làm cho được thấy, sở nguyện được đầy đủ.

Chẳng phải chúng sanh ít phước đức mà thấy được thân Như-Lai, chỉ trừ thần lực tự tại của Phật gia hộ cho kẻ đáng được điều phục. Nếu có chúng sanh nhơn thấy thân Phật bèn gieo căn lành nhẫn đến thành thục, vì thành thục nên mới khiến thấy thân Như-Lai.

Đây là tướng thứ mười của thân Như-Lai, chư đại Bồ-Tát phải thấy như vậy.

(Kinh Hoa Nghiêm, phẩm 37. Như-Lai Xuất Hiện)

7. AN TRỤ THỆ NGUYỆN

Do vì tâm vô lượng khắp mười phương vậy. Vì sở hành vô ngại như hư không vậy. Vì vào khắp pháp giới vậy. Vì trụ chơn thiệt tế vậy. Vì vô sanh vô diệt vậy. Vì bình đẳng trụ tam thế vậy. Vì lìa hẳn tất cả phân biệt vậy. Vì an trụ thệ nguyện tột hết thưở vị lai vậy. Vì nghiêm tịnh tất cả thế giới vậy. Vì trang nghiêm mỗi mỗi thân Phật vậy.

(Kinh Hoa Nghiêm, phẩm 37. Như-Lai Xuất Hiện)

8. DIỆU DỤNG ÂM THANH CỦA NHƯ-LAI

Đại Bồ-Tát phải biết âm thanh của đức Như-Lai là:

- Đến khắp tất cả, khắp đến vô lượng âm thanh.

- Tùy tâm sở thích của thính giả đều làm cho họ hoan hỷ, vì thuyết pháp minh liễu.

- Tùy tín giải của thính giả đều làm cho họ hoan hỉ, vì tâm được thanh lương.

- Giáo hóa chẳng lỗi thời, vì người đáng được nghe thời đều được nghe.

- Không sanh diệt, vì như vang ứng tiếng.

- Không chủ, vì do tu tập tất cả công hạnh phát khởi.

- Rất sâu, vì khó lường được.

- Không tà vạy, vì do pháp giới phát sanh.

- Không đoạn tuyệt, vì vào khắp pháp giới.

- Không biến đổi, vì đã đến nơi rốt ráo. Chẳng phải lượng, chẳng phải vô lượng, chẳng phải chủ, chẳng phải không chủ, chẳng phải thị giáo, chẳng phải không thị giáo.

(Kinh Hoa Nghiêm, phẩm 37. Như-Lai Xuất Hiện)

9. ÂM THANH CỦA NHƯ-LAI KHÔNG TỪ THÂN TÂM MÀ LỢI ÍCH VÔ SỐ CHÚNG SANH

Âm thanh của đức Như-Lai, chẳng từ thân phát ra, chẳng từ tâm phát ra mà có thể lợi ích vô lượng chúng sanh.

(Kinh Hoa Nghiêm, phẩm 37. Như-Lai Xuất Hiện)

10. NGUYÊN NHÂN CÓ BỐN ÂM THANH TỨ THIỀN & BỐN ÂM THANH QUẢNG ĐẠI

Ví như thế giới lúc sắp hoại, không chủ không làm, tự nhiên phát ra bốn thứ âm thanh Tứ thiền và bốn âm thanh quảng đại.

(Kinh Hoa Nghiêm, phẩm 37. Như-Lai Xuất Hiện)

11. BỐN ÂM THANH TỨ THIỀN

1. Âm thanh nói: "Mọi người nên biết Sơ thiền an lạc, rời những lỗi dục nhiễm vượt khỏi cõi dục".

   Chúng sanh nghe rồi tự nhiên được thành tựu Sơ thiền, bỏ thân cõi dục sanh lên Phạm Thiên.

2. Âm thanh nói: "Mọi người nên biết Nhị thiền an lạc không giác không quán vượt hơn Phạm Thiên".

   Chúng sanh nghe xong tự nhiên được thành tựu Nhị thiền, bỏ thân Phạm Thiên sanh lên Quang Âm Thiên.

3. Âm thanh nói: "Mọi người nên biết Tam thiền an lạc không lỗi lầm vượt hơn Quang Âm Thiên".

   Chúng sanh nghe xong tự nhiên được thành tựu Tam thiền, bỏ thân Quang Âm Thiên sanh lên Biến Tịnh Thiên.

4. Âm thanh nói: "Mọi người nên biết Tứ thiền tịch tịnh hơn Biến Tịnh Thiên".

Chúng sanh nghe xong tự nhiên được thành tựu Tứ thiền, bỏ Biến Tịnh Thiên sanh lên Quảng Quả Thiên.

Bốn thứ âm thanh trên đây không chủ không làm, chỉ do sức thiện nghiệp của chúng sanh mà phát sanh.

Cũng vậy âm thanh của đức Như-Lai, không chủ không làm, không có phân biệt, chẳng phải nhập chẳng phải xuất, chỉ từ pháp lực công đức của Như-Lai.

(Kinh Hoa Nghiêm, phẩm 37. Như-Lai Xuất Hiện)

12. BỐN ÂM THANH QUẢNG ĐẠI

1. Âm thanh nói: "Đại chúng nên biết tất cả hành pháp đều là khổ. Những là địa ngục là khổ, súc sanh là khổ, ngạ quỷ là khổ, không phước đức là khổ, chấp ngã ngã sở là khổ, tạo những ác hạnh là khổ.

Muốn sanh cõi trời hay nhơn gian phải gieo căn lành sanh trong nhơn thiên rời khỏi các chỗ nạn".

Chúng sanh nghe xong bỏ lìa điên đảo tu những hạnh lành, rời khỏi những chỗ nạn mà sanh trong nhơn thiên.

2. Âm thanh nói: "Đại chúng nên biết tất cả hành pháp tràn đầy những khổ như hòn sắt nóng, hành pháp vô thường là pháp diệt mất. Niết Bàn tịch tịnh vô vi an lạc lìa xa khốn khổ, tiêu sạch nhiệt não".

Chúng sanh nghe xong siêng tu pháp lành, nơi Thanh Văn thừa được tùy thuận âm thanh nhẫn.

3. Âm thanh nói: "Đại chúng nên biết Thanh Văn thừa do lời người khác mà được tỏ ngộ, trí huệ hẹp kém. lại có Độc Giác thừa tỏ ngộ chẳng do thầy, đại chúng nên học".

Những người thích thắng đạo nghe lời này xong liền bỏ Thanh Văn thừa mà tu Độc Giác thừa.

4. Âm thanh nói: " Đại chúng nên biết hơn hàng Nhị thừa còn có thắng đạo gọi là Đại thừa, là chỗ tu hành của Bồ-Tát thuận sáu môn Ba la mật, chẳng dứt hạnh Bồ-Tát, chẳng bỏ tâm Bồ Đề, ở vô lượng sanh tử mà chẳng mỏi nhàm, hơn hàng Nhị thừa, gọi là Đại thừa, là Đệ nhứt thừa, là Thắng thừa, là Tối thắng thừa, là Thượng thừa, là Vô thượng thừa, là thừa lợi ích tất cả chúng sanh".

Nếu có chúng sanh nào lòng tin hiểu rộng lớn, căn khí mạnh lẹ, đời trước gieo căn lành, được thần lực của đức Như-Lai gia hộ, có chí nguyện thù thắng mong cầu Phật quả, nghe lời này xong liền phát tâm Bồ Đề.

(Kinh Hoa Nghiêm, phẩm 37. Như-Lai Xuất Hiện)

13. MƯỜI TƯỚNG ÂM THANH CỦA NHƯ-LAI

13.1. *Âm thanh của đức Như-Lai, chẳng từ thân phát ra, chẳng từ tâm phát ra mà có thể lợi ích vô lượng chúng sanh.*

Đây là tướng thứ nhứt của âm thanh Như-Lai, chư đại Bồ-

Tát phải biết như vậy.

13.2. *Âm thanh của đức Như-Lai không có hình trạng*

Ví như vang, do hang núi và âm thanh mà phát ra không có hình trạng, chẳng ngó thấy được, cũng không phân biệt mà có thể theo dõi tất cả ngữ ngôn.

Cũng vậy, âm thanh của đức Như-Lai không có hình trạng, chẳng thấy được, chẳng phải có phương sở, chẳng phải không phương sở, chỉ tùy nơi duyên dục giải của chúng sanh mà phát ra, tánh âm thanh này rốt ráo, không nói không bày, chẳng tuyên thuyết được.

13.3. *Âm thanh của đức Như-Lai không khởi không diệt mà có thể lợi ích vô lượng chúng sanh*

Ví như chư Thiên có pháp cổ lớn tên là giác ngộ. Lúc chư Thiên Tử nếu ham vui phóng dật, thời pháp cổ nơi hư không phát ra tiếng bảo chư Thiên Tử đó rằng: "Chư Thiên Tử nên biết tất cả dục lạc thảy đều vô thường hư vọng điên đảo giây lát đã biến hoại. Nếu phóng dật sau sẽ đọa ác thú ăn năn đã muộn". Chư Thiên Tử nghe âm thanh này, liền bỏ những sự dục lạc trong Thiên cung, cùng nhau đến chỗ Thiên Vương cầu pháp tu hành.

Phải biết đức Như-Lai cũng như vậy. Vì muốn giác ngộ chúng sanh phóng dật mà phát ra vô lượng diệu pháp âm thanh. Những là tiếng vô trước, tiếng Bồ-Tát hạnh bất khả hoại, tiếng trí địa vô công dụng của Như-Lai đến tất cả chỗ. Dùng âm thanh này khắp trong pháp giới để khai ngộ.

13.4. *Âm thanh của đức Như-Lai phát ra một âm thanh mà thành vô lượng âm thanh*

Ví như Tự Tại Thiên Vương có thiên thể nữ tên là Thiện Khẩu. Nơi miệng Thiên nữ này phát ra một âm thanh hay hòa cùng với trăm ngàn thứ nhạc, trong mỗi thứ nhạc lại có trăm ngàn âm thanh sai khác.

Thiên nữ Thiện Khẩu từ nơi miệng phát ra một âm thanh mà thành vô lượng âm thanh như vậy.

Phải biết đức Như-Lai cũng thế, từ trong một âm thanh phát ra vô lượng âm thanh, tùy theo tâm sở thích sai khác của chúng sanh đều đến khắp, đều làm cho hiểu.

13.5. *Âm thanh của đức Như-Lai không xuất không trụ, mà có thể thành tựu tất cả Phật sự.*

Ví như Đai Phạm Thiên Vương trụ nơi Phạm cung xuất Phạm âm thanh, tất cả Phạm chúng đều đều được nghe, mà âm thanh đó chẳng ra ngoài Phạm chúng. Chư Phạm chúng mỗi đều tự nghỉ Đai Phạm Thiên Vương riêng nói với tôi.

Diệu âm của đức Như-Lai cũng như vậy, chúng hội trong đạo tràng đều được nghe, mà âm thanh đó chẳng ra ngoài chúng hội. Vì người căn chưa thành thục thời chẳng nên nghe. Những người được nghe, mỗi mỗi đều tự nghĩ: đức Như-Lai Thế Tôn riêng vì tôi mà nói.

Âm thanh của đức Như-Lai không xuất không trụ, mà có thể thành tựu tất cả Phật sự.

13.6. *Ngôn âm của đức Như-Lai chỉ có một vị giải thoát*

Ví như nước đồng một vị, tùy đồ đựng khác nhau nên nước cũng sai khác. Nước không lo nghĩ cũng không phân biệt.

Cũng vậy, ngôn âm của đức Như-Lai chỉ có một vị giải thoát. Tùy theo tâm sai khác của chúng sanh nên có vô lượng sai khác. Nhưng vẫn không niệm lự cũng không phân biệt.

13.7. *Âm thanh của Như-Lai chẳng từ ngoài lại, chẳng từ trong ra, mà có thể lợi ích tất cả chúng sanh.*

Ví như A Na Bà Đạt Đa Long Vương nổi mây dầy mưa khắp Diêm Phù Đề. Cây trái lúa mạ đều được sanh trưởng, sông rạch ao suối đều tràn đầy. Nước mưa này chẳng từ thân Long Vương chảy ra, mà có thể thành tựu những việc lợi ích như trên.

Cũng vậy, đức Như-Lai Đẳng Chánh Giác nổi mây đại bi khắp mười phương cõi, khắp rưới pháp cam lồ vô thượng, khiến chúng sanh đều hoan hỷ, thêm lớn pháp lành, viên mãn các thừa.

Âm thanh của Như-Lai chẳng từ ngoài lại, chẳng từ trong ra, mà có thể lợi ích tất cả chúng sanh.

13.8. *Âm thanh như Pháp vũ cam lồ*

Ví như Ma Na Tư Long Vương muốn làm mưa nhưng chưa tiện mưa liền. Trước kéo mây trùm khắp hư không ngưng đình bảy ngày, chờ các chúng sanh làm việc xong, vì đại Long Vương đó có tâm từ bi chẳng muốn chúng sanh bị não loạn. Quá bảy ngày Long Vương mới mưa nhỏ thấm ướt cả đại địa.

Cũng vậy, đức Như-Lai Đẳng Chánh Giác sắp ban pháp vũ nhưng chưa tiện ban liền, trước nổi pháp vân thành thục chúng sanh, vì muốn lòng họ chẳng kinh sợ. Chờ lúc họ đã thành thục mới ban pháp vũ cam lồ, diễn nói pháp lành thậm thâm vi diệu, lần lần làm cho họ đầy đủ pháp vị vô thượng nhứt thiết chủng trí của Như-Lai.

13.9. *Âm thanh khiến người nghe hoan hỉ*

Ví như trong biển có đại Long Vương tên là Đại Trang Nghiêm, lúc ở trong đại hải tuôn mưa, hoặc mưa mười thứ trang nghiêm, hoặc trăm, hoặc ngàn, hoặc trăm ngàn thứ trang nghiêm nước vẫn không sai khác chỉ do sức bất tư nghì của Long Vương khiến những thứ trang nghiêm nhẫn đến có trăm ngàn vô lượng thứ sai khác.

Cũng vậy, đức Như-Lai Đẳng Chánh Giác lúc vì chúng sanh thuyết pháp, hoặc dùng mười thứ âm thanh để thuyết. Âm thanh của Như-Lai vẫn không phân biệt, chỉ do chư Phật nơi thậm thâm pháp giới viên mãn thanh tịnh hay tùy theo sở nghi của căn khí chúng sanh mà phát ra nhiều thứ ngôn âm đều làm cho hoan hỷ cả.

13.10. *Căn dục chẳng đồng nên ban pháp vũ thị hiện có sai khác*

Đức Như-Lai Đẳng Chánh Giác vô thượng Pháp Vương muốn đem chánh pháp giáo hoá chúng sanh, trước giăng thân vân che khắp pháp giới, tùy theo sở thích của chúng sanh mà hiện than chẳng đồng: Hoặc vì chúng sanh mà hiện sanh thân, hoặc hiện hóa thân, hoặc hiện lực trì thân, hoặc hiện sắc thân, hoặc hiện tướng hảo thân, hoặc hiện phước đức thân, hoặc hiện trí huệ thân, hoặc hiện thân đủ năng lực bất khả hoại, hoặc hiện vô úy thân, hoặc vì chúng sanh mà hiện pháp giới thân.

Đức Như-Lai Đẳng Chánh Giác, tâm của Ngài bình đẳng, nơi pháp không lẫn tiếc, chỉ vì chúng sanh căn dục chẳng đồng nên ban pháp vũ thị hiện có sai khác.

Đây là tướng thứ mười của âm thanh Như-Lai, chư đại Bồ-Tát phải biết như vậy.

(Kinh Hoa Nghiêm, phẩm 37. Như-Lai Xuất Hiện)

14. ÂM THANH CỦA ĐỨC NHƯ-LAI CÓ MƯỜI THỨ VÔ LƯỢNG

- Như hư không giới vô lượng, vì đến tất cả chỗ.
- Như pháp giới vô lượng, vì không chỗ nào chẳng khắp.
- Như chúng sanh giới vô lượng, vì khiến tất cả tâm hoan hỷ.
- Như các nghiệp vô lượng, vì nói quả báo của nghiệp.
- Như phiền não vô lượng, vì đều làm cho trừ diệt.
- Như ngôn âm của chúng sanh vô lượng, vì tùy theo sự hiểu biết mà làm cho được nghe.
- Như dục giải của chúng sanh vô lượng, vì khắp quán sát cứu độ.
- Như tam thế vô lượng, vì vô biên tế.
- Như trí huệ vô lượng, vì phân biệt tất cả.
- Như Phật cảnh giới vô lượng, vì nhập Phật pháp giới.

Âm thanh của đức Như-Lai Đẳng Chánh Giác thành tựu vô số vô lượng như vậy, chư đại Bồ-Tát phải biết như vậy.

(Kinh Hoa Nghiêm, phẩm 37. Như-Lai Xuất Hiện)

15. PHỔ HIỀN ĐẠI BỒ-TÁT TÁN THÁN ÂM THANH CỦA PHẬT

Đại Thiên thế giới lúc sắp hoại

Do phước chúng sanh có tiếng bảo

Tứ thiền tịch tịnh không sự khổ

Khiến ai được nghe đều ly dục.

Chư Phật Pháp Vương cũng như vậy

Đại bi thân vân khắp mười phương

Vì người tu hành ban pháp khác

Nhưng với tất cả vô phân biệt.

(Kinh Hoa Nghiêm, phẩm 37. Như-Lai Xuất Hiện)

16. MƯỜI TƯỚNG TÂM ĐỨC
CỦA NHƯ-LAI ĐẲNG CHÁNH GIÁC

16.1. Tâm, ý, thức của Như-Lai đều bất khả đắc. Chỉ nên dùng trí vô lượng mà biết tâm Như-Lai.

Như hư không là chỗ nương dựa của tất cả vật, mà hư không không chỗ dựa.

Như-Lai trí huệ cũng như vậy, là chỗ sở y của tất cả trí thế gian và trí xuất thế, mà Như-Lai trí không sở y.

16.2. Tâm đức xuất sanh tất cả trí huệ thế gian và xuất thế gian: Ví như pháp giới thường xuất sanh tất cả Thanh Văn, Độc Giác, Bồ-Tát giải thoát, mà pháp giới không tăng không giảm.

Như-Lai trí huệ cũng như vậy, hằng xuất sanh tất cả trí huệ thế gian và xuất thế gian, mà Như-Lai trí huệ không tăng không giảm.

16.3. Tâm đức thanh tịnh minh liễu: Ví như đại hải, nước biển chảy ngầm khắp dưới đất của bốn châu thiên hạ và tám mươi ức tiểu châu, có ai đào đất đều được nước cả. Nhưng đại hải vẫn không có phân biệt là mình phát ra nước chảy ngầm khắp nơi.

Nước biển Phật trí cũng như vậy, chảy vào trong tâm của tất cả chúng sanh. Nếu có chúng sanh quán sát cảnh giới, tu tập pháp môn, thời được trí huệ thanh tịnh minh liễu. Nhưng Như-Lai trí bình đẳng không hai, không phân biệt. Chỉ tùy theo tâm hành sai khác của chúng sanh mà trí huệ của họ được riêng khác chẳng đồng nhau.

16.4. Bốn tâm đức bình đẳng chánh trực đoan: Ví như đại hải có bốn bửu châu đủ vô lượng công đức hay sanh tất cả trân bửu trong đại hải. Nếu trong đại hải không có bửu châu này, thời dầu là một trân bửu cũng không có được.

Biển đại trí huệ của đức Như-Lai Đẳng Chánh Giác cũng như vậy, trong đó có bốn đại trí bửu châu đầy đủ vô lượng phước trí công đức. Do đây có thể sanh tất cả trí huệ của chúng sanh, của Thanh Văn, Độc Giác, bực hữu học, vô học và trí huệ của chư Bồ-Tát.

Đây là bốn đại trí bửu: một tên là Đại trí huệ bửu phương tiện thiện xảo không nhiễm trước. Hai là Đại trí huệ bửu khéo phân biệt pháp hữu vi, vô vi. Ba là Đại trí huệ bửu phân biệt nói vô lượng pháp mà chẳng hoại pháp tánh. Bốn là Đại trí huệ bửu biết thời phi thời chưa từng lầm lỗi.

Nếu trong biển đại trí huệ của đức Như-Lai không có bốn đại trí huệ bửu này thời tất cả chúng sanh, không một ai vào được Đại thừa.

Những chúng sanh phước mỏng chẳng thể thấy được bốn đại trí bửu này. Vì để nơi tạng thâm mật của đức Như-Lai.

Bốn đại trí bửu này bình đẳng chánh trực đoan khiết diệu hảo, có thể lợi ích những chúng Bồ-Tát, làm cho họ được trí huệ quang minh.

16.5. Bốn đại tâm đức đầy đủ: Ví như đại hải có bốn đại bửu sáng chói rực rỡ bày ở đáy biển, tánh rất nóng, thường hay rút uống vô lượng dòng nước lớn của trăm sông chảy vào biển, vì thế nên đại hải không có tăng giảm.

Đây là bốn đại bửu: một tên là Nhựt tạng, hai tên là Ly nhuận, ba tên là Hỏa diệm quang, bốn tên là Tận vô dư.

Cũng vậy, biển đại trí huệ của đức Như-Lai Đẳng Chánh Giác có bốn đại trí huệ bửu đầy đủ vô lượng oai đức quang minh. Trí quang minh này chạm đến chư Bồ-Tát, nhẫn đến khiến được đại trí của Như-Lai.

Đây là bốn đại trí bửu: một Đại trí bửu diệt tất cả lượng

sóng tán thiện. Hai là Đại trí bửu trừ tất cả pháp ái. Ba là Đại trí bửu huệ quang chiếu khắp. Bốn là Đại trí bửu cùng với Như-Lai bình đẳng vô biên vô công dụng.

Nếu không có quang minh của bốn đại trí bửu của đức Như-Lai chiếu đến, thời tất không có một Bồ-Tát nào được bậc Như-Lai.

16.6. Tâm đức dung khắp ba cõi: Như từ thủy tế lên đến Phi Tưởng Phi Phi Tưởng thiên, trong đó cả Đại Thiên quốc độ, những chúng sanh cõi Dục, cõi Sắc, cõi Vô Sắc, đều nương hư không mà khởi mà trụ. Vì hư không cùng khắp vậy. Dầu hư không đó dung khắp ba cõi mà không phân biệt.

Như-Lai trí huệ cũng như vậy. Hoặc Thanh Văn trí, hoặc Độc Giác trí, hoặc Bồ-Tát trí, hoặc hữu vi hạnh trí, hoặc vô vi hạnh trí, tất cả đều nương Như-Lai trí mà khởi mà trụ. Vì trí huệ của Như-Lai khắp tất cả. Dầu dung khắp tất cả vô lượng trí huệ, mà Như-Lai trí huệ vẫn không phân biệt.

Đây là tướng thứ sáu của tâm Như-Lai, chư đại Bồ-Tát phải biết như vậy.

16.7. Tâm đức vô tận căn: Như đảnh núi Tuyết có cây Dược Vương tên là Vô Tận Căn.

Cây Dược Vương này hay làm cho những cây ở tất cả xứ đều được sanh trưởng, chỉ trừ hai nơi địa ngục và trong thủy luân không thể làm tăng trưởng. Nhưng cũng không nhàm bỏ hai nơi đó.

Cây đại Dược Vương trí huệ của Như-Lai cũng như vậy. Do quá khứ phát sanh thành tựu tất cả trí huệ pháp lành, trùm khắp tất cả chúng sanh giới, trừ diệt tất cả những khổ ác đạo. Bi nguyện quảng đại làm gốc rễ, sanh trong chủng tánh trí huệ chơn thiệt của tất cả Như-Lai. Phương tiện thiện xảo kiên cố bất động dùng làm thân cây. Trí khắp pháp giới các Ba la mật dùng làm nhánh cây. Thiền định, giải thoát, các đại tam muội dùng làm lá cây. Tổng trì biện tài Bồ đề phần pháp dùng làm bông. Chư Phật giải thoát rốt ráo không biến đổi dùng làm trái.

Cây đại Dược Vương trí huệ của đức Như-Lai cớ sao lại được gọi là Vô Tận Căn?

Vì rốt ráo không thôi dứt. Vì chẳng dứt Bồ-Tát hạnh. Bồ-Tát hạnh tức là Như-Lai tánh, Như-Lai tánh tức là Bồ-Tát hạnh nên được gọi là Vô Tận Căn.

Trí huệ của Như-Lai chỉ không thể làm cho hai chỗ được lợi ích sanh trưởng: một là hàng nhị thừa sa vào hố sâu vô vi quảng đại, hai là những chúng sanh hư hoại thiện căn chìm trong nước đại tà kiến tham ái. Nhưng vẫn không hề nhàm bỏ hai chỗ đó.

Trí huệ của đức Như-Lai không tăng giảm, vì gốc rễ khéo an trụ sanh trưởng không thôi dứt.

16.8. Tâm đức bình đẳng thấu rõ tất cả: Ví như Đại Thiên thế giới, lúc kiếp hỏa khởi đốt cháy tất cả cây cỏ lùm rừng, nhẫn đến núi Thiết Vi, núi Đại Thiết Vi đều cháy không thừa sót. Giả sử có người cầm cỏ khô ném vào trong lửa đó tất là phải cháy hết. Nhưng cũng cho là cỏ đó được chẳng cháy. Chớ còn không thể nói rằng trí huệ của đức Như-Lai phân biệt không biết hết tam thế tất cả chúng sanh, tất cả quốc độ, tất cả kiếp số, tất cả các pháp. Vì trí huệ Như-Lai bình đẳng thấu rõ tất cả.

Đây là tướng thứ tám của tâm Như-Lai, chư đại Bồ-Tát phải biết như vậy.

16.9. Tâm đức năng diệt: Ví như phong tai lúc phá hoại thế giới, có gió lớn nổi lên tên là Tán Hoại, có thể phá hư Đại Thiên thế giới, núi Thiết Vi v.v… đều nát thành bụi. Lại có gió lớn tên là Năng Chướng bao che xung quanh Đại Thiên thế giới, ngăn gió Tán Hoại không cho thổi đến những thế giới khác. Nếu không có gió Năng Chướng này thời thập phương thế giới sẽ tan hư cả.

Cũng vậy, đức Như-Lai Đẳng Chánh Giác có đại trí phong tên là Năng Diệt, có thể diệt trừ tập khí phiền não của tất cả chư đại Bồ-Tát. Có đại trí phong tên là Xảo Trì, khéo giữ gìn chư Bồ-Tát căn khí chưa thành thục chẳng cho đại trí phong Năng Diệt dứt tất cả tập khí phiền não.

16.10. Tâm đức vô lượng vô ngại: Có thể lợi ích khắp tất cả chúng sanh, đầy đủ ở trong thân chúng sanh. Chỉ vì hàng phàm phu vọng tưởng chấp trước nên chẳng biết chẳng hay, chẳng được lợi ích.

Bấy giờ đức Như-Lai do trí nhãn thanh tịnh vô ngại xem khắp pháp giới tất cả chúng sanh mà nói rằng: Lạ thay! Lạ thay! Tại sao các chúng sanh này có đủ trí huệ Như-Lai, mà ngu si mê lầm chẳng hay chẳng thấy? Ta nên đem thánh đạo dạy cho họ lìa hẳn vọng tưởng chấp trước. Từ trong thân, họ thấy được trí huệ Như-Lai quảng đại, như Phật không khác. Nói xong, đức Như-Lai liền đem thánh đạo dạy chúng sanh cho họ lìa vọng tưởng. Lìa vọng tưởng rồi thời chứng được Như-Lai vô lượng trí huệ lợi ích an lạc tất cả chúng sanh.

Đây là tướng thứ mười của tâm Như-Lai, chư đại Bồ-Tát phải biết như vậy.

(Kinh Hoa Nghiêm, phẩm 37. Như-Lai Xuất Hiện)

17. TÂM CỦA ĐỨC NHƯ-LAI ĐẲNG CHÁNH GIÁC

Đại Bồ-Tát phải dùng vô lượng vô ngại bất tư nghì tướng quảng đại như vậy để biết tâm của đức Như-Lai Đẳng Chánh Giác.

Muốn biết tâm chư Phật

Nên quán trí huệ Phật

Phật trí không chỗ nương

Như hư không vô y.

Chư Phật đại từ bi

Khiến họ trừ vọng tưởng

Phật trí bèn xuất hiện

Lợi ích chư Bồ-Tát.

(Kinh Hoa Nghiêm, phẩm 37. Như-Lai Xuất Hiện)

18. SÁU CẢNH GIỚI CỦA ĐỨC NHƯ-LAI ĐẲNG CHÁNH GIÁC

Đại Bồ-Tát dùng trí huệ vô ngại biết tất cả cảnh giới thế

gian là cảnh giới Như-Lai. Biết tất cả tam thế cảnh giới, tất cả cõi cảnh giới, tất cả pháp cảnh giới, tất cả chúng sanh cảnh giới, chơn như vô sai biệt cảnh giới, pháp giới vô chướng ngại cảnh giới, thiệt tế vô biên tế cảnh giới, hư không vô phần lượng cảnh giới, cảnh giới không cảnh giới, đều là Như-Lai cảnh giới.

18.1. Cảnh giới Như-Lai vô lượng

Như tất cả thế gian cảnh giới vô lượng, Như-Lai cảnh giới cũng vô lượng. Như tất cả tam thế cảnh giới vô lượng, Như-Lai cảnh giới cũng vô lượng. Nhẫn đến như cảnh giới không cảnh giới vô lượng, Như-Lai cảnh giới cũng vô lượng. Như cảnh giới không cảnh giới tất cả xứ không có, Như-Lai cảnh giới cũng vậy, tất cả xứ không có.

18.2. Tâm cảnh giới là Như-Lai cảnh giới

Như tâm cảnh giới vô lượng vô biên vô phược vô thoát, Như-Lai cảnh giới cũng vô lượng vô biên vô phược vô thoát. Vì do tư duy phân biệt như vậy như vậy, nên hiển hiện vô lượng như vậy như vậy.

18.3. Cảnh giới Như-Lai chẳng từ trong ra, chẳng từ ngoài ra

Như đại Long Vương tùy tâm tuôn mưa, mưa đó chẳng từ trong ra, chẳng từ ngoài ra.

Như-Lai cảnh giới cũng như vậy. Tùy ở sự tư duy phân biệt như vậy thời có vô lượng hiển hiện như vậy, ở trong mười phương đều không chỗ đến.

18.4. Cảnh giới Như-Lai đều từ đại nguyện thưở xưa của Như-Lai mà sanh khởi

Như nước đại hải đều từ tâm lực của Long Vương khởi ra.

Biển nhứt thiết trí của chư Phật Như-Lai cũng như vậy, đều từ đại nguyện thưở xưa của Như-Lai mà sanh khởi.

18.5. Cảnh giới Như-Lai bất khả tư nghì

Biển nhứt thiết trí vô lượng vô biên bất tư nghì, chẳng thể ngôn thuyết. Nhưng nay tôi lược nói ví dụ, đại chúng nên lắng nghe.

Nam Diêm Phù Đề này có hai ngàn năm trăm con sông chảy vào đại hải. Bốn châu thiên hạ có hai vạn năm trăm con sông như vậy luôn nối tiếp chảy vào đại hải, nước sông đó đã rất nhiều.

Đại hải vô lượng như vậy so với trí hải vô lượng của đức Như-Lai không bằng một phần trăm, không bằng một phần ngàn, nhẫn đến không bằng một phần ưu ba ni sa đà. Chỉ tùy tâm chúng sanh mà lập ví dụ. Nhưng Phật cảnh giới chẳng phải ví dụ đến được.

18.6. Đại Bồ-Tát phải biết trí hải của Như-Lai vô lượng, vì từ sơ phát tâm tu Bồ-Tát hạnh không dứt.

Phải biết bửu tụ của Như-Lai vô lượng vì tất cả pháp Bồ Đề phần Tam Bảo chủng chẳng dứt.

Phải biết chúng sanh trụ trong đó vô lượng, vì tất cả hàng hữu học vô học Thanh Văn, Duyên Giác thọ dụng.

Phải biết trụ địa vô lượng, vì chư Bồ-Tát từ Sơ Hoan Hỷ địa đến bực Cứu Cánh Vô Ngại địa ở nơi đó.

Đại Bồ-Tát vì nhập vô lượng trí huệ lợi ích tất cả chúng sanh, ở nơi cảnh giới của đức Như-Lai Đẳng Chánh Giác phải biết như vậy.

(Kinh Hoa Nghiêm, phẩm 37. Như-Lai Xuất Hiện)

19. TÂM CẢNH GIỚI VÔ BIÊN LƯỢNG

Như tâm cảnh giới vô biên lượng

Chư Phật cảnh giới cũng như vậy

Như tâm cảnh giới từ ý sanh

Phật cảnh như vậy phải quán sát.

Như-Lai trí hải cũng như vậy

Tất cả chỗ có đều vô lượng

Hữu học vô học trụ các địa

Đều ở trong đó được lợi ích.

(Kinh Hoa Nghiêm, phẩm 37. Như-Lai Xuất Hiện)

20. HẠNH CỦA ĐỨC NHƯ-LAI ĐẲNG CHÁNH GIÁC

Đại Bồ-Tát phải biết:

20.1. Vô ngại hạnh là Như-Lai hạnh

20.2. Chơn như hạnh là Như-Lai hạnh

20.3.Như chơn như: tiền tế bất sanh, hậu tế bất động, hiện tại bất khởi.

Như-Lai hạnh cũng vậy: chẳng sanh, chẳng động, chẳng khởi.

20.4. Như pháp giới: chẳng phải hữu lượng, chẳng phải vô lượng, vì vô hình.

Như-Lai hạnh chẳng phải hữu lượng, chẳng phải vô lượng, vì vô hình.

20.5. Như chim bay ngang hư không trải qua trăm năm, chỗ đã bay qua cùng chỗ chưa bay qua đều chẳng thể lường, vì hư không giới không biên tế. Như-Lai hạnh, giả sử có người trải qua trăm ngàn ức na do tha kiếp phân biệt diễn thuyết đã nói chưa nói đều chẳng thể lường, vì Như-Lai hạnh không ngằn mé.

20.6. Đức Như-Lai Đẳng Chánh Giác trụ hạnh vô ngại, không có chỗ trụ mà hay khắp vì tất cả chúng sanh thị hiện công hạnh. Làm cho họ thấy rồi được vượt hơn tất cả đạo chướng ngại.

Ví như Kim Sí Điểu Vương bay trên hư không, đảo liệng chẳng đi, dùng mắt thanh tịnh quán sát trong cung điện của chư Long, phấn khởi sức mạnh lấy hai cánh quạt nước biển rẽ ra làm hai, bắt rồng mạng sắp chết để ăn.

Đức Như-Lai Đẳng Chánh Giác cũng như vậy, an trụ hạnh vô ngại dùng Phật nhãn thanh tịnh quán sát pháp giới tất cả chúng sanh, nếu là hạng từng đã gieo thiện căn đã thành thục, dùng sức mạnh thập lực vỗ hai cánh chỉ quán quạt tách nước biển tham ái sanh tử ra làm hai mà bắt lấy họ vào trong Phật pháp, cho họ dứt tất cả vọng tưởng hí luận, an trụ nơi hạnh vô ngại vô phân biệt của Như-Lai.

20.7. Như mặt nhựt mặt nguyệt không gì sánh, riêng đi vòng giữa hư không, làm lợi ích chúng sanh, mà không tự nghĩ từ đâu đến và đi đến đâu.

Chư Phật Như-Lai cũng như vậy, tánh vốn tịch diệt không phân biệt, thị hiện du hành khắp pháp giới, vì muốn làm lợi ích tất cả chúng sanh, mà làm Phật sự không thôi nghỉ, vẫn không sanh hí luận phân biệt là ta từ đó đến rồi đi qua kia.

20.8. Đại Bồ-Tát phải dùng vô lượng phương tiện vô lượng tánh tướng như vậy, để thấy biết công hạnh của đức Như-Lai Đẳng Chánh Giác.

Phổ Hiền đại Bồ-Tát muốn rõ lại nghĩa này mà nói kệ rằng:

Ví như nhựt nguyệt đi hư không

Chiếu đến tất cả chẳng phân biệt

Thế Tôn đi khắp cả pháp giới

Giáo hóa chúng sanh chẳng động niệm.

(Kinh Hoa Nghiêm, phẩm 37. Như-Lai Xuất Hiện)

21. MƯỜI ĐỨC CỦA NHƯ-LAI THÀNH ĐẲNG CHÁNH GIÁC

Đại Bồ-Tát phải biết đức Như-Lai thành Đẳng Chánh Giác nơi tất cả nghĩa không chỗ quán sát, nơi pháp bình đẳng không chỗ nghi lầm, không hai, không tướng, không làm, không thôi, không lượng, không mé, rời xa hai bên an trụ nơi trung đạo, vượt khỏi tất cả văn tự ngôn thuyết, biết tất cả chúng sanh tâm niệm nghĩ tưởng, căn tánh, ưa thích, phiền não nhiễm tập. Tóm lại, biết rõ tam thế tất cả pháp.

21.1. Tâm hiện khắp tất cả chúng sanh căn tánh ưa thích, mà không sở hiện

Ví như đại hải có thể ẩn hiện tất cả hình tượng sắc thân của các chúng sanh trong bốn châu thiên hạ, thế nên mọi loài đều cùng gọi là đại hải.

Chư Phật Bồ Đề cũng như vậy, hiện khắp tất cả chúng sanh căn tánh ưa thích, mà không sở hiện, thế nên gọi là chư Phật Bồ Đề.

21.2. Ngôn ngữ chẳng nói được, chỉ tùy chỗ sở nghi mà phương tiện khai thị.

Tất cả văn tự chẳng tuyên được, tất cả âm thanh chẳng đến được, tất cả ngôn ngữ chẳng nói được, chỉ tùy chỗ sở nghi mà phương tiện khai thị.

21.3. Thân vô lượng

Lúc đức Như-Lai thành Đẳng Chánh Giác được thân lượng bằng tất cả chúng sanh, được thân lượng bằng tất cả pháp, được thân lượng bằng tất cả cõi, được thân lượng bằng tất cả tam thế, được thân lượng bằng tất cả Phật, được thân lượng bằng tất cả ngữ ngôn, được thân lượng bằng chơn như, được thân lượng bằng pháp giới, được thân lượng bằng hư không giới, được thân lượng bằng vô ngại giới, được thân lượng bằng tất cả nguyện, được thân lượng bằng tất cả hạnh, được thân lượng bằng tịch diệt Niết Bàn giới.

Như *thân, ngôn ngữ và tâm đã được* cũng như vậy. Được vô lượng vô số tam luân thanh tịnh như vậy.

21.4. Biết tất cả pháp đều không tánh nên được nhứt thiết trí đại bi tương tục cứu độ chúng sanh

Lúc đức Như-Lai thành Chánh Giác, ở trong thân Như-Lai, thấy khắp tất cả chúng sanh thành Chánh Giác. Nhẫn đến thấy khắp tất cả chúng sanh nhập Niết Bàn đều đồng một tánh.

Một tánh đây chính là không tất cả tánh. Không những tánh gì? Không tánh tướng, không tánh tận, không tánh sanh, không tánh diệt, không tánh ngã, không tánh phi ngã, không tánh chúng sanh, không tánh phi chúng sanh, không tánh Bồ Đề, không tánh pháp giới, không tánh hư không, cũng lại không tánh thành Chánh Giác.

Vì biết tất cả pháp đều không tánh nên được nhứt thiết trí đại bi tương tục cứu độ chúng sanh.

21.5. Chánh Giác hay chẳng thành Chánh Giác, cũng không tăng giảm

Vốn không thường chẳng thêm bớt, vì hư không vốn vô sanh.

Chư Phật Bồ Đề cũng như vậy, hoặc thành Chánh Giác hay chẳng thành Chánh Giác, cũng không tăng giảm. Vì Bồ Đề vốn không tướng, không phi tướng, không một, không nhiều.

21.6. Giả sử có người hay hóa làm hằng hà sa tâm, mỗi mỗi tâm lại hóa làm hằng hà sa Phật, đều không sắc, không hình, không tướng. Hóa như vậy tột hằng hà sa kiếp không thôi nghỉ.

21.7. Hóa tâm, hóa Phật

Tất cả chúng sanh ở trong một niệm đều thành Chánh giác cùng chẳng thành Chánh giác đồng nhau không khác. Vì Bồ Đề không có tướng. Nếu không tướng thời không tăng, không giảm.

21.8. Thành Đẳng Chánh Giác đồng với Bồ Đề một tướng không tướng. Lúc đức Như-Lai thành Đẳng Chánh Giác dùng phương tiện nhứt tướng nhập tam muội thiện giác trí.

Nhập rồi ở một thân quảng đại thành Chánh Giác hiện thân bằng số tất cả chúng sanh trụ ở trong thân.

Như một thân quảng đại thành Chánh Giác tất cả thân quảng đại thành Chánh Giác đều như vậy cả.

Đức Như-Lai có vô lượng môn thành Chánh Giác như vậy, vì thế phải biết đức Như-Lai hiện thân vô lượng. Vì vô lượng nên nói thân Như-Lai là vô lượng giới đồng với chúng sanh giới.

21.9. Đại Bồ-Tát phải biết thân Như-Lai trong một lỗ lông có thân chư Phật bằng số tất cả chúng sanh. Vì đức Như-Lai thành Đẳng Chánh Giác rốt ráo không sanh diệt. Như một lỗ lông khắp pháp giới, tất cả lỗ lông cũng đều như vậy. Phải biết chẳng có một chút chỗ nào là không có thân Phật. Vì đức Như-Lai thành Đẳng Chánh Giác không chỗ nào chẳng đến. Tùy sở năng, tùy thế lực, ở dưới cây Bồ Đề đạo tràng trên tòa sư tử, hiện nhiều thân thành Đẳng Chánh Giác.

21.10. Đại Bồ-Tát phải biết tâm mình, niệm niệm thường có Phật thành Chánh Giác.

Vì chư Phật Thế Tôn chẳng rời tâm này mà thành Chánh Giác. Như tâm mình, tâm của tất cả chúng sanh cũng đều như vậy, đều thường có Như-Lai thành Đẳng Chánh Giác, rộng lớn cùng khắp không chỗ nào chẳng có, chẳng rời, chẳng dứt, không thôi nghỉ, nhập pháp môn phương tiện bất tư nghì.

Như tam thế kiếp sát, chúng sanh

Có những tâm niệm và căn, dục

Thân bằng số ấy đều hiện ra

Nên Chánh Giác gọi là vô lượng.

(Kinh Hoa Nghiêm, phẩm 37. Như-Lai Xuất Hiện)

22. ĐỨC NHƯ-LAI ĐẲNG CHÁNH GIÁC CHUYỂN PHÁP LUÂN

22.1. Đức Như-Lai dùng sức tâm tự tại không khởi không chuyển mà chuyển pháp luân, vì biết tất cả pháp thường không khởi.

22.2. Dùng ba thứ chuyển dứt chỗ đáng dứt mà chuyển pháp luân, vì biết tất cả pháp lìa biên kiến.

Lìa dục tế phi tế mà chuyển pháp luân. Vì nhập tất cả pháp hư không tế. Không có ngôn thuyết mà chuyển pháp luân, vì biết tất cả pháp chẳng thể nói. Không sót không hết mà chuyển pháp luân, vì trong ngoài không nhiễm trước.

22.3. Ví như tất cả văn tự ngữ ngôn tột kiếp vị lai nói chẳng hết được. Phật chuyển pháp luân cũng như vậy, tất cả văn tự an lập hiển thị không thôi nghỉ không cùng tận.

22.4. Như-Lai pháp luân đều nhập tất cả ngữ ngôn văn tự mà không chỗ trụ. Ví như viết chữ vào khắp tất cả sự, tất cả lời, tất cả toán số, tất cả chỗ thế gian và xuất thế gian mà không chỗ trụ.

Âm thanh của đức Như-Lai cũng như vậy, vào khắp tất cả xứ tất cả chúng sanh, tất cả pháp, tất cả nghiệp, tất cả báo, mà không chỗ trụ.

Các thứ ngữ ngôn của tất cả chúng sanh đều chẳng rời pháp luân của đức Như-Lai, vì thiệt tướng của ngôn âm chính là pháp luân vậy.

Đại Bồ-Tát phải biết đức Như-Lai chuyển pháp luân như vậy.

Lại nữa, chư Phật tử! Đại Bồ-Tát muốn biết đức Như-Lai chuyển pháp luân, thời phải biết chỗ xuất sanh pháp luân của đức Như-Lai.

22.5. Đức Như-Lai tùy theo tâm hành dục lạc vô lượng sai khác của tất cả chúng sanh, phát ra ngần ấy âm thanh mà chuyển pháp luân.

22.6. Đức Như-Lai có tam muội tên là cứu cánh vô ngại vô úy. Nhập tam muội này rồi, ở mỗi mỗi thân mỗi mỗi miệng thành Đẳng Chánh Giác, đều phát ra ngôn âm bằng số tất cả chúng sanh. Trong mỗi mỗi ngôn âm đầy đủ các ngôn âm đều riêng khác mà chuyển pháp luân, làm cho tất cả chúng sanh đều hoan hỷ.

Người biết được đức Như-Lai chuyển pháp luân như vậy, phải biết người này đã tùy thuận tất cả Phật pháp. Không biết như vậy thời chẳng phải là tùy thuận.

Đại Bồ-Tát phải biết đức Phật chuyển pháp luân như vậy, vì vào khắp vô lượng chúng sanh giới.

Như-Lai pháp luân không sở chuyển

Tam thế vô khởi cũng vô đắc

Như văn tự không thời gian hết

Thập Lực pháp luân cũng như vậy.

(Kinh Hoa Nghiêm, phẩm 37. Như-Lai Xuất Hiện)

23. ĐỨC NHƯ-LAI ĐẲNG CHÁNH GIÁC NHẬP NIẾT BÀN

- Đại Bồ-Tát muốn biết đại Niết Bàn của đức Như-Lai, cần phải biết rõ căn bổn tự tánh.

- Như chơn như Niết bàn, Như-Lai Niết Bàn cũng như vậy.

- Như thiệt tế Niết Bàn, Như-Lai Niết Bàn cũng như vậy.

- Như pháp giới Niết Bàn, Như-Lai Niết Bàn cũng như vậy.

- Như hư không Niết Bàn, Như-Lai Niết bàn cũng như vậy.

- Như pháp tánh Niết Bàn. Như-Lai Niết Bàn cũng như vậy.

- Như ly dục tế Niết Bàn, Như-Lai Niết Bàn cũng như vậy.

- Như vô tướng tế Niết Bàn, Như-Lai Niết Bàn cũng như vậy.

- Như ngã tánh tế Niết Bàn, Như-Lai Niết Bàn cũng như vậy.

- Như Nhứt thiết pháp tánh tế Niết Bàn, Như-Lai Niết Bàn cũng như vậy. Như chơn như tế Niết Bàn, Như-Lai Niết Bàn cũng như vậy.

- Vì Niết Bàn vô sanh vô xuất. Nếu pháp vô sanh vô xuất thời vô diệt.

(Kinh Hoa Nghiêm, phẩm 37. Như-Lai Xuất Hiện)

24. ĐỨC NHƯ-LAI TRỤ NƠI VÔ LƯỢNG VÔ NGẠI CỨU CÁNH PHÁP GIỚI

Đức Như-Lai trụ nơi vô lượng vô ngại cứu cánh pháp giới, hư không giới, chơn như, pháp tánh, vô sanh, vô diệt và thiệt tế, vì các chúng sanh mà tùy thời thị hiện. Do bổn nguyện giữ gìn nên không thôi nghỉ. Chẳng bỏ tất cả chúng sanh, tất cả cõi, tất cả pháp.

Mặt nhựt phóng sáng chiếu thế gian

Đồ hư nước lọt bóng liền mất,

Tối Thắng Thế Tôn cũng như vậy

Chúng sanh không tin thấy nhập diệt.

Như tánh vô sanh, Phật xuất thế

Như tánh vô diệt, Phật Niết bàn

Ngôn từ ví dụ thảy đều dứt

Tất cả nghĩa thành không cùng sánh.

(Kinh Hoa Nghiêm, phẩm 37. Như-Lai Xuất Hiện)

25. NHƯ-LAI ĐẲNG CHÁNH GIÁC, THẤY NGHE THÂN CẬN GIEO TRỒNG THIỆN CĂN

Đại Bồ-Tát phải biết ở chỗ đức Như-Lai, thấy nghe gần gũi gieo trồng thiện căn thảy đều chẳng luống, vì xuất sanh vô tận giác huệ, vì rời tất cả chướng nạn, vì quyết định đến nơi cứu cánh, vì không hư dối, vì tất cả nguyện viên mãn, vì chẳng hết hạnh hữu vi, vì tùy thuận trí vô vi, vì sanh Phật trí, vì tột vị lai tế, vì thành thắng hạnh nhứt thiết chủng, vì đến vô công dụng trí địa.

Giả sử cỏ khô chất đống lớn bằng núi Tu Di, ném vào cỏ một đóm lửa nhỏ tất sẽ cháy hết cả. Vì lửa hay cháy vậy.

Nơi đức Như-Lai, gieo một ít thiện căn cũng như vậy, tất hay cháy hết tất cả phiền não rốt ráo đến Vô dư Niết bàn. Vì chút thiện căn tánh rốt ráo vậy.

(Kinh Hoa Nghiêm, phẩm 37. Như-Lai Xuất Hiện)

26. NIỀM VUI HIỀN THÁNH

Đức Như-Lai Đẳng Chánh Giác cũng như vậy, có thể làm tất cả sự lợi ích cho chúng sanh.

Nếu có ai thấy sắc thân Như-Lai thời mắt được thanh tịnh.

Nếu ai được nghe danh hiệu Phật thời tai được thanh tịnh.

Nếu ai ngửi được giới hương Như-Lai thời mũi được thanh tịnh.

Nếu ai nếm được pháp vị của Như-Lai thời lưỡi được thanh tịnh, đủ tướng rộng dài, hiểu pháp ngữ ngôn.

Nếu ai được chạm đến quang minh của Như-Lai thời thân được thanh tịnh rốt ráo được pháp thân vô thượng.

Nếu ai nhớ niệm đức Như-Lai thời được niệm Phật tam muội thanh tịnh.

Nếu ai cúng dường chỗ đất của đức Như-Lai đi qua, và tháp miếu thờ Phật cũng được đủ thiện căn trừ diệt tất cả họa phiền não, được vui của Hiền Thánh.

(Kinh Hoa Nghiêm, phẩm 37. Như-Lai Xuất Hiện)

27. VÔ SƯ TỰ NHIÊN TRÍ

Đại Bồ-Tát nghe pháp này rồi, thời có thể dùng bình đẳng trí biết vô lượng pháp.

Thời hay dùng tâm chánh trực lìa các phân biệt. Thời có thể dùng thắng dục lạc hiện tiền được thấy chư Phật.

Thời có thể dùng sức tác ý nhập hư không giới bình đẳng. Thời có thể dùng niệm tự tại đi vô biên pháp giới.

Thời có thể dùng sức trí huệ đủ tất cả công đức. Thời có thể dùng trí tự nhiên lìa tất cả cấu nhiễm thế gian.

Thời có thể dùng tâm Bồ Đề vào tất cả thế giới mười phương.

Thời có thể dùng sức quán sát lớn biết tam thế chư Phật đồng một thể tánh.

Thời có thể dùng trí thiện căn hồi hướng vào khắp pháp như vầy: chẳng vào mà vào, chẳng phan duyên nơi một pháp, hằng dùng một pháp quán sát tất cả pháp.

Đại Bồ-Tát thành tựu công đức như vậy, dùng chút ít công lực liền được vô sư tự nhiên trí.

Thấy nghe cúng dường chư Như-Lai

Thời được công đức vô biên lượng

Ở trong hữu vi trọn không hết

Tất diệt phiền não lìa những khổ.

(Kinh Hoa Nghiêm, phẩm 37. Như-Lai Xuất Hiện)

28. NA DO THA PHẬT SÁT VI TRẦN SỐ NHƯ-LAI ĐỒNG HIỆU PHỔ HIỀN ĐỀU HIỆN RA TRƯỚC PHỔ HIỀN BỒ-TÁT

Bấy giờ mười phương đều qua khỏi tám mươi bất khả thuyết trăm ngàn ức na do tha Phật sát vi trần số thế giới, đều có tám mươi bất khả thuyết trăm ngàn ức na *do tha Phật sát vi trần số Như-Lai đồng hiệu Phổ Hiền đều hiện ra trước Phổ Hiền Bồ-Tát* mà bảo rằng:

Nhà ngươi có thể thừa oai lực của Phật, tùy thuận pháp tánh mà diễn nói pháp Như-Lai xuất hiện bất tư nghì.

Mười phương chúng ta tám mươi bất khả thuyết trăm ngàn ức na do tha Phật sát vi trần số chư Phật đồng hiệu Phổ Hiền đều nói pháp này.

(Kinh Hoa Nghiêm, phẩm 37. Như-Lai Xuất Hiện)

29. CHƯ BỒ-TÁT ĐỀU HIỆU PHỔ HIỀN

Chư Bồ-Tát chúng tôi đều hiệu Phổ Hiền, đều từ thế giới Phổ Quang Minh chỗ của đức Như-Lai Phổ Tràng Tự Tại mà đến đây. Tất cả thế giới đó đều nói pháp này. Văn cú như vậy, nghĩa lý như vậy, tuyên thuyết như vậy, quyết định như vậy, đều đồng ở đây chẳng thêm chẳng bớt.

Chư Bồ-Tát chúng tôi đều do thần lực của Phật, do được pháp Như-Lai nên đến nơi đây để chứng minh cho Ngài.

Như chúng tôi đến đây, mười phương khắp hư không, khắp pháp giới tất cả thế giới bốn châu thiên hạ cũng như vậy.

(Kinh Hoa Nghiêm, phẩm 37. Như-Lai Xuất Hiện)

30. OAI ĐỨC QUẢNG ĐẠI XUẤT HIỆN CỦA NHƯ-LAI

Bấy giờ Phổ Hiền Bồ-Tát thừa thần lực của Phật, quán sát tất cả Bồ-Tát đại chúng, muốn tuyên rõ lại oai đức quảng đại xuất hiện của Như-Lai, chánh pháp chẳng thể trở hoại của Như-Lai, vô lượng thiện căn đều chẳng luống, chư Phật xuất thế ắt đủ tất cả pháp tối thắng, giỏi quán sát được tâm chúng sanh tùy nghi thuyết pháp chưa từng lỗi thời, sanh Bồ-Tát vô lượng pháp quang, tất cả chư Phật tự tại trang nghiêm, tất cả Như-Lai một thân không khác sanh khởi do từ đại hạnh thuở trước.

(Kinh Hoa Nghiêm, phẩm 37. Như-Lai Xuất Hiện)

31. CÔNG HẠNH CỦA NHƯ-LAI

Tất cả Như-Lai những công hạnh
Thế gian ví dụ không kịp được
Vì khiến chúng sanh được ngộ giải
Chẳng dụ làm dụ mà hiển thị

Pháp thậm thâm vi mật như vậy
Trăm ngàn muôn kiếp khó được nghe
Người tinh tấn trí huệ điều phục
Mới được nghe nghĩa bí áo này.

Nếu nghe pháp này sanh hoan hỉ
Kia từng cúng dường vô lượng Phật
Được Phật gia trì chỗ nhiếp thọ
Trời người ca ngợi thường cúng dường.

Đây là pháp cứu thế đệ nhứt
Đây hay cứu độ những quần phẩm
Đây hay xuất sanh đạo thanh tịnh
Các Ngài thọ trì chớ phóng dật.
(Kinh Hoa Nghiêm, phẩm 37. Như-Lai Xuất Hiện)

Phẩm 38.

I. MỤC LỤC

Tại điện Phổ-Quang-Minh, nước Ma-Kiệt-Đà, Phổ-Huệ Bồ-Tát có 201 câu hỏi. Phổ-Hiền Bồ-Tát dùng 10 thí dụ để trả lời và minh họa cho mỗi câu hỏi, như vậy tổng có 2010 câu trả lời về hạnh thù thắng của pháp ly thế gian.

1. Đại Bồ-Tát có mười chỗ y-chỉ

2. Mười loại tưởng thù thắng

3. Mười hạnh

4. Mười thiện-tri-thức

5. Mười tinh-tấn

6. Mười tâm an-ổn

7. Mười cách thành-tựu chúng sanh

8. Mười loại giới

9. Mười pháp thọ ký

10. Mười pháp nhập Bồ-Tát

11. Mười pháp nhập như-lai

12. Mười pháp nhập chúng-sanh hạnh

13. Mười cách nhập thế-giới

14. Mười nhập kiếp

15. Mười tam-thế

16. Mười pháp biết tam-thế

17. Mười tâm không mỏi nhọc nhàm chán

18. Mười sai-biệt-trí

19. Mười đà-la-ni

20. Mười Phật

21. Mười tâm Phổ Hiền

22. Mười Phổ-Hiền hạnh pháp

23. Mười pháp quán sát chúng-sanh mà khởi đại-bi

24. Mười nhân-duyên phát bồ-đề tâm

25. Mười tâm

26. Mười thanh-tịnh

27. Mười ba-la-mật

28. Mười trí tùy-giác

29. Mười điều chứng tri biết tất cả

30. Mười năng-lực

31. Mười bình-đẳng

32. Mười thiệt nghĩa Phật-pháp

33. Mười pháp

34. Mười pháp trì

35. Mười biện-tài

36. Mười tự-tại

37. Mười pháp vô-trước

38. Mười tâm bình-đẳng

39. Mười pháp xuất sanh trí-huệ

40. Mười pháp biến-hóa

41. Mười pháp lực-trì

42. Mười pháp đại hân-ủy

71. Mười thiệt trụ

72. Mười tâm thệ nguyện đại thừa như kim cang

73. Mười pháp đại phát khởi

74. Mười đại sự rốt ráo

75. Mười bất hoại tín

76. Mười thọ ký

77. Mười thiện căn hồi hướng

78. Mười pháp trí huệ

79. Mười pháp phát tâm vô lượng vô biên quảng đại tâm

80. Mười phục tạng

81. Mười luật nghi

82. Mười tự tại

83. Mười vô ngại dụng

84. Mười chúng sanh vô ngại dụng

85. Mười quốc độ vô ngại dụng

86. Mười pháp vô ngại dụng

88. Mười nguyện vô ngại dụng

89. Mười cảnh giới vô ngại dụng

90. Mười trí vô ngại dụng

91. Mười môn thần thông vô ngại dụng

92. Mười thần lực vô ngại dụng

93. Mười lực vô ngại dụng

94. Mười môn du hý

95. Mười cảnh giới

96. Mười lực

97. Mười vô úy

98. Mười pháp bất cộng

99. Mười nghiệp

100. Mười thân bất lai

101. Mười thân nghiệp

102. Mười thân

103. mười ngữ

104. mười điều tịnh tu ngữ nghiệp

105. mười điều thủ hộ

106. Mười đại sự

107. Mười tâm

108. Mười phát tâm

109. Mười tâm cùng khắp

110. Mười căn

111. Mười thâm tâm

112. Mười thâm tâm tăng thượng

113. Mười điều siêng tu

114. Mười quyết định giải

115. Mười quyết định giải biết tất cả thế giới

116. Mười quyết định giải biết chúng sanh giới

117. Mười tập khí

118. Mười điều thủ lấy

119. Mười điều tu

120. Mười điều thành tựu Phật pháp

121. Mười điều thối thất Phật pháp cần phải xa kìa

122. Mười đạo ly sanh

123. Mười pháp quyết định

124. Mười đạo xuất sanh Phật pháp

125. Mười danh hiệu đại trượng phu

***

II. CHÁNH VĂN

Phẩm 38 nói về cuộc vấn đáp Phật pháp giữa các Bồ-Tát. Có 201 câu hỏi và có 2010 câu trả lời về pháp ly thế gian.

Tại điện Phổ-Quang-Minh, nước Ma-Kiệt-Đà, Phổ-Huệ Bồ-Tát có 201 câu hỏi. Phổ-Hiền Bồ-Tát dùng 10 thí dụ để trả lời và minh họa cho mỗi câu hỏi, như vậy tổng có 2010 câu trả lời về hạnh thù thắng của pháp ly thế gian.

1. ĐẠI BỒ-TÁT CÓ MƯỜI CHỖ Y-CHỈ

Đức Thế-Tôn ở nước Ma-Kiệt-Đà, đạo-tràng Bồ-Đề A-Lan-Nhã, điện Phổ-Quang-Minh.

Bất-khả-thuyết trăm ngàn na-do-tha Phật-sát vi-trần-số đại Bồ-Tát câu hội.

Phổ-Huệ Bồ-Tát có 201 câu hỏi về cách ly thế gian. Phổ-Hiền Bồ-Tát dùng 10 thí dụ để trả lời và minh họa cho mỗi câu hỏi.

Phổ-Hiền Bồ-Tát trả lời rằng Đại Bồ-Tát có mười chỗ y-chỉ như sau:

1. Bồ-đề tâm
2. Thiện-tri-thức
3. Thiện-căn
4. Ba-la-mật
5. Nhứt-thiết pháp
6. Đại-nguyện
7. Các hạnh
8. Bồ-Tát trí
9. Cúng-dường chư Phật
10. Tất cả Như-Lai.

Nếu chư Bồ-Tát an trụ nơi pháp y-chỉ nầy thời được là chỗ

sở-y đại trí vô-thượng của Như-Lai.

(Kinh Hoa Nghiêm, phẩm 38. Ly Thế Gian)

2. MƯỜI LOẠI TƯỞNG THÙ THẮNG

1. Tất cả thiện-căn tưởng

2. Chủng-tử bồ-đề tưởng

3. Chúng-sanh tưởng

4. Căn-khí bồ-đề

5. Nguyện tưởng

6. Pháp tưởng xuất ly

7. Hạnh tưởng

8. Pháp tưởng

9. Pháp ngữ ngôn tưởng

10. Như-Lai tưởng không hai.

Nếu chư Bồ-Tát an-trụ nơi mười pháp tưởng nầy thời được tưởng thiện-xảo vô-thượng.

(Kinh Hoa Nghiêm, phẩm 38. Ly Thế Gian)

3. MƯỜI HẠNH

1. Tất cả chúng-sanh hạnh

2. Cầu-pháp hạnh

3. Thiện-căn hạnh

4. Tam-muội hạnh

5. Trí-huệ hạnh

6. Tu tập hạnh

7. Phật-sát hạnh

8. Thiện-hữu hạnh

9. Như-Lai hạnh

10. Thần-thông hạnh.

Nếu chư Bồ-Tát an-trụ nơi mười hạnh nầy thời được hạnh đại trí-huệ vô-thượng của Như-Lai.

(Kinh Hoa Nghiêm, phẩm 38. Ly Thế Gian)

4. MƯỜI THIỆN-TRI-THỨC

1. An-trụ bồ-đề tâm

2. Sanh thiện-căn

3. Thực hành các môn ba-la-mật

4. Giải-thoát tất cả pháp

5. Thành-thục tất cả chúng-sanh

6. Quyết định biện-tài

7. Chẳng nhiễm trước tất cả thế-gian

8. Trong tất cả kiếp tu hành không nhàm mỏi

9. An-trụ hạnh phổ-hiền

10. Nhập nơi trí của chư Phật đã nhập.

(Kinh Hoa Nghiêm, phẩm 38. Ly Thế Gian)

5. MƯỜI TINH-TẤN

1. Giáo-hóa tất cả chúng-sanh

2. Thâm nhập tất cả pháp

3. Nghiêm-tịnh tất cả thế-giới

4. Tu hành tất cả sở-học của Bồ-Tát

5. Diệt trừ tất cả ác của chúng-sanh

6. Ngăn dứt tất cả ba ác-đạo khổ

7. Dẹp phá tất cả quân ma

8. Nguyện vì tất cả chúng-sanh làm mắt thanh-tịnh.

9. Cúng-dường tất cả chư Phật

10. Tất cả Như-Lai đều hoan-hỷ.

Nếu chư Bồ-Tát an trụ nơi mười pháp siêng tinh-tấn nầy thời được đầy đủ tinh-tấn ba-la-mật vô-thượng của Như-Lai.

(Kinh Hoa Nghiêm, phẩm 38. Ly Thế Gian)

6. MƯỜI TÂM AN-ỔN

1. Người trụ bồ-đề tâm

2. Người rời giận hờn đấu tranh

3. Người rời pháp phàm ngu

4. Người siêng tu thiện-căn

5. Người trụ đạo ba-la-mật

6. Người sanh tại nhà Phật

7. Người nhập pháp chơn-thiệt không tự-tánh

8. Người không phỉ báng tất cả Phật-pháp

9. Người viên-mãn nhứt-thiết-trí bồ-đề nguyện

10. Người nhập trí-tạng vô-tận của tất cả Như-Lai.

Nếu chư Bồ-Tát an-trụ nơi tâm an-ổn nầy thời được sự an-ổn đại-trí vô-thượng của Như-Lai.

(Kinh Hoa Nghiêm, phẩm 38. Ly Thế Gian)

7. MƯỜI CÁCH THÀNH-TỰU CHÚNG SANH

1. Bố Thí

2. Sắc-thân

3. Thuyết-pháp

4. Đồng hạnh

5. Không nhiễm trước

6. Khai-thị Bồ-Tát hạnh

7. Thị-hiện rõ ràng tất cả thế-giới

8.   Thị-hiện oai-đức lớn của Phật-pháp

9.   Những thần-thông biến hiện

10. Những phương-tiện vi-mật thiện-xảo

Bồ-Tát dùng mười pháp nầy để thành-tựu chúng-sanh-giới.

(Kinh Hoa Nghiêm, phẩm 38. Ly Thế Gian)

8. MƯỜI LOẠI GIỚI

1.   Giới chẳng bỏ bồ-đề tâm.

2.   Giới xa lìa bực nhị-thừa.

3.   Giới quán-sát lợi ích tất cả chúng-sanh.

4.   Giới khiến tất cả chúng-sanh an trụ nơi Phật-pháp.

5.   Giới tu tất cả sở-học của Bồ-Tát .

6.   Giới nơi tất cả pháp vô-sở-sắc.

7.   Giới đem tất cả thiện-căn hồi-hướng bồ-đề.

8.   Giới chẳng tham trước tất cả thân Như-Lai.

9.   Giới tư duy tất cả pháp lìa nhiễm trước.

10. Giới chư căn luật nghi.

Nếu chư Bồ-Tát an-trụ nơi giới nầy thời được giới quảng-đại ba-la-mật vô-thượng của Như-Lai.

(Kinh Hoa Nghiêm, phẩm 38. Ly Thế Gian)

9. MƯỜI PHÁP THỌ KÝ

Bồ-Tát do mười pháp dưới đây mà biết mình thọ-ký:

1.   Dùng ý thù-thắng phát bồ-đề tâm

2.   Trọn chẳng nhàm bỏ hạnh Bồ-Tát

3.   Trụ tất cả kiếp thật hành hạnh Bồ-Tát

4.   Tu tất cả Phật-pháp

5.   Nơi tất cả Phật-giáo một bề thâm tín

6. Tu tất cả thiện-căn đều khiến thành-tựu

7. Đặt tất cả chúng-sanh nơi Phật bồ-đề

8. Với tất cả thiện-tri-thức hòa hiệp không hai

9. Nơi tất cả thiện-tri-thức tưởng là Phật

10. Hằng siêng thủ hộ bổn-nguyện bồ-đề.

    (Kinh Hoa Nghiêm, phẩm 38. Ly Thế Gian)

10. MƯỜI PHÁP NHẬP BỒ-TÁT

1. Nhập bổn-nguyện

2. Nhập hạnh

3. Nhập tụ

4. Nhập ba-la-mật

5. Nhập thành-tựu

6. Nhập sai-biệt nguyện

7. Nhập các thứ tri giải

8. Nhập trang-nghiêm Phật-độ

9. Nhập thần-lực tự-tại

10. Nhập thị-hiện thọ sanh.

Bồ-Tát dùng mười pháp nầy nhập khắp tam-thế tất cả Bồ-Tát .

    (Kinh Hoa Nghiêm, phẩm 38. Ly Thế Gian)

11. MƯỜI PHÁP NHẬP NHƯ-LAI

1. Nhập vô-biên thành chánh-giác

2. Nhập vô-biên chuyển pháp-luân

3. Nhập vô-biên pháp phương-tiện

4. Nhập vô-biên âm-thanh sai-biệt

5. Nhập vô-biên điều-phục chúng sanh

6. Nhập vô-biên thần-lực tự-tại

7. Nhập vô-biên những thân sai-biệt

8. Nhập vô-biên tam-muội

9. Nhập vô-biên lực vô-úy

10. Nhập vô-biên thị-hiện niết-bàn.

Bồ-Tát dùng mười pháp nầy nhập khắp tam-thế tất cả Như-Lai.

(Kinh Hoa Nghiêm, phẩm 38. Ly Thế Gian)

12. MƯỜI PHÁP NHẬP CHÚNG-SANH HẠNH

1. Nhập tất cả chúng-sanh quá-khứ hạnh.

2. Nhập tất cả chúng-sanh vị-lai hạnh.

3. Nhập tất cả chúng-sanh hiện-tại hạnh.

4. Nhập tất cả chúng-sanh thiện-hạnh.

5. Nhập tất cả chúng-sanh bất-thiện-hạnh.

6. Nhập tất cả chúng-sanh tâm-hạnh.

7. Nhập tất cả chúng-sanh căn-hạnh.

8. Nhập tất cả chúng-sanh giải-hạnh.

9. Nhập tất cả chúng-sanh phiền-não tập-khí hạnh.

10. Nhập tất cả chúng-sanh giáo-hóa điều-phục thời phi-thời hạnh.

Bồ-Tát dùng pháp nầy vào khắp hạnh của tất cả chúng-sanh.

(Kinh Hoa Nghiêm, phẩm 38. Ly Thế Gian)

13. MƯỜI CÁCH NHẬP THẾ-GIỚI

1. Nhập thế-giới nhiễm.

2. Nhập thế-giới tịnh.

3. Nhập thế-giới nhỏ.

4. Nhập thế-giới lớn.

5. Nhập thế-giới trong vi-trần.

6. Nhập thế-giới vi-tế.

7. Nhập thế-giới úp.

8. Nhập thế-giới ngửa.

9. Nhập thế-giới có Phật.

10. Nhập thế-giới không Phật.

Bồ-Tát dùng đây vào khắp tất cả thế-giới ở mười phương.

(Kinh Hoa Nghiêm, phẩm 38. Ly Thế Gian)

14. MƯỜI NHẬP KIẾP

1. Nhập kiếp quá-khứ.

2. Nhập kiếp vị-lai.

3. Nhập kiếp hiện-tại.

4. Nhập kiếp đếm được.

5. Nhập kiếp không đếm được.

6. Nhập kiếp đếm được tức là kiếp không đếm được.

7. Nhập kiếp không đếm được tức là kiếp đếm được.

8. Nhập tất cả kiếp tức là phi-kiếp.

9. Nhập phi-kiếp tức là tất cả kiếp.

10. Nhập tất cả kiếp tức một niệm.

 Bồ-Tát dùng pháp nầy vào khắp tất cả kiếp.

(Kinh Hoa Nghiêm, phẩm 38. Ly Thế Gian)

15. MƯỜI TAM-THẾ

1. Quá-khứ thế nói quá-khứ thế.

2. Quá-khứ thế nói vị-lai thế.

3. Quá-khứ thế nói hiện-tại thế.
4. Vị-lai thế nói quá khứ thế.
5. Vị-lai thế nói hiện-tại thế.
6. Vị-lai thế nói vô-tận.
7. Hiện-tại thế nói quá-khứ thế.
8. Hiện-tại thế nói vị-lai thế.
9. Hiện-tại thế nói bình-đẳng.
10. Hiện-tại thế nói tam-thế tức một niệm.

Bồ-Tát dùng pháp nầy nói khắp tam-thế.

(Kinh Hoa Nghiêm, phẩm 38. Ly Thế Gian)

16. MƯỜI PHÁP BIẾT TAM-THẾ

1. Biết những an lập.
2. Biết những ngữ ngôn.
3. Biết những luận nghi.
4. Biết những quy tắc.
5. Biết những xưng tán.
6. Biết những chế lịnh.
7. Biết kia giả-danh.
8. Biết kia vô-tận.
9. Biết kia tịch-diệt.
10. Biết tất cả không.

Bồ-Tát dùng đây biết khắp tất cả những pháp tam thế.

(Kinh Hoa Nghiêm, phẩm 38. Ly Thế Gian)

17. MƯỜI TÂM KHÔNG MỎI NHỌC NHÀM CHÁN

1. Cúng-dường tất cả chư Phật
2. Gần-gũi tất cả thiện-tri-thức

3. Cầu tất cả pháp

4. Nghe chánh-pháp

5. Tuyên nói chánh-pháp

6. Giáo-hóa điều-phục tất cả chúng-sanh

7. Đặt tất cả chúng-sanh nơi Phật bồ-đề tâm

8. Nơi mỗi mỗi thế-giới trải qua bất-khả-thuyết bất-khả-thuyết kiếp thật hành Bồ-Tát hạnh

9. Du hành tất cả thế-giới

10. Quán-sát tư-duy tất cả Phật-pháp.

Nếu chư Bồ-Tát an-trụ pháp nầy thời được đại-trí vô-thượng không mỏi nhàm của Như-Lai.

(Kinh Hoa Nghiêm, phẩm 38. Ly Thế Gian)

18. MƯỜI SAI-BIỆT-TRÍ

1. Trí sai-biệt biết chúng-sanh.

2. Trí sai-biệt biết các căn.

3. Trí sai-biệt biết nghiệp báo.

4. Trí sai-biệt biết thọ sanh.

5. Trí sai-biệt biết thế-giới.

6. Trí sai-biệt biết pháp-giới.

7. Trí sai-biệt biết chư Phật.

8. Trí sai-biệt biết các pháp.

9. Trí sai-biệt biết tam-thế.

10. Trí sai-biệt biết tất cả đạo ngữ ngôn.

Nếu chư Bồ-Tát an-trụ nơi pháp nầy thời được trí sai-biệt quảng-đại vô-thượng của Như-Lai.

(Kinh Hoa Nghiêm, phẩm 38. Ly Thế Gian)

19. MƯỜI ĐÀ-LA-NI

1. Văn-trì đà-la-ni, vì trì tất cả pháp chẳng quên mất.

2. Tu-hành đà-la-ni, vì như thiệt khéo quán tất cả pháp.

3. Tư-duy đà-la-ni, vì biết rõ tánh của tất cả pháp.

4. Pháp quang-minh đà-la-ni, vì chiếu bất-tư-nghì Phật pháp.

5. Tam-muội đà-la-ni, vì ở khắp chỗ hiện-tại tất cả Phật nghe chánh-pháp tâm chẳng loạn.

6. Viên-âm đà-la-ni, vì hiểu rõ bất-tư-nghì âm thanh ngữ ngôn.

7. Tam-thế đà-la-ni, vì diễn nói tam thế những Phật-pháp bất-tư-nghì.

8. Chủng-chủng biện-tài đà-la-ni, vì diễn nói vô-biên những Phật-pháp.

9. Xuất sanh vô-ngại-nhĩ đà-la-ni, vì đều có thể nghe được pháp của bất-khả-thuyết chư Phật đã nói.

10. Nhứt-thiết-Phật-pháp đà-la-ni, vì an-trụ nơi lực vô-úy của Như-Lai.

Nếu chư Bồ-Tát muốn được đà-la-ni nầy phải siêng tu học.

(Kinh Hoa Nghiêm, phẩm 38. Ly Thế Gian)

20. MƯỜI PHẬT

1. Thành chánh-giác Phật.

2. Nguyện Phật.

3. Nghiệp báo Phật.

4. Trụ-trì Phật.

5. Niết-bàn Phật.

6. Pháp-giới Phật.

7. Tâm Phật.

8. Tam-muội Phật.

9. Bổn-tánh Phật.

10. Tùy nhạo Phật.

(Kinh Hoa Nghiêm, phẩm 38. Ly Thế Gian)

21. MƯỜI TÂM PHỔ HIỀN

Đại Bồ-Tát phát mười tâm Phổ-Hiền:

- Phát tâm đại-từ, vì cứu hộ tất cả chúng-sanh.

- Phát tâm đại-bi, vì chịu khổ thay cho tất cả chúng-sanh.

- Phát tâm thí tất cả, vì đều xả bỏ tất cả sở-hữu.

- Phát tâm nhớ nhứt-thiết-trí làm trước nhứt, vì thích cầu tất cả Phật-pháp.

- Phát tâm công-đức trang-nghiêm, vì học tất cả hạnh Bồ-Tát .

- Phát tâm như kim-cang, vì tất cả chỗ thọ sanh không quên mất.

- Phát tâm như biển, vì tất cả pháp trắng trong đều chảy vào.

- Phát tâm như Tu-Di sơn, vì tất cả ác ngôn đều nhẫn thọ.

- Phát tâm an-ổn, vì ban sự vô-úy cho tất cả chúng-sanh.

- Phát tâm bát-nhã ba-la-mật cứu-cánh, vì khéo quán sát tất cả pháp vô-sở-hữu.

Nếu chư Bồ-Tát an-trụ tâm nầy thời mau được thành-tựu trí thiện-xảo của Phổ-Hiền.

(Kinh Hoa Nghiêm, phẩm 38. Ly Thế Gian)

22. MƯỜI PHỔ-HIỀN HẠNH PHÁP

1. Trụ tất cả kiếp vị-lai.

2. Cúng-dường cung kính tất cả Phật vị-lai.

3. An-trí tất cả chúng-sanh nơi hạnh của Phổ-Hiền Bồ-Tát .

4. Nguyện chứa nhóm tất cả thiện căn.

5. Nhập tất cả ba-la-mật.

6. Đầy đủ tất cả Bồ-Tát hạnh.

7. Trang-nghiêm tất cả thế-giới.

8. Sanh tất cả cõi Phật.

9. Khéo quán-sát tất cả pháp.

10. Nơi tất cả Phật quốc-độ thành vô-thượng bồ-đề.

Nếu chư Bồ-Tát siêng tu pháp nầy thời mau được viên-mãn hạnh nguyện Phổ-Hiền.

(Kinh Hoa Nghiêm, phẩm 38. Ly Thế Gian)

23. MƯỜI PHÁP QUÁN SÁT CHÚNG-SANH MÀ KHỞI ĐẠI-BI

1. Không nương không dựa

2. Tánh chẳng điều thuận

3. Nghèo không căn lành

4. Mãi mãi ngủ mê

5. Làm pháp bất thiện

6. Bị trói bởi dục-phược

7. Chìm biển sanh-tử

8. Mãi mang bịnh khổ

9. Không muốn pháp lành

10. Mất những Phật-pháp mà khởi đại-bi.

(Kinh Hoa Nghiêm, phẩm 38. Ly Thế Gian)

24. MƯỜI NHÂN-DUYÊN PHÁT BỒ-ĐỀ TÂM

1. Vì giáo-hóa điều-phục tất cả chúng-sanh

2. Vì trừ diệt tất cả khổ cho chúng-sanh

3. Vì ban cho tất cả chúng-sanh đầy đủ sự an-lạc

4. Vì dứt sự ngu-si của tất cả chúng-sanh

5. Vì ban Phật-trí cho tất cả chúng-sanh

6. Vì cung-kính cúng-dường tất cả chư Phật

7. Vì thuận theo Phật-giáo cho chư Phật hoan-hỉ

8. Vì thấy sắc thân tướng hảo của tất cả Phật

9. Vì nhập trí-huệ quảng-đại của tất cả Phật

10. Vì hiển hiện lực vô-úy của tất cả Phật mà phát bồ-đề tâm.

(Kinh Hoa Nghiêm, phẩm 38. Ly Thế Gian)

25. MƯỜI TÂM

1. Khởi tâm cung cấp hầu hạ.

2. Tâm hoan-hỉ.

3. Tâm không trái.

4. Tâm tùy thuận.

5. Tâm không cầu lạ.

6. Tâm nhứt hướng.

7. Tâm đồng thiện-căn.

8. Tâm đồng-nguyện.

9. Tâm Như-Lai.

10. Tâm đồng viên-mãn hạnh.

(Kinh Hoa Nghiêm, phẩm 38. Ly Thế Gian)

26. MƯỜI THANH-TỊNH

1. Thâm-tâm thanh-tịnh, vì đến nơi rốt ráo không mất hư.

2. Sắc-thân thanh-tịnh, vì tùy sở-nghi để thị-hiện.

3. Âm-thanh thanh-tịnh, vì rõ thấu tất cả ngữ ngôn.

4. Biện-tài thanh-tịnh, vì khéo nói vô-biên Phật-pháp.

5. Trí-huệ thanh-tịnh, vì bỏ rời tất cả tối ngu-si.

6. Thọ-sanh thanh-tịnh, vì đầy đủ sức tự-tại của Bồ-Tát .

7. Quyến-thuộc thanh-tịnh, vì thành-tựu những thiện-căn cho các chúng-sanh đồng hạnh thuở quá-khứ.

8. Quả-báo thanh-tịnh, vì trừ diệt tất cả những nghiệp-chướng.

9. Đại nguyện thanh-tịnh, vì cùng chư Bồ-Tát tánh không hai.

10. Công-hạnh thanh-tịnh, vì dùng hạnh Phổ-Hiền mà xuất ly.

(Kinh Hoa Nghiêm, phẩm 38. Ly Thế Gian)

27. MƯỜI BA-LA-MẬT

1. Thí ba-la-mật, vì xả bỏ tất cả sở-hữu

2. Giới ba-la-mật, vì thanh-tịnh Phật-giới.

3. Nhẫn ba-la-mật, vì an-trụ Phật-nhẫn.

4. Tinh-tấn ba-la-mật, vì tất cả chỗ làm chẳng thối chuyển.

5. Thiền ba-la-mật, vì nhớ một cảnh.

6. Bát-nhã ba-la-mật, vì như thiệt quán sát tất cả pháp.

7. Trí ba-la-mật, vì nhập Phật-lực.

8. Nguyện ba-la-mật, vì đầy đủ những đại-nguyện Phổ-Hiền.

9. Thần-thông ba-la-mật, vì thị-hiện tất cả công-dụng tự-tại.

10. Pháp ba-la-mật, vì vào khắp tất cả Phật-pháp.

Nếu chư Bồ-Tát an-trụ pháp nầy thời được đầy đủ đại-trí ba-la-mật vô-thượng của Như-Lai.

(Kinh Hoa Nghiêm, phẩm 38. Ly Thế Gian)

28. MƯỜI TRÍ TÙY-GIÁC

1. Thế-giới vô-lượng sai-biệt.

2. Chúng-sanh-giới bất-tư-nghì.

3. Một vào nhiều pháp, nhiều vào một pháp.

4. Pháp-giới rộng lớn.

5. Hư-không-giới rốt ráo.

6. Thế-giới nhập quá-khứ thế.

7. Thế-giới nhập vị-lai thế.

8. Thế-giới nhập hiện-tại thế.

9. Như-Lai vô-lượng hạnh nguyện đều ở nơi một trí mà được viên-mãn.

10. Tam thế chư Phật đều đồng một hạnh mà được xuất-ly.

Nếu chư Bồ-Tát an trụ pháp nầy thời được tất cả pháp tự-tại quang-minh, sở-nguyện đều viên-mãn, trong khoảng một niệm đều hay hiểu rõ tất cả Phật-pháp thành đẳng chánh-giác.

(Kinh Hoa Nghiêm, phẩm 38. Ly Thế Gian)

29. MƯỜI ĐIỀU CHỨNG TRI biết tất cả

1. Pháp một tướng.

2. Pháp vô-lượng tướng.

3. Pháp tại một niệm.

4. Chúng-sanh tâm hành vô-ngại.

5. Chúng-sanh các căn bình-đẳng.

6. Chúng-sanh phiền-não tập-khí hiện hành.

7. Chúng-sanh tâm sử hiện hành.

8. Chúng-sanh thiện và bất-thiện hiện hành.

9. Bồ-Tát nguyện hạnh tự tại trụ trì biến-hóa.

10. Như-Lai đầy đủ thập-lực thành Đẳng-Chánh-Giác.

Nếu chư Bồ-Tát an-trụ pháp nầy thời được tất cả phương-tiện thiện-xảo.

(Kinh Hoa Nghiêm, phẩm 38. Ly Thế Gian)

30. MƯỜI NĂNG-LỰC

1. Nhập tự-tánh của tất cả pháp.

2. Nhập tất cả pháp như hóa.

3. Nhập tất cả pháp như huyễn.

4. Nhập tất cả pháp đều là Phật-pháp.

5. Nơi tất cả pháp không nhiễm-trước.

6. Nơi tất cả pháp rất hiểu rõ.

7. Nơi tất cả thiện-tri-thức hằng chẳng bỏ rời tâm tôn trọng.

8. Làm cho tất cả thiện-căn thuận đến trí-vương vô-thượng.

9. Nơi tất cả Phật-pháp thâm tín chẳng hủy báng.

10. Làm cho nhứt-thiết-trí tâm bất thối thiện-xảo.

Nếu chư Bồ-Tát an-trụ pháp nầy thời đủ những năng-lực vô-thượng của Như-Lai.

(Kinh Hoa Nghiêm, phẩm 38. Ly Thế Gian)

31. MƯỜI BÌNH-ĐẲNG

1. Nơi tất cả chúng-sanh bình-đẳng.

2. Tất cả pháp bình-đẳng.

3. Tất cả cõi bình-đẳng.

4. Tất cả thâm tâm bình-đẳng.

5. Tất cả thiện-căn bình-đẳng.

6. Tất cả Bồ-Tát bình-đẳng.

7. Tất cả nguyện bình-đẳng.

8. Tất cả ba-la-mật bình-đẳng.

9. Tất cả hạnh bình-đẳng.

10. Tất cả Phật bình-đẳng.

Nếu chư Bồ-Tát an-trụ pháp nầy thời được pháp vô-thượng bình-đẳng của chư Phật.

(Kinh Hoa Nghiêm, phẩm 38. Ly Thế Gian)

32. MƯỜI THIỆT NGHĨA PHẬT-PHÁP

1. Tất cả pháp chỉ có danh.

2. Tất cả pháp dường như huyễn.

3. Tất cả pháp dường như bóng.

4. Tất cả pháp chỉ duyên-khởi.

5. Tất cả pháp nghiệp thanh-tịnh.

6. Tất cả pháp chỉ văn tự làm ra.

7. Tất cả pháp thiệt-tế.

8. Tất cả pháp vô-tướng.

9. Tất cả pháp đệ nhứt nghĩa.

10. Tất cả pháp là pháp-giới.

Nếu chư Bồ-Tát an-trụ pháp nầy thời khéo nhập nhứt-thiết-chủng trí vô-thượng chơn-thiệt nghĩa.

(Kinh Hoa Nghiêm, phẩm 38. Ly Thế Gian)

33. MƯỜI PHÁP

1. Nói pháp thậm-thâm.

2. Nói pháp quảng-đại.

3. Nói các loại pháp.

4. Nói pháp nhứt-thiết-trí.

5. Nói pháp tùy thuận ba-la-mật.

6. Nói pháp xuất sanh Như-Lai lực.

7. Nói pháp tam-thế tương-ưng.

8. Nói pháp làm cho Bồ-Tát chẳng thối.

9. Nói pháp tán-thán Phật công-đức.

10. Nói pháp tất cả Bồ-Tát học tất cả Phật bình-đẳng, tương-

ưng với cảnh-giới của tất cả Như-Lai.

Nếu chư Bồ-Tát an-trụ pháp nầy thời được pháp xảo thuyết vô-thượng của Như-Lai.

(Kinh Hoa Nghiêm, phẩm 38. Ly Thế Gian)

34. MƯỜI PHÁP TRÌ

1. Trì tất cả phước-đức thiện-căn đã chứa nhóm.

2. Trì pháp của tất cả Như-Lai diễn-thuyết.

3. Trì tất cả ví-dụ.

4. Trì môn lý-thú của tất cả pháp.

5. Trì tất cả môn xuất sanh đà-la-ni.

6. Trì tất cả trừ nghi hoặc.

7. Trì pháp thành-tựu tất cả Bồ-Tát .

8. Trì môn bình-đẳng tam-muội của tất cả Như-Lai nói.

9. Trì môn chiếu minh của tất cả pháp.

10. Trì năng-lực thần-thông du-hí của tất cả chư Phật.

Nếu chư Bồ-Tát an-trụ nơi pháp nầy thời được năng-lực trụ trì đại trí vô-thượng của Như-Lai.

(Kinh Hoa Nghiêm, phẩm 38. Ly Thế Gian)

35. MƯỜI BIỆN-TÀI

1. Biện-tài vô-phân-biệt nơi tất cả pháp.

2. Biện-tài vô-sở-tác nơi tất cả pháp.

3. Biện-tài vô-sở-trước nơi tất cả pháp.

4. Biện-tài thấu rõ tánh không nơi tất cả pháp.

5. Biện-tài không nghi tối nơi tất cả pháp.

6. Biện-tài Phật gia-bị nơi tất cả pháp.

7. Biện-tài tự giác-ngộ nơi tất cả pháp.

8. Biện-tài văn cú sai biệt thiện xảo nơi tất cả pháp.

9. Biện-tài nói chơn-thật nơi tất cả pháp.

10. Biện-tài tùy theo tâm của tất cả chúng-sanh làm cho họ hoan-hỷ.

Nếu chư Bồ-Tát an-trụ pháp nầy thời được biện-tài xảo diệu vô-thượng của Như-Lai.

(Kinh Hoa Nghiêm, phẩm 38. Ly Thế Gian)

36. MƯỜI TỰ-TẠI

1. Tự-tại giáo-hóa điều-phục tất cả chúng-sanh.

2. Tự-tại chiếu khắp tất cả pháp.

3. Tự-tại tu tất cả hạnh thiện-căn.

4. Tự-tại trí quảng-đại.

5. Tự-tại cấm giới vô-sở-ý.

6. Tự-tại tất cả thiện-căn hồi-hướng bồ-đề.

7. Tự-tại tinh-tấn bất-thối-chuyển.

8. Tự-tại trí-huệ dẹp phá tất cả chúng ma.

9. Tự-tại tùy sở-thích khiến phát tâm bồ-đề.

10. Tự-tại tùy sở-ưng hóa hiện thành chánh-giác.

Nếu chư Bồ-Tát an-trụ nơi pháp nầy thời được tự-tại đại-trí vô-thượng của Như-Lai.

(Kinh Hoa Nghiêm, phẩm 38. Ly Thế Gian)

37. MƯỜI PHÁP VÔ-TRƯỚC

1. Vô-trước nơi tất cả thế-giới.

2. Vô-trước nơi tất cả chúng-sanh.

3. Vô-trước nơi tất cả pháp.

4. Vô-trước nơi tất cả sở-tác.

5. Vô-trước nơi tất cả thiện-căn.

6. Vô-trước nơi tất cả chỗ thọ sanh.

7. Vô-trước nơi tất cả nguyện.

8. Vô-trước nơi tất cả hạnh.

9. Vô-trước nơi tất cả Bồ-Tát .

10. Vô-trước nơi tất cả Phật.

Nếu chư Bồ-Tát an-trụ nơi pháp nầy thời có thể mau chuyển tất cả tưởng được trí-huệ thanh-tịnh vô-thượng.

(Kinh Hoa Nghiêm, phẩm 38. Ly Thế Gian)

38. MƯỜI TÂM BÌNH-ĐẲNG

1. Tâm bình-đẳng chứa nhóm tất cả công-đức.

2. Tâm bình-đẳng phát tất cả nguyện sai-biệt.

3. Tâm bình-đẳng nơi tất cả thân chúng-sanh.

4. Tâm bình-đẳng nơi nghiệp báo của tất cả chúng-sanh.

5. Tâm bình-đẳng nơi tất cả pháp.

6. Tâm bình-đẳng nơi tất cả quốc-độ tịnh-uế.

7. Tâm bình-đẳng nơi tất cả tri-giải của chúng-sanh.

8. Tâm bình-đẳng nơi tất cả hạnh không phân-biệt.

9. Tâm bình-đẳng nơi lực và vô-úy của tất cả Phật.

10. Tâm bình-đẳng nơi trí-huệ của tất cả Như-Lai.

Nếu chư Bồ-Tát an-trụ trong đây thời được tâm đại bình-đẳng vô-thượng của Như-Lai.

(Kinh Hoa Nghiêm, phẩm 38. Ly Thế Gian)

39. MƯỜI PHÁP XUẤT SANH TRÍ-HUỆ

1. Biết tất cả chúng-sanh tri-giải xuất sanh trí-huệ.

2. Biết tất cả cõi Phật nhiều thứ sai-biệt xuất sanh trí-huệ.

3. Biết chừng ngằn mười phương xuất sanh trí-huệ.

4. Biết tất cả thế-giới úp ngửa vân vân xuất sanh trí huệ.

5. Biết tất cả pháp một tánh, nhiều tánh, trụ rộng lớn xuất sanh trí-huệ.

6. Biết tất cả nhiều loại thân xuất sanh trí-huệ.

7. Biết tất cả thế-gian điên-đảo vọng-tưởng đều vô-sở-trước xuất sanh trí-huệ.

8. Biết tất cả pháp rốt ráo đều do một đạo xuất ly xuất sanh trí-huệ.

9. Biết Như-Lai thần-lực hay nhập tất cả pháp-giới xuất-sanh trí-huệ.

10. Biết tam-thế tất cả chúng-sanh Phật-chủng không dứt xuất sanh trí-huệ.

Nếu chư Bồ-Tát an-trụ pháp nầy thời nơi tất cả pháp đều hiểu thấu tất cả.

(Kinh Hoa Nghiêm, phẩm 38. Ly Thế Gian)

40. MƯỜI PHÁP BIẾN-HÓA

1. Tất cả chúng-sanh biến-hóa.

2. Tất cả thân biến-hóa.

3. Tất cả cõi biến-hóa.

4. Tất cả cúng-dường biến-hóa.

5. Tất cả âm-thanh biến-hóa.

6. Tất cả hạnh nguyện biến-hóa.

7. Tất cả giáo-hóa điều-phục chúng-sanh biến-hóa.

8. Tất cả thành chánh-giác biến-hóa.

9. Tất cả thuyết pháp biến-hóa.

10. Tất cả gia-trì biến-hóa.

Nếu chư Bồ-Tát an-trụ pháp nầy thời được đầy đủ tất cả pháp

biến-hóa vô-thượng.

(Kinh Hoa Nghiêm, phẩm 38. Ly Thế Gian)

41. MƯỜI PHÁP LỰC-TRÌ

1. Phật lực-trì.
2. Pháp lực-trì.
3. Chúng-sanh lực-trì.
4. Nghiệp lực-trì.
5. Hạnh lực-trì.
6. Nguyện lực-trì.
7. Cảnh-giới lực-trì.
8. Thời lực-trì.
9. Thiện lực-trì.
10. Trí lực-trì.

Nếu chư Bồ-Tát an-trụ pháp nầy thời nơi tất cả pháp được lực-trì tự-tại vô-thượng.

(Kinh Hoa Nghiêm, phẩm 38. Ly Thế Gian)

42. MƯỜI PHÁP ĐẠI HÂN-ỦY

1. Tột đời vị-lai có bao nhiêu chư Phật xuất thế, tôi đều sẽ được theo gần hầu hạ cho Phật hoan-hỷ.

2. Chư Như-Lai đó tất dạy chánh-pháp cho tôi, tôi đều dùng thâm tâm cung kính nghe nhận, tu hành đúng theo lời Phật dạy.

3. Tôi phải nơi bất-khả-thuyết bất-khả-thuyết kiếp thật hành Bồ-Tát hạnh. Thường cùng tất cả chư Phật Bồ-Tát ở chung.

4. Do phát tâm vô-thượng bồ-đề nên xa lìa những bố-úy: sợ tiếng xấu, sợ chết, sợ đọa ác-thú, sợ oai-ức của đại-chúng.

5. Dựng vô-lượng tháp để cúng dường xá-lợi và thọ-trì thủ-hộ pháp của Phật để lại.

6. Mười phương có bao nhiêu thế-giới, tôi phải đều dùng đồ vô-thượng trang-nghiêm để trang-nghiêm và dùng đại thần-thông trụ trì chấn-động quang-minh chói sáng cùng khắp tất cả.

7. Tôi phải dứt nghi hoặc cho tất cả chúng-sanh, khiến tất cả chúng-sanh đến chỗ an-ổn.

8. Chư Phật Như-Lai như hoa ưu-đàm khó gặp được, trong vô-lượng kiếp chẳng được thấy một lần, tôi phải ở đời vị-lai muốn thấy Như-Lai thời bèn được thấy.

9. Chư Phật Như-Lai thường chẳng bỏ tôi, hằng ở chỗ tôi cho tôi được thấy, thuyết pháp cho tôi không dứt mất, đã nghe pháp rồi tâm ý tôi thanh-tịnh.

10. Tôi thuở vị-lai sẽ được thành Phật, trong vô-lượng kiếp thường diễn chánh-pháp, đại-bi nhiếp trì, thân ngữ ý ba nghiệp không nhàm mỏi.

Nếu chư Bồ-Tát an-trụ pháp nầy thời được trí-huệ đại hân-ủy vô-thượng thành Đẳng-Chánh-Giác.

(Kinh Hoa Nghiêm, phẩm 38. Ly Thế Gian)

43. MƯỜI ĐIỀU THÂM NHẬP PHẬT-PHÁP

1. Nhập tất cả thế-giới đời quá-khứ.

2. Nhập tất cả thế-giới đời vị-lai.

3. Nhập tất cả thế-giới đời hiện-tại, thế-giới hạnh, thế-giới thuyết, thế-giới thanh-tịnh.

4. Nhập các thứ tánh của tất cả thế-giới.

5. Nhập các thứ nghiệp báo của tất cả chúng-sanh.

6. Nhập các thứ hạnh của tất cả Bồ-Tát .

7. Biết quá-khứ tất cả Phật thứ đệ.

8. Biết vị-lai tất cả Phật thứ đệ.

9. Biết hiện-tại thập phương hư-không pháp-giới tất cả Phật, quốc-độ, chúng-hội, thuyết pháp, điều phục.

10. Biết thế-gian và xuất thế gian pháp, đều nhập pháp-giới mà không sở-nhập, như chỗ thuyết pháp không hề thủ trước.

Nếu chư Bồ-Tát an-trụ nơi pháp nầy thời được nhập nơi tánh thậm-thâm đại trí-huệ vô-thượng chánh-đẳng chánh-giác.

(Kinh Hoa Nghiêm, phẩm 38. Ly Thế Gian)

44. MƯỜI PHÁP Y-CHỈ

1. Y-chỉ cúng-dường tất cả chư Phật thật hành hạnh Bồ-Tát .

2. Y-chỉ điều-phục tất cả chúng-sanh thật hành hạnh Bồ-Tát .

3. Y-chỉ gần-gũi tất cả thiện-hữu thật hành hạnh Bồ-Tát .

4. Y-chỉ chứa nhóm tất cả thiện-căn thật hành hạnh Bồ-Tát .

5. Y-chỉ nghiêm-tịnh tất cả cõi Phật thật hành hạnh Bồ-Tát .

6. Y-chỉ chẳng bỏ tất cả chúng-sanh thật hành hạnh Bồ-Tát .

7. Y-chỉ thâm nhập tất cả ba-la-mật thật hành hạnh Bồ-Tát .

8. Y-chỉ đầy đủ tất cả Bồ-Tát nguyện thật hành hạnh Bồ-Tát .

9. Y-chỉ vô-lượng bồ-đề tâm thật hành hạnh Bồ-Tát .

10. Y-chỉ tất cả Phật bồ-đề thật hành hạnh Bồ-Tát .

Bồ-Tát nương nơi đây để thật hành hạnh Bồ-Tát .

(Kinh Hoa Nghiêm, phẩm 38. Ly Thế Gian)

45. MƯỜI PHÁP PHÁT TÂM VÔ-ÚY

1. Diệt tất cả nghiệp chướng-ngại, phát tâm vô-úy.

2. Sau khi Phật diệt độ hộ trì chánh-pháp, phát tâm vô-úy.

3. Hàng phục tất cả ma, phát tâm vô-úy.

4. Chẳng tiếc thân mạng, phát tâm vô-úy.

5. Xô dẹp tất cả ngoại-đạo tà-luận, phát tâm vô-úy.

6. Khiến tất cả chúng-sanh hoan-hỷ, phát tâm vô-úy.

7. Khiến tất cả chúng-hội đều hoan-hỷ, phát tâm vô-úy.

8. Điều phục tất cả Thiên, Long, Bát-Bộ, phát tâm vô-úy.

9. Rời bực nhị-thừa nhập pháp thậm-thâm, phát tâm vô-úy.

10. Trong bất-khả-thuyết bất-khả-thuyết kiếp thật hành hạnh Bồ-Tát , tâm không mỏi nhàm, phát tâm vô-úy.

Nếu chư Bồ-Tát an-trụ pháp nầy thời được tâm vô-sở-úy đại trí vô-thượng của Như-Lai.

(Kinh Hoa Nghiêm, phẩm 38. Ly Thế Gian)

46. MƯỜI TÂM KHÔNG NGHI

1. Tôi sẽ dùng bố-thí, trì giới, nhẫn nhục, tinh-tấn, thiền-định, trí-huệ, từ, bi, hỉ, xả, nhiếp tất cả chúng-sanh.

2. Vị-lai chư Phật xuất thế, tôi sẽ thừa sự cúng-dường tất cả.

3. Tôi sẽ dùng các thứ lưới quang-minh kỳ-diệu cùng khắp trang-nghiêm tất cả thế-giới.

4. Trong tột kiếp vị-lai tu hạnh Bồ-Tát , vô-số, vô-lượng, tôi sẽ dùng pháp giáo-hóa điều-phục vô-thượng mà thành-thục họ.

5. Tôi sẽ tu Bồ-Tát hạnh, viên mãn đại nguyện, đủ nhứt-thiết-trí an-trụ trong đó.

6. Tôi sẽ khắp vì tất cả thế-gian mà thật hành hạnh Bồ-Tát , làm quang-minh thanh-tịnh của tất cả pháp chiếu sáng tất cả Phật-pháp.

7. Tôi sẽ biết tất cả pháp đều là Phật-pháp, tùy tâm chúng sanh mà vì họ diễn thuyết đều khiến khai ngộ.

8. Tôi sẽ ở nơi tất cả pháp được môn vô-chướng-ngại, vì biết tất cả chướng-ngại vô-sở-đắc.

9. *Tâm như vậy không có nghi hoặc, trụ tánh chơn thiệt nhẫn

đến thành vô-thượng bồ-đề.

10. Tôi phải biết tất cả pháp đều là pháp xuất-thế-gian, xa lìa tất cả vọng-tưởng điên-đảo.

(Kinh Hoa Nghiêm, phẩm 38. Ly Thế Gian)

47. MƯỜI PHÁP BẤT-TƯ-NGHÌ

1. Tất cả thiện-căn bất-tư-nghì.

2. Tất cả thệ nguyện bất-tư-nghì.

3. Biết tất cả pháp như huyễn bất-tư-nghì.

4. Phát tâm bồ-đề tu hạnh Bồ-Tát , thiện-căn chẳng mất, không chỗ phân-biệt, bất-tư-nghì.

5. Dầu thâm-nhập tất cả pháp cũng chẳng lấy diệt độ, vì tất cả nguyện chưa thành mãn, bất-tư-nghì.

6. Tu Bồ-Tát đạo mà thị-hiện giáng thần, nhập thai, đản sanh, xuất gia, khổ hạnh, đến đạo-tràng, hàng phục chúng ma, thành tối-chánh-giác, chuyển chánh pháp-luân, nhập đại niết-bàn, thần-biến tự-tại không thôi nghỉ, chẳng bỏ bi nguyện cứu hộ chúng-sanh, bất-tư-nghì.

7. Dầu hay thị-hiện thập-lực thần-biến tự-tại của Như-Lai mà chẳng bỏ tâm khắp pháp-giới giáo-hóa chúng-sanh, bất-tư-nghì.

8. Biết tất cả pháp vô-tướng là tướng, tướng là vô-tướng … bất-tư-nghì.

9. Ở trong mỗi niệm nhập diệt-tận định sạch hết tất cả hữu-lậu, mà chẳng chứng thiệt-tế, cũng chẳng hết thiện-căn hữu-lậu

10. Tất cả pháp đều nhập pháp-giới vì vô-sở nhập. Biết tất cả pháp đều không hai vì không biến đổi.

(Kinh Hoa Nghiêm, phẩm 38. Ly Thế Gian)

48. MƯỜI XẢO-MẬT NGỮ

1. Xảo-mật-ngữ ở trong tất cả Phật kinh.

2. Xảo-mật-ngữ nơi tất cả chỗ thọ sanh.

3. Xảo-mật-ngữ nơi tất cả Bồ-Tát thần-thông biến hiện thành đẳng-chánh-giác.

4. Xảo-mật-ngữ nơi tất cả chúng-sanh nghiệp báo.

5. Xảo-mật-ngữ nơi tất cả chúng-sanh phát khởi nhiễm tịnh.

6. Xảo-mật-ngữ nơi môn tất cả pháp rốt ráo vô chướng-ngại.

7. Xảo-mật-ngữ nơi tất cả hư-không-giới, mỗi nơi mỗi chỗ đều có thế-giới hoặc thành hoặc hoại, trong đó không có chỗ trống.

8. Xảo-mật-ngữ nơi tất cả pháp-giới tất cả mười phương nhẫn đến chỗ vi-tế, đều có Như-Lai thị-hiện sơ-sanh nhẫn đến thành Phật nhập đại niết-bàn.

9. Xảo-mật-ngữ ở chỗ thấy tất cả chúng-sanh bình-đẳng niết-bàn vì không biến-đổi.

10. Xảo-mật-ngữ ở chỗ dầu biết tất cả pháp tỏ ngộ chẳng do người khác mà chẳng rời bỏ các bực thiện-tri-thức.

Nếu chư Bồ-Tát an-trụ trong đây thời được vi-mật-ngữ thiện-xảo vô-thượng của Như-Lai.

(Kinh Hoa Nghiêm, phẩm 38. Ly Thế Gian)

49. MƯỜI TRÍ-XẢO PHÂN-BIỆT

1. Nhập tất cả cõi.

2. Nhập tất cả chỗ của các chúng-sanh.

3. Nhập tất cả tâm hành của các chúng-sanh.

4. Nhập căn-tánh của tất cả chúng-sanh.

5. Nhập nghiệp-báo của tất cả chúng-sanh.

6. Nhập tất cả hạnh Thanh-Văn.

7. Nhập tất cả hạnh Độc-Giác.

8. Nhập tất cả hạnh Bồ-Tát .

9. Nhập tất cả pháp thế-gian.

10. Nhập tất cả Phật-pháp.

Nếu chư Bồ-Tát an-trụ trong đây thời được trí phân-biệt các pháp thiện-xảo vô-thượng của tất cả chư Phật.

(Kinh Hoa Nghiêm, phẩm 38. Ly Thế Gian)

50. MƯỜI PHÁP NHẬP TAM-MUỘI

1. Nơi tất cả thế-giới nhập tam-muội.

2. Nơi thân tất cả chúng-sanh nhập tam-muội.

3. Nơi tất cả pháp nhập tam-muội.

4. Thấy tất cả Phật nhập tam-muội.

5. Trụ tất cả kiếp nhập tam-muội.

6. Từ tam-muội khởi hiện bất-tư-nghì thân nhập tam-muội.

7. Nơi thân tất cả Phật nhập tam-muội.

8. Giác-ngộ tất cả chúng-sanh bình-đẳng nhập tam-muội.

9. Trong một niệm nhập trí tam-muội của tất cả Bồ-Tát , nhập tam-muội.

10. Trong một niệm dùng vô-ngại-trí thành-tựu tất cả Bồ-Tát hạnh nguyện chẳng thôi nghỉ, nhập tam-muội.

Nếu chư Bồ-Tát an trụ trong đây thời được pháp tam-muội thiện-xảo vô-thượng của tất cả chư Phật.

(Kinh Hoa Nghiêm, phẩm 38. Ly Thế Gian)

51. MƯỜI PHÁP BIẾN NHẬP

1. Vào khắp chúng-sanh.

2. Vào khắp quốc-độ.

3. Vào khắp các loại hình tướng của thế-gian.

4. Vào khắp hỏa-tai.

5. Vào khắp thủy-tai.

6. Vào khắp Phật.

7. Vào khắp trang-nghiêm.

8. Vào khắp thân vô-biên công-đức của Như-Lai.

9. Vào khắp tất cả sự thuyết pháp.

10. Vào khắp những sự cúng-dường tất cả Như-Lai.

Nếu chư Bồ-Tát an trụ trong đây thời được pháp biến nhập đại-trí vô-thượng của Như-Lai.

(Kinh Hoa Nghiêm, phẩm 38. Ly Thế Gian)

52. MƯỜI MÔN GIẢI-THOÁT

1. Môn giải-thoát một thân cùng khắp tất cả thế-giới.

2. Môn giải-thoát thị-hiện vô-lượng những loại sắc-tướng nơi tất cả thế-giới.

3. Môn giải-thoát đem tất cả thế-giới vào một cõi Phật.

4. Môn giải-thoát khắp gia-trì tất cả chúng-sanh-giới.

5. Môn giải-thoát dùng thân trang-nghiêm của tất cả Phật đầy khắp tất cả thế-giới.

6. Môn giải-thoát trong thân mình thấy tất cả thế-giới.

7. Môn giải-thoát trong một niệm qua tất cả thế-giới.

8. Môn giải-thoát thị-hiện tất cả Như-Lai xuất-thế.

9. Môn giải-thoát một thân đầy khắp tất cả pháp-giới.

10. Môn giải-thoát trong một niệm thị-hiện tất cả Phật du-hí thần-thông.

Nếu chư Bồ-Tát an-trụ trong đây thời được môn giải-thoát vô-thượng của Như-Lai.

(Kinh Hoa Nghiêm, phẩm 38. Ly Thế Gian)

53. MƯỜI PHÁP THẦN-THÔNG

1. Phương-tiện trí thông ghi nhớ túc-mạng.

2. Phương-tiện trí thông thiên-nhĩ vô-ngại.

3. Phương-tiện trí thông biết bất-tư-nghì tâm hành của chúng-sanh.

4. Phương-tiện trí thông thiên-nhãn quán-sát vô-ngại.

5. Phương-tiện trí thông tùy theo tâm chúng-sanh hiện bất-tư-nghì đại thần-thông-lực.

6. Phương-tiện trí thông một thân hiện khắp vô-lượng thế-giới.

7. Phương-tiện trí thông một niệm vào khắp bất-khả-thuyết bất-khả-thuyết thế-giới.

8. Phương-tiện trí thông xuất sanh vô-lượng đồ trang-nghiêm để trang-nghiêm bất-tư-nghì thế-giới.

9. Phương-tiện trí thông thị-hiện bất-khả-thuyết thân biến-hóa.

10. Phương-tiện trí thông tùy theo bất-tư-nghì tâm chúng-sanh nơi bất-khả-thuyết thế-giới thị-hiện thành vô-thượng chánh-giác.

Nếu chư Bồ-Tát an-trụ trong đây thời được thần-thông đại thiện-xảo vô-thượng của Như-Lai, vì tất cả chúng-sanh thị-hiện nhiều sự việc khiến họ tu học.

(Kinh Hoa Nghiêm, phẩm 38. Ly Thế Gian)

54.MƯỜI MINH

1. Trí-minh thiện-xảo biết nghiệp báo của tất cả chúng-sanh.

2. Trí-minh thiện-xảo biết cảnh-giới tịch-diệt thanh-tịnh không hí-luận của tất cả chúng-sanh.

3. Trí-minh thiện-xảo biết những cảnh sở-duyên của tất cả chúng-sanh chỉ là một tướng đều bất-khả-đắc, tất cả pháp

đều như kim-cang.

4. Trí-minh thiện-xảo hay dùng vô-lượng âm-thanh, vi-diệu vang khắp thập phương thế-giới.

5. Trí-minh thiện-xảo phá hoại khắp tất cả tâm nhiễm trước.

6. Trí-minh thiện-xảo hay dùng phương-tiện thọ sanh hay chẳng thọ sanh.

7. Trí-minh thiện-xảo bỏ rời tất cả cảnh-giới thọ tưởng.

8. Trí-minh thiện-xảo biết tất cả pháp chẳng tướng chẳng vô-tướng, một tánh vô tánh vô-phân-biệt

9. Trí-minh duyên-khởi thiện-xảo biết tất cả chúng-sanh, sanh vốn không sanh vì tỏ thấu thọ sanh bất-khả-đắc.

10. Trí-minh thiện-xảo nơi Phật vô-trước chẳng sanh tâm nhiễm trước, nơi pháp vô-trước chẳng sanh tâm nhiễm trước.

(Kinh Hoa Nghiêm, phẩm 38. Ly Thế Gian)

55. MƯỜI GIẢI THOÁT

1. Phiền-não giải-thoát.

2. Tà-kiến giải-thoát.

3. Chấp thủ giải-thoát.

4. Uẩn, xứ, giới giải-thoát.

5. Siêu nhị-thừa giải-thoát.

6. Vô-sanh pháp-nhẫn giải-thoát.

7. Nơi tất cả thế-gian, tất cả cõi, tất cả chúng-sanh, tất cả pháp, lìa chấp trước giải-thoát.

8. Vô-biên-trụ giải-thoát.

9. Phát khởi tất cả hạnh Bồ-Tát nhập bực Phật vô-phân-biệt giải-thoát.

10. Ở trong một niệm đều có thể rõ biết tất cả tam-thế giải-thoát.

Nếu chư Bồ-Tát an trụ pháp giải-thoát nầy thời có thể ra làm Phật-sự vô-thượng, giáo-hóa thành-thục tất cả chúng-sanh.

(Kinh Hoa Nghiêm, phẩm 38. Ly Thế Gian)

56.MƯỜI VIÊN-LÂM

1. Sanh tử là viên-lâm của Bồ-Tát , vì không nhàm bỏ.

2. Giáo-hóa chúng-sanh là viên-lâm của Bồ-Tát , vì không mỏi nhọc.

3. *Trụ tất cả kiếp là viên-lâm của Bồ-Tát , vì nhiếp những hạnh lớn.

4. Thanh-tịnh thế-giới là viên-lâm của Bồ-Tát , vì là chỗ dừng ở của Bồ-Tát .

5. Tất cả cung-điện ma là viên-lâm của Bồ-Tát , vì hàng phục chúng ma.

6. Tư duy pháp đã được nghe là viên-lâm của Bồ-Tát , vì đúng như lý quán-sát.

7. Sáu pháp ba-la-mật, bốn nhiếp pháp, ba mươi bảy pháp bồ-đề phần là viên-lâm của Bồ-Tát , vì là cảnh-giới tiếp nối đức Từ-Phụ.

8. Thập lực, tứ vô-úy, thập bát pháp bất-công, nhẫn đến tất cả Phật-pháp là viên-lâm của Bồ-Tát , vì chẳng niệm nhớ những pháp khác.

9. Thị-hiện tất cả Bồ-Tát oai-lực tự-tại thần-thông là viên-lâm của Bồ-Tát , vì dùng đại thần-lực chuyển chánh pháp-luân điều phục chúng-sanh không thôi nghĩ.

10. Một niệm ở tất cả xứ vì tất cả chúng-sanh thị hiện thành chánh-giác là viên-lâm của Bồ-Tát , vì pháp-thân cùng khắp hư-không tất cả thế-giới.

Nếu chư Bồ-Tát an-trụ pháp nầy thời được hạnh đại an-lạc lìa ưu-não vô-thượng của Như-Lai.

(Kinh Hoa Nghiêm, phẩm 38. Ly Thế Gian)

57. MƯỜI CUNG-ĐIỆN

1. Bồ-đề tâm là cung điện của Bồ-Tát , vì hằng không quên mất.

2. Thập thiện nghiệp đạo phước-đức trí-huệ là cung điện của Bồ-Tát , vì giáo-hóa chúng-sanh cõi dục.

3. Tứ phạm-trụ thiền-định là cung điện của Bồ-Tát , vì giáo-hóa chúng-sanh cõi sắc.

4. Sanh Tịnh-Cư-Thiên là cung điện của Bồ-Tát , vì tất cả phiền-não chẳng nhiễm.

5. Sanh vô-sắc giới là cung điện của Bồ-Tát , vì khiến tất cả chúng-sanh lìa chỗ nạn.

6. Sanh thế-giới tạp nhiễm là cung điện của Bồ-Tát , vì khiến tất cả chúng-sanh dứt phiền-não

7. Thị hiện ở nội-cung thê tử quyến-thuộc là cung điện của Bồ-Tát , vì thành-tựu chúng-sanh đồng hạnh thuở xưa.

8. Thị hiện ở ngôi Luân-Vương-Tứ-Thiên-Vương, Đế-Thích, Phạm-Vương là cung điện của Bồ-Tát , vì điều-phục chúng-sanh tâm tự-tại.

9. Trụ tất cả Bồ-Tát hạnh du hí thần-thông đều được tự-tại là cung điện của Bồ-Tát , vì giỏi du-hí các thiền giải-thoát tam-muội trí-huệ.

10. Tất cả chư Phật thọ ký nhứt-thiết-trí quán-đảnh tự-tại vô-thượng là cung điện của Bồ-Tát , vì trụ thập-lực trang-nghiêm làm việc tự-tại của Pháp-Vương.

Nếu chư Bồ-Tát an trụ trong đây thời được pháp quán-đảnh nơi tất cả thế-gian thần-lực tự-tại.

(Kinh Hoa Nghiêm, phẩm 38. Ly Thế Gian)

58. MƯỜI HOAN HỈ

1. Thích chánh-niệm, vì tâm chẳng tán loạn.

2. Thích trí-huệ, vì phân biệt các pháp.

3. Thích qua đến tất cả chỗ Phật, vì nghe pháp không nhàm.

4. Thích chư Phật, vì đầy khắp mười phương không biên tế.

5. Thích Bồ-Tát tự-tại, vì tất cả chúng-sanh dùng vô-lượng môn mà hiện thân.

6. Thích các môn tam-muội, vì nơi một môn tam-muội nhập tất cả môn tam-muội.

7. Thích đà-la-ni, vì thọ-trì pháp chẳng quên, dạy lại cho chúng-sanh.

8. Thích vô-ngại biện-tài, vì nơi một đoạn một câu, phân-biệt diễn thuyết trải qua bất-khả-thuyết kiếp không cùng tận.

9. Thích thành chánh-giác, vì tất cả chúng-sanh dùng vô-lượng môn mà thị-hiện thân thành chánh-giác.

10. Thích chuyển pháp-luân, vì dẹp trừ tất cả pháp dị-đạo.

Nếu chư Bồ-Tát an trụ pháp nầy thời được pháp lạc vô-thượng của chư Phật Như-Lai.

(Kinh Hoa Nghiêm, phẩm 38. Ly Thế Gian)

59. MƯỜI TRANG-NGHIÊM

1. Lực trang-nghiêm, vì chẳng thể hư-hoại.

2. Vô-úy trang-nghiêm, vì hay dẹp phục.

3. Nghĩa trang-nghiêm, vì nói bất-khả-thuyết nghĩa vô cùng tận.

4. Pháp trang-nghiêm, vì quán-sát diễn thuyết không quên mất tám vạn bốn ngàn pháp-tu.

5. Nguyện trang-nghiêm, vì không thối chuyển nơi hoằng thệ của chư Bồ-Tát đã phát.

6. Hạnh trang-nghiêm, vì tu hạnh Phổ-Hiền mà xuất ly.

7. Sát độ trang-nghiêm, vì đem tất cả cõi làm một cõi.

8. Phổ âm trang-nghiêm, vì mưa pháp-vũ cùng khắp tất cả thế-giới của chư Phật.

9. Lực trì trang-nghiêm, vì trong tất cả kiếp thật hành vô-số hạnh chẳng đoạn tuyệt.

10. Biến-hóa trang-nghiêm, vì nơi thân một chúng-sanh thị-hiện thân bằng số tất cả chúng-sanh, khiến tất cả chúng-sanh đều thấy biết cầu nhứt-thiết-trí không thối chuyển.

Nếu chư Bồ-Tát an-trụ pháp nầy thời được tất cả pháp trang-nghiêm vô-thượng của Như-Lai.

(Kinh Hoa Nghiêm, phẩm 38. Ly Thế Gian)

60. MƯỜI TÂM BẤT ĐỘNG

1. Nơi tất cả sở-hữu thảy đều xả được.

2. Tư-duy quán-sát tất cả Phật-pháp.

3. Ghi nhớ cúng-dường tất cả chư Phật.

4. Nơi tất cả chúng-sanh thệ không não hại.

5. Khắp nhiếp chúng-sanh chẳng lựa oán thân.

6. Cầu tất cả Phật-pháp không thôi nghỉ.

7. Số kiếp bằng số chúng-sanh thật hành hạnh Bồ-Tát chẳng mỏi nhàm, cũng không thối chuyển.

8. Thành-tựu hữu-căn tín, vô-trược tín, thanh-tịnh tín, cực thanh-tịnh tín, ly-cấu tín, minh-triệt tín, cung-kính cúng-dường tất cả chư Phật tín, bất-thối-chuyển tín, bất khả tận tín, vô năng hoại tín, đại hoan-hỉ dũng-dước tín.

9. Thành-tựu đạo phương-tiện xuất sanh nhứt-thiết-trí.

10. Nghe tất cả Bồ-Tát hạnh pháp thời tin thọ chẳng hủy báng.

Nếu chư Bồ-Tát an-trụ pháp nầy thời được tâm bất động nhứt-thiết-trí vô-thượng.

(Kinh Hoa Nghiêm, phẩm 38. Ly Thế Gian)

61. MƯỜI PHÁP CHẲNG BỎ TÂM THÂM ĐẠI

1. Chẳng bỏ tâm thâm đại thành-tựu viên-mãn tất cả Phật bồ-đề.

2. Chẳng bỏ tâm thâm đại giáo-hóa điều-phục tất cả chúng-sanh.

3. Chẳng bỏ tâm thâm đại chẳng dứt chủng-tánh của Phật.

4. Chẳng bỏ tâm thâm đại gần-gũi tất cả thiện-tri-thức.

5. Chẳng bỏ tâm thâm đại cúng-dường tất cả chư Phật.

6. Chẳng bỏ tâm thâm đại chuyên cầu tất cả pháp công-đức đại-thừa.

7. Chẳng bỏ tâm thâm đại ở chỗ chư Phật tu phạm-hạnh, hộ trì tịnh-giới.

8. Chẳng bỏ tâm thâm đại thân-cận tất cả Bồ-Tát .

9. Chẳng bỏ tâm thâm đại cầu tất cả Phật-pháp phương-tiện hộ-trì.

10. Chẳng bỏ tâm thâm đại thành mãn tất cả Bồ-Tát hạnh nguyện, chứa nhóm tất cả Phật-pháp.

Nếu chư Bồ-Tát an-trụ trong đó thời có thể chẳng bỏ tất cả Phật-pháp.

(Kinh Hoa Nghiêm, phẩm 38. Ly Thế Gian)

62. MƯỜI TRÍ-HUỆ QUÁN-SÁT

1. Trí-huệ quán-sát thiện-xảo phân-biệt diễn thuyết tất cả pháp.

2. Trí-huệ quán-sát biết rõ tam-thế tất cả thiện-căn.

3. Trí-huệ quán-sát biết rõ tất cả Bồ-Tát hạnh biến hóa tự-tại.

4. Trí-huệ quán-sát biết rõ nghĩa môn của tất cả pháp.

5. Trí-huệ quán-sát biết rõ oai-lực của tất cả chư Phật.

6. Trí-huệ quán-sát biết rõ tất cả môn đà-la-ni.

7. Trí-huệ quán-sát nơi tất cả thế-giới khắp nói chánh-pháp.

8. Trí-huệ quán-sát nhập tất cả pháp-giới.

9. Trí-huệ quán-sát biết tất cả thập-phương bất-tư-nghì.

10. Trí-huệ quán-sát biết tất cả Phật-pháp trí huệ quang-minh vô-ngại.

Nếu chư Bồ-Tát an-trụ trong đó thời được trí-huệ quán-sát vô-thượng của Như-Lai.

(Kinh Hoa Nghiêm, phẩm 38. Ly Thế Gian)

63. MƯỜI THUYẾT PHÁP

1. Nói tất cả pháp đều từ duyên khởi.

2. Nói tất cả pháp thảy đều như huyễn.

3. Nói tất cả pháp không chống trái.

4. Nói tất cả pháp không biên-tế.

5. Nói tất cả pháp không y-chỉ.

6. Nói tất cả pháp dường như kim-cang.

7. Nói tất cả pháp thảy đều như như.

8. Nói tất cả pháp thảy đều tịch-tịnh.

9. Nói tất cả pháp thảy đều xuất ly.

10. Nói tất cả pháp đều trụ một nghĩa bổn-tánh thành-tựu.

Nếu chư Bồ-Tát an-trụ trong đây thời có thể thiện-xảo nói tất cả pháp.

(Kinh Hoa Nghiêm, phẩm 38. Ly Thế Gian)

64. MƯỜI PHÁP THANH-TỊNH

1. Thâm tâm thanh-tịnh.

2. Đoạn nghi thanh-tịnh.

3. Ly-kiến thanh-tịnh.

4. Cảnh-giới thanh-tịnh.

5. Cầu nhứt-thiết-trí thanh-tịnh.

6. Biện-tài thanh-tịnh.

7. Vô-úy thanh-tịnh.

8. Trụ tất cả Bồ-Tát trí thanh-tịnh.

9. Thọ tất cả Bồ-Tát luật nghi thanh-tịnh.

10. Đầy đủ thành-tựu vô-thượng bồ-đề, ba mươi hai tướng trăm phước, pháp bạch-tịnh, tất cả thiện-căn thanh-tịnh.

Nếu chư Bồ-Tát an-trụ trong đó thời được pháp thanh-tịnh vô-thượng của tất cả Như-Lai.

(Kinh Hoa Nghiêm, phẩm 38. Ly Thế Gian)

65. MƯỜI ẤN

1. Đại Bồ-Tát biết khổ khổ, hoại khổ, hành khổ, chuyên cầu Phật-pháp chẳng sanh giải-đãi, thật hành Bồ-Tát hạnh không mỏi lười, chẳng kinh sợ, chẳng bỏ đại nguyện cầu nhứt-thiết-trí kiên cố bất thối rốt ráo vô-thượng bồ-đề.

2. Đại Bồ-Tát thấy có chúng-sanh ngu si cuồng loạn hoặc dùng lời ác thô tệ để hủy nhục, hoặc dùng dao gậy ngói đá để làm tổn hại, trọn không vì việc nầy mà bỏ tâm Bồ-Tát , chỉ nhẫn nhục nhu hòa chuyên tuPhật-pháp, trụ đạo tối-thắng, nhập ngôi ly-sanh.

3. Đại Bồ-Tát nghe Phật-pháp thậm thâm tương-ưng với nhứt-thiết-trí, có thể dùng tự trí thâm tín nhẫn khả hiểu rõ xu nhập.

4. Đại Bồ-Tát lại nghĩ rằng: Tôi phát thâm tâm cầu nhứt-thiết-trí, tôi sẽ thành Phật được vô-thượng bồ-đề.

    Tất cả chúng-sanh lưu chuyển năm loài chịu vô-lượng khổ, tôi cũng làm cho họ phát tâm bồ-đề thâm tín hoan-hỉ, siêng tu tinh-tấn kiên-cố bất-thối.

5. Đại Bồ-Tát biết Như-Lai trí vô-biên nên chẳng dùng chừng ngằn đo lường. Tất cả văn tự thế-gian nói ra đều có chừng ngằn, đều chẳng biết được Như-Lai trí-huệ.

6. Đại Bồ-Tát nơi vô-thượng bồ-đề được sự mong muốn tối-thắng, nơi vô-thượng bồ-đề rốt ráo bất thối.

7. Đại Bồ-Tát thật hành Bồ-Tát hạnh chẳng kể thân mạng không gì trở hoại được, trọn chẳng bỏ rời thiện-tri-thức.

8. Đại Bồ-Tát nếu thấy thiện-nam-tử thiện-nữ-nhơn xu hướng đại-thừa, thời làm cho họ tăng trưởng tâm cầu Phật-pháp, bất thối vô-thượng bồ-đề.

9. Đại Bồ-Tát làm cho tất cả chúng-sanh được tâm bình-đẳng, khuy khiến siêng tu đạo nhứt-thiết-trí, dùng tâm đại-bi mà vì họ thuyết pháp, khiến họ trọn chẳng thối chuyển nơi vô-thượng chánh-đẳng chánh-giác.

10. Đại Bồ-Tát cùng tam thế chư Phật đồng một thiện-căn, chẳng dứt chủng-tánh của tất cả chư Phật, rốt ráo được đến nhứt-thiết-chủng-trí.

Bồ-Tát dùng mười ấn nầy mau thành vô-thượng chánh-đẳng chánh-giác, đầy đủ trí-ấn nhứt-thiết-pháp vô-thượng của Như-Lai.

(Kinh Hoa Nghiêm, phẩm 38. Ly Thế Gian)

66. MƯỜI TRÍ-QUANG-CHIẾU

1. Trí-quang-chiếu quyết định sẽ thành vô-thượng chánh-đẳng chánh-giác.

2. Trí-quang-chiếu thấy tất cả Phật.

3. Trí-quang-chiếu thấy tất cả chúng-sanh chết đây sanh kia.

4. Trí-quang-chiếu hiểu tất cả tu-đa-la pháp-môn.

5. Trí-quang-chiếu y-chỉ thiện-tri-thức phát tâm bồ-đề tích tập thiện-căn.

6. Trí-quang-chiếu thị-hiện tất cả chư Phật.

7. Trí-quang-chiếu giáo-hóa tất cả chúng-sanh đều khiến an-trụ Như-Lai địa.

8. Trí-quang-chiếu diễn thuyết bất-tư-nghì quảng-đại pháp-môn.

9. Trí-quang-chiếu thiện-xảo biết rõ tất cả chư Phật thần-

thông oai-lực.

10. Trí-quang-chiếu đầy đủ tất cả các ba-la-mật.

Nếu chư Bồ-Tát an-trụ pháp nầy thời được trí-quang-chiếu vô-thượng của tất cả chư Phật.

(Kinh Hoa Nghiêm, phẩm 38. Ly Thế Gian)

67. MƯỜI VÔ-ĐẲNG-TRỤ

1. Đại Bồ-Tát dầu quán thiệt-tế mà không thủ chứng, vì tất cả nguyện chưa thành-tựu viên-mãn.

2. Đại Bồ-Tát gieo tất cả thiện-căn đồng pháp-giới, mà ở trong đó chẳng có một chút chấp lấy.

3. Đại Bồ-Tát tu Bồ-Tát hạnh biết đó như hóa, bởi tất cả pháp đều tịch-diệt, mà chẳng nghi hoặc nơi Phật-pháp.

4. Đại Bồ-Tát dầu rời những vọng-tưởng thế-gian, nhưng hay tác ý trong bất-khả-thuyết kiếp thật hành hạnh Bồ-Tát đầy đủ đại-nguyện.

5. Đại Bồ-Tát nơi tất cả pháp không chấp trước, vì tất cả pháp bổn-tánh tịch-diệt. Mà chẳng chứng niết-bàn vì đạo nhứt-thiết-trí chưa thành mãn.

6. Đại Bồ-Tát biết tất cả kiếp đều là phi-kiếp, mà chơn-thiệt nói tất cả kiếp số.

7. Đại Bồ-Tát biết tất cả pháp đều vô-tác, mà chẳng bỏ thật hành đạo-hạnh cầu tất cả Phật-pháp.

8. Đại Bồ-Tát biết tam-giới duy-tâm, tam-thế duy-tâm, mà biết rõ tâm đó vô-lượng vô-biên.

9. Đại Bồ-Tát vì một chúng-sanh, trong bất-khả-thuyết kiếp thật hành hạnh Bồ-Tát , muốn cho chúng-sanh đó an-trụ bực nhứt-thiết-trí.

10. Đại Bồ-Tát dầu tu hành viên mãn mà chẳng chứng bồ-đề. Vì Bồ-Tát nghĩ rằng tôi tu hành vốn là vì chúng-sanh.

Nếu chư Bồ-Tát an-trụ trong đây thời được đại-trí vô-thượng, tất cả Phật-pháp vô-đẳng-trụ.

(Kinh Hoa Nghiêm, phẩm 38. Ly Thế Gian)

68. MƯỜI TÂM CHẲNG HẠ LIỆT

- Tôi sẽ hàng phục tất cả thiên ma và quyến thuộc của chúng.

- Tôi sẽ phá tất cả ngoại đạo và tà pháp của họ.

- Tôi sẽ ở nơi tất cả chúng sanh dùng lời khéo lành để khai thị dạy bảo cho họ đều hoan hỷ.

- Tôi sẽ thành mãn tất cả hạnh Ba la mật khắp pháp giới.

- Tôi sẽ tích tập tạng tất cả phước đức.

- Vô thượng Bồ đề quảng đại khó thành, tôi sẽ tu hành đến viên mãn.

- Tôi sẽ dùng sự giáo hóa vô thượng, sự điều phục vô thượng để giáo hóa điều phục tất cả chúng sanh

- Tất cả thế giới nhiều thứ chẳng đồng, tôi sẽ dùng vô lượng thân thành Đẳng Chánh Giác.

- Lúc tôi tu Bồ-Tát hạnh, nếu có chúng sanh đến xin tôi những tay… tôi đều bố thí.

- Tam thế có tất cả chư Phật, tất cả Phật pháp…, tôi phải dùng một niệm tương ưng huệ đều biết, đều thấy, đều chứng.

Đây là mười tâm không hạ liệt của đại Bồ-Tát phát. Nếu chư Bồ-Tát an trụ tâm này thời được tất cả Phật pháp tối thượng không hạ liệt.

(Kinh Hoa Nghiêm, phẩm 38. Ly Thế Gian)

69. MƯỜI TÂM TĂNG THƯỢNG

- Đại Bồ-Tát thường tác ý siêng tu pháp nhứt thiết trí.

- Hằng quán sát tất cả pháp bổn tánh trống không vô sở đắc.

- Nguyện trong vô lượng kiếp thật hành hạnh Bồ-Tát tu tất cả pháp bạch tịnh. Do trụ nơi tất cả pháp bạch tịnh nên thấy biết Như-Lai vô lượng trí huệ.

- Vì cầu tất cả Phật pháp nên tâm bình đẳng kính thờ chư thiện tri thức, không trông cầu gì khác, không tâm trộm pháp, chỉ sanh lòng tôn trọng vị tăng hữu, tất cả sở hữu thảy đều bỏ được.

- Nếu có chúng sanh mắng nhục, hủy báng, đánh đập, cắt chém, làm thân hình Bồ-Tát khổ đau nhẫn đến chết, ngài đều nhẫn chịu, buông xả.

- Vì chứng được tất cả Phật pháp, nhẫn nhục nhu hòa đã tự tại.

- Bồ Tat ành tựu đại công đức tăng thượng.

- Đại Bồ-Tát vì đã cầu Vô thượng Bồ đề, vì chúng sanh nên trong vô lượng kiếp thật hành Bồ-Tát hạnh không thôi nghỉ.

- Đại Bồ-Tát biết tất cả chúng sanh tánh chẳng hòa chẳng lành, khó điều khó độ, chẳng biết ơn chẳng báo ân.

- Thế nên Bồ-Tát vì họ mà phát đại thệ nguyện, muốn cho họ đều được tâm ý tự tại, chỗ làm vô ngại, lìa bỏ ác niệm, chẳng sanh phiền não đối với người khác.

- Tu hạnh Bồ-Tát phải thanh tịnh tự tâm cũng thanh tịnh tha tâm, phải biết cảnh giới của mình cũng biết cảnh giới của người. Tôi phải đều bình đẳng với cảnh của tam thế chư Phật.

- Không có một pháp tu hạnh Bồ-Tát, không có một pháp viên mãn hạnh Bồ-Tát. Người nói và pháp đều bất khả đắc, nhưng cũng chẳng bỏ nguyện Vô thượng Bồ đề.

Nếu như Bồ-Tát an trụ trong đây thời được tâm tăng thượng như Sơn vương Đại trí vô thượng của Như-Lai.

(Kinh Hoa Nghiêm, phẩm 38. Ly Thế Gian)

70. MƯỜI TRÍ VÔ THƯỢNG BỒ ĐỀ

1. Trí như biển nhập tất cả vô lượng chúng sanh giới.

2. Trí như biển nhập tất cả thế giới mà chẳng sanh tâm phân biệt,

3. Trí như biển biết tất cả hư không giới vô lượng vô ngại vào khắp lưới tất cả thế giới sai biệt ở mười phương.

4. Trí như biển khéo nhập pháp giới.

5. Trí như biển nơi quá khứ vị lai hiện tại chư Phật, Bồ-Tát, Pháp Sư, Thanh Văn, Độc Giác… Có bao nhiêu thiện căn, Bồ-Tát đều rõ biết tất cả, thâm tín tùy hỉ, nguyện thích tu tập không nhàm đủ.

6. Trí như biển trong mỗi niệm nhập quá khứ thế bất khả thuyết kiếp. Như một kiếp, tất cả các kiếp cũng đều thấy rõ như vậy. Những kiếp không Phật, có những chúng sanh gieo căn lành nơi Vô thượng Bồ đề cũng đều biết rõ. Nếu có chúng sanh thiện căn đã thành thục nơi đời vị lai sẽ được thấy Phật cũng đều biết rõ.

7. Trí như biển nhập vị lai thế quán sát tất cả kiếp vô lượng vô biên, biết kiếp nào có Phật, kiếp nào không Phật, kiếp nào có bao nhiêu Như-Lai xuất thế. Mỗi Như-Lai danh hiệu gì, ở thế giới nào, thế giới tên gì, độ bao nhiêu chúng sanh, thọ mạng bao nhiêu thời gian. Quán sát như vậy tột vị lai tế đều biết rõ tất cả chẳng cùng tận mà không nhàm đủ.

8. Trí như biển nhập hiện tại thế quán sát tư duy. Trong mỗi niệm thấy khắp vô biên phẩm loại mười phương.

    Nơi bất khả thuyết thế giới đều có chư Phật nơi Vô thượng Bồ đề đã thành, nay thành, sẽ thành, đi đến đạo tràng dưới cây Bồ đề, ngồi trên cỏ kiết tường hàng phục ma quân, thành Đẳng Chánh giác.

    Rời cây Bồ đề vào thành ấp, lên cung trời chuyển đại pháp luân, thị hiện thần thông điều phục chúng sanh, nhẫn đến phó chúc Vô thượng Bồ đề, xả thọ mạng nhập niết bàn.

    Đã nhập Niết bàn kiết tập pháp tạng khiến còn ở lâu tại thế gian. Trang nghiêm Phật pháp nhiều thứ cúng dường. Cũng thấy thế giới kia, tất cả chúng sanh gặp Phật, nghe pháp, thọ trì cúng tụng nghi nhớ tư duy tăng trưởng huệ giải. Quán sát cùng khắp mười phương, mà ở nơi Phật pháp không sai lầm.

Vì vậy Bồ-Tát biết rõ chư Phật thảy đều như mộng, mà hay đến chỗ chư Phật cung kính cúng dường. Bấy giờ Bồ-Tát chẳng chấp tự thân, chẳng chấp nơi Phật, chẳng chấp thế giới, chẳng chấp chúng hội, chẳng chấp thuyết pháp, chẳng chấp kiếp số, nhưng vẫn thấy Phật, nghe Pháp, giám sát thế giới vào các kiếp số không nhàn đủ.

9. Trí như biển nơi bất khả, bất khả thuyết kiếp… tâm chẳng cầu báo, tâm rốt ráo, tâm nhiêu ích, trong bất khả thuyết bất khả thuyết kiếp vì Vô thượng Bồ đề mà cúng dường chư Phật, lợi ích chúng sanh, hộ trì chánh pháp khai thị diễn thuyết.

10. Trí như biển ngay chỗ của tất cả Phật, Pháp bình đẳng, Pháp xuất ly, Pháp tổng trì của Bồ-Tát, Bồ-Tát thọ trì đọc tụng phân biệt giải thuyết không nhàm đủ, trí vô lượng chúng sanh trong Phật Pháp phát tâm tương ứng với nhứt thuyết trí nhập tướng chơn thiệt.

Đây là mười trí như biển nhặt vô thượng Bồ đề của đại Bồ-Tát. Nếu chư Bồ-Tát an trụ Pháp này thì được biển đại trí huệ vô thượng của tất cả chư Phật.

(Kinh Hoa Nghiêm, phẩm 38. Ly Thế Gian)

71. MƯỜI THIỆT TRỤ

1. Đại Bồ-Tát đều có thể qua đến chỗ chư Phật nơi vô số thế giới, chiêm ngưỡng đảnh lễ hầu hạ cúng dường.

2. Ở chỗ của Bất tư nghì chư Phật lắng nghe chánh pháp thọ trì nghi nhớ không để quên mất, phân biệt tư duy giác huệ tăng trưởng.

3. Nơi cõi này mất, thị hiện xứ khác, mà với Phật Pháp không mê hoặc.

4. Biết từ một Pháp xuất sanh tất cả Pháp mà hay đều viên phân biệt diễn thuyết, bởi những nghĩa của tất cả Pháp rốt ráo đều là một nghĩa.

5. Biết nhàm lìa phiền não, biết ngăn dứt phiền não, biết phòng hộ phiền não, biết trừ đoạn phiền não, tu hạnh Bồ-Tát chẳng chứng thiệt tế, rốt ráo đến nơi thiệt tế bỉ ngạn, phương tiện thiện xảo học giỏi nơi sở học, làm cho hạnh nguyện thuở xưa đều được thành mãn, thân chẳng mỏi nhọc.

6. Biết tất cả chúng sanh, những tâm phân biệt của họ đều không xứ sở mà cũng nói có những phương xứ. dầu không phân biệt không tạo tác, nhưng vì muốn điều phục tất cả chúng sanh nên có tu hành nên có sở tác.

7. Biết tất cả Pháp đều đồng một tánh, nghĩa là vô tánh.

8. Đại Bồ-Tát cầu Phật Bất khả đắc. Vì muốn hoàn mãn nguyện giáo hoá chúng sanh nên mạnh mẽ tu hành Bồ-Tát hạnh.

9. Đại Bồ-Tát biết thiện xảo thuyết pháp, thị hiện Niết Bàn.

10. Đại Bồ-Tát nơi bất tư nghì vô lượng chư Phật ở chỗ mỗi đức Phật nghe bất khả thuyết bất khả thuyết pháp thọ kí danh hiệu đều khác, kiếp số chẳng đồng, từ nơi một kiếp nhẫn đến bất khả thuyết bất khả thuyết kiếp thường nghe như vậy.

Nếu chư Bồ-Tát an trụ pháp này thời dược đại trí huệ bửu vô thượng của chư Phật.

(Kinh Hoa Nghiêm, phẩm 38. Ly Thế Gian)

72. MƯỜI TÂM THỆ NGUYỆN ĐẠI THỪA NHƯ KIM CANG

1. Tất cả các pháp chẳng có biên tế, chẳng cùng tận tôi sẽ dùng trí tận tam thế đều giác liễu khắp cả không sót thừa.

2. Ở chỗ một đầu lông có vô lượng vô biên chúng sanh, huống là tất cả pháp giới. Tôi sẽ đều dùng vô thượng Niết bàn mà

diệc độ họ.

3. Mười phương thế giới vô lương vô biên không có ngằn mé, không thể cùng tận. Tôi sẽ dùng Phật độ tối thượng trang nghiêm, để trang nghiêm tất cả thế giới như vậy, bao nhiêu sự trang nghiêm thảy đều chơn thiệt.

4. Tất cả chúng sanh vô lượng vô biên không có chừng ngằn, không thể cùng tận. Tôi sẽ đem tất cả thiện căn hồi hướng cho họ. Dùng trí quang vô thượng chiếu diệu nơi họ.

5. Tất cả chư Phật vô lượng vô biên không có chừng ngằn, không thể cùng tận. Tôi sẽ dùng thiện căn đã gieo hồi hướng cúng dường đều khiến cùng khắp không chỗ kém thiếu, rồi sau tôi sẽ thành Vô thượng Bồ đề.

6. Đại Bồ-Tát thấy chư Phật, nghe Phật thuyết pháp, lòng rất hoan hỷ, chẳng chấp tự thân. Vì chẳng thể dùng tất cả tánh tướng để chấp lấy.

7. Đại Bồ-Tát hoặc bị chúng sanh quở trách mắng nhiếc đánh đập, hoặc chặt tay chân, hoặc thẻo tai mũi, hoặc móc mắt, hoặc cắt đầu. Vì Đại Bồ-Tát đã khéo quán sát tất cả các pháp không có hai tướng, tâm chẳng động loạn, có thể bỏ thân mình mà nhẫn sự khổ đó.

8. * Vị lai thế kiếp số vô lượng vô biên không có chừng ngằn chẳng thể cùng tận. Tôi sẽ tột kiếp số đó ở một thế giới tu hạnh Bồ-Tát giáo hoá chúng sanh. Như một thế giới, tận pháp giới hư không giới tất cả thế giới cũng đều như vậy mà lòng không kinh sợ. Vì đạo Bồ-Tát lẽ phải như vậy, vì tất cả chúng sanh mà tu hành như vậy.

9. Vô thượng Bồ đề do tâm làm gốc. Nếu tâm thanh tịnh thời có thể viên mãn tất cả thiện căn, nơi Phật Bồ Đề tất được tự tại, muốn thành Vô thượng Bồ Đề tùy ý liền thành. Nếu muốn dứt trừ tất cả thủ duyên trụ đạo nhứt hướng, tôi cũng có thể làm được. Nhưng tôi chẳng dứt, vì muốn rốt ráo Phật Bồ Đề.

10. Tôi cũng chẳng liền chứng Vô thượng Bồ Đề, vì để thành

mãn bổn nguyện, tận tất cả thế giới hành đạo Bồ-Tát giáo hoá chúng sanh.

11. Đại Bồ-Tát biết Phật bất khả đắc, Bồ Đề bất khả đắc. Nay tất cả chúng sanh chưa được giải thoát, chưa thành Chánh Giác, chưa đủ Phật pháp, đại nguyện tôi chưa viên mãn thế nào tôi lại muốn bỏ rời đại bi!

Nếu chư Bồ-Tát an trụ pháp này thời được trí đại thần thông vô thượng Kim cang tánh của Như-Lai.

(Kinh Hoa Nghiêm, phẩm 38. Ly Thế Gian)

73. MƯỜI PHÁP ĐẠI PHÁT KHỞI

1. Tôi sẽ cúng dường cung kính tất cả chư Phật.

2. Tôi sẽ trưởng dưỡng tất cả thiện căn của Bồ-Tát.

3. Sau khi đức Như-Lai nhập Niết bàn, tôi sẽ trang nghiêm Phật pháp.

4. Tôi sẽ giáo hóa điều phục tất cả chúng sanh khiến họ được Vô thượng Bồ đề.

5. Tôi sẽ dùng Phật độ vô thượng trang nghiêm để trang nghiêm tất cả thế giới.

6. Tôi sẽ phát tâm đại bi vì một chúng sanh nơi tất cả thế giới, mỗi mỗi đều tột kiếp thưở vị lai thật hành Bồ-Tát hạnh.

7. Chư Như-Lai đó vô lượng vô biên, tôi sẽ ở chỗ một đức Như-Lai trải qua bất tư nghì kiếp cung kính cúng dường.

8. Sau khi chư Như-Lai đó diệt độ, mỗi đức Như-Lai có bao nhiêu Xá lợi, tôi sẽ đều xây bửu pháp cao rộng bằng bất khả thuyết thế giới.

9. Tôi sẽ dùng thiện căn này thành Vô thượng Bồ đề được nhập Phật địa. Cùng với tất cả Như-Lai thể tánh bình đẳng.

10. Khi tôi đã thành Chánh giác, nơi tất cả thế giới trong bất khả thuyết kiếp diễn thuyết chánh pháp, thị hiện bất tư nghì thần thông tự tại. Thân, ngữ, ý chẳng nhàm mỏi, chẳng

rời chánh pháp.

(Kinh Hoa Nghiêm, phẩm 38. Ly Thế Gian)

74. MƯỜI ĐẠI SỰ RỐT RÁO

1. Cung kính cúng dường tất cả Như-Lai.
2. Tùy nghĩ nhớ đến chúng sanh nào có thể cứu hộ.
3. Chuyên cầu tất cả Phật pháp.
4. Chứa nhóm tất cả thiện căn.
5. Tư duy tất cả Phật pháp.
6. Đầy đủ tất cả đại nguyện.
7. Thành tựu tất cả hạnh Bồ-Tát.
8. Phụng sự tất cả thiện tri thức.
9. Qua đến tất cả thế giới chỗ của chư Phật.
10. Nghe và thọ trì chánh pháp của chư Phật.

Nếu chư Bồ-Tát an trụ pháp này thời được sự rốt ráo đại trí huệ Vô thượng Bồ đề.

(Kinh Hoa Nghiêm, phẩm 38. Ly Thế Gian)

75. MƯỜI BẤT HOẠI TÍN

1. Bất hoại tín đối với tất cả chư Phật.
2. Bất hoại tín đối với tất cả Phật pháp.
3. Bất hoại tín đối với tất cả Thánh tăng.
4. Bất hoại tín đối với tất cả Bồ-Tát.
5. Bất hoại tín đối với tất cả thiện tri thức.
6. Bất hoại tín đối với tất cả chúng sanh.
7. Bất hoại tín đối với đại nguyện của tất cả Bồ-Tát.
8. Bất hoại tín đối với tất cả Bồ-Tát hạnh.
9. Bất hoại tín đối với sự cung kính cúng dường tất cả chư Phật.

10. Bất hoại tín đối với phương tiện thiện xảo giáo hóa điều phục tất cả chúng sanh của Bồ-Tát.

Nếu chư Bồ-Tát an trụ pháp này thời được bất hoại tín đại trí huệ vô thượng của chư Phật.

(Kinh Hoa Nghiêm, phẩm 38. Ly Thế Gian)

76. MƯỜI THỌ KÝ

1. Trong có tri giải thậm thâm, được thọ ký.

2. Hay tùy thuận phát khởi những Bồ-Tát thiện căn, được thọ ký.

3. Tu quảng đại hạnh, được thọ ký.

4. Hiện tiền, được thọ ký.

5. Chẳng hiện tiền, được thọ ký.

6. Nhơn tự tâm chứng Bồ đề, được thọ ký.

7. Thành tựu nhẫn, được thọ ký.

8. Giáo hóa điều phục chúng sanh, được thọ ký.

9. Rốt ráo tất cả kiếp số, được thọ ký.

10. Tất cả Bồ-Tát hạnh tự tại, được thọ ký.

Nếu chư Bồ-Tát an trụ pháp này, thời ở chỗ chư Phật được thọ ký.

(Kinh Hoa Nghiêm, phẩm 38. Ly Thế Gian)

77. MƯỜI THIỆN CĂN HỒI HƯỚNG

1. Do thiện căn tôi đồng thiện tri thức nguyện.

2. Do thiện căn tôi đồng thiện tri thức hạnh.

3. Do thiện căn tôi đồng thiện tri thức căn.

4. Do thiện căn tôi đồng thiện tri thức bình đẳng.

5. Do thiện căn tôi đồng thiện tri thức niệm.

6. Do thiện căn tôi đồng thiện tri thức thanh tịnh.

7. Do thiện căn tôi đồng thiện tri thức sở trụ.

8. Do thiện căn tôi đồng thiện tri thức thành mãn.

9. Do thiện căn tôi đồng thiện tri thức bất hoại.

Nếu chư Bồ-Tát an trụ pháp này thời được thiện căn hồi hướng vô thượng.

(Kinh Hoa Nghiêm, phẩm 38. Ly Thế Gian)

78. MƯỜI PHÁP TRÍ HUỆ

1. Xả thí tự tại, được trí huệ.

2. Hiểu sâu tất cả Phật pháp, được trí huệ.

3. Nhập Như-Lai trí, được trí huệ.

4. Hay đoạn nghi trong tất cả vấn đáp, được trí huệ.

5. Nhập nơi nghĩa của trí giả, được trí huệ.

6. Hay hiểu sâu ngôn âm thiện xảo trong tất cả Phật pháp của tất cả chư Phật, được trí huệ.

7. Hiểu sâu ở chỗ chư Phật gieo ít căn lành tất có thể đầy đủ tất cả pháp bạch tịnh, được trí vô lượng của Như-Lai, được trí huệ.

8. Thành tựu Bồ-Tát bất tư nghì trụ, được trí huệ.

9. Ở trong một niệm đều có thể qua đến bất khả thuyết cõi Phật, được trí huệ.

10. Giác ngộ chư Phật Bồ đề, nhập tất cả pháp giới, văn trì tất cả pháp của Phật nói, vào sâu những ngôn âm trang nghiêm của tất cả Như-Lai, được trí huệ.

Nếu chư Bồ-Tát an trụ pháp này thời được hiện chứng trí vô thượng của tất cả chư Phật.

(Kinh Hoa Nghiêm, phẩm 38. Ly Thế Gian)

79. MƯỜI PHÁP PHÁT TÂM VÔ LƯỢNG VÔ BIÊN QUẢNG ĐẠI TÂM

1. Ở chỗ của tất cả chư Phật phát vô lượng vô biên quảng đại tâm.

2. Quán tất cả chúng sanh giới phát vô lượng vô biên quảng đại tâm.

3. Quán sát tất cả cõi, tất cả thế, tất cả pháp giới phát vô lượng vô biên quảng đại tâm.

4. Quán sát tất cả pháp đều như hư không phát vô lượng vô biên quảng đại tâm.

5. Quán sát hạnh quảng đại của Bồ-Tát phát vô lượng vô biên quảng đại tâm.

6. Chánh niệm tam thế tất cả chư Phật phát vô lượng vô biên quảng đại tâm.

7. Quán sát những nghiệp báo bất tư nghì phát vô lượng vô biên quảng đại tâm.

8. Nghiêm tịnh tất cả cõi Phật phát vô lượng vô biên quảng đại tâm.

9. Vào khắp đại hội của tất cả chư Phật phát vô lượng vô biên quảng đại tâm.

10. Quán sát diệu âm của tất cả Như-Lai phát vô lượng vô biên quảng đại tâm.

Nếu chư Bồ-Tát an trụ mười tâm quảng đại này thời được biển trí huệ quảng đại vô lượng vô biên tất cả Phật pháp.

(Kinh Hoa Nghiêm, phẩm 38. Ly Thế Gian)

80. MƯỜI PHỤC TẠNG

1. Biết tất cả pháp là tạng khởi hạnh công đức.

2. Biết tất cả pháp là tạng chánh tư duy.

3. Biết tất cả pháp là tạng đà la ni chiếu sáng.

4. Biết tất cả pháp là tạng biện tài khai diễn.

5. Biết tất cả pháp là tạng bất khả thuyết thiện giác chơn thiệt.

6. Biết tất cả Phật tự tại thần thông là tạng quán sát thị hiện.

7. Biết tất cả pháp là tạng thiện xảo xuất sanh bình đẳng.

8. Biết tất cả pháp là tạng thường thấy tất cả chư Phật.

9. Biết tất cả bất tư nghì kiếp là tạng biết rõ đều như huyễn trụ.

10. Biết tất cả chư Phật Bồ-Tát là tạng phát sanh hoan hỷ tịnh tín.

Nếu chư Bồ-Tát an trụ pháp này thời được pháp tạng trí huệ vô thượng của tất cả chư Phật. Trọn có thể điều phục tất cả chúng sanh.

(Kinh Hoa Nghiêm, phẩm 38. Ly Thế Gian)

81. MƯỜI LUẬT NGHI

1. Luật nghi chẳng hủy báng tất cả Phật pháp.

2. Luật nghi ở chỗ chư Phật tin mến tâm chẳng hoại được.

3. Luật nghi tôn trọng cung kính tất cả Bồ-Tát.

4. Luật nghi trọn chẳng bỏ tâm mến thích tất cả thiện tri thức.

5. Luật nghi chẳng móng lòng ghi nhớ tất cả Thanh Văn, Độc Giác.

6. Luật nghi xa lìa tất cả sự thối chuyển Bồ-Tát đạo.

7. Luật nghi chẳng khởi tất cả tâm tổn hại chúng sanh.

8. Luật nghi tu tất cả thiện căn đều khiến rốt ráo.

9. Luật nghi đều có thể hàng phục được tất cả ma.

10. Luật nghi đều làm cho đầy đủ tất cả Ba la mật.

Nếu chư Bồ-Tát an trụ pháp này thời được luật nghi đại trí vô thượng.

(Kinh Hoa Nghiêm, phẩm 38. Ly Thế Gian)

82. MƯỜI TỰ TẠI

1. Mạng tự tại, vì trụ thọ mạng trong bất khả thuyết kiếp.

2. Tâm tự tại, vì trí huệ hay nhập vô số tam muội.

3. Đồ dùng tự tại, vì hay dùng vô lượng đồ trang nghiêm để trang nghiêm tất cả thế giới

4. Nghiệp tự tại, vì tùy thời thọ báo.

5. Thọ sanh tự tại, vì thị hiện thọ sanh nơi tất cả thế giới.

6. Giải tự tại, vì thấy Phật đầy khắp tất cả thế giới.

7. Nguyện tự tại, vì trong các cõi tùy dục tùy thời mà thành Chánh giác.

8. Thần lực tự tại, vì thị hiện tất cả đại thần thông.

9. Pháp tự tại, vì thị hiện vô biên pháp môn.

10. Trí tự tại, vì trong mỗi niệm thị hiện Như-Lai thập lực vô úy thành Chánh giác

Nếu chư Bồ-Tát an trụ pháp này thời được viên mãn tất cả các môn Ba la mật, Trí huệ thần lực, Bồ đề tự tại của chư Phật.

(Kinh Hoa Nghiêm, phẩm 38. Ly Thế Gian)

83. MƯỜI VÔ NGẠI DỤNG

1. Chúng sanh vô ngại dụng.

2. Quốc độ vô ngại dụng

3. Pháp vô ngại dụng.

4. Thân vô ngại dụng.

5. Nguyện vô ngại dụng.

6. Cảnh giới vô ngại dụng.

7. Trí vô ngại dụng.

8. Thần thông vô ngại dụng.

9. Thần lực vô ngại dụng

10. Lực vô ngại dụng.

(Kinh Hoa Nghiêm, phẩm 38. Ly Thế Gian)

84. MƯỜI CHÚNG SANH VÔ NGẠI DỤNG

1. Biết tất cả chúng sanh không chúng sanh, vô ngại dụng.

2. Biết tất cả chúng sanh chỉ do tưởng chấp trì, vô ngại dụng.

3. Vì tất cả chúng sanh thuyết pháp chưa từng lỗi thời, vô ngại dụng.

4. Khắp hoá hiện tất cả chúng sanh giới, vô ngại dụng.

5. Để tất cả chúng sanh ở trong một lỗ lông mà không chật hẹp, vô ngại dụng.

6. Vì tất cả chúng sanh thị hiện tất cả thế giới phương khác cho họ đều được thấy, vô ngại dụng.

7. Vì tất cả chúng sanh thị hiện những thân trời: Đế Thích, Phạm Vương, Tứ Thiên Vương, vô ngại dụng.

8. Vì tất cả chúng sanh thị hiện Thanh Văn, Bích Chi Phật oai nghi tịch tịnh, vô ngại dụng.

9. Vì tất cả chúng sanh thị hiện Bồ-Tát hạnh, vô ngại dụng.

10. Vì tất cả chúng sanh thị hiện chư Phật, sắc thân tướng hảo, nhứt thiết trí lực, thành Đẳng Chánh Giác, vô ngại dụng.

(Kinh Hoa Nghiêm, phẩm 38. Ly Thế Gian)

85. MƯỜI QUỐC ĐỘ VÔ NGẠI DỤNG

1. Tất cả cõi làm một cõi, vô ngại dụng.

2. Tất cả cõi vào một lỗ lông, vô ngại dụng.

3. Biết tất cả cõi vô tận, vô ngại dụng.

4. Một thân ngồi kiết già đầy khắp tất cả cõi, vô ngại dụng.

5. Trong một thân hiện tất cả cõi, vô ngại dụng.

6. Chấn động tất cả cõi chẳng khiến chúng sanh kinh sợ, vô ngại dụng.

7. Dùng đồ trang nghiêm tất cả cõi để trang nghiêm một cõi, vô ngại dụng.

8. Dùng đồ trang nghiêm một cõi để trang nghiêm tất cả cõi, vô ngại dụng.

9. Đem một Như-Lai, một chúng hội khắp tất cả Phật độ thị hiện cho chúng sanh, vô ngại dụng.

10. Tất cả cõi nhỏ, cõi vừa, cõi lớn, cõi rộng, cõi sâu, cõi ngửa, cõi úp, cõi nghiêng, cõi ngay, khắp các phương vô lượng sai biệt. Đem những cõi này khắp thị hiện cho tất cả chúng sanh, vô ngại dụng.

(Kinh Hoa Nghiêm, phẩm 38. Ly Thế Gian)

86. MƯỜI PHÁP VÔ NGẠI DỤNG

1. Biết tất cả pháp vào một pháp, một pháp vào tất cả pháp mà chẳng trái tâm giải của chúng sanh, vô ngại dụng.

2. Từ Bát nhã Ba la mật xuất sanh tất cả pháp, vì người khác giải nói đều làm cho khai ngộ, vô ngại dụng.

3. Biết tất cả pháp lìa văn tự mà khiến chúng sanh đều được ngộ nhập, vô ngại dụng.

4. Biết tất cả pháp nhập một tướng mà hay diễn thuyết vô lượng pháp tướng, vô ngại dụng.

5. Biết tất cả pháp lìa ngôn thuyết mà có thể vì người nói vô biên pháp môn, vô ngại dụng.

6. Nơi tất cả pháp khéo chuyển phổ môn tự luân, vô ngại dụng.

7. Đem tất cả pháp vào một pháp môn mà chẳng trái nhau, trong bất khả thuyết kiếp nói chẳng cùng tận, vô ngại dụng.

8. Đem tất cả pháp đều vào Phật pháp, khiến các chúng sanh đều được tỏ ngộ, vô ngại dụng.

9. Biết tất cả pháp không có biên te, vô ngại dụng.

10. Biết tất cả pháp không ngằn mé chướng ngại, dường như lưới huyễn vô lượng sai biệt, trong vô lượng kiếp vì chúng sanh mà nói chẳng thể cùng tận, vô ngại dụng.

(Kinh Hoa Nghiêm, phẩm 38. Ly Thế Gian)

87. MƯỜI THÂN VÔ NGẠI DỤNG

1. Đem tất cả thân chúng sanh vào thân mình, vô ngại dụng.

2. Đem thân mình vào thân tất cả chúng sanh, vô ngại dụng.

3. Đem tất cả Phật thân vào một Phật thân, vô ngại dụng.

4. Đem một Phật thân vào tất cả Phật thân, vô ngại dụng.

5. Đem tất cả cõi vào thân mình, vô ngại dụng.

6. Đem một thân đầy khắp tất cả pháp tam thế thị hiện cho chúng sanh, vô ngại dụng.

7. Nơi một thân thị hiện vô biên thân nhập tam muội, vô ngại dụng

8. Nơi một thân thị hiện thân đồng số chúng sanh thành Chánh giác, vô ngại dụng.

9. Nơi thân tất cả chúng sanh hiện thân một chúng sanh, nơi thân một chúng sanh hiện thân tất cả chúng sanh, vô ngại dụng.

10. Nơi thân tất cả chúng sanh thị hiện pháp thân, nơi pháp thân thị hiện thân tất cả chúng sanh, vô ngại dụng.

(Kinh Hoa Nghiêm, phẩm 38. Ly Thế Gian)

88. MƯỜI NGUYỆN VÔ NGẠI DỤNG

1. Đem nguyện của tất cả Bồ-Tát làm nguyện của mình, vô ngại dụng.

2. Đem nguyện lực thành Bồ đề của tất cả Phật, thị hiện tự mình thành Chánh giác, vô ngại dụng.

3. Tùy chúng sanh được hoá độ, tự mình thành Vô thượng

Chánh đẳng Chánh giác, vô ngại dụng.

4. Nơi tất cả vô biên tế kiếp, đại nguyện chẳng dứt, vô ngại dụng.

5. Xa lìa thức thân, chẳng chấp trí thân, dùng nguyện tự tại hiện tất cả thân, vô ngại dụng.

6. Xả bỏ thân mình để thành mãn nguyện của người, vô ngại dụng.

7. Giáo hoá khắp tất cả chúng sanh mà chẳng bỏ đại nguyện, vô ngại dụng.

8. Ở tất cả kiếp thật hành Bồ-Tát hạnh mà đại nguyện chẳng dứt, vô ngại dụng.

9. Ở một lỗ lông hiện thành Chánh giác, do nguyện lực nên đầy khắp tất cả Phật độ. Ở bất khả thuyết bất khả thuyết thế giới vì mỗi mỗi chúng sanh mà thị hiện như vậy, vô ngại dụng.

10. Nói một câu pháp, khắp tất cả pháp giới, nổi mây lớn chánh pháp, chói điển quang giải thoát, nổ tiếng sấm thiệt pháp, rưới mưa vị cam lồ, dùng nguyện lực lớn thấm nhuần khắp tất cả chúnh sanh giới, vô ngại dụng.

(Kinh Hoa Nghiêm, phẩm 38. Ly Thế Gian)

89. MƯỜI CẢNH GIỚI VÔ NGẠI DỤNG

1. Tại pháp giới cảnh giới mà chẳng bỏ chúng sanh cảnh giới, vô ngại dụng.

2. Tại Phật cảnh giới mà chẳng bỏ ma cảnh giới, vô ngại dụng.

3. Tại Niết bàn cảnh giới mà chẳng bỏ sanh tử cảnh giới, vô ngại dụng

4. Nhập nhứt thiết trí cảnh giới mà chẳng dứt Bồ-Tát chủng tánh cảnh giới, vô ngại dụng.

5. Trụ cảnh giới tịch tịnh mà chẳng bỏ cảnh giới tán loạn, vô ngại dụng.

6. Trụ cảnh giới như hư không, chẳng khứ, chẳng lai, không hý luận, không tướng trạng, không thể tánh, không ngôn thuyết mà chẳng bỏ cảnh giới hý luận của tất cả chúng sanh, vô ngại dụng.

7. Trụ cảnh giới những trí lực, giải thoát mà chẳng bỏ cảnh giới của tất cả những phương sở, vô ngại dụng.

8. Nhập cảnh giới vô chúng sanh tế, mà chẳng bỏ giáo hoá tất cả chúng sanh, vô ngại dụng.

9. Trụ cảnh giới tịch tịnh thiền định giải thoát thần thông minh trí, mà ở tất cả thế giới thị hiện thọ sanh, vô ngại dụng.

10. Trụ cảnh giới Như-Lai tất cả hạnh trang nghiêm thành Chánh giác, mà hiện oai nghi tịch tịnh của tất cả Thanh Văn, Bích Chi Phật, vô ngại dụng.

   (Kinh Hoa Nghiêm, phẩm 38. Ly Thế Gian)

90. MƯỜI TRÍ VÔ NGẠI DỤNG

1. Vô tận biện tài, vô ngại dụng. Tất cả tổng trì không quên mất, vô ngại dụng.

2. Hay quyết định biết, quyết định nói những căn tánh của tất cả chúng sanh, vô ngại dụng.

3. Ở trong một niệm dùng trí vô ngại biết tâm hành của tất cả chúng sanh, vô ngại dụng.

4. Biết bịnh dục lạc tùy miên tập khí phiền não của tất cả chúng sanh, tùy theo chỗ thích nghi mà cho thuốc, vô ngại dụng.

5. Khoảng một niệm hay vào được Thập lực của Như-Lai, vô ngại dụng.

6. Dùng trí vô ngại biết tất cả kiếp tam thế và chúng sanh trong đó, vô ngại dụng.

7. Ở trong mỗi niệm hiện thành Chánh giác, vô ngại dụng

8. Thị hiện cho chúng sanh không đoạn tuyệt, vô ngại dụng

9. Nơi một chúng sanh tưởng biết tất cả chúng sanh nghiệp,

vô ngại dụng.

10. Nơi ngôn âm của một chúng sanh, hiểu lời nói của tất cả chúng sanh, vô ngại dụng.

(Kinh Hoa Nghiêm, phẩm 38. Ly Thế Gian)

91. MƯỜI MÔN THẦN THÔNG VÔ NGẠI DỤNG

1. Nơi một thân thị hiện tất cả thế giới thân, vô ngại dụng.

2. Nơi chúng hội một đức Phật, thính thọ lời thuyết pháp trong chúng hội của tất cả chư Phật, vô ngại dụng.

3. Ở trong tâm niệm của một chúng sanh, thành tựu bất khả thuyết Vô thượng Bồ đề, khai ngộ tâm của tất cả chúng sanh, vô ngại dụng.

4. Dùng một âm thanh hiện ngôn âm sai biệt của tất cả thế giới, làm cho tất cả chúng sanh đều được hiểu rõ, vô ngại dụng.

5. Trong một niệm hiện hết tất cả kiếp quá khứ có bao nhiêu nghiệp quả nhiều thứ sai khác, làm cho các chúng sanh đều được thấy biết, vô ngại dụng.

6. Một vi trần xuất hiện cõi Phật quảng đại vô lượng trang nghiêm, vô ngại dụng.

7. Làm cho tất cả thế giới đầy đủ trang nghiêm, vô ngại dụng.

8. Vào khắp tất cả tam thế, vô ngại dụng.

9. Phóng quang minh đại pháp, hiện tất cả chư Phật Bồ đề, tất cả chúng sanh hạnh nguyện, vô ngại dụng.

10. Khéo thủ hộ tất cả Thiên, Long, Bát Bộ, Đế Thích, Phạm Vương, Tứ Thiên Vương, Thanh Văn, Độc Giác, Bồ-Tát, bao nhiêu Thập lực của Như-Lai, thiện căn của Bồ-Tát, vô ngại dụng.

Nếu chư Bồ-Tát được thần thông vô ngại dụng này thời có thể vào khắp tất cả Phật pháp.

(Kinh Hoa Nghiêm, phẩm 38. Ly Thế Gian)

92. MƯỜI THẦN LỰC VÔ NGẠI DỤNG

1. Đem bất khả thuyết thế giới để vào một vi trần, vô ngại dụng.

2. Trong một vi trần hiện khắp pháp giới tất cả cõi Phật, vô ngại dụng.

3. Đem nước tất cả đại hải để vào một lỗ lông qua lại cùng khắp mười phương thế giới mà không làm xúc não chúng sanh, vô ngại dụng.

4. Đem bất khả thuyết thế giới nạp trong thân mình, thị hiện tất cả việc làm do sức thần thông, vô ngại dụng.

5. Dùng một sợi lông buộc bất khả sổ núi Kim Cang, núi Thiết Vi, cầm đi du hành tất cả thế giới, chẳng làm cho chúng sanh có lòng kinh sợ, vô ngại dụng.

6. Đem bất khả thuyết kiếp làm một kiếp, một kiếp làm bất khả thuyết kiếp, trong đó thị hiện sự thành hoại sai biệt, chẳng làm cho chúng sanh có lòng kinh sợ, vô ngại dụng.

7. Trong tất cả thế giới hiện thủy tai, hỏa tai, phong tai, những sự biến hoại mà chẳng não chúng sanh, vô ngại dụng.

8. Tất cả thế giới lúc tam tai hoại, đều có thể hộ trì đồ dùng của tất cả chúng sanh, chẳng để tổn hư thiếu thốn, vô ngại dụng.

9. Dùng một tay cầm bất tư nghì thế giới, ném ra ngoài bất khả thuyết thế giới, chẳng làm cho chúng sanh có tưởng kinh sợ, vô ngại dụng.

10. Nói tất cả cõi đồng với hư không, làm cho các chúng sanh đều được tỏ ngộ, vô ngại dụng.

(Kinh Hoa Nghiêm, phẩm 38. Ly Thế Gian)

93. MƯỜI LỰC VÔ NGẠI DỤNG

1. Chúng sanh lực vô ngại dụng, vì giáo hóa điều phục chẳng bỏ rời.

2. Sát lực vô ngại dụng, vì thị hiện bất khả thuyết trang

nghiêm để trang nghiêm.

3. Pháp lực vô ngại dụng, vì làm cho tất cả thân vào một thân.

4. Kiếp lực vô ngại dụng, vì tu hành chẳng dứt.

5. Phật lực vô ngại dụng, vì giác ngộ thùy miên.

6. Hành lực vô ngại dụng, vì nhiếp thủ tất cả Bồ-Tát hạnh.

7. Như-Lai lực vô ngại dụng, vì độ thoát tất cả chúng sanh.

8. Vô sư lực vô ngại dụng, vì tự giác tất cả các pháp.

9. Nhứt thiết trí lực vô ngại dụng, vì dùng nhứt thiết trí thành Chánh giác.

10. Đại bi lực vô ngại dụng, vì chẳng bỏ tất cả chúng sanh.

(Kinh Hoa Nghiêm, phẩm 38. Ly Thế Gian)

94. MƯỜI MÔN DU HÝ

1. Đem thân chúng sanh làm thân quốc độ, mà cũng chẳng hoại thân chúng sanh.

2. Đem thân quốc độ làm thân chúng sanh, mà cũng chẳng hoại thân quốc độ.

3. Nơi Phật thân thị hiện thân Thanh Văn, thân Độc Giác, mà chẳng tổn giảm thân Phật.

4. Nơi thân Thanh Văn, thân Độc Giác thị hiện Phật thân, mà chẳng tăng trưởng thân Thanh Văn, thân Độc Giác.

5. Nơi thân Bồ-Tát hạnh thị hiện thân thành Chánh giác mà chẳng đoạn thân Bồ-Tát hạnh.

6. Nơi thân thành Chánh giác thị hiện thân tu Bồ-Tát hạnh, mà chẳng giảm thân thành Chánh giác.

7. Nơi cõi Niết bàn thị hiện thân sanh tử, mà chẳng nhiễm trước sanh tử.

8. Nơi cõi sanh tử thị hiện Niết bàn, mà chẳng rốt ráo nhập nơi Niết bàn, là môn du hý của Bồ-Tát.

9. Nhập tam muội mà thị hiện tất cả nghiệp đi, đứng, ngồi, nằm, nhưng chẳng bỏ rời tam muội chánh thọ.

10. Ở chỗ một đức Phật nghe pháp thọ trì, thân chẳng động.

(Kinh Hoa Nghiêm, phẩm 38. Ly Thế Gian)

95. MƯỜI CẢNH GIỚI

1. Thị hiện môn vô biên pháp giới, làm cho chúng sanh được nhập

2. Thị hiện tất cã thế giới vô lượng diệu trang nghiêm làm cho chúng sanh được nhập.

3. Hóa hiện ra tất cả chúng sanh giới, đều phương tiện khai ngộ.

4. Nơi thân Như-Lai xuất hiện thân Bồ-Tát, nơi thân Bồ-Tát xuất hiện thân Như-Lai.

5. Nơi hư không hiện thế giới, nơi thế giới hiện hư không.

6. Nơi sanh tử giới hiện Niết bàn giới, Nơi Niết bàn giới hiện sanh tử giới.

7. Ở trong ngôn ngử của một chúng sanh xuất sanh ngử ngôn của tất cả Phật Pháp.

8. Đem vô biên thân hiện làm một thân, một thân hiện làm tất cả thân sai biệt.

9. Đem một thân đầy khắp tất cả pháp giới.

10. Ở trong một niệm làm cho tất cả chúng sanh phát tâm Bồ đề, đều hiện vô lượng thân thành Đẳng Chánh Giác.

(Kinh Hoa Nghiêm, phẩm 38. Ly Thế Gian)

96. MƯỜI LỰC

1. Thâm tâm lực, vì chẳng tạp tất cả thế tình.

2. Tăng thượng thâm tâm lực, vì chẳng bỏ tất cả Phật pháp.

3. Phương tiện lực, vì tất cả công hạnh đều rốt ráo.

4. Trí lực, vì biết tất cả tâm hành.

5. Nguyện lực, vì tất cả mong cầu đều làm cho viên mãn.

6. Hạnh lực, vì cùng tột thuở vị lai chẳng dứt.

7. Thừa lực, vì hay xuất sanh tất cả thừa mà chẳng bỏ Đại thừa.

8. Thần biến lực, vì ở trong mỗi lỗ lông đều thị hiện tất cả thế giới thanh tịnh, tất cả Như-Lai xuất thế.

9. Bồ đề lực, vì làm cho tất cả chúng sanh phát tâm thành Phật không đoạn tuyệt.

10. Chuyển pháp luân lực, vì nói một câu pháp đều xứng những tánh dục lạc của tất cả chúng sanh.

(Kinh Hoa Nghiêm, phẩm 38. Ly Thế Gian)

97. MƯỜI VÔ ÚY

1. Đại Bồ-Tát đều hay văn trì tất cả ngôn thuyết: Tùy theo chỗ chúng sanh hỏi đều có thể giải đáp quyết đoán trừ sự nghi hoặc cho họ không hề khiếp sợ.

2. Đại Bồ-Tát được Như-Lai quán đảnh vô ngại biện tài đến nơi bĩ ngạn rốt ráo tất cả văn tự ngôn âm khai thị bí mật.

3. Đại Bồ-Tát đã rời ngã và ngã sở, nên chẳng thấy các pháp có chút tánh tướng.

4. Đại Bồ-Tát được Phật lực gia hộ, Phật lực nhiếp trì, trụ tại oai nghi của Phật, việc làm chơn thiệt không biến đổi

5. Đại Bồ-Tát, thân khẩu ý đều thanh tịnh, sạch trắng nhu hòa, xa lìa những điều ác.

6. Đại Bồ-Tát được vô úy rốt ráo đến bỉ ngạn đại vô úy, phát tâm hoan hỷ thật hành hạnh Bồ-Tát.

7. Đại Bồ-Tát đã được thành tựu niệm căn đệ nhứt tâm không quên mất, được Phật hứa khả.

8. Đại Bồ-Tát trí huệ phương tiện đều đã thông đạt, Bồ-Tát chư lực đều đã rốt ráo, thường xuyên giáo hóa tất cả chúng sanh.

9. Đại Bồ-Tát luôn chẳng quên mất tâm Nhứt thiết trí, ngự nơi Đại thừa, thật hành hạnh Bồ-Tát.

10. Đại Bồ-Tát thành tựu tất cả pháp bạch tịnh, đầy đủ thiện căn, viên mãn thần thông, rốt ráo an trụ nơi Phật Bồ đề, đầy đủ tất cả hạnh Bồ-Tát.

(Kinh Hoa Nghiêm, phẩm 38. Ly Thế Gian)

98. MƯỜI PHÁP BẤT CỘNG

1. Đại Bồ-Tát chẳng do người dạy, tự nhiên tu hành sáu pháp Ba la mật.

2. Chẳng do người dạy, tùy thuận đạo Tứ nhiếp pháp siêng nhiếp thọ tất cả chúng sanh.

3. Chẳng do người dạy, vì các chúng sanh phát khởi thiện căn cầu Phật trí huệ.

4. Chẳng do người dạy, được phương tiện thiện xảo rốt ráo bĩ ngạn.

5. Chẳng do người dạy, quyền thiệt song hành.

6. Chẳng do người dạy, thân khẩu ý ba nghiệp tùy trí huệ hành.

7. Chẳng do người dạy, thường có lòng đại bi.

8. Không do người dạy, tất cả chúng sanh thảy đều thích thấy.

9. Chẳng do người dạy : tại những chỗ hiểm nạn chẳng mất trân bửu Nhứt thiết trí.

10. Chẳng do người dạy, được pháp tối thượng chẳng rời thiện tri thức, chẳng bỏ tôn trọng Phật.

Trên đây là mười pháp bất cộng của Bồ-Tát. Nếu chư Bồ-Tát an trụ nơi pháp này thời được pháp bất cộng quảng đại vô thượng của Như-Lai.

(Kinh Hoa Nghiêm, phẩm 38. Ly Thế Gian)

99. MƯỜI NGHIỆP

1. Tất cả thế giới nghiệp, vì đều có thể trang nghiêm thanh tịnh.

2. Tất cả chư Phật nghiệp, vì đều có thể cúng dường.

3. Tất cả Bồ-Tát nghiệp, vì đồng gieo thiện căn.

4. Tất cả chúng sanh nghiệp, vì đều có thể giáo hóa.

5. Tất cả vị lai nghiệp, vì nhiếp thủ tột thuở vị lai.

6. Tất cả thần lực nghiệp, vì chẳng rời một thế giới đến khắp tất cả thế giới.

7. Tất cả quang minh nghiệp, vì phóng quang minh vô biên màu, trong mỗi quang minh có tòa liên hoa đều có Bồ-Tát ngồi kiết già trên đó. Dùng đây để hiển hiện.

8. Tất cả giống Tam Bửu chẳng đoạn nghiệp, vì sau khi đức Phật diệt độ thời thủ hộ trụ trì những Phật pháp.

9. Tất cả biến hóa nghiệp, vì ở tất cả thế giới thuyết pháp giáo hóa các chúng sanh.

10. Tất cả gia trì nghiệp, ở trong một niệm tùy tâm sở thích của các chúng sanh đều vì họ mà thị hiện làm cho tất cả nguyện vọng đều thành mãn.

Nếu chư Bồ-Tát an trụ trong pháp này thời được nghiệp quảng đại vô thượng của Như-Lai.

(Kinh Hoa Nghiêm, phẩm 38. Ly Thế Gian)

100. MƯỜI THÂN BẤT LAI

1. Bất lai thân, vì chẳng thọ sanh ở tất cả thế gian.

2. Bất khứ thân, vì nơi tất cả thế gian cầu chẳng được.

3. Bất thiệt thân, vì tất cả thế gian được như thiệt.

4. Bất hư thân, vì dùng lý như thiệt thị hiện thế gian.

5. Bất tận thân, vì tột thuở vị lai không đoạn tuyệt.

6. Kiên cố thân, vì tất cả chúng sanh ma chẳng phá hoại được.

7. Bất động thân, vì chúng ma ngoại đạo chẳng động được.

8. Cụ tướng thân, vì thị hiện tướng trăm phước thanh tịnh.

9. Vô tướng thân, vì pháp tướng rốt ráo đều vô tướng.

10. Phổ chí thân, vì đồng một thân với tam thế Phật.

Nếu chư Bồ-Tát an trụ trong pháp này thời được thân vô thượng vô tận của Như-Lai.

(Kinh Hoa Nghiêm, phẩm 38. Ly Thế Gian)

101. MƯỜI THÂN NGHIỆP

1. Thân nghiệp nơi một thân tràn đầy tất cả thế giới.

2. Thân nghiệp ở trước tất cả chúng sanh đều có thể thị hiện.

3. Thân nghiệp nơi tất cả loài đều có thể thọ sanh.

4. Thân nghiệp du hành tất cả thế giới.

5. Thân nghiệp qua đến tất cả chúng hội của chư Phật.

6. Thân nghiệp dùng một tay có thể che khắp tất cả thế giới.

7. Thân nghiệp có thể dùng một tay chà tất cả thế giới kim cang vi sơn nát như vi trần.

8. Thân nghiệp ở trong tự thân hiện tất cả cõi Phật thành hoại chỉ bày cho chúng sanh.

9. Thân nghiệp dùng một thân dung thọ tất cả chúng sanh giới.

10. Thân nghiệp ở trong thân hiện khắp tất cả cõi Phật thanh tịnh tất cả chúng sanh, rồi ở trong đó hiện thành đạo.

Nếu chư Bồ-Tát an trụ pháp này thời được Phật nghiệp vô thượng của Như-Lai. Đều có thể giác ngộ tất cả chúng sanh.

(Kinh Hoa Nghiêm, phẩm 38. Ly Thế Gian)

102. MƯỜI THÂN

1. Ba la mật thân, vì đều chánh tu hành.

2. Tứ nhiếp thân, vì chẳng bỏ tất cả chúng sanh.

3. Đại bi thân, vì thay tất cả chúng sanh chịu vô lượng khổ không mỏi nhàm.

4. Đại từ thân, vì cứu hộ tất cả chúng sanh.

5. Phước đức thân, vì lợi ích tất cả chúng sanh.

6. Trí huệ thân, vì đồng một tánh với tất cả Phật thân.

7. Pháp thân, vì lìa hẳn thọ sanh các loài.

8. Phương tiện thân, vì tất cả xứ hiện tiền.

9. Thần lực thân, vì thị hiện tất cả thần biến.

10. Bồ đề thân, vì tùy thích tùy thời thành Chánh giác.

Nếu chư Bồ-Tát an trụ trong pháp này thời được thân đại trí huệ vô thượng của Như-Lai.

(Kinh Hoa Nghiêm, phẩm 38. Ly Thế Gian)

103.MƯỜI NGỮ

1. Nhu nhuyến ngữ, vì làm cho tất cả chúng sanh đều an ổn.

2. Cam lồ ngữ, vì làm cho tất cả chúng sanh đều thanh lương.

3. Bất cuống ngữ, vì bao nhiêu lời nói đều chơn thiệt.

4. Chơn thiệt ngữ, vì nhẫn đến trong chiêm bao cũng không vọng ngữ.

5. Quảng đại ngữ, vì tất cả Đế Thích, Phạm Vương, Tứ Thiên Vương v.v... đều tôn kính.

6. Thậm thâm ngữ, vì hiển thị pháp tánh.

7. Kiên cố ngữ, vì thuyết pháp vô tận.

8. Chánh trực ngữ, vì phát ngôn dễ hiểu.

9. Chủng chủng ngữ, vì tùy thời thị hiện.

10. Khai ngộ tất cả chúng sanh ngữ, vì tùy theo chỗ dục lạc của họ mà làm cho họ được hiểu rõ.

Nếu chư Bồ-Tát an trụ trong pháp này thời được vi diệu ngữ vô thượng của Như-Lai.

(Kinh Hoa Nghiêm, phẩm 38. Ly Thế Gian)

104. MƯỜI ĐIỀU TỊNH TU NGỮ NGHIỆP

1. Thích lắng nghe âm thanh của đức Như-Lai.
2. Thích nghe nói công đức của Bồ-Tát.
3. Chẳng nói những lời mà tất cả chúng sanh chẳng thích nghe.
4. Chơn thiệt xa lìa bốn lỗi lầm của lời nói.
5. Hoan hỷ hớn hở tán thán Như-Lai.
6. Ở chỗ tháp Như-Lai to tiếng khen ngợi công đức như thiệt của chư Phật.
7. Dùng tâm thâm tịnh ban bố chánh pháp cho chúng sanh.
8. Âm nhạc ca tụng tán thán đức Như-Lai.
9. Ở chỗ chư Phật lắng nghe chánh pháp chẳng tiếc thân mạng.
10. Xả thân thừa sự tất cả Bồ-Tát và các Pháp Sư để lãnh thọ diệu pháp.

(Kinh Hoa Nghiêm, phẩm 38. Ly Thế Gian)

105. MƯỜI ĐIỀU THỦ HỘ

1. Được Thiên Vương lãnh đạo cùng tất cả Thiên chúng thủ hộ.
2. Được Long Vương lãnh đạo cùng tất cả Long chúng thủ hộ.
3. Được Dạ Xoa Vương lãnh đạo cùng tất cả chúng Dạ Xoa thủ hộ.
4. Được Càn Thát Bà Vương lãnh đạo cùng tất cả chúng Càn Thát Bà thủ hộ.
5. Được A Tu La Vương lãnh đạo, Ca Lâu La Vương cầm

đầu, Khẩn Na La Vương cầm đầu, Ma Hầu La Già Vương lãnh đạo, Phạm Vương cầm đầu. Mỗi Vương đều cùng chúng của mình để thủ hộ Bồ-Tát này.

6. Được Như-Lai Pháp Vương lãnh đạo, tất cả Pháp Sư thảy đều thủ hộ.

(Kinh Hoa Nghiêm, phẩm 38. Ly Thế Gian)

106. MƯỜI ĐẠI SỰ

1. Tất cả chúng sanh đều làm cho hoan hỷ.

2. Tất cả thế giới đều có thể qua đến.

3. Tất cả căn tánh đều có thể rõ biết.

4. Tất cả thắng giải đều làm cho thanh tịnh.

5. Tất cả phiền não đều làm cho đoạn trừ.

6. Tất cả tập khí đều làm cho xả ly.

7. Tất cả dục lạc đều làm cho sáng sạch.

8. Tất cả thâm tâm đều làm cho tăng trưởng.

9. Tất cả pháp giới đều làm cho cùng khắp.

10. Tất cả Niết bàn khắp làm cho thấy rõ.

(Kinh Hoa Nghiêm, phẩm 38. Ly Thế Gian)

107. MƯỜI TÂM

1. Tâm như đại địa, vì có thể gìn có thể lớn những thiện căn của tất cả chúng sanh.

2. Tâm như đại hải, vì tất cả chư Phật vô lượng vô biên đại trí pháp thủy đều chảy vào.

3. Tâm như Tu Di Sơn Vương, vì đặt tất cả chúng sanh nơi chỗ thiện căn xuất thế gian vô lượng.

4. Tâm như Ma ni bửu vương, vì lạc dục thanh tịnh không tạp nhiễm.

5. Tâm như Kim Cang, vì quyết định thâm nhập tất cả pháp.

6. Tâm như Kim Cang vi sơn, vì chư ma ngoại đạo chẳng có thể động.

7. Tâm như liên hoa, vì tất cả thế pháp chẳng nhiễm được.

8. Tâm như hoa ưu đàm bát, vì trong tất cả kiếp khó gặp gỡ.

9. Tâm như tịnh nhựt, vì có thể phá trừ chướng tối tăm.

10. Tâm như hư không, vì chẳng lường được.

Nếu chư Bồ-Tát an trụ trong đây thời được tâm đại thanh tịnh vô thượng của Như-Lai.

(Kinh Hoa Nghiêm, phẩm 38. Ly Thế Gian)

108. MƯỜI PHÁT TÂM

1. Tôi sẽ độ thoát tất cả chúng sanh.

2. Tôi sẽ làm cho tất cả chúng sanh dứt trừ phiền não.

3. Tôi sẽ làm cho tất cả chúng sanh tiêu diệt tập khí.

4. Tôi sẽ dứt trừ tất cả tâm nghi hoặc

5. Tôi sẽ diệt trừ khổ não cho tất cả chúng sanh.

6. Tôi sẽ trừ diệt tất cả ác đạo chư nạn.

7. Tôi sẽ kính thuận tất cả Như-Lai.

8. Tôi sẽ khéo học tất cả sở học của Bồ-Tát.

9. Tôi sẽ ở chỗ mỗi đầu lông trong tất cả thế gian thị hiện tất cả Phật thành Chánh giác.

10. Tôi sẽ ở nơi tất cả thế giới đánh đại pháp cổ làm cho các chúng sanh tùy theo căn dục của họ đều được ngộ hiểu.

Nếu chư Bồ-Tát an trụ trong đây thời được tâm đại phát khởi năng sự vô thượng của Như-Lai.

(Kinh Hoa Nghiêm, phẩm 38. Ly Thế Gian)

109. MƯỜI TÂM CÙNG KHẮP

1. Tâm cùng khắp tất cả hư không, vì phát ý rộng lớn.

2. Tâm cùng khắp tất cả pháp giới, vì thâm nhập vô biên.

3. Tâm cùng khắp tất cả tam thế, vì một niệm đều biết rõ

4. Tâm cùng khắp tất cả Phật xuất hiện, vì đều biết rõ nơi nhập thai, giáng sanh, xuất gia, thành đạo, chuyển pháp luân, nhập niết bàn.

5. Tâm cùng khắp tất cả chúng sanh, vì biết rõ căn dục tập khí.

6. Tâm cùng khắp tất cả trí huệ, vì tùy thuận biết rõ pháp giới.

7. Tâm cùng khắp tất cả vô biên, vì biết những huyễn vọng sai biệt.

8. Tâm cùng khắp tất cả vô sanh, vì các pháp tự tánh bất khả đắc.

9. Tâm cùng khắp tất cả vô ngại, vì chẳng trụ tự tâm tha tâm.

10. Tâm cùng khắp tất cả tự tại, vì một niệm khắp hiện thành Phật.

Nếu chư Bồ-Tát an trụ trong đây thời được vô lượng Phật pháp vô thượng cùng khắp trang nghiêm.

(Kinh Hoa Nghiêm, phẩm 38. Ly Thế Gian)

110. MƯỜI CĂN

1. Hoan hỷ căn, vì thấy tất cả Phật lòng tin chẳng hư hoại.

2. Hy vọng căn, vì những Phật pháp đã nghe đều tỏ ngộ tất cả.

3. Bất thối căn, vì tất cả tác sự đều rốt ráo.

4. An trụ căn, vì chẳng dứt tất cả Bồ-Tát hạnh.

5. Vi tế căn, vì nhập lý vi diệu Bát nhã Ba la mật.

6. Bất hưu tức căn, vì rốt ráo sự việc tất cả chúng sanh.

7. Như kim cang căn, vì chứng biết tất cả những pháp tánh.

8. Kim cang quang diệm căn, vì chiếu khắp tất cả Phật cảnh giới.

9. Vô sai biệt căn, vì tất cả Như-Lai đồng một thân.

10. Vô ngại tế căn, vì thâm nhập mười trí lực của Như-Lai.

Nếu chư Bồ-Tát an trụ trong đây thời được căn đại trí viên mãn vô thượng của Như-Lai.

(Kinh Hoa Nghiêm, phẩm 38. Ly Thế Gian)

111. MƯỜI THÂM TÂM

1. Thâm tâm chẳng nhiễm tất cả pháp thế gian.

2. Thâm tâm chẳng tạp tất cả đạo Nhị thừa.

3. Thâm tâm thấu rõ tất cả Phật Bồ đề.

4. Thâm tâm tùy thuận đạo Nhứt thiết chủng trí.

5. Thâm tâm chẳng bị tất cả chúng ma ngoại đạo làm động.

6. Thâm tâm tịnh tu trí viên mãn của tất cả Như-Lai.

7. Thâm tâm thọ trì tất cả pháp đã được nghe.

8. Thâm tâm chẳng nhiễm trước tất cả chỗ thọ sanh.

9. Thâm tâm đầy đủ tất cả trí vi tế.

10. Thâm tâm tu tất cả Phật pháp.

Nếu chư Bồ-Tát an trụ trong đây thời được thâm tâm thanh tịnh nhứt thiết trí vô thượng.

(Kinh Hoa Nghiêm, phẩm 38. Ly Thế Gian)

112. MƯỜI THÂM TÂM TĂNG THƯỢNG

1. Thâm tâm tăng thượng bất thối chuyển, vì chứa nhóm tất cả thiện căn.

2. Thâm tâm tăng thượng rời nghi hoặc, vì hiểu mật ngữ của tất cả Như-Lai.

3. Thâm tâm tăng thượng chánh trì, vì đại nguyện đại hạnh lưu xuất.

4. Thâm tâm tăng thượng tối thắng, vì thâm nhập tất cả Phật pháp.

5. Thâm tâm tăng thượng làm chủ, vì tất cả Phật pháp đều tự tại.

6. Thâm tâm tăng thượng quảng đại, vì vào khắp tất cả pháp môn.

7. Thâm tâm tăng thượng thượng thủ, vì tất cả việc làm đều thành tựu.

8. Thâm tâm tăng thượng tự tại, vì tất cả tam muội thần thông biến hóa trang nghiêm.

9. Thâm tâm tăng thượng an trụ, vì nhiếp thọ bổn nguyện.

10. Thâm tâm tăng thượng không thôi nghỉ, vì thành thục tất cả chúng sanh.

Nếu chư Bồ-Tát an trụ pháp này thời được thâm tâm tăng thượng thanh tịnh vô thượng của tất cả chư Phật.

(Kinh Hoa Nghiêm, phẩm 38. Ly Thế Gian)

113. MƯỜI ĐIỀU SIÊNG TU

1. Siêng tu bố thí, vì đều xả thí tất cả mà không cầu báo đáp.

2. Siêng tu trì giới, vì đầu đà khổ hạnh thiểu dục tri túc không khi dối.

3. Siêng tu nhẫn nhục, vì rời quan niệm tự tha, nhẫn chịu tất cả điều khổ não trọn không sanh lòng sân hại.

4. Siêng tu tinh tất, vì thân ngữ ý ba nghiệp chưa từng tán loạn, tất cả việc làm đều chẳng thối chuyển mãi đến rốt ráo.

5. Siêng tu thiền định, vì giải thoát tam muội xuất hiện thần thông, rời lìa tất cả quyến thuộc dục lạc phiền não đấu tránh.

6. Siêng tu trí huệ, vì tu tập chứa nhóm tất cả công đức không mỏi nhàm.

7. Siêng tu đại từ, vì biết các chúng sanh không tự tánh.

8. Siêng tu đại bi, vì biết các pháp không, thay thế khắp tất cả chúng sanh thọ khổ không mỏi nhàm.

9. Siêng tu giác ngộ Thập lực của Như-Lai, vì rõ thấu vô ngại chỉ bày cho chúng sanh.

10. Siêng tu pháp luân bất thối, vì chuyển đến tâm của tất cả chúng sanh.

Nếu chư Bồ-Tát an trụ trong pháp này thời được siêng tu đại trí huệ vô thượng của Như-Lai.

(Kinh Hoa Nghiêm, phẩm 38. Ly Thế Gian)

114. MƯỜI QUYẾT ĐỊNH GIẢI

1. Vì gieo trồng tôn trọng thiện căn.

2. Vì xuất sanh những thứ trang nghiêm.

3. Vì tâm chưa từng hèn kém.

4. Vì hay nhập pháp tánh thậm thâm.

5. Vì phát tâm không chỗ nào chẳng đến.

6. Vì hay thọ Phật lực gia trì.

7. Vì dẹp phá tất cả nghiệp ma.

8. Vì biết rõ tất cả nghiệp báo.

9. Vì tùy ý hay hiện thần thông.

10. Vì ở chỗ tất cả Phật được thọ ký.

11. Vì tùy ý tùy thời thành Phật.

Nếu chư Bồ-Tát an trụ trong pháp này thời được quyết định giải vô thượng của Như-Lai.

(Kinh Hoa Nghiêm, phẩm 38. Ly Thế Gian)

115. MƯỜI QUYẾT ĐỊNH GIẢI BIẾT TẤT CẢ THẾ GIỚI

1. Biết tất cả thế giới vào một thế giới.

2. Biết một thế giới vào tất cả thế giới

3. Biết tất cả thế giới, một thân Như-Lai, một tòa liên hoa thảy đều cùng khắp.

4. Biết tất cả thế giới đều như hư không.

5. Biết tất cả thế giới đủ Phật trang nghiêm.

6. Biết tất cả thế giới Bồ-Tát đầy khắp. Biết tất cả thế giới vào một lỗ lông.

7. Biết tất cả thế giới vào một thân chúng sanh.

8. Biết tất cả thế giới, một cây Phật Bồ đề, một Phật đạo tràng thảy đều cùng khắp.

9. Biết tất cả thế giới, một âm thanh cùng khắp làm cho các chúng sanh đều riêng hiểu biết lòng sanh hoan hỷ.

Nếu chư Bồ-Tát an trụ pháp này thời được quyết định giải Phật độ quảng đại vô thượng của Như-Lai.

(Kinh Hoa Nghiêm, phẩm 38. Ly Thế Gian)

116. MƯỜI QUYẾT ĐỊNH GIẢI BIẾT CHÚNG SANH GIỚI

1. Bổn tánh không thiệt.

2. Vào thân một chúng sanh.

3. Vào thân Bồ-Tát.

4. Vào Như-Lai tạng.

5. Vào khắp tất cả chúng sanh giới.

6. Làm pháp khí của chư Phật.

7. Tùy theo sở thích của họ mà vì họ hiện thân Đế Thích, Phạm Vương, Tứ Thiên Vương.

8. Tùy theo sở thích của họ mà hiện oai nghi tịch tịnh của Thanh Văn, Bích Chi Phật.

9. Hiện thân công đức trang nghiêm của Bồ-Tát.

10. Biết tất cả chúng sanh giới vì họ mà hiện thân tướng hảo oai nghi tịch tịnh của Như-Lai để khai ngộ họ.

209

Nếu chư Bồ-Tát an trụ trong pháp này thời được quyết định giải đại oai lực vô thượng của Như-Lai.

(Kinh Hoa Nghiêm, phẩm 38. Ly Thế Gian)

117. MƯỜI TẬP KHÍ

1. Tập khí của Bồ đề tâm.

2. Tập khí của thiện căn.

3. Tập khí giáo hóa chúng sanh.

4. Tập khí thấy Phật.

5. Tập khí thọ sanh nơi thế giới thanh tịnh.

6. Tập khí của công hạnh.

7. Tập khí của thệ nguyện.

8. Tập khí của Ba la mật.

9. Tập khí tư duy pháp bình đẳng.

10. Tập khí của những cảnh giới sai biệt.

Nếu chư Bồ-Tát an trụ trong pháp này thời lìa hẳn tất cả tập khí phiền não, được trí đại trí tập khí phi tập khí của Như-Lai.

(Kinh Hoa Nghiêm, phẩm 38. Ly Thế Gian)

118. MƯỜI ĐIỀU THỦ LẤY

1. Thủ tất cả chúng sanh giới, vì rốt ráo giáo hoá.

2. Thủ tất cả thế giới, vì rốt ráo nghiêm tịnh.

3. Thủ Như-Lai, vì tu hạnh Bồ-Tát để cúng dường.

4. Thủ thiện căn, vì chứa nhóm tướng hảo công đức của chư Phật.

5. Thủ đại bi, vì diệt khổ cho tất cả chúng sanh.

6. Thủ đại từ, vì cho tất cả chúng sanh những trí lạc.

7. Thủ Ba la mật, vì tích tập những trang nghiêm của Bồ-Tát.

8. Thủ thiện xảo phương tiện, vì đều thị hiện ở tất cả chỗ.

9. Thủ Bồ đề, vì được trí vô ngại.

10. Thủ tất cả pháp, vì ở tất cả chỗ đều dùng minh trí để hiện rõ.

Nếu chư Bồ-Tát an trụ nơi mười điều thủ lấy này thời có thể chẳng dứt Bồ-Tát hạnh, được pháp vô sở thủ vô thượng của tất cả Như-Lai.

(Kinh Hoa Nghiêm, phẩm 38. Ly Thế Gian)

119. MƯỜI ĐIỀU TU

1. Tu các môn Ba la mật.

2. Tu học.

3. Tu huệ.

4. Tu nghĩa.

5. Tu pháp.

6. Tu xuất ly.

7. Tu thị hiện.

8. Tu siêng thật hành chẳng lười.

9. Tu thành Đẳng Chánh Giác.

10. Tu chuyển Chánh Pháp Luân.

Nếu chư Bồ-Tát an trụ trong đây thời được tu vô thượng tu tất cả pháp.

(Kinh Hoa Nghiêm, phẩm 38. Ly Thế Gian)

120. MƯỜI ĐIỀU THÀNH TỰU PHẬT PHÁP

1. Chẳng rời thiện tri thức.

2. Thâm tín Phật ngữ.

3. Chẳng hủy báng chánh pháp.

4. Dùng vô lượng vô tận thiện căn hồi hướng.

5. Tin hiểu cảnh giới của đức Như-Lai vô biên tế.

6. Biết cảnh giới của tất cả thế giới.

7. Chẳng bỏ cảnh giới pháp giới.

8. Xa rời những cảnh giới ma.

9. Chánh niệm cảnh giới của tất cả Phật.

10. Thích cầu cảnh giới Thập lực của Như-Lai.

Nếu chư Bồ-Tát an trụ trong pháp này thời được thành tựu đại trí huệ vô thượng của Như-Lai.

(Kinh Hoa Nghiêm, phẩm 38. Ly Thế Gian)

121. MƯỜI ĐIỀU THỐI THẤT PHẬT PHÁP C ẦN PHẢI XA KÌA

1. Khinh mạn thiện tri thức

2. Không sợ khổ sanh tử

3. Nhàm tu hạnh Bồ-Tát

4. Chẳng thích trụ thế gian

5. Say đắm tam muội

6. Chấp lấy thiện căn

7. Hủy báng chánh pháp

8. Đoạn Bồ-Tát hạnh

9. Thích đạo Nhị thừa.

10. Hiềm hận chư Bồ-Tát.

Nếu chư Bồ-Tát xa lìa pháp này, thời nhập đạo ly sanh của Bồ-Tát.

(Kinh Hoa Nghiêm, phẩm 38. Ly Thế Gian)

122. MƯỜI ĐẠO LY SANH

1. Xuất sanh Bát nhã Ba la mật mà luôn quán sát tất cả chúng sanh.

2. Xa rời những kiến chấp mà độ thoát tất cả chúng sanh bị kiến chấp ràng buộc.

3. Chẳng tưởng niệm tất cả tướng mà chẳng bỏ tất cả chúng sanh chấp tướng.

4. Siêu quá tam giới mà thường ở tại tất cả thế giới.

5. Rời hẳn phiền não mà ở chung với tất cả chúng sanh.

6. Đắc pháp ly dục mà thường dùng đại bi thương xót tất cả chúng sanh nhiễm trước dục lạc.

7. Thường thích tịch tịnh mà luôn thị hiện tất cả quyến thuộc.

8. Rời sanh thế gian mà chết đây sanh kia khởi hạnh Bồ-Tát.

9. Chẳng nhiễm tất cả pháp thế gian mà chẳng dứt tất cả việc làm thế gian.

10. Chư Phật Bồ đề đã hiện ra trước mà chẳng bỏ tất cả hạnh nguyện của Bồ-Tát.

Đây là mười đạo ly sanh của Bồ-Tát, xuất ly thế gian chẳng cùng chung với thế gian mà cũng chẳng tạp hạnh Nhị thừa. Nếu chư Bồ-Tát an trụ pháp này thời được pháp quyết định của Bồ-Tát.

(Kinh Hoa Nghiêm, phẩm 38. Ly Thế Gian)

123. MƯỜI PHÁP QUYẾT ĐỊNH

1. Quyết định sanh trong chủng tộc của đức Như-Lai.

2. Quyết định an trụ trong cảnh giới của chư Phật.

3. Quyết định biết rõ việc làm của chư Bồ-Tát.

4. Quyết định an trụ trong các môn Ba la mật.

5. Quyết định được dự trong chúng hội của Như-Lai.

6. Quyết định có thể hiển bày chủng tánh của Như-Lai.

7. Quyết định an trụ trong trí lực của Như-Lai.

8. Quyết định thâm nhập Bồ đề của chư Phật.

9. Quyết định đồng một thân với tất cả chư Phật.

10. Quyết định đồng một chỗ ở với tất cả chư Phật.

(Kinh Hoa Nghiêm, phẩm 38. Ly Thế Gian)

124. MƯỜI ĐẠO XUẤT SANH PHẬT PHÁP

1. Tùy thuận thiện hữu là đạo xuất sanh Phật pháp, vì đồng gieo căn lành.

2. Thâm tâm tin hiểu là đạo xuất sanh Phật pháp, vì biết Phật tự tại.

3. Phát thệ nguyện lớn là đạo xuất sanh Phật pháp, vì tâm rộng rãi.

4. Nhẫn thọ thiện căn của mình là đạo xuất sanh Phật pháp, vì biết nghiệp chẳng mất.

5. Tất cả kiếp tu hành không nhàm đủ là đạo xuất sanh Phật pháp, vì tột thuở vị lai.

6. Vô số thế giới đều thị hiện là đạo xuất sanh Phật pháp, vì thành thục chúng sanh.

7. Chẳng dứt Bồ-Tát hạnh là đạo xuất sanh Phật pháp, vì tăng trưởng đại bi.

8. Vô lượng tâm là đạo xuất sanh Phật pháp, vì một niệm khắp tất cả hư không giới.

9. Hạnh thù thắng là đạo xuất sanh Phật pháp, vì công hạnh đã tu không hư mất.

10. Như-Lai chủng à đạo xuất sanh Phật pháp, vì làm cho tất cả chúng sanh thích phát tâm Bồ đề dùng tất cả pháp lành giúp đỡ giữ gìn. Nếu chư Bồ-Tát an trụ trong pháp này thời được danh hiệu đại trượng phu.

(Kinh Hoa Nghiêm, phẩm 38. Ly Thế Gian)

125. MƯỜI DANH HIỆU ĐẠI TRƯỢNG PHU

1. Bồ đề Tát Đỏa, vì Bồ đề trí sanh ra.

2. Ma Ha Tát Đoả, vì an trụ nơi Đại thừa.

3. Đệ nhứt Tát Đoả, vì chứng pháp đệ nhứt.

4. Thắng Tát Đoả, vì giác ngộ pháp thù thắng.

5. Tối Thắng Tát Đoả, vì trí huệ tối thắng.

6. Thượng Tát Đoả, vì phát khởi thượng tinh tấn.

7. Vô Thượng Tát Đoả, vì khai thị pháp vô thượng.

8. Lực Tát Đoả, vì biết rộng Thập lực.

9. Vô Đẳng Tát Đoả, vì thế gian không sánh được.

10. Bất Tư Nghì Tát Đoả, vì một niệm thành Phật.

Nếu chư Bồ-Tát được danh hiệu này thời thành tựu Bồ-Tát đạo.

(Kinh Hoa Nghiêm, phẩm 38. Ly Thế Gian)

126. MƯỜI ĐẠO

1. Nhứt đạo là Bồ-Tát đạo, vì chẳng bỏ Bồ đề tâm độc nhứt.

2. Nhị đạo là Bồ-Tát đạo, vì xuất sanh trí huệ và phương tiện.

3. Tam đạo là Bồ-Tát đạo, vì thật hành không, vô tướng, vô nguyện, chẳng nhiễm trước tam giới.

4. Tứ hạnh là Bồ-Tát đạo, vì sám trừ tội chướng, tùy hỉ phước đức, cung kính tôn trọng khuyến thỉnh Như-Lai, thiện xảo hồi hướng không thôi nghỉ.

5. Ngũ căn là Bồ-Tát đạo, vì an trụ tịnh tín kiên cố bất động, khởi đại tinh tấn việc làm rốt ráo.

6. Lục thông là Bồ-Tát đạo, vì thiên nhãn thấy rõ những hình sắc của tất cả thế giới, biết các chúng sanh chết đây sanh kia. Thiên nhĩ nghe rõ chư Phật thuyết pháp thọ trì ghi nhớ, rộng vì chúng sanh tùy căn cơ để khai diễn.

    Tha tâm trí hay biết tâm người tự tại vô ngại.

    Túc mạng thông nhớ biết rõ tất cả kiếp số quá khứ thêm lớn căn lành.

Thần túc thông tùy theo những chúng sanh đáng được quá độ, vì họ mà biến hiện nhiều thứ cho họ thích mến chánh pháp.

Lậu tận trí hiện chứng thiệt tế khởi Bồ-Tát hạnh chẳng đoạn tuyệt.

7. Thất chánh niệm là Bồ-Tát đạo. Vì niệm Phật, ở, một lỗ lông thấy vô lượng Phật khai ngộ tất cả tâm chúng sanh. Niệm Pháp…

8. Tùy thuận Bồ đề Bát thánh đạo là Bồ-Tát đạo.

9. Nhập cửu thứ đệ định là Bồ-Tát đạo. Rời dục nhiễm sân hại mà dùng tất cả ngữ nghiệp thuyết pháp vô ngại.

Diệt trừ giác quán mà dùng tất cả trí giác quán giáo hóa chúng sanh.

Xả ly hỷ ái mà thấy tất cả chư Phật lòng rất hoan hỷ.

Rời thế gian lạc mà tùy thuận Bồ-Tát đạo xuất thế lạc từ đây bất động.

Nhập vô sắc định mà cũng chẳng bỏ thọ sanh nơi Dục giới và Sắc giới.

Dầu trụ trong diệt thọ tưởng định mà cũng chẳng dứt Bồ-Tát hạnh.

10. Học Phật Thập lực là Bồ-Tát đạo: Trí khéo biết thị xứ phi xứ. Trí khéo biết nghiệp báo nhơn quả quá khứ vị lai hiện tại của tất cả chúng sanh.

(Kinh Hoa Nghiêm, phẩm 38. Ly Thế Gian)

127. MƯỜI VÔ LƯỢNG ĐẠO

1. Vì hư không vô lượng nên Bồ-Tát đạo cũng vô lượng.

2. Vì pháp giới vô biên nên Bồ-Tát đạo cũng vô lượng.

3. Vì chúng sanh giới vô tận nên Bồ-Tát đạo cũng vô lượng.

4. Vì thế giới vô tế nên Bồ-Tát đạo cũng vô lượng.

5. Vì kiếp số bất khả tận nên Bồ-Tát đạo cũng vô lượng.

6. Vì pháp ngữ ngôn của tất cả chúng sanh vô lượng nên Bồ-Tát đạo cũng vô lượng.

7. Vì Như-Lai thân vô lượng nên Bồ-Tát đạo cũng vô lượng.

8. Vì Phật âm thanh vô lượng nên Bồ-Tát đạo cũng vô lượng.

9. Vì Như-Lai lực vô lượng nên Bồ-Tát đạo cũng vô lượng.

10. Vì nhứt thiết chủng trí vô lượng nên Bồ-Tát đạo cũng vô lượng.

(Kinh Hoa Nghiêm, phẩm 38. Ly Thế Gian)

128. MƯỜI VÔ LƯỢNG TRỢ ĐẠO

1. Như hư không giới vô lượng, Bồ-Tát tích tập trợ đạo cũng vô lượng.

2. Như pháp giới vô biên, Bồ-Tát tích tập trợ đạo cũng vô biên.

3. Như chúng sanh giới vô tận, Bồ-Tát tích tập trợ đạo cũng vô tận.

4. Như thế giới vô tế, Bồ-Tát tích tập trợ đạo cũng vô tế.

5. Như kiếp số thuyết bất khả tận, Bồ-Tát tích tập trợ đạo cũng là tất cả thế gian thuyết bất khả tận.

6. Như pháp ngữ ngôn của chúng sanh vô lượng, Bồ-Tát tích tập trợ đạo xuất sanh trí huệ biết pháp ngữ ngôn cũng vô lượng.

7. Như thân Như-Lai vô lượng, Bồ-Tát tích tập trợ đạo khắp tất cả chúng sanh, tất cả cõi, tất cả đời, tất cả kiếp cũng vô lượng.

8. Như âm thanh của Phật vô lượng, Bồ-Tát phát một âm thanh cùng khắp pháp giới tất cả chúng sanh không ai chẳng nghe biết, trợ đạo đã tích tập cũng vô lượng.

9. Như Phật lực vô lượng, Bồ-Tát thừa Như-Lai lực tích

tập trợ đạo cũng vô lượng.

10. Như nhứt thiết chủng trí vô lượng, Bồ-Tát tích tập trợ đạo cũng vô lượng như vậy.

Nếu chư Bồ-Tát an trụ nơi pháp này thời được vô lượng trí huệ của Như-Lai.

(Kinh Hoa Nghiêm, phẩm 38. Ly Thế Gian)

129. MƯỜI VÔ LƯỢNG ĐẠO HẠNH TU TẬP

1. Bất lai bất khứ vì ba nghiệp thân, ngữ, ý không động tác.

2. Bất tăng bất giảm vì như bổn tánh.

3. Phi hữu phi vô vì không tự tánh.

4. Như huyễn như mộng, như ảnh, như hưởng, như tượng trong gương, như ánh nắng khi trời quá nóng, như mặt trăng trong nước, vì rời lìa tất cả các chấp trước.

5. Không, vô tướng, vô nguyện, vô tác, vì thấy rõ ba cõi mà chứa phước đức chẳng thôi dứt.

6. Bất khả thuyết, vô ngôn thuyết, ly ngôn thuyết là hạnh tu của Bồ-Tát, vì xa rời pháp thi thiết an lập.

7. Bất hoại pháp giới là hạnh tu của Bồ-Tát, vì trí huệ hiện biết tất cả pháp.

8. Bất hoại chơn như thiệt tế là hạnh tu của Bồ-Tát, vì vào khắp chơn như thiệt tế, hư không tế.

9. Trí huệ quảng đại là hạnh tu của Bồ-Tát, vì bao nhiêu việc làm năng lực vô tận.

10. An trụ nơi Thập lực tứ vô ý của Như-Lai, nhứt thiết chủng trí bình đẳng, là hạnh tu của Bồ-Tát, vì hiện thấy tất cả pháp không nghi lầm.

Nếu chư Bồ-Tát an trụ trong pháp này thời được hạnh tu thiện xảo vô thượng nhứt thiết trí của Như-Lai.

(Kinh Hoa Nghiêm, phẩm 38. Ly Thế Gian)

130. MƯỜI ĐẠO TRANG NGHIÊM

1. Đại Bồ-Tát chẳng rời Dục giới mà nhập Sắc giới, Vô Sắc giới, thiền định giải thoát và các tam muội cũng chẳng nhơn đây mà thọ sanh.

2. Trí huệ hiện tiền nhập Thanh Văn đạo, chẳng do đạo này mà chứng lấy quả xuất ly.

   Trí huệ hiện tiền nhập Bích Chi Phật đạo, mà phát khởi đại bi chẳng thôi dứt.

3. Dầu có quyến thuộc Nhơn Thiên vây quanh, trăm ngàn thể nữ ca múa hầu hạ, mà chưa từng tạm bỏ thiền định giải thoát và các tam muội.

4. Cùng tất cả chúng sanh thọ những dục lạc, cùng nhau vui đùa mà vẫn chưa từng tạm trong một niệm rời bỏ Bồ-Tát bình đẳng tam muội.

5. Đã đến bĩ ngạn, tất cả thế gian, nơi các thế pháp đều không chấp trước mà cũng chẳng bỏ hạnh độ chúng sanh.

6. An trụ chánh đạo, chánh trí, chánh kiến mà hay thị hiện vào tất cả tà đạo, chẳng lấy làm thiệt, chẳng chấp làm tịnh, làm cho chúng sanh đó xa rời tà pháp.

7. Thường khéo hộ trì tịnh giới của Như-Lai, ba nghiệp thân, khẩu, ý không lầm lỗi, vì muốn giáo hóa chúng sanh phạm giới nên thị hiện làm tất cả hạnh phàm ngu.

8. Dầu đã đầy đủ phước đức thanh tịnh trụ bực Bồ-Tát, mà thị hiện sanh nơi tất cả địa ngục, súc sanh, ngạ quỷ cùng những chỗ hiểm nạn bần cùng, làm cho những chúng sanh đó đều được giải thoát. Nhưng thiệt ra Bồ-Tát chẳng sanh vào những loài đó.

9. Chẳng do người dạy mà được vô ngại biện, trí huệ quang minh có thể chiếu rõ khắp cả Phật pháp.

10. Thiện căn đầy đủ, công hạnh rốt ráo, tất cả Như-Lai cùng chung quán đảnh.

   (Kinh Hoa Nghiêm, phẩm 38. Ly Thế Gian)

131. MƯỜI CHÂN

1. Chân trì giới, vì đại nguyện thù thắng đều thành tựu viên mãn.

2. Chân tinh tấn, vì tích tập tất cả pháp Bồ đề phần không thối chuyển.

3. Chân thần thông, vì tùy theo dục lạc của chúng sanh làm cho hoan hỷ.

4. Chân thần lực, vì chẳng rời một cõi Phật mà qua đến tất cả cõi Phật.

5. Chân thân tâm, vì nguyện cầu tất cả pháp thù thắng.

6. Chân kiên thệ, vì tất cả việc làm đều rốt ráo.

7. Chân tùy thuận, vì chẳng trái lời dạy của bực tôn túc.

8. Chân lạc pháp, vì nghe và thọ trì tất cả pháp của chư Phật nói không mỏi lười.

9. Chân pháp vũ, vì đại chúng thuyết pháp không khiếp nhược.

10. Chân tu hành, vì tất cả điều ác đều xa lìa.

Nếu chư Bồ-Tát an trụ pháp này thời được chân vô thượng tối thắng của đức Như-Lai. Nếu cất chân một bước đều có thể đến khắp tất cả thế giới.

(Kinh Hoa Nghiêm, phẩm 38. Ly Thế Gian)

132. MƯỜI TAY

1. Tay thâm tín, vì nơi lời nói của Phật đều tin sâu nhẫn thọ rốt ráo thọ trì.

2. Tay bố thí, có người đến cầu, tùy chỗ họ muốn đều làm cho được đầy đủ.

3. Tay hỏi thăm trước, vì giơ tay mặt nghinh tiếp nhau.

4. Tay cúng dường chư Phật, vì chứa nhóm những phước đức không mỏi nhàm.

5. Tay đa văn thiện xảo, vì đều dứt tất cả chúng sanh nghi.

6. Tay khiến siêu tam giới, vì trao cho chúng sanh vớt họ ra khỏi bùn ái dục.

7. Tay đặt nơi bĩ ngạn, vì cứu chúng sanh đắm trong bốn dòng nước cuộn.

8. Tay chẳng tiếc chánh pháp, vì có bao nhiêu diệu pháp đều đem khai thị.

9. Tay khéo dùng những luận nghị, vì dùng thuốc trí huệ trừ bịnh nơi thâm tâm.

10. Tay hằng chấp trì trí bửu, vì khai pháp quang minh phá tối phiền não.

Nếu chư Bồ-Tát an trụ pháp này thời được tay vô thượng của Như-Lai, che khắp tất cả thế giới mười phương.

(Kinh Hoa Nghiêm, phẩm 38. Ly Thế Gian)

133. MƯỜI BỤNG

1. Bụng lìa dua vạy, vì tâm thanh tịnh.

2. Bụng lìa huyễn ngụy, vì tánh chất trực.

3. Bụng chẳng hư giả, vì không hiểm dối.

4. Bụng không khi đoạt, vì không tham đối với tất cả vật.

5. Bụng dứt phiền não, vì đầy đủ trí huệ.

6. Bụng thanh tịnh tâm, vì rời các điều ác.

7. Bụng quán sát uống ăn, vì nhớ pháp như thiệt.

8. Bụng quán sát vô tác, vì giác ngộ duyên khởi.

9. Bụng ngộ tất cả đạo xuất ly, vì khéo thành thục thâm tâm.

10. Bụng xa rời tất cả cấu nhơ biên kiến, vì làm cho tất cả chúng sanh nhập vào bụng Phật.

Nếu chư Bồ-Tát an trụ pháp này thời được bụng rộng lớn vô thượng của Như-Lai, đều có thể dung thọ tất cả chúng sanh.

(Kinh Hoa Nghiêm, phẩm 38. Ly Thế Gian)

134. MƯỜI BỒ-TÁT TẠNG

1. Chẳng dứt Phật chủng vì khai thị Phật pháp vô lượng oai đức.

2. Tăng trưởng Pháp chủng vì xuất sanh trí huệ quang minh quảng đại.

3. Trụ trì tăng trưởng vì làm cho họ được nhập pháp luân bất thối.

4. Giác ngộ chánh định chúng sanh vì khéo theo thời nghi không sai một niệm.

5. Rốt ráo thành thục bất định chúng sanh vì làm cho nhơn tương tục không gián đoạn.

6. Vì tà định chúng sanh phát sanh lòng đại bi vì làm cho nhơn vị lai đều được thành tựu.

7. Viên mãn nhơn bất hoại nơi Phật thập lực vì đầy đủ vô đối thiện căn hàng phục ma quân.

8. Tối thắng vô úy đại sư tử hống vì làm cho tất cả chúng sanh đều hoan hỷ.

9. Được Phật mười tám pháp bất cộng vì trí huệ vào khắp tất cả xứ.

10. Biết rõ khắp tất cả chúng sanh, tất cả cõi, tất cả Pháp, tất cả Phật là Bồ-Tát tạng, vì ở trong một niệm đều thấy rõ.

Nếu chư Bồ-Tát an trụ trong pháp này thời được thiện căn vô thượng, tạng đại trí huệ bất hoại của Như-Lai.

(Kinh Hoa Nghiêm, phẩm 38. Ly Thế Gian)

135. MƯỜI TÂM

1. Tâm tinh cần vì tất cả việc làm đều rốt ráo.

2. Tâm chẳng lười vì chứa nhóm hạnh tướng hảo phước đức.

3. Tâm dũng kiện lớn vì dẹp phá tất cả ma quân.

4. Tâm thật hành đúng lý vì trừ diệt tất cả phiền não.

5. Tâm chẳng thối chuyển vì nhẫn đến quả Bồ đề trọn chẳng

thôi dứt.

6. Tâm tánh thanh tịnh vì biết tâm bất động vô trước.

7. Tâm biết chúng sanh vì tùy theo chỗ hiểu biết và sở thích của họ mà làm cho được xuất ly.

8. Tâm đại phạm trụ khiến nhập Phật pháp vì biết những chỗ hiểu biết và sở thích của chúng sanh, chẳng dùng thừa khác để cứu độ.

9. Tâm không, vô tướng, vô nguyện, vô tác, vì thấy tướng tam giới không chấp trước.

10. Tâm tướng chữ "vạn", tạng thù thắng trang nghiêm kiên cố như kim cang, vì chúng ma đồng bằng số tất cả chúng sanh đến cũng chẳng động được một sợi lông của Bồ-Tát.

Nếu Bồ-Tát an trụ trong pháp này thời được tâm vô thượng đại trí quang minh tạng của Như-Lai.

(Kinh Hoa Nghiêm, phẩm 38. Ly Thế Gian)

136. MƯỜI ÁO GIÁP

1. Mặc giáp đại từ vì cứu hộ tất cả chúng sanh.

2. Mặc giáp đại bi vì kham chịu tất cả sự khổ.

3. Mặc giáp đại nguyện vì tất cả việc làm đều rốt ráo.

4. Mặc giáp hồi hướng vì kiến lập tất cả sự trang nghiêm của Phật.

5. Mặc giáp phước đức vì lợi ích tất cả chúng sanh.

6. Mặc giáp Ba la mật vì độ thoát tất cả chúng sanh.

7. Mặc giáp trí huệ vì dứt tối phiền não của tất cả chúng sanh.

8. Mặc giáp thiện xảo phương tiện vì xuất sanh thiện căn phổ môn.

9. Mặc giáp nhứt thiết trí tâm kiên cố chẳng tán loạn vì chẳng thích những thừa khác.

10. Mặc giáp nhứt tâm quyết định vì nơi tất cả pháp lìa nghi hoặc.

Nếu chư Bồ-Tát an trụ trong pháp này thời mặc mão giáp vô thượng của Như-Lai, đều có thể xô dẹp tất cả quân ma.

(Kinh Hoa Nghiêm, phẩm 38. Ly Thế Gian)

137. MƯỜI KHÍ TRƯỢNG

1. Bố thí là khí trượng của Bồ-Tát, vì dẹp phá tất cả xan lẫn.

2. Trì giới là khí trượng của Bồ-Tát, vì vứt bỏ tất cả sự hủy phạm.

3. Bình đẳng là khí trượng của Bồ-Tát, vì dứt trừ tất cả phân biệt.

4. Trí huệ là khí trượng của Bồ-Tát, vì tiêu diệt tất cả phiền não.

5. Chánh mạng là khí trượng của Bồ-Tát, vì xa rời tất cả tà mạng.

6. Thiện xảo phương tiện là khí trượng của Bồ-Tát, vì thị hiện tất cả xứ.

7. Lược nói tham, sân, si tất cả phiền não là khí trượng của Bồ-Tát, vì dùng môn phiền não để độ chúng sanh.

8. Sanh tử là khí trượng của Bồ-Tát, vì chẳng dứt hạnh Bồ-Tát luôn giáo hóa chúng sanh.

9. Nói pháp như thật là khí trượng của Bồ-Tát, vì hay phá tất cả chấp trước.

10. Nhứt thiết trí là khí trượng của Bồ-Tát, vì chẳng bỏ hạnh môn của Bồ-Tát.

Nếu chư Bồ-Tát an trụ pháp này thời có thể trừ diệt những phiền não kiết sử đã chứa nhóm từ lâu của tất cả chúng sanh.

(Kinh Hoa Nghiêm, phẩm 38. Ly Thế Gian)

138. MƯỜI ĐẦU

1. Đầu Niết bàn vì không ai thấy được đảnh.

2. Đầu tôn kính vì tất cả Nhơn Thiên đều kính lễ.

3. Đầu thắng giải quảng đại vì tối thắng trong Đại Thiên thế giới.

4. Đầu đệ nhứt thiện căn vì tam giới chúng sanh đều cúng dường.

5. Đầu gánh đội chúng sanh vì thành tựu tướng nhục kế trên đảnh.

6. Đầu chẳng khinh tiện người vì ở tất cả chỗ thường là bực tôn thắng.

7. Đầu Bát nhã Ba la mật vì trưởng dưỡng tất cả pháp công đức.

8. Đầu tương ưng phương tiện trí vì hiện khắp tất cả thân đồng loại.

9. Đầu giáo hóa tất cả chúng sanh vì dùng tất cả chúng sanh làm đệ tử.

10. Đầu thủ hộ pháp nhãn của chư Phật vì làm cho Tam Bảo chủng chẳng đoạn tuyệt.

Nếu chư Bồ-Tát an trụ pháp này thời, được đầu đại trí huệ vô thượng của Như-Lai.

(Kinh Hoa Nghiêm, phẩm 38. Ly Thế Gian)

139. MƯỜI MẮT

1. Nhục nhãn vì thấy tất cả hình sắc.

2. Thiên nhãn vì thấy tâm niệm của tất cả chúng sanh.

3. Huệ nhãn vì thấy những căn cảnh giới của tất cả chúng sanh.

4. Pháp nhãn vì thấy tướng như thiệt của tất cả pháp.

5. Phật nhãn vì thấy thập lực của Như-Lai.

6. Trí nhãn vì thấy biết các pháp.

7. Quang minh nhãn vì thấy quang minh của đức Phật.

8. Xuất sanh tử nhãn vì thấy Niết bàn.

9. Vô ngại nhãn vì chỗ thấy không chướng ngại.

10. Nhứt thiết trí nhãn vì thấy phổ môn pháp giới.

Nếu chư Bồ-Tát an trụ pháp này thời được đại trí huệ nhãn vô thượng của Như-Lai.

(Kinh Hoa Nghiêm, phẩm 38. Ly Thế Gian)

140. MƯỜI TAI

1. Nghe tiếng khen ngợi thời dứt trừ tâm tham ái.

2. Nghe tiếng hủy báng thời dứt trừ tâm hờn giận.

3. Nghe nói Nhị thừa thời chẳng ham chẳng cầu.

4. Nghe đạo Bồ-Tát thời vui mừng hớn hở.

5. Nghe địa ngục, súc sanh, ngạ quỷ, những chỗ khổ nạn thời phát tâm đại bi lập thệ nguyện rộng lớn.

6. Nghe sự thắng diệu của thiên nhơn thời biết đó đều là những pháp vô thường.

7. Nghe tán thán công đức của chư Phật thời siêng tu tinh tấn cho mau được viên mãn.

8. Nghe nói các pháp lục độ tứ nhiếp thời phát tâm tu hành nguyện đến bĩ ngạn.

9. Nghe tất cả âm thanh trong thập phương thế giới, thời đều biết như vang, nhập bất khả thuyết diệu nghĩa thậm thâm.

10. Đại Bồ-Tát từ sơ phát tâm nhẫn đến đạo tràng thường nghe chánh pháp chưa từng tạm nghĩ, mà hằng chẳng bỏ việc giáo hóa chúng sanh.

Nếu chư Bồ-Tát thành tựu pháp này thời được đại trí huệ nhĩ vô thượng của đức Như-Lai.

(Kinh Hoa Nghiêm, phẩm 38. Ly Thế Gian)

141. MŨI

1. Nghe những vật hôi, không cho đó là hôi.

2. Nghe những hơi thơm, không cho đó là thơm.

3. Thơm hôi đều nghe tâm Bồ-Tát bình đẳng.

4. Chẳng thơm chẳng hôi thời an trụ nơi xả.

5. Nếu nghe y phục, ngọa cụ và thân thể của chúng sanh có hơi thơm hôi, thời biết được họ khởi lòng tham hay sân, si đẳng phần.

6. Nếu nghe hơi của cỏ, cây, hầm mỏ v.v... thời biết rõ ràng như đối trước mắt.

7. Nếu nghe mùi của chúng sanh trên đến trời Hữu Đảnh, dưới đến địa ngục A Tỳ, thời đều biết hạnh nghiệp quá khứ của họ đã gây tạo.

8. Nếu nghe hơi bố thí, trì giới, đa văn, trí huệ của hàng Thanh văn thời an trụ tâm nhứt thiết trí chẳng cho tán động.

9. Nếu nghe hơi của tất cả Bồ-Tát hạnh, thời dùng trí huệ bình đẳng nhập Phật địa.

10. Nghe hơi cảnh giới trí huệ của tất cả Phật, cũng chẳng phế bỏ những hạnh Bồ-Tát.

Nếu chư Bồ-Tát thành tựu pháp này thời được vô lượng vô biên thanh tịnh tỷ của Như-Lai.

(Kinh Hoa Nghiêm, phẩm 38. Ly Thế Gian)

142. MƯỜI LƯỠI

1. Lưỡi khai thị diễn thuyết vô tận hạnh chúng sanh.

2. Lưỡi khai thị diễn thuyết vô tận pháp môn.

3. Lưỡi tán thán chư Phật vô tận công đức.

4. Lưỡi diễn xướng từ biện vô tận.

5. Lưỡi khai xiển đại thừa trợ đạo.

6. Lưỡi trùm khắp thập phương hư không.

7. Lưỡi chiếu khắp tất cả cõi Phật.

8. Lưỡi làm cho tất cả chúng sanh được tỏ ngộ.

9. Lưỡi đều làm cho tất cả chư Phật hoan hỷ.

10. Lưỡi hàng phục tất cả chúng ma ngoại đạo, diệt trừ tất cả sanh tử phiền não làm cho đến Niết bàn.

Nếu chư Bồ-Tát thành tựu pháp này thời được lưỡi vô thượng trùm khắp tất cả Phật độ của đức Như-Lai.

(Kinh Hoa Nghiêm, phẩm 38. Ly Thế Gian)

143. MƯỜI THÂN

1. Thân người, vì giáo hoá tất cả loài người.

2. Thân phi nhơn, vì giáo hoá địa ngục, súc sanh, ngạ quỷ.

3. Thân trời, vì giáo hoá chúng sanh cõi Dục, cõi Sắc, cõi Vô Sắc.

4. Thân hữu học, vì thị hiện bực hữu học.

5. Thân vô học, vì thị hiện bực A la hán.

6. Thân Duyên giác, vì giáo hoá cho được vào bực Bích Chi Phật.

7. Thân Bồ-Tát, vì làm cho thành tựu đại thừa.

8. Thân Như-Lai, vì trí thủy quán đảnh.

9. Ý sanh thân, vì thiện xảo xuất sanh.

10. Pháp thân vô lậu, vì dùng vô công dụng thị hiện thân tất cả chúng sanh.

Nếu chư Bồ-Tát thành tựu pháp này thời được thân vô thượng của Như-Lai.

(Kinh Hoa Nghiêm, phẩm 38. Ly Thế Gian)

144. MƯỜI Ý

1. Ý thượng thủ, vì phát khởi tất cả thiện căn.

2. Ý an trụ, vì tin sâu kiên cố bất động.

3. Ý thâm nhập, vì tùy thuận Phật pháp mà hiểu.

4. Ý rõ biết ở trong, vì biết rõ tâm sở thích của chúng sanh.

5. Ý vô loạn, vì tất cả phiền não chẳng tạp.

6. Ý minh tịnh, vì khách trần chẳng nhiễm trước được.

7. Ý khéo quán sát chúng sanh, vì không có một niệm lỗi thời.

8. Ý khéo lựa chỗ làm, vì chưa từng có một chỗ sanh lỗi lầm.

9. Ý kính giữ gìn các căn, vì điều phục chẳng cho buông lung tán loạn.

10. Ý khéo nhập tam muội, vì thâm nhập Phật tam muội, không ngã, không ngã sở.

Nếu chư Bồ-Tát an trụ pháp này thời được ý vô thượng của tất cả Phật.

(Kinh Hoa Nghiêm, phẩm 38. Ly Thế Gian)

145. MƯỜI HẠNH

1. Hạnh nghe chánh pháp vì ưa thích chánh pháp.

2. Hạnh thuyết pháp vì lợi ích chúng sanh.

3. Hạnh rời tham, sân, si, bố úy vì điều phục tự tâm.

4. Hạnh dục giới vì giáo hóa chúng sanh cõi dục.

5. Hạnh chánh định Sắc giới, Vô Sắc giới, vì làm cho họ mau xoay trở lại.

6. Hạnh xu hướng pháp nghĩa vì mau được trí huệ.

7. Hạnh thọ sanh tất cả xứ vì tự tại giáo hoá chúng sanh.

8. Hạnh tất cả cõi Phật vì lễ bái cúng dường chư Phật.

9. Hạnh Niết bàn, vì chẳng dứt sanh tử tiếp nối.

10. Hạnh thành tựu viên mãn tất cả Phật pháp vì chẳng bỏ pháp hạnh của Bồ-Tát.

Nếu chư Bồ-Tát an trụ pháp này thời được hạnh vô lai vô khứ của đức Như-Lai.

(Kinh Hoa Nghiêm, phẩm 38. Ly Thế Gian)

146. MƯỜI AN TRỤ

1. An trụ tâm Bồ đề, vì chưa từng quên mất.

2. An trụ Ba la mật, vì chẳng nhàm trợ đạo.

3. An trụ thuyết pháp, vì tăng trưởng trí huệ.

4. An trụ A lan nhã, vì chứng đại thiền định.

5. An trụ tùy thuận nhứt thiết trí đầu đà tri túc tứ thánh chủng, vì thiểu dục thiểu sự.

6. An trụ thâm tín, vì gánh vác chánh pháp.

7. An trụ thân cận đức Như-Lai, vì học Phật oai nghi.

8. An trụ xuất sanh thần thông, vì viên mãn đại trí.

9. An trụ đắc nhẫn, vì viên mãn thọ ký.

10. An trụ đạo tràng, vì đầy đủ Thập Lực, vô úy và tất cả Phật pháp.

Nếu chư Bồ-Tát an trụ pháp này thời được an trụ nhứt thiết trí vô thượng.

(Kinh Hoa Nghiêm, phẩm 38. Ly Thế Gian)

147. MƯỜI CHỖ NGỒI

1. Chỗ ngồi Chuyển Luân Vương vì phát khởi mười thiện đạo.

2. Chỗ ngồi Tứ Thiên Vương vì tất cả thế gian tự tại an lập Phật pháp.

3. Chỗ ngồi Đế Thích vì làm thắng chủ cho tất cả chúng sanh.

4. Chỗ ngồi Phạm Vương vì ở người và mình tâm đều được tự tại.

5. Chỗ ngồi sư tử vì hay thuyết pháp.

6. Chỗ ngồi chánh pháp vì dùng sức tổng trì biện tài mà khai thị.

7. Chỗ ngồi kiên cố vì thệ nguyện rốt ráo.

8. Chỗ ngồi đại từ vì làm cho ác chúng sanh đều vui mừng.

9. Chỗ ngồi đại bi vì nhẫn chịu tất cả khổ chẳng mỏi nhàm.

10. Chỗ ngồi kim cang vì hàng phục ma quân và ngoại đạo.

Nếu chư Bồ-Tát an trụ pháp này thời được chỗ ngồi chánh giác vô thượng của đức Như-Lai.

(Kinh Hoa Nghiêm, phẩm 38. Ly Thế Gian)

148. MƯỜI CHỖ NẰM

1. Chỗ nằm tịch tịnh, vì thân tâm yên lặng.

2. Chỗ nằm thiền định, vì tu hành đúng lý.

3. Chỗ nằm tam muội, vì thân tâm nhu nhuyến.

4. Chỗ nằm Phạm Thiên, vì chẳng não hại mình và người.

5. Chỗ nằm thiện nghiệp, vì về sau chẳng ăn năn.

6. Chỗ nằm chánh tín vì chẳng bị khuynh động.

7. Chỗ nằm chánh đạo, vì thiện hữu khai giác.

8. Chỗ nằm diệu nguyện, vì thiện xảo hồi hướng.

9. Chỗ nằm tất cả việc đều xong, vì việc làm đều hoàn mãn.

10. Chỗ nằm bỏ những công dụng, vì tất cả đều quen thuộc.

Nếu chư Bồ-Tát an trụ pháp này thời được chỗ nằm đại pháp vô thượng của Như-Lai đều có thể khai ngộ tất cả chúng sanh.

(Kinh Hoa Nghiêm, phẩm 38. Ly Thế Gian)

149. MƯỜI CHỖ SỞ TRỤ

1. Dùng đại từ làm chỗ sở trụ, vì tâm bình đẳng với tất cả chúng sanh.

2. Dùng đại bi làm chỗ sở trụ, vì chẳng khinh người chưa học.

3. Dùng đại hỷ làm chỗ sở trụ, vì rời tất cả ưu não.

4. Dùng đại xả làm chỗ sở trụ, vì nơi hữu vi vô vi đều bình đẳng.

5. Dùng tất cả Ba la mật làm chỗ sở trụ, vì Bồ đề tâm làm đầu.

6. Dùng nhứt thiết không để làm chỗ sở trụ, vì thiện xảo quan sát.

7. Dùng vô tướng làm chỗ sở trụ, vì chẳng ra khỏi chánh vị.

8. Dùng vô nguyện làm chỗ sở trụ, vì quán sát thọ sanh.

9. Dùng niệm huệ làm chỗ sở trụ, vì nhẫn pháp thành tựu viên mãn.

10. Dùng tất cả pháp bình đẳng làm chỗ sở trụ, vì được thọ ký.

Nếu chư Bồ-Tát an trụ pháp này thời được chỗ sở trụ vô ngại vô thượng của Như-Lai.

(Kinh Hoa Nghiêm, phẩm 38. Ly Thế Gian)

150. MƯỜI CHỖ SỞ HÀNH

1. Dùng chánh niệm làm chỗ sở hành, vì đầy đủ niệm xứ.

2. Dùng những xu hướng làm chỗ sở hành, vì xu hướng pháp Chánh giác.

3. Dùng trí huệ làm chỗ sở hành, vì được Phật hoan hỷ.

4. Dùng Ba la mật làm chỗ sở hành, vì đầy đủ Nhứt thiết chủng trí.

5. Dùng tứ nhiếp làm chỗ sở hành, vì giáo hóa chúng sanh.

6. Dùng sanh tử làm chỗ sở hành, vì chứa nhóm thiện căn.

7. Dùng sự nói chuyện đùa tạp với chúng sanh làm chỗ sở

hành, vì tùy nghi giáo hóa xa lìa hẳn.

8. Dùng thần thông làm chỗ sở hành, vì biết cảnh giới các căn của tất cả chúng sanh.

9. Dùng thiện xảo phương tiện làm chỗ sở hành, vì tương ưng Bát nhã Ba la mật.

10. Dùng đạo tràng làm chỗ sở hành, vì thành Nhứt thiết trí mà chẳng dứt hạnh Bồ-Tát.

Nếu chư Bồ-Tát an trụ pháp này thời được chỗ sở hành đại trí huệ vô thượng của đức Như-Lai.

(Kinh Hoa Nghiêm, phẩm 38. Ly Thế Gian)

151. MƯỜI QUÁN SÁT

1. Biết các nghiệp quán sát, vì vi tế đều thấy.

2. Biết các loài quán sát, vì chẳng chấp chúng sanh.

3. Biết các căn quán sát, vì rõ thấu các căn.

4. Biết các pháp quán sát, vì chẳng hoại pháp giới.

5. Thấy Phật pháp quán sát, vì siêng tu Phật nhãn.

6. Được trí huệ quán sát, vì thuyết pháp đúng lý.

7. Vô sanh nhẫn quán sát, vì quyết rõ Phật pháp.

8. Bất thối địa quán sát vì diệt phiền não vượt khỏi tam giới Nhị thừa địa.

9. Quán đảnh địa quán sát, nơi tất cả Phật pháp được tự tại bất động.

10. Thiện giác trí tam muội quán sát, vì ra làm Phật sự khắp mười phương.

Nếu chư Bồ-Tát an trụ pháp này thời được trí đại quán sát vô thượng của Như-Lai.

(Kinh Hoa Nghiêm, phẩm 38. Ly Thế Gian)

152. MƯỜI MÔN PHỔ QUÁN SÁT

1. Tất cả những kẻ đến cầu xin, vì dùng tâm không trái nghịch để làm thỏa mãn ý của họ.

2. Tất cả những chúng sanh phạm giới, vì an trí họ trong giới thanh tịnh của đức Như-Lai.

3. Tất cả những chúng sanh có tâm tổn hại, vì an trí họ trong nhẫn lực của đức Như-Lai.

4. Tất cả những chúng sanh giải đãi, vì khuyên họ tinh cần chẳng bỏ gánh lấy gánh Đại thừa.

5. Tất cả những chúng sanh loạn tâm, vì làm cho họ an trụ nhứt thiết trí địa không tán động của đức Như-Lai.

6. Tất cả những chúng sanh ác huệ, vì làm cho họ trừ nghi hoặc phá kiến chấp hữu lậu.

7. Tất cả những thiện hữu bình đẳng, vì thuận giáo mạng của thiện hữu mà an trụ trong Phật pháp.

8. Tất cả pháp đã được nghe, vì mau được chứng thấy nghĩa tối thượng.

9. Tất cả chúng sanh vô biên, vì thường chẳng bỏ rời sức đại bi.

10. Tất cả Phật pháp, vì mau được thành tựu Nhứt thiết trí.

Nếu chư Bồ-Tát an trụ pháp này thời được đại trí huệ phổ quán sát vô thượng của đức Như-Lai.

(Kinh Hoa Nghiêm, phẩm 38. Ly Thế Gian)

153. MƯỜI ĐIỀU PHẤN TẤN

1. Ngưu Vương phấn tấn, vì che chói tất cả đại chúng Thiên, Long, Bát Bộ v.v...

2. Tượng Vương phấn tấn, vì tâm khéo điều nhu gánh vác tất cả những chúng sanh.

3. Long Vương phấn tấn, vì nổi mây dầy đại pháp, chiếu điển

quang giải thoát, chấn sấm nghĩa như thật, rưới mưa cam lồ căn, lực, giác phần, thiền định, giải thoát, tam muội.

4. Đại Kim Sí Điểu Vương phấn tấn, vì cạn nước tham ái, phá vỏ ngu si, chụp bắt những ác độc long phiền não, khiến ra khỏi biển khổ lớn sanh tử.

5. Đại Sư Tử Vương phấn tấn, vì an trụ đại trí vô úy, bình đẳng dùng làm khí trượng, xô dẹp chúng ma và ngoại đạo.

6. Dũng kiện phấn tấn, vì có thể ở trong chiến trận lớn sanh tử, xô diệt tất cả phiền não oan thù.

7. Đại Trí phấn tấn, vì biết uẩn, xứ, giới và các duyên khởi tự tại khai thị tất cả pháp.

8. Đà La Ni phấn tấn, dùng sức niệm huệ thọ trì chánh pháp chẳng quên, tùy theo các căn của chúng sanh mà vì họ tuyên thuyết.

9. Biện tài phấn tấn, vì vô ngại mau chóng phân biệt tất cả, đều làm cho được lợi ích tâm hoan hỷ.

10. Như-Lai phấn tấn, vì nhứt thiết chủng trí những pháp trợ đạo đều thành tựu viên mãn.

Nếu chư Bồ-Tát an trụ trong pháp này thời được nơi tất cả pháp phấn tấn tự tại vô thượng của chư Phật.

(Kinh Hoa Nghiêm, phẩm 38. Ly Thế Gian)

154. MƯỜI ĐẠI BI SƯ TỬ HỐNG

1. Đại bồ đề tâm đại sư tử hống: Tôi sẽ quyết định thành Đẳng Chánh Giác.

2. Đại bi sư tử hống: Tôi sẽ làm cho tất cả chúng sanh, người chưa được độ thời được độ, người chưa giải thoát được giải thoát.

3. Báo đáp ơn Như-Lai đại sư tử hống: Tôi sẽ làm cho chủng tánh của Tam Bảo Phật, Pháp và Tăng không đoạn tuyệt.

4. Thệ nguyện rốt ráo kiên cố đại sư tử hống: Tôi sẽ nghiêm

tịnh tất cả cõi Phật.

5. Tự trì tịnh giới đại sư tử hống: Tôi sẽ trừ diệt tất cả ác đạo và các nạn xứ.

6. Cầu phước không nhàm đại sư tử hống: Tôi sẽ đầy đủ thân, ngữ, ý, tướng hảo trang nghiêm của chư Phật.

7. Cầu trí không nhàm đại sư tử hống: Tôi sẽ thành tựu viên mãn những trí huệ của tất cả chư Phật.

8. Tu chánh hạnh dứt các phiền não đại sư tử hống: Tôi sẽ trừ diệt tất cả chúng ma và những nghiệp ma.

9. Vô sanh pháp nhẫn đại sư tử hống: Tôi sẽ rõ biết tất cả pháp không ngã, không chúng sanh, không thọ mạng.

10. Như thuyết mà làm đại sư tử hống: Tối hậu sanh Bồ-Tát chấn động tất cả Phật độ đều làm cho trang nghiêm thanh tịnh. Thị hiện đản sanh ở vương cung tự đi bảy bước đại sư tử hống: Ta là tối thắng đệ nhứt ở thế gian. Ta sẽ hết hẳn biên tế sanh tử.

(Kinh Hoa Nghiêm, phẩm 38. Ly Thế Gian)

155. MƯỜI PHÁP THANH TỊNH THÍ

1. Bình đẳng bố thí, vì chẳng lựa chúng sanh.

2. Tùy ý bố thí, vì thoả mãn chỗ nguyện cầu.

3. Chẳng loạn bố thí, vì làm cho được lợi ích.

4. Tùy nghi bố thí, vì biết thượng trung hạ.

5. Chẳng trụ bố thí, vì chẳng cầu quả báo.

6. Mở rộng xả thí, vì tâm chẳng luyến tiếc.

7. Tất cả bố thí, vì rốt ráo thanh tịnh.

8. Hồi hướng bồ đề thí, vì xa rời hữu vi vô vi.

9. Giáo hoá chúng sanh bố thí, vì nhẫn đến đạo tràng chẳng bỏ.

10. Tam luân thanh tịnh bố thí, vì chánh niệm quán sát người

thí, kẻ thọ và vật thí như hư không.

Nếu chư Bồ-Tát an trụ pháp này thời được bố thí quảng đại thanh tịnh vô thượng của Như-Lai.

(Kinh Hoa Nghiêm, phẩm 38. Ly Thế Gian)

156. MƯỜI THANH TỊNH GIỚI

1. Thân thanh tịnh giới, vì giữ gìn ba điều ác nơi thân.

2. Ngữ thanh tịnh giới, vì xa lìa bốn lỗi nơi lời nói.

3. Tâm thanh tịnh giới, vì xa lìa tham, sân, tà kiến.

4. Thanh tịnh giới chẳng phá tất cả học xứ, vì làm tôn chủ ở trong tất cả nhơn thiên.

5. Thanh tịnh giới thủ hộ tâm Bồ đề, vì chẳng thích Tiểu thừa.

6. Thanh tịnh giới giữ gìn điều chế của đức Như-Lai, vì nhẫn đến tội vi tế cũng sanh lòng rất e sợ.

7. Thanh tịnh giới ẩn mật hộ trì, vì khéo cứu chúng sanh phạm giới.

8. Thanh tịnh giới chẳng làm tất cả điều ác, vì thệ tu tất cả pháp lành.

9. Thanh tịnh giới xa lìa tất cả kiến chấp hữu lậu, vì không chấp nơi giới.

10. Thanh tịnh giới thủ hộ tất cả chúng sanh, vì phát khởi đại bi.

Nếu chư Bồ-Tát an trụ pháp này thời được thanh tịnh giới vô thượng không lỗi lầm của đức Như-Lai.

(Kinh Hoa Nghiêm, phẩm 38. Ly Thế Gian)

157. MƯỜI THANH TỊNH NHẪN

1. Thanh tịnh nhẫn an thọ sự mắng nhục, vì thủ hộ các chúng sanh.

2. Thanh tịnh nhẫn an thọ dao gậy, vì khéo hộ trì mình và

người.

3. Thanh tịnh nhẫn chẳng sanh giận hại, vì nơi tâm chẳng động.

4. Thanh tịnh nhẫn chẳng trách kẻ ti tiện, vì người trên hay rộng lượng.

5. Thanh tịnh nhẫn có ai về nương đều cứu độ, vì xả bỏ thân mạng mình.

6. Thanh tịnh nhẫn xa lìa ngã mạn, vì chẳng khinh kẻ chưa học.

7. Thanh tịnh nhẫn bị tàn hại hủy báng chẳng sân, vì quán sát như huyễn.

8. Thanh tịnh nhẫn bị hại không báo oán, vì chẳng thấy mình và người.

9. Thanh tịnh nhẫn chẳng theo phiền não, vì lìa những cảnh giới.

10. Thanh tịnh nhẫn tùy thuận chơn thiệt trí của Bồ-Tát biết tất cả vô sanh, vì chẳng do người dạy mà được nhập cảnh Nhứt thiết trí.

Nếu chư Bồ-Tát an trụ pháp này thời được pháp nhẫn vô thượng chẳng do tha ngộ của tất cả chư Phật.

(Kinh Hoa Nghiêm, phẩm 38. Ly Thế Gian)

158. MƯỜI PHÁP TINH TẤN THANH TỊNH

1. Thân thanh tịnh tinh tấn, vì thừa sự cúng dường chư Phật, Bồ-Tát và các sư trưởng, tôn trọng phước điền chẳng thối chuyển.

2. Ngữ thanh tịnh tinh tấn, vì pháp đã nghe rộng vì người mà diễn thuyết, tán thán công đức của chư Phật không mỏi mệt.

3. Ý thanh tịnh tinh tấn, vì khéo có thể nhập xuất từ, bi, hỷ, xả, thiền định, giải thoát và các tam muội không thôi nghỉ.

4. Tâm chánh trực thanh tịnh tinh tấn, vì không dối, không dua bợ, không vạy vò, không hư giả tất cả siêng tu không thối chuyển.

5. Tâm tăng thắng thanh tịnh tinh tấn, vì thường xu cầu thượng thượng trí huệ nguyện đủ tất cả pháp bạch tịnh.

6. Thanh tịnh tinh tấn chẳng luống bỏ vì nhiếp lấy bố thí, giới, nhẫn, đa văn và bất phóng dật nhẫn đến Bồ đề không nghỉ giữa chừng.

7. Dẹp phục tất cả ma thanh tịnh tinh tấn, vì đều có thể trừ diệt tham dục, sân hận, ngu si, tà kiến, tất cả phiền não, những cái triền.

8. Thành tựu viên mãn trí huệ quang minh thanh tịnh tinh tấn, có làm việc chi đều khéo quán sát, đều khiến rốt ráo chẳng cho ăn năn về sau, được Phật bất cộng pháp.

9. Vô lai vô khứ thanh tịnh tinh tấn, vì được trí như thiệt nhập môn pháp giới, thân ngữ và tâm thảy đều bình đẳng, rõ tướng tức là phi tướng không chấp trước.

10. Thành tựu pháp quang thanh tịnh tinh tấn, vì vượt quá các địa được Phật quán đảnh, dùng thân vô lậu mà thị hiện mất, thọ, sanh, xuất gia, thành đạo, thuyết pháp, diệt độ, đầy đủ sự Phổ Hiền như vậy.

Nếu chư Bồ-Tát an trụ pháp này, thời được đại thanh tịnh tinh tấn vô thượng của Như-Lai.

(Kinh Hoa Nghiêm, phẩm 38. Ly Thế Gian)

159. MƯỜI THANH TỊNH THIỀN

1. Thanh tịnh thiền, thường thích xuất gia, vì rời bỏ tất cả sở hữu.

2. Thanh tịnh thiền, được chơn thiện hữu, vì chỉ dạy chánh đạo.

3. Thanh tịnh thiền, ở a lan nhã nhẫn chịu mưa gió, vì lìa ngã và ngã sở.

4. Thanh tịnh thiền, lìa chúng sanh ồn náo, vì thường thích tịch tịnh.

5. Thanh tịnh thiền, tâm nghiệp điều nhu, vì thủ hộ các căn.

6. Thanh tịnh thiền, tâm trí tịch diệt, vì tất cả âm thanh những chướng thiền định chẳng thể làm loạn.

7. Thanh tịnh thiền, giác đạo phương tiện, vì quán sát tất cả đều hiện chứng.

8. Thanh tịnh thiền, rời tham đắm, vì chẳng bỏ cõi dục.

9. Thanh tịnh thiền, phát khởi thông minh, vì biết tất cả căn tánh chúng sanh.

10. Thanh tịnh thiền, tự tại du hý, vì nhập Phật tam muội biết vô ngã.

Nếu chư Bồ-Tát an trụ trong đây thời được đại thanh tịnh thiền vô thượng của Như-Lai.

(Kinh Hoa Nghiêm, phẩm 38. Ly Thế Gian)

160. MƯỜI THANH TỊNH HUỆ

1. Thanh tịnh huệ, biết tất cả nhơn, vì chẳng hoại quả báo.

2. Thanh tịnh huệ, biết tất cả duyên vì chẳng trái hòa hiệp.

3. Thanh tịnh huệ, biết chẳng đoạn chẳng thường, vì rõ thấu duyên khởi đều như thiệt.

4. Thanh tịnh huệ, trừ tất cả kiến chấp, vì không thủ xả nơi tướng chúng sanh.

5. Thanh tịnh huệ, quán tâm hành của tất cả chúng sanh, vì biết rõ như huyễn.

6. Thanh tịnh huệ, biện tài quảng đại, vì phân biệt các pháp vấn đáp vô ngại.

7. Thanh tịnh huệ, tất cả ma, ngoại đạo, Thanh Văn, Duyên Giác, chẳng biết được, vì thâm nhập Như-Lai trí.

8. Thanh tịnh huệ, thấy pháp thân vi diệu của Phật, thấy bổn

tánh thanh tịnh của tất cả chúng sanh, thấy tất cả pháp thảy đều tịch diệt, thấy tất cả cõi đồng như hư không, vì biết tất cả tướng đều vô ngại.

9. Thanh tịnh huệ, tất cả tổng trì, biện tài, phương tiện đều đến bĩ ngạn, vì làm cho được nhứt thiết trí tối thắng.

10. Thanh tịnh huệ, nhứt niệm tương ưng kim cang trí, rõ tất cả pháp bình đẳng, vì được nhứt thiết pháp tối tôn trí.

Nếu chư Bồ-Tát an trụ trong đây, thời được đại trí huệ vô ngại của Như-Lai.

(Kinh Hoa Nghiêm, phẩm 38. Ly Thế Gian)

161. MƯỜI THANH TỊNH TỪ

1. Thanh tịnh từ, tâm bình đẳng, vì nhiếp khắp chúng sanh không lựa chọn.

2. Thanh tịnh từ, lợi ích, vì tùy có chỗ làm đều làm cho hoan hỷ.

3. Thanh tịnh từ, nhiếp người đồng như mình, vì rốt ráo đều làm cho ra khỏi sanh tử.

4. Thanh tịnh từ, chẳng bỏ thế gian, vì tâm thường duyên niệm chứa nhóm thiện căn.

5. Thanh tịnh từ, có thể đến giải thoát, vì khiến khắp chúng sanh trừ diệt tất cả phiền não.

6. Thanh tịnh từ, xuất sanh Bồ đề, vì khiến khắp chúng sanh phát tâm cầu nhứt thiết trí.

7. Thanh tịnh từ, thế gian vô ngại, vì phóng đại quang minh bình đẳng chiếu khắp.

8. Thanh tịnh từ, đầy khắp hư không, vì cứu hộ chúng sanh không xứ nào chẳng đến.

9. Thanh tịnh từ, pháp duyên, chúng pháp như như chơn thiệt.

10. Thanh tịnh từ, vô duyên vì nhập Bồ-Tát ly sanh tánh.

Nếu chư Bồ-Tát an trụ pháp này thời được thanh tịnh từ quảng đại vô thượng của Như-Lai.

(Kinh Hoa Nghiêm, phẩm 38. Ly Thế Gian)

162. MƯỜI THANH TỊNH BI

1. Thanh tịnh bi, không bạn bè, vì riêng mình phát tâm đó.

2. Thanh tịnh bi, không mỏi nhàm, vì thay thế tất cả chúng sanh thọ khổ chẳng cho là nhọc.

3. Thanh tịnh bi, thọ sanh ở xứ nạn, vì cứu độ chúng sanh nạn.

4. Thanh tịnh bi, thọ sanh ở đường lành, vì thị hiện vô thường.

5. Thanh tịnh bi, vì tà định chúng sanh, vì nhiều kiếp chẳng bỏ hoằng thệ.

6. Thanh tịnh bi, chẳng nhiễm trước sự vui của mình, vì cho khắp chúng sanh sự sung sướng.

7. Thanh tịnh bi, chẳng cầu báo ân, vì tu tâm trong sạch.

8. Thanh tịnh bi, có thể trừ điên đảo vì nói pháp như thiệt.

9. Thanh tịnh bi, biết tất cả pháp bổn tánh thanh tịnh không nhiễm trước không nhiệt não, vì do khắp trần phiền não nên thọ những điều khổ.

10. Thanh tịnh bi , ở nơi chúng sanh mà khởi đại bi gọi là bổn tánh thanh tịnh, vì họ mà diễn thuyết pháp vô cấu thanh tịnh, quang minh.

(Kinh Hoa Nghiêm, phẩm 38. Ly Thế Gian)

163. MƯỜI THANH TỊNH HỶ

1. Thanh tịnh hỷ, phát Bồ đề tâm.

2. Thanh tịnh hỷ, đều xả bỏ sở hữu.

3. Thanh tịnh hỷ, chẳng ghét bỏ chúng sanh phá giới giáo hóa cho họ được thành tựu.

4. Thanh tịnh hỷ, có thể nhẫn thọ chúng sanh tạo ác mà thệ nguyện cứu độ họ.

5. Thanh tịnh hỷ, xả thân cầu pháp chẳng sanh lòng ăn năn.

6. Thanh tịnh hỷ, tự bỏ dục lạc thường thích pháp lạc.

7. Thanh tịnh hỷ, làm cho tất cả chúng sanh bỏ tư sanh lạc thường thích pháp lạc.

8. Thanh tịnh hỷ, thấy chư Phật thời cung kính cúng dường không nhàm đủ, an trụ nơi pháp giới bình đẳng.

9. Thanh tịnh hỷ, làm cho tất cả chúng sanh ưa thích thiền định giải thoát tam muội du hý nhập xuất.

10. Thanh tịnh hỷ, lòng ưa thích đầy đủ công hạnh thuận tất cả khổ hạnh của Bồ-Tát đạo, chứng được định huệ tịch tịnh bất động của đức Mâu Ni.

Nếu chư Bồ-Tát an trụ pháp này thời được thanh tịnh hỷ quảng đại vô thượng của Như-Lai.

(Kinh Hoa Nghiêm, phẩm 38. Ly Thế Gian)

164. MƯỜI THANH TỊNH XẢ

1. Thanh tịnh xả, tất cả chúng sanh cung kính cúng dường, Bồ-Tát chẳng sanh lòng ái trước.

2. Thanh tịnh xả, tất cả chúng sanh khinh mạn hủy nhục, Bồ-Tát chẳng sanh lòng giận hờn.

3. Thanh tịnh xả, thường đi trong thế gian chẳng bị tám pháp thế gian làm nhiễm.

4. Thanh tịnh xả, đối với pháp khí chúng sanh chờ thời mà hóa độ, với chúng sanh không pháp khí cũng chẳng hiềm ghét.

5. Thanh tịnh xả, chẳng cầu pháp học và vô học của Nhị thừa.

6. Thanh tịnh xả, tâm thường xa lìa tất cả dục lạc thuận phiền não.

7. Thanh tịnh xả, chẳng khen hàng Nhị thừa nhàm lìa sanh tử.

8. Thanh tịnh xả, xa lìa tất cả lời thế gian, lời phi Niết bàn, lời phi ly dục, lời chẳng thuận lý, lời não loạn người khác, lời Thanh Văn, lời Duyên Giác, nhẫn đến những

chướng Bồ-Tát đạo đều xa lìa tất cả.

9. Thanh tịnh xả, hoặc có chúng sanh căn đã thành thục phát sanh niệm huệ mà chưa biết được pháp tối thượng, chờ thời tiết mới hóa độ.

10. Thanh tịnh xả, hoặc có chúng sanh đã được Bồ-Tát giáo hóa từ thuở trước, đến Phật địa mới điều phục được, Bồ-Tát cũng chờ thời tiết.

Đối với hai hạng chúng sanh trên Bồ-Tát, không có quan niệm cao hạ thủ xả, xa lìa tất cả những phân biệt, hằng trụ chánh định, nhập pháp như thiệt, tâm được kham nhẫn.

Nếu chư Bồ-Tát an trụ trong pháp này thời được thanh tịnh xả quảng đại vô thượng của Như-Lai.

(Kinh Hoa Nghiêm, phẩm 38. Ly Thế Gian)

165. MƯỜI NGHĨA

1. Đa văn nghĩa, vì kiên cố tu hành.

2. Pháp nghĩa, vì khéo léo suy gẫm lựa chọn.

3. Không nghĩa, vì đệ nhứt nghĩa không.

4. Tịch tịnh nghĩa, rời những chúng sanh ồn náo.

5. Bất khả thuyết nghĩa, vì chẳng chấp tất cả ngữ ngôn.

6. Như thiệt nghĩa, vì rõ thấu tam thế bình đẳng.

7. Pháp giới nghĩa, vì tất cả các pháp đồng một vị.

8. Chơn như nghĩa, vì tất cả Như-Lai thuận nhập.

9. Thiệt tế nghĩa, vì biết rõ rốt ráo như thiệt.

10. Đại Bát Niết bàn nghĩa, vì diệt tất cả khổ mà tu những hạnh Bồ-Tát.

Nếu chư Bồ-Tát an trụ trong pháp này thời được Nhứt thiết trí vô thượng nghĩa.

(Kinh Hoa Nghiêm, phẩm 38. Ly Thế Gian)

166. MƯỜI PHÁP

1. Chơn thiệt pháp, vì như thuyết tu hành.

2. Ly thủ pháp, vì đều lìa năng thủ và sở thủ.

3. Vô tránh pháp, vì không có tất cả mê lầm gây gỗ.

4. Tịch diệt pháp, vì trừ diệt tất cả nhiệt não.

5. Ly dục pháp, vì tất cả tham dục đều dứt trừ.

6. Vô phân biệt pháp, vì dứt hẳn phan duyên phân biệt.

7. Vô sanh pháp, vì dường như hư không bất động.

8. Vô vi pháp, vì lìa những tướng sanh trụ diệt.

9. Bổn tánh pháp, vì tự tánh vô nhiễm thanh tịnh.

10. Xả bỏ tất cả Ô ba đề Niết bàn pháp, vì hay sanh tất cả Bồ-Tát hạnh tu tập chẳng dứt.

Nếu chư Bồ-Tát an trụ pháp này thời được pháp quảng đại vô thượng của đức Như-Lai.

(Kinh Hoa Nghiêm, phẩm 38. Ly Thế Gian)

167. MƯỜI CÔNG CỤ TRỢ ĐẠO PHƯỚC ĐỨC

1. Khuyên chúng sanh phát khởi tâm Bồ đề là công cụ trợ đạo phước đức của Bồ-Tát, vì chẳng dứt ngôi Tam Bảo.

2. Tùy thuận Thập hồi hướng là công cụ trợ đạo phước đức của Bồ-Tát, vì dứt tất cả pháp bất thiện, chứa nhóm tất cả thiện pháp.

3. Trí huệ dạy dỗ là công cụ trợ đạo phước đức của Bồ-Tát, vì vượt hơn phước đức tam giới.

4. Tâm không mỏi mệt là công cụ trợ đạo phước đức của Bồ-Tát, vì rốt ráo độ thoát tất cả chúng sanh.

5. Xả bỏ tất cả sở hữu trong thân ngoài thân là công cụ trợ đạo phước đức của Bồ-Tát, vì nơi tất cả vật chẳng chấp trước.

6. Vì đầy đủ tướng hảo mà tinh tấn bất thối là công cụ trợ đạo phước đức của Bồ-Tát, vì mở cử đại thí không hạn cuộc.

7. Thượng, trung, hạ, ba phẩm thiện căn đều đem hồi hướng vô thượng Bồ đề tâm không khinh trọng là công cụ trợ đạo phước đức của Bồ-Tát, vì tương ứng với thiện xảo phương tiện.

8. Với chúng sanh tà định hạ liệt bất thiện đều sanh lòng đại bi chẳng khinh tiện là công cụ trợ đạo phước đức của Bồ-Tát, vì thường phát khởi tâm hoằng thệ của bực đại nhơn.

9. Cung kính cúng dường tất cả Như-Lai với tất cả Bồ-Tát khởi Như-Lai tưởng làm cho chúng sanh đều hoan hỉ, đây là công cụ trợ đạo phước đức của Bồ-Tát, vì giữ bổn chí nguyện rất bền chắc.

10. Trong vô số kiếp, đại Bồ-Tát tích tập thiện căn tự muốn được chứng vô thượng Bồ Đề như ở trong bàn tay, nhưng đầu đem xả thí cho tất cả chúng sanh lòng không ưu não cũng không hối hận, tâm Bồ-Tát rộng lớn đồng hư không giới. Đây là công cụ trợ đạo phước đức của Bồ-Tát, vì phát khởi trí huệ chứng đại pháp.

Nếu chư Bồ-Tát an trụ trong đây thời đầy đủ phước đức quảng đại vô thượng của Như-Lai.

(Kinh Hoa Nghiêm, phẩm 38. Ly Thế Gian)

168. MƯỜI CÔNG CỤ TRỢ ĐẠO TRÍ HUỆ

1. Gần gũi chơn thiện tri thức đa văn, cung kính, cúng dường, tôn trọng, lễ bái tùy thuận mọi việc chẳng trái lời dạy bảo. Tất cả chánh trực không hư dối.

2. Thân Bồ-Tát kham làm pháp khí. Lìa hẳn kiêu mạng thường có hạnh khiêm hạ cung kính, thân ngữ ý ba nghiệp không thô bạo, nhu hòa thiện thuận chẳng dối trá, chẳng vạy vò.

3. Niệm huệ tùy giác chưa từng tán loạn, hổ thẹn, nhu hòa tâm

an bất động, thường nhớ lục niệm, thường thật hành lục hòa kính, thường tùy thuận trụ sáu pháp kiên cố.

4. Thích pháp thích nghĩa, lấy pháp làm vui, thường thích lóng nghe chánh pháp không nhàm đủ, bỏ rời thế luận và thế ngôn thuyết, chuyên tâm nghe thọ lời xuất thế gian, xa lìa Tiểu thừa, nhập Đại thừa huệ.

5. Tâm chuyên gánh vác sáu môn Ba la mật, thật hành đã thành thục bốn pháp phạm trụ.

6. Thường thích xuất ly chẳng chấp ba cõi, hằng giác tự tâm không bao giờ có ác niệm, ba giác quán đã tuyệt, ba nghiệp đều lành quyết định biết rõ tự tánh của tâm.

7. Quán sát ngũ uẩn đều như huyễn sự, thập bát giới như độc xà, thập nhị xứ như hư không, tất cả pháp như huyễn.

8. Đại Bồ-Tát nghe tất cả pháp không ngã, không chúng sanh. Nghe rồi tin sâu chẳng nghi chẳng hủy báng.

9. Đại Bồ-Tát khéo điều các căn như lý tu hành, hằng trụ chỉ quán tâm ý tịch tịnh, đến chỗ bỉ ngạn phân biệt tướng.

10. Đại Bồ-Tát thấy pháp duyên khởi nên thấy pháp thanh tịnh, vì thấy pháp thanh tịnh nên thấy quốc độ thanh tịnh.

Nếu chư Bồ-Tát an trụ trong mười pháp này thời được trí huệ vi diệu thanh tịnh vô ngại nơi tất cả pháp của đức Như-Lai.

(Kinh Hoa Nghiêm, phẩm 38. Ly Thế Gian)

169. MƯỜI MINH TÚC

1. Minh túc, khéo phân biệt các pháp.

2. Minh túc, chẳng chấp trước các pháp.

3. Minh túc, lìa điên đảo kiến.

4. Minh túc, trí huệ quang chiếu soi các căn.

5. Minh túc, khéo phát khởi chánh tinh tấn.

6. Minh túc, hay thâm nhập chơn đế trí.

7. Minh túc, diệt nghiệp phiền não thành tựu tận trí vô sanh trí.

8. Minh túc, thiên nhãn trí khéo quán sát.

9. Minh túc, túc trụ niệm biết thưở trước thanh tịnh.

10. Minh túc, lậu tận thần thông trí dứt những lậu của chúng sanh.

Nếu chư Bồ-Tát an trụ pháp này thời được đại quang minh vô thượng nơi tất cả Phật pháp của Như-Lai.

(Kinh Hoa Nghiêm, phẩm 38. Ly Thế Gian)

170. MƯỜI ĐIỀU CẦU PHÁP

1. Trực tâm cầu pháp, vì không dua nịnh phỉnh phờ.

2. Tinh tấn cầu pháp, vì xa lìa lười biếng khinh mạn.

3. Nhứt hướng cầu pháp, vì chẳng tiếc thân mạng.

4. Vì trừ phiền não cho tất cả chúng sanh mà cầu pháp, vì chẳng vì danh lợi cung kính.

5. Vì lợi ích mình và người tất cả chúng sanh mà cầu pháp, vì chẳng riêng tự lợi.

6. Vì nhập trí huệ mà cầu pháp, vì chẳng thích văn tự.

7. Vì thoát khỏi sanh tử mà cầu pháp, vì chẳng tham thế lạc.

8. Vì độ chúng sanh mà cầu pháp, vì phát Bồ đề tâm.

9. Vì dứt nghi cho tất cả chúng sanh mà cầu pháp, vì làm cho họ không do dự.

10. Vì đầy đủ Phật pháp mà cầu pháp, vì chẳng thích những thừa khác.

Nếu chư Bồ-Tát an trụ pháp này thời được đại trí huệ tất cả Phật pháp chẳng do người khác dạy.

(Kinh Hoa Nghiêm, phẩm 38. Ly Thế Gian)

171. MƯỜI PHÁP MINH LIỄU

1. Đồng mông phàm phu minh liễu pháp: Tùy thuận thế tục sanh trưởng thiện căn,

2. Tùy tín hành nhơn minh liễu pháp: Được bất hoại tín vô ngại, tỏ ngộ tự tánh của các pháp.

3. Tùy pháp hành nhơn minh liễu pháp: Siêng tu tập chánh pháp, tùy thuận chánh pháp mà an trụ.

4. Đệ bát nhơn minh liễu pháp: Xa lìa bát tà, hướng về bát chánh đạo.

5. Tu đà hoàn nhơn chơn minh liễu pháp: Trừ diệt những kiết sử, dứt lậu sanh tử thấy chơn thiệt đế.

6. Tư Đà Hàm nhơn minh liễu: Quán sát ham muốn là họa hoạn biết không qua lại.

7. A Na Hàm nhơn minh liễu pháp: Chẳng luyến tam giới, cầu hết hữu lậu, đối với pháp thọ sanh, nhẫn đến chẳng sanh một niệm ái trước.

8. A La Hán nhơn minh liễu pháp: Chứng lục thần thông, được bát giải thoát, cửu định, tứ biện tài thảy đều thành tựu.

9. Bích Chi Phật nhơn minh liễu pháp: Tánh thích quán sát nhứt vị duyên khởi, tâm thường tịch tịnh, tri túc, ít việc, tỏ ngộ do mình được chẳng do người thành tựu các môn thần thông trí huệ.

10. Bồ-Tát nhơn minh liễu pháp: Trí huệ rộng lớn, các căn sáng lẹ, thường thích độ thoát tất cả chúng sanh, siêng tu phước trí các pháp trợ đạo, tất cả công đức thập lực tứ vô úy của Như-Lai đều đầy đủ viên mãn.

Nếu chư Bồ-Tát an trụ pháp này thời được đại trí nhơn minh liễu pháp vô thượng của đức Như-Lai.

(Kinh Hoa Nghiêm, phẩm 38. Ly Thế Gian)

172. MƯỜI PHÁP TU HÀNH

1. Cung kính tôn trọng chư Thiện tri thức.

2. Thường được chư Thiên giác ngộ.

3. Đối với chư Phật thường có lòng tàm quý.

4. Thương xót chúng sanh chẳng bỏ sanh tử.

5. Công việc tất làm đến rốt ráo tâm không biến động.

6. Chuyên niệm theo dõi chúng Bồ-Tát phát tâm Đại thừa tinh cần tu học.

7. Xa lìa tà kiến siêng cầu chánh đạo

8. Dẹp phá chúng ma và nghiệp phiền não

9. Biết các chúng sanh căn tánh thắng liệt mà vì họ thuyết pháp cho họ an trụ nơi Phật địa.

10. An trụ pháp giới quảng đại vô biên, diệt trừ phiền não cho thân thanh tịnh.

Nếu chư Bồ-Tát an trụ trong đây thời được pháp tu hành vô thượng của Như-Lai.

(Kinh Hoa Nghiêm, phẩm 38. Ly Thế Gian)

173. MƯỜI THỨ MA

1. Ngũ uẩn ma, vì sanh các chấp thủ.

2. Phiền não ma, vì hằng tạp nhiễm.

3. Nghiệp ma, vì hay chướng ngại.

4. Tâm ma, vì khởi cao mạn.

5. Tử ma, vì bỏ chỗ sanh.

6. Thiên ma, vì tự kiêu căn phóng túng.

7. Thiện căn ma, vì hằng chấp thủ.

8. Tam muội ma, vì từ lâu say đắm.

9. Thiện tri thức ma, vì phát khởi tâm chấp trước.

10. Bồ đề pháp trí ma, vì chẳng nguyện xả lìa.

11. Đại Bồ-Tát phải dùng phương tiện mau cầu xa rời mười thứ ma này.

(Kinh Hoa Nghiêm, phẩm 38. Ly Thế Gian)

174. MƯỜI THỨ MA NGHIỆP

1. Quên mất Bồ đề tâm tu các thiện căn.

2. Ác tâm bố thí, sân tâm trì giới, bỏ người tánh ác, xa kẻ lười biếng, khinh mạn kẻ loạn ý, cơ hiềm người ác huệ.

3. Nơi pháp thậm thâm tâm sanh xan lẫn, có người kham được hóa độ mà chẳng vì họ thuyết pháp. Nếu được tài lợi cung kính cúng dường, dầu chẳng phải pháp khí mà cũng gượng vì họ thuyết pháp.

4. Chẳng thích lắng nghe các môn Ba la mật, giả sử nghe nói mà chẳng tu hành, dầu cũng tu hành mà phần nhiều lười biếng. Vì lười biếng nên chí ý hèn kém chẳng cầu pháp đại Bồ đề Vô thượng.

5. Xa thiện tri thức, gần ác tri thức, thích cầu Nhị thừa, chẳng thích thọ sanh, chỉ chuộng Niết bàn ly dục tịch tịnh.

6. Ở chỗ Bồ-Tát, khởi tâm sân hận ác nhãn nhìn ngó tìm cầu tội hở để nói kể lỗi lầm, ngăn dứt tài lợi cúng dường.

7. Phỉ báng chánh pháp chẳng thích lắng nghe, giả sử được nghe liền sanh lòng chê bai, thấy người thuyết pháp chẳng sanh lòng tôn trọng, cho lời mình nói là phải, lời của người là quấy.

8. Thích học thế luận xảo thuật văn từ, khai xiển thâm pháp ẩn phú của Nhị thừa, hoặc dùng diệu nghĩa truyền dạy cho người chẳng đáng dạy, xa rời Bồ đề, trụ nơi tà đạo.

9. Người đã được giải thoát thì được an ổn thời thường thích gần gũi mà cúng dường. Người chưa giải thoát chưa an ổn thời chẳng chịu thân cận, cũng chẳng giáo hoá.

10. Thêm lớn ngã mạn không cung kính. Với các chúng sanh làm nhiều sự não hại, chẳng cầu chánh pháp trí huệ chơn thiệt. Tâm ý tệ ác khó khai ngộ được.

Chư Bồ-Tát phải mau xa lìa mười ma nghiệp này mà siêng cầu Phật nghiệp.

(Kinh Hoa Nghiêm, phẩm 38. Ly Thế Gian)

175. MƯỜI ĐIỀU BỎ RỜI MA NGHIỆP

1. Gần thiện tri thức cung kính cúng dường.

2. Chẳng tự cao tự đại, chẳng tự khen ngợi.

3. Nơi thâm pháp của Phật tin hiểu chẳng chê.

4. Chưa từng quên mất tâm nhứt thiết trí.

5. Siêng tu diệu hạnh hằng chẳng phóng dật.

6. Thường cầu tất cả pháp Bồ-Tát tạng.

7. Hằng diễn thuyết chánh pháp tâm không mỏi nhọc.

8. Quy y tất cả chư Phật mười phương, phát khởi tưởng niệm được cứu hộ.

9. Tin thọ ức niệm tất cả chư Phật thần lực gia trì.

10. Cùng tất cả Bồ-Tát đồng gieo căn lành bình đẳng không hai.

Nếu chư Bồ-Tát an trụ mười pháp này thời có thể ra khỏi tất cả ma đạo.

(Kinh Hoa Nghiêm, phẩm 38. Ly Thế Gian)

176. MƯỜI MÔN KIẾN PHẬT

1. Vô trước kiến, đối với Phật thành Chánh giác an trụ thế gian.

2. Xuất sanh kiến, đối với nguyện Phật.

3. Thâm tín kiến, đối với nghiệp báo Phật.

4. Tùy thuận kiến, đối với trụ trì Phật.

5. Thâm nhập kiến, đối với Niết bàn Phật.

6. Phổ chí kiến, đối với pháp giới Phật.

7. An trụ kiến, đối với tâm Phật.

8. Vô lượng vô y kiến, đối với tam muội Phật.

9. Minh liễu kiến, đối với bổn tánh Phật.

10. Phổ thọ kiến, đối với tùy lạc Phật.

Nếu chư Bồ-Tát an trụ mười môn kiến Phật này thời thường được thấy đức Như-Lai vô thượng.

(Kinh Hoa Nghiêm, phẩm 38. Ly Thế Gian)

177. MƯỜI PHẬT NGHIỆP

1. Tùy thời tiết để khai đạo, là Phật nghiệp, vì làm cho tu hành Chánh pháp. Trong chiêm bao khiến thấy, là Phật nghiệp, vì giác ngộ thiện căn thuở xưa.

2. Vì người mà diễn thuyết kinh chưa được nghe, là Phật nghiệp, vì làm cho sanh trí dừt nghi.

3. Vì người ăn năn bị kiết sử triền phược mà nói pháp xuất ly, là Phật nghiệp, vì làm cho lìa tâm nghi.

4. Nếu có chúng sanh khởi tâm xan lẫn nhẫn đến khởi tâm ác huệ, tâm Nhị thừa, tâm tổn hại, tâm nghi hoặc, tâm tán động, tâm kiêu mạn, Bồ-Tát vì họ hiện thân tướng hảo trang nghiêm của Như-Lai, là Phật nghiệp, vì sanh trưởng quá khứ hiện căn.

5. Lúc khó gặp Chánh pháp, vì họ mà rộng thuyết pháp, làm cho họ nghe xong được trí Đà la ni, trí thần thông, khắp có thể lợi ích vô lượng chúng sanh, là Phật nghiệp, vì thắng giải thanh tịnh.

6. Nếu có ma sự khởi lên, có thể dùng phương tiện hiện tiếng khắp hư không giới thuyết pháp chẳng tổn não người khác, dùng đây để đối trị làm cho họ được khai ngộ. Chúng ma nghe xong, oai quang tắt mất. Đây là Phật nghiệp, vì chí thích oai đức lớn thù thắng.

7. Tâm Bồ-Tát không xen hở thường tự giữ gìn, chẳng cho chứng nhập chánh vị Nhị thừa. Nếu có chúng sanh căn tánh chưa thành thục thời trọn chẳng vì họ mà nói cảnh giới giải thoát. Đây là Phật nghiệp vì bổn nguyện mà làm.

8. Sanh tử kiết lậu tất cả đều lìa, tu hạnh Bồ-Tát nối tiếp chẳng

dứt, dùnh tâm đại bi nhiếp thủ chúng sanh làm cho họ khởi hạnh rốt ráo giải thoát. Đây là Phật nghiệp, vì chẳng dứt tu hành hạnh Bồ-Tát.

9. Đại Bồ-Tát thấu rõ tự thân cùng với chúng sanh bổn lai tịch diệt, chẳng kinh sợ, mà siêng tu phước trí không nhàm đủ. Dẫu biết tất cả Pháp không tạo ác mà cũng chẳng bỏ tự tướng của các pháp.

10. Dầu hiện nhập đại Niết bàn, mà thị hiện thọ sanh Tất cả xứ. Có thể thật hành pháp quyền thiệt song hành như vậy là Phật nghiệp.

Nếu chư Bồ-Tát an trụ trong mười Phật nghiệp này, thời được nghiệp quảng đại vô thượng vô sư chẳng do người dạy.

(Kinh Hoa Nghiêm, phẩm 38. Ly Thế Gian)

178. MƯỜI MẠN NGHIỆP

1. Đối với Sư, Tăng, Cha, Mẹ, Sa Môn, Bà La Môn trụ nơi chánh đạo hoặc hướng chánh đạo, là những phước điền đáng tôn trọng, mà chẳng cung kính.

2. Hoặc có Pháp Sư được pháp tối thắng ngồi Đại thừa, biết đạo xuất yếu đắc đà la ni, diễn thuyết pháp quảng đại trong khế kinh không thôi nghỉ. Mà đối với bực ấy phát khởi tâm cao mạn và đối với pháp của bực ấy giảng nói chẳng có lòng cung kính.

3. Ở trong chúng hội nghe thuyết diệu pháp chẳng chịu khen là hay cho người khác tin thọ.

4. Ưa sanh lòng quá mạn, tự cao ngạo lấn người, chẳng thấy mình lỗi, chẳng biết mình dở.

5. Ưa sanh lòng quá quá mạn. Thấy có Pháp Sư và người thuyết pháp, biết là pháp, là luật, là chơn thiệt, là lời Phật, mà vì ghét người nên cũng ghét pháp, tự mình hủy báng cũng bảo người hủy báng.

6. Tự cầu tòa cao, tự xưng Pháp Sư, ưng thọ người cung cấp, chẳng ưng chấp sự. Thấy bực kỳ cựu người tu hành lâu,

chẳng chịu đứng dậy tiếp rước, chẳng chịu hầu hạ.

7. Thấy người có đức thời nhíu mày chẳng vui, nói lời thô lỗ tìm tòi lỗi lầm của bực ấy.

8. Thấy có người thông minh biết chánh pháp, chẳng chịu gần gũi cung kính cúng dường, chẳng chịu hỏi han gì là thiện, gì là bất thiện, những gì nên làm, những gì chẳng nên làm, làm những công hạnh gì mà được mãi mãi lợi ích an lạc. Là kẻ ngu si ngoan cố chìm trong ngã mạn, trọn không thấy được đạo xuất yếu.

9. Lại có chúng sanh tâm khinh mạn che đậy, chư Phật xuất thế chẳng có thể thân cận cung kính cúng dường, thiện căn mới chẳng sanh, thiện căn cũ tiêu mất, chẳng nên nói lại nói, chẳng nên cãi lại cãi.

10. Lại có chúng sanh ở vị lai tất cả phải đọa hầm sâu hiểm nạn trong trăm ngàn kiếp còn chẳng gặp Phật huống là được nghe pháp. Chỉ do từ trước đã từng phát Bồ đề tâm nên trọn tự tỉnh ngộ.

Nếu chư Bồ-Tát lìa mười mạn nghiệp này thời được mười trí nghiệp.

(Kinh Hoa Nghiêm, phẩm 38. Ly Thế Gian)

179. MƯỜI TRÍ NGHIỆP

1. Tin hiểu nghiệp báo chẳng hoại nhơn quả.

2. Chẳng bỏ Bồ đề tâm, thường niệm chư Phật.

3. Gần thiện tri thức cung kính cúng dường hết lòng tôn trọng, trọn không chán không lười.

4. Thích pháp thích nghĩa không nhàm đủ, xa lìa tà niệm, siêng tu chánh niệm.

5. Đối với tất cả chúng sanh, lìa ngã mạn. Đối với chư Bồ-Tát tưởng như Phật. Mến trọng chánh pháp chẳng tiếc thân mình. Tôn thờ Như-Lai như hộ mạng mình. Với người tu hành tưởng là Phật.

6. Ba nghiệp thân, khẩu và ý không có sự bất thiện, ca ngợi bực Hiền Thánh, tùy thuận Bồ đề.

7. Chẳng hoại duyên khởi, lìa những tà kiến phá si ám được sáng suốt chiếu rõ tất cả pháp.

8. Mười môn hồi hướng tùy thuận tu hành. Nơi các môn Ba la mật tưởng là từ mẫu. Nơi thiện xảo phương tiện tưởng là từ phụ. Dùng tâm thâm tịnh nhập nhà Bồ đề.

9. Thí, giới, đa văn, chỉ, quán, phước và huệ, tất cả pháp trợ đạo như vậy thường siêng chứa nhóm không nhàm mỏi.

10. Nếu có một nghiệp được đức Phật khen ngợi có thể phá chúng ma trừ phiền não đấu tránh, khiến tu tập không thối thất lười biếng. Đây là trí nghiệp.

Nếu chư Bồ-Tát an trụ trong mười trí nghiệp này thời được tất cả thiện xảo phương tiện đại trí nghiệp vô thượng của đức Như-Lai.

(Kinh Hoa Nghiêm, phẩm 38. Ly Thế Gian)

180. MƯỜI ĐIỀU BỊ MA NHIẾP TRÌ

1. Tâm lười biếng.

2. Trí nguyện hèn kém.

3. Nơi công hạnh chút ít cho là đủ.

4. Lãnh thọ một hạnh, từ chối những hạnh khác.

5. Chẳng phát đại nguyện.

6. Thích ở tịch diệt dứt trừ phiền não.

7. Dứt hẳn sanh tử.

8. Bỏ hạnh Bồ-Tát.

9. Chẳng giáo hoá chúng sanh.

10. Nghi báng chánh pháp.

Nếu chư Bồ-Tát rời bỏ được mười điều bị ma nhiếp trì này thời được mười điều được chư Phật nhiếp trì.

(Kinh Hoa Nghiêm, phẩm 38. Ly Thế Gian)

181. MƯỜI ĐIỀU ĐƯỢC PHẬT NHIẾP TRÌ

1. Ban sơ có thể phát tâm Bồ đề.

2. Trong nhiều đời gìn giữ tâm Bồ đề không để quên mất.

3. Rõ biết ma sự đều có thể xa lìa.

4. Nghe các môn Ba la mật, tu hành đúng pháp.

5. Biết khổ sanh tử mà chẳng nhàm ghét.

6. Quán pháp thậm thâm được vô lượng quả.

7. Vì chúng sanh diễn thuyết pháp Nhị thừa mà chẳng chứng lấy quả giải thoát của Nhị thừa.

8. Thích quán pháp vô vi mà chẳng trụ trong đó, đối với hữu vi vô vi không tưởng là hai.

9. Đến chỗ vô sanh mà hiện thọ sanh.

10. Dầu chứng được nhứt thiết trí mà khởi hạnh Bồ-Tát chẳng dứt giống Bồ đề.

Nếu chư Bồ-Tát an trụ trong mười điều này thì được sức nhiếp trì vô thượng của chư Phật.

(Kinh Hoa Nghiêm, phẩm 38. Ly Thế Gian)

182. MƯỜI ĐIỀU ĐƯỢC PHÁP NHIẾP TRÌ

1. Biết tất cả hành pháp là vô thường.

2. Biết tất cả hành pháp là khổ.

3. Biết tất cả hành pháp là vô ngã.

4. Biết tất cả pháp tịch diệt Niết bàn.

5. Biết tất cả pháp theo duyên mà phát khởi, không có duyên thời không khởi.

6. Biết vì do tư duy chẳng chánh nên sanh khởi vô minh. Vì do có vô minh khởi nên nhẫn đến có lão tử phát khởi.

   Vì tư duy chẳng chánh diệt nên vô minh diệt. Vì vô minh diệt nên nhẫn đến lão tử diệt.

7. Biết ba môn giải thoát xuất sanh Thanh Văn thừa, chứng pháp vô tránh xuất sanh Độc Giác thừa.

8. Biết pháp Lục Ba la mật, pháp Tứ nhiếp xuất sanh Đại thừa.

9. Biết tất cả cõi, tất cả pháp, tất cả chúng sanh, tất cả thế là cảnh giới của Phật trí.

10. Biết dứt tất cả niệm, bỏ tất cả thủ, rời tiền tế hậu tế, tùy thuận Niết bàn.

Nếu chư Bồ-Tát an trụ trong mười điều được pháp nhiếp trì này thời được pháp nhiếp trì vô thượng của tất cả chư Phật.

(Kinh Hoa Nghiêm, phẩm 38. Ly Thế Gian)

183. MƯỜI SỰ VIỆC Ở ĐÂU SUẤT THIÊN

1. Vì chư *Thiên Tử cõi Dục* mà nói pháp nhàm lìa. Bảo rằng tất cả tự tại đều là vô thường, tất cả khoái lạc đều sẽ suy mất, khuyên chư Thiên Tử phát tâm Bồ đề.

2. Vì *chư Thiên cõi Sắc* mà nói nhập xuất các thiền tam muội giải thoát. Nếu ở trong đây mà sanh lòng ái trước thời nhơn nơi ái lại phát khởi thân kiến, tà kiến, vô minh v. v… Vì họ mà nói trí huệ như thiệt.

3. Đại Bồ-Tát ở *Đâu Suất Thiên* cung nhập tam muội tên là quang minh trang nghiêm. Thân phóng quang minh chiếu khắp Đại Thiên thế giới. Tùy tâm chúng sanh mà dùng các thứ âm thanh để thuyết pháp. Chúng sanh nghe pháp xong, tín tâm thanh tịnh, sau khi chết sanh về cung trời Đâu Suất. Bồ-Tát lại khuyên họ phát tâm Bồ đề.

4. *Đại Bồ-Tát ở Đâu Suất Thiên* cung dùng vô ngại nhãn thấy khắp tất cả Bồ-Tát trong cung trời Đâu Suất ở mười phương. Chư Bồ-Tát kia cũng đều thấy đây. Đã thấy nhau, chư Bồ-Tát cùng luận nói diệu pháp: những là giáng thần, nhập thai, sơ sanh, xuất gia, qua đến đạo tràng, đủ đại trang nghiêm. Và lại thị hiện những công hạnh đã làm từ xưa đến nay. Do công hạnh đó mà thành đại trí này và tất

cả công đức. Chẳng rời bổn xứ mà có thể thị hiện những sự như vậy.

5. Đại Bồ-Tát ở Đâu Suất Thiên cung, chúng Bồ-Tát ở tất cả cung trời Đâu Suất mười phương đều vân tập đến vây quanh cung kính. Bấy giờ Đại Bồ-Tát muốn cho chư Bồ-Tát đó đều được thỏa mãn tâm nguyện sanh lòng hoan hỷ, nên tùy theo chư Bồ-Tát đáng ở bực nào, tùy theo sở hành, sở đoạn, sở tu, sở chứng mà diễn thuyết pháp môn. Chư Bồ-Tát đó nghe pháp xong đều rất hoan hỷ được chưa từng có đều trở về bổn độ. Đây là công việc thứ năm.

6. *Đại Bồ-Tát ở Đâu Suất Thiên cung.* Bấy giờ chúa *cõi Dục, Thiên ma Ba Tuần* vì muốn phá hoại công nghiệp của Bồ-Tát nên cùng quyến thuộc đến chỗ Bồ-Tát. Bồ-Tát vì hàng phục ma quân nên trụ kim cang đạo nhiếp Bát nhã Ba la mật phương tiện thiện xảo trí huệ môn, dùng hai lời nói nhu nhuyến và thô bạo mà thuyết pháp cho họ, làm cho Ma Vương Ba Tuần không hại được. Ma quân thấy oai lực tự tại của Bồ-Tát nên đều phát tâm Bồ đề Vô thượng.

7. Đại Bồ-Tát ở Đâu Suất Thiên cung biết chư Thiên Tử cõi Dục chẳng thích nghe pháp. Bây giờ Bồ-Tát phát tiếng to bảo họ rằng: ngày nay Bồ-Tát ở trong Thiên cung sẽ hiện sự hy hữu, nếu muốn được thấy thời phải mau đến.

Chư Thiên Tử được thấy nghe đều rất hoan hỷ say sưa. Trong âm nhạc lại có tiếng bảo rằng: Tất cả hành pháp đều vô thường, đều là khổ. Tất cả pháp đều vô ngã, là Niết bàn tịch diệt. Rồi lại bảo rằng: các Ngài đều phải tu hạnh Bồ-Tát, đều phải viên mãn nhứt thiết chủng trí. Chư Thiên Tử nghe xong, lo buồn than thở đều sanh lòng yểm ly, tất cả đều phát tâm Vô thượng Bồ đề.

8. Đại Bồ-Tát ở Đâu Suất Thiên cung, chẳng rời bỏ bổn xứ mà đều có thể qua đến mười phương vô lượng tất cả chỗ chư Phật, thấy chư Như-Lai thân cận lễ bái cung kính nghe pháp. Bấy giờ chư Phật muốn cho Bồ-Tát được pháp tối

thượng quán đảnh nên nói Bồ-Tát địa tên là nhứt thiết thần thông, dùng một niệm tương ưng huệ đầy đủ tất cả công đức tối thắng nhập vị nhứt thiết chủng trí.

9. Đại Bồ-Tát ở Đâu Suất Thiên cung vì muốn cúng dường chư Phật Như-Lai nên dùng đại thần lực hiện khởi những đồ cúng dường tên là thù thắng khả lạc, khắp tất cả thế giới trong pháp giới hư không giới để cúng dường chư Phật. Trong các thế giới ấy, vô lượng chúng sanh thấy sự cúng dường này đều phát tâm vô thượng Bồ đề.

10. Đại Bồ-Tát ở Đâu Suất Thiên cung xuất sanh vô lượng vô biên như huyễn như ảnh pháp môn cùng khắp mười phương tất cả thế giới, thị hiện những sắc, những tướng, những hình thể, những oai nghi, những sự nghiệp, những phương tiện, những ví dụ, những ngôn thuyết, tùy tâm chúng sanh đều làm cho họ hoan hỷ.

Nếu chư Bồ-Tát thành tựu pháp này thời có thể sau này sanh xuống thế gian.

(Kinh Hoa Nghiêm, phẩm 38. Ly Thế Gian)

184. MƯỜI SỰ THỊ HIỆN

1. Đại Bồ-Tát từ trời Đâu Suất giáng sanh, từ dưới chân phóng đại quang minh tên là an lạc trang nghiêm, chiếu khắp cõi Đại Thiên thế giới, tất cả ác đạo, những chúng sanh hoạn nạn được quang minh chạm nhằm mình thời đều khỏi khổ được an lạc. Được an lạc rồi biết sắp có bực đại nhơn kỳ đặc xuất hiện thế gian.

2. Đại Bồ-Tát ở trời Đâu Suất lúc giáng sanh, từ trong tướng bạch hào giữa chặng mày phóng đại quang minh tên là giác ngộ, chiếu khắp Đại Thiên thế giới, soi đến thân của chư Bồ-Tát đồng hành với mình từ đời trước chư Bồ-Tát đó được quang minh chiếu đến, biết đại Bồ-Tát sắp giáng sanh, liền đem vô lượng đồ cúng dường đến chỗ Đại Bồ-Tát để cúng dường.

3. Đại Bồ-Tát ở trời Đâu Suất lúc sắp giáng sanh, ở trong bàn tay hữu phóng đại quang minh tên là thanh tịnh cảnh giới, đều có thể trang nghiêm thanh tịnh tất cả Đại Thiên thế giới.

   Trong đây nếu có hàng Bích Chi Phật chứng được vô lậu, thấy biết quang minh này thời liền xả thọ mạng.

   Nếu những vị không hay biết thời oai lực của quang minh dời họ đến trong những thế giới phương khác.

   Tất cả những ma và các ngoại đạo, hàng chúng sanh có kiến chấp đều cũng dời đến thế giới phương khác, chỉ trừ những chúng sanh đáng được hoá độ do thần lực của Phật nhiếp trì.

4. Đại Bồ-Tát ở trời Đâu Suất lúc sắp giáng sanh từ đầu gối phóng đại quang minh tên là Thanh tịnh trang nghiêm chiếu khắp cung điện của chư Thiên, dưới chiếu đến trời Hộ Thế Tứ Thiên Vương, trên chiếu suốt trời Tịnh Cư.

   Chư Thiên trong tất cả cõi trời đều biết đại Bồ-Tát ở cung Đâu Suất sắp giáng sanh, tất cả đồng có lòng luyến mộ buồn than lo rầu, cùng nhau đem những tràng hoa, y phục, hương bột, hương thoa, phan lọng, kỹ nhạc đến chỗ Bồ-Tát để cung kính cúng dường, theo Bồ-Tát hạ sanh nhẫn đến nhập Niết bàn.

5. Đại Bồ-Tát ở trời Đâu Suất lúc sắp giáng sanh, trong tâm trạng kim cang trang nghiêm nơi tướng chữ "vạn" phóng đại quang minh tên là Vô năng thắng tràng, chiếu khắp tất cả thế giới mười phương đến thân của tất cả Kim Cang lực sĩ. Bấy giờ có trăm ức Kim Cang lực sĩ đều vân tập theo hầu hạ đại Bồ-Tát từ lúc giáng sanh nhẫn đến lúc nhập Niết bàn.

6. Đại Bồ-Tát ở trời Đâu Suất lúc sắp giáng sanh, từ tất cả lỗ lông trên thân phóng đại quang minh tên là phân biệt chúng sanh, chiếu khắp Đại Thiên thế giới, chạm đến thân của tất cả Bồ-Tát, lại chạm đến tất cả chư Thiên và người đời. Chư Bồ-Tát đó đồng nghĩ rằng tôi phải ở lại đây để cúng

dường đức Như-Lai giáo hóa chúng sanh.

7. Đại Bồ-Tát ở trời Đâu Suất lúc sắp giáng sanh từ trong điện đại ma ni bửu tạng phóng đại quang minh tên là Thiện trụ quán sát chiếu đến chỗ của Bồ-Tát này sẽ sanh. Quang minh này đã chiếu xong, những Bồ-Tát khác đều theo dõi xuống Diêm Phù Đề, hoặc ở nơi nhà, hoặc ở tụ lạc, hoặc ở thành ấp mà hiện thọ sanh, vì muốn giáo hoá các chúng sanh.

8. Đại Bồ-Tát ở trời Đâu Suất lúc sắp giáng sanh từ cung điện cõi trời và trong những đồ trang nghiêm nơi đại lâu các phóng đại quang minh tên là Nhứt thiết cung điện thanh tịnh trang nghiêm chiếu đến bụng của mẹ sẽ thác sanh. Quang minh chiếu xong, làm cho Thánh Mẫu an ổn vui vẻ, thành tựu đầy đủ tất cả công đức.

Trong bụng Thánh Mẫu tự nhiên có lâu các quảng đại trang nghiêm với đại ma ni bửu, nơi đây là chỗ sẽ ở của thân đại Bồ-Tát.

9. Đại Bồ-Tát ở trời Đâu Suất lúc sắp giáng sanh, từ dưới hai chân phóng đại quang minh tên là Thiện Trụ.

Nếu chư Thiên Tử và các Phạm Thiên sắp lâm chung được quang minh chạm đến thân thời đều được trụ thọ mạng cúng dường đại Bồ-Tát từ lúc mới hạ sanh nhẫn đến nhập Niết bàn.

10. Đại Bồ-Tát ở trời Đâu Suất lúc sắp giáng sanh từ trong tùy hình hảo phóng đại quang minh tên là Nhựt nguyệt trang nghiêm, thị hiện những công nghiệp củ Bồ-Tát. Bấy giờ người và trời hoặc thấy Bồ-Tát ở cung Đâu Suất, hoặc thấy nhập thai, hoặc thấy sơ sanh, hoặc thấy xuất gia, hoặc thấy Thành đạo hoặc thấy hàng ma, hoặc thấy chuyển Pháp luân, hoặc thấy nhập Niết bàn.

Đại Bồ-Tát nơi thân, nơi tòa, nơi cung điện, trong lâu các phóng trăm muôn vô số đại quang minh như vậy đều hiển hiện những sự nghiệp của đại Bồ-Tát. Thị hiện sự nghiệp này rồi, vì đầy đủ tất cả công đức nên từ cung trời

Đâu Suất sanh xuống nhơn gian.

(Kinh Hoa Nghiêm, phẩm 38. Ly Thế Gian)

185. THỊ HIỆN Ở THAI MẸ CÓ MƯỜI SỰ

1. Đại Bồ-Tát vì muốn thành tựu những chúng sanh tâm nhỏ hiểu kém, chẳng muốn cho họ nghĩ rằng: Nay đức Bồ-Tát này tự nhiên hóa sanh trí huệ thiện căn đều tự được chẳng từ công phu tu tập. Vì cớ đây nên Bồ-Tát thị hiện ở thai mẹ. Đây là sự thứ nhứt.

2. Đại Bồ-Tát vì thành thục phụ mẫu và các quyến thuộc, những chúng sanh đồng tu thiện căn từ đời trước nên thị hiện ở thai mẹ. Tại sao vậy? Vì những người này cần phải thấy Bồ-Tát ở thai mẹ mới thành thục những thiện căn mà họ đã có. Đây là sự thứ hai.

3. Đại Bồ-Tát lúc vào thai mẹ, luôn chánh niệm chánh tri không mê lầm. Đã ở thai mẹ, tâm Bồ-Tát hằng chánh niệm cũng không lầm loạn. Đây là sự thứ ba.

4. Đại Bồ-Tát ở trong thai mẹ thường diễn thuyết pháp. Chư đại Bồ-Tát ở thập phương thế giới cùng Đế Thích, Phạm Thiên, Hộ Thế Tứ Thiên Vương đều đến tập hội, đều làm cho được vô lượng thần lực, vô biên trí huệ. Lúc ở trong thai mẹ, đại Bồ-Tát thành tựu biện tài công dụng thù thắng như vậy. Đây là sự thứ tư.

5. Đại Bồ-Tát ở trong thai mẹ nhóm họp đại hội, dùng sức bổn nguyện giáo hoá tất cả chúng Bồ-Tát. Đây là sự thứ năm.

6. Đại Bồ-Tát thành Phật ở trong loài người thời phải đủ sự thọ sanh tối thắng. Do cớ này nên thị hiện ở thai mẹ. Đây là sự thứ sáu.

7. Đại Bồ-Tát ở trong thai mẹ, chúng sanh trong Đại Thiên thế giới đều thấy Bồ-Tát như thấy bóng mình hiện rõ trong gương. Bấy giờ chư Thiên, Long, Dạ Xoa, Càn Thát Bà, A Tu La, Ca Lâu La, Khẩn Na La, Ma Hầu La Già, Nhơn, Phi nhơn v.v…những hàng có đại tâm, đều đến chỗ Bồ-

Tát để cung kính cúng dường. Đây là sự thứ bảy.

8. Đại Bồ-Tát ở trong thai mẹ, tất cả tối hậu sanh Bồ-Tát ở thai mẹ trong mười phương đều đến cùng hội họp diễn thuyết pháp môn đại tập tên là quảng đại trí huệ tạng. Đây là sự thứ tám.

9. Đại Bồ-Tát ở trong lúc thai mẹ nhập ly cấu tạng tam muội. Dùng sức tam muội ở trong thai mẹ hiện cung điện lớn trang nghiêm tốt đẹp. Thiên cung Đâu Suất không sánh kịp. Nhưng thân mẹ vẫn an ổn vô sự. Đây là sự thứ chín.

10. Đại Bồ-Tát lúc ở thai mẹ dùng oai lực sắm đồ cúng dường tên là khai đại phước đức ly cấu tạng khắp đến tất cả thế giới mười phương để cúng dường tất cả chư Phật Như-Lai. Chư Như-Lai đó đều vì đại Bồ-Tát mà diễn nói vô biên Bồ-Tát ở pháp giới tạng. Đây là sự thứ mười.

Nếu chư Bồ-Tát rõ thấu mười sự thị hiện ở thai mẹ này, thời có thể thị hiện sự qua đến thậm thâm vi tế.

(Kinh Hoa Nghiêm, phẩm 38. Ly Thế Gian)

186. MƯỜI SỰ THẬM THÂM VI TẾ

1. Ở trong thai mẹ, đại Bồ-Tát thị hiện sơ phát tâm Bồ đề nhẫn đến bực quán đảnh.

2. Ở trong thai mẹ thị hiện ở Đâu Suất Thiên cung.

3. Ở trong thai mẹ thị hiện sơ sanh.

4. Ở trong thai mẹ thị hiện đồng tử.

5. Ở trong thai mẹ thị hiện ở vương cung.

6. Ở trong thai mẹ thị hiện xuất gia.

7. Ở trong thai mẹ thị hiện khổ hạnh đến ngồi đạo tràng thành bực Đẳng Chánh Giác.

8. Ở trong thai mẹ thị hiện Chuyển pháp luân.

9. Ở trong thai mẹ thị hiện nhập Niết bàn.

10. Ở trong thai mẹ thị hiện đại vi tế: những là tất cả Bồ-Tát hạnh, tất cả Như-Lai tự tại thần lực vô lượng môn sai biệt.

Nếu chư Bồ-Tát an trụ trong mười môn qua đến thậm thâm vi tế này thời được đại trí huệ thâm thâm vi tế vô thượng của đức Như-Lai.

(Kinh Hoa Nghiêm, phẩm 38. Ly Thế Gian)

187. MƯỜI ĐIỀU SANH

1. Xa lìa ngu si, chánh niệm chánh tri mà sanh.

2. Phóng lưới đại quang minh chiếu khắp Đại Thiên thế giới mà sanh.

3. Trụ tối hậu hữu chẳng còn thọ thân sau mà sanh.

4. Bất sanh bất khởi mà sanh.

5. Biết tam giới như huyễn mà sanh.

6. Khắp hiện thân nơi thập phương thế giới mà sanh.

7. Chứng thân nhứt thiết chủng trí mà sanh.

8. Phóng tất cả Phật quang minh khắp giác ngộ tất cả thân chúng sanh mà sanh.

9. Nhập đại trí quán sát tam muội mà sanh.

10. Bồ-Tát lúc sanh, chấn động tất cả cõi Phật, giải thoát tất cả chúng sanh, trừ diệt tất cả ác đạo che chói tất cả ác ma, vô lượng Bồ-Tát đều đến nhóm họp.

Đây là mười điều sanh của đại Bồ-Tát, vì điều phục chúng sanh mà thị hiện như vậy.

(Kinh Hoa Nghiêm, phẩm 38. Ly Thế Gian)

188. MƯỜI SỰ THỊ HIỆN VI TIẾU TÂM TỰ THỆ

1. Tất cả thế gian chìm tại vũng bùn ái dục, trừ một tôi ra không ai có thể cố gắng cứu tế được.

2. Tất cả thế gian bị phiền não làm mù, duy có tôi nay là người đầy đủ trí huệ.

3. Nay tôi do thân giả danh này sẽ được pháp thân vô thượng sanh mãn tam thế của đức Như-Lai.

4. Bồ-Tát dùng mắt vô chướng ngại quan sát tất cả Phạm Thiên nhẫn đến tất cả Đại Tự Tại Thiên trong mười phương mà tự nghĩ rằng: những chúng sanh này đều tự cho rằng mình có đại trí lực.

5. Bồ-Tát quán sát các chúng sanh từ lâu gieo trồng căn lành, nay đều thối mất.

6. Quán sát thấy thế gian chủng tử gieo trồng dầu ít mà được quả rất nhiều.

7. Bồ-Tát quán sát thấy tất cả chúng sanh được Phật giáo hoá quyết định được lợi ích.

8. Bồ-Tát quán sát thấy trong đời quá khứ chư Bồ-Tát đồng hành nhiễm trước việc khác nên chẳng được công đức quảng đại của Phật pháp.

9. Bồ-Tát quán sát thấy trong đời quá khứ, hàng nhơn thiên cùng mình tập hội nay còn ở bực phàm phu, không xả ly được, cũng chẳng nhàm mỏi.

10. Bấy giờ Bồ-Tát được quang minh của tất cả Như-Lai chiếu đến càng thêm hân hoan, vui vẻ vi tiếu tâm tự thệ.

Đại Bồ-Tát vì điều phục chúng sanh nên thị hiện như vậy.

(Kinh Hoa Nghiêm, phẩm 38. Ly Thế Gian)

189. MƯỜI SỰ THỊ HIỆN ĐI BẢY BƯỚC

1. Vì hiện Bồ-Tát lực mà thị hiện đi bảy bước.

2. Vì hiện xả thí bảy Thánh tài mà thị hiện đi bảy bước.

3. Vì cho địa thần thỏa nguyện nên thị hiện đi bảy bước.

4. Vì hiện tướng siêu tam giới nên thị hiện đi bảy bước.

5. Vì hiện bước đi tối thắng của Bồ-Tát hơn hẳn bước đi của tượng vương, ngưu vương, sư tử vương mà thị hiện đi bảy bước.

6. Vì hiện tướng Kim cang địa mà thị hiện đi bảy bước.

7. Vì hiện muốn ban cho chúng sanh sức dũng mãnh mà thị hiện đi bảy bước.

8. Vì hiện tu hành thất giác bửu mà thị hiện đi bảy bước.

9. Vì hiện pháp đã được chẳng do người khác dạy nên thị hiện đi bảy bước.

10. Vì hiện là tối thắng vô tỷ ở thế gian nên thị hiện đi bảy bước.

Đại Bồ-Tát vì điều phục chúng sanh nên thị hiện đi bảy bước như vậy.

(Kinh Hoa Nghiêm, phẩm 38. Ly Thế Gian)

190. MƯỜI SỰ HIỆN THÂN ĐỒNG TỬ

1. Vì hiện thông đạt tất cả văn tự, toán số, đồ thơ, ấn tỷ, những nghề nghiệp thế gian, mà thị hiện ở thân đồng tử.

2. Vì hiện thông đạt tất cả những nghề nghiệp vũ thuật binh trận thế gian, mà thị hiện ở thân đồng tử.

3. Vì hiện thông đạt tất cả những văn bút, đàm luận, cờ nhạc thế gian, mà thị hiện ở thân đồng tử.

4. Vì hiện xa lìa những lỗi lầm của ba nghiệp thân ngữ ý, mà thị hiện ở thân đồng tử.

5. Vì hiện môn nhập định trụ Niết bàn khắp cùng mười phương vô lượng thế giới, mà thị hiện ở thân đồng tử.

6. Vì hiện sức mạnh siêu quá tất cả Thiên, Long, Bát Bộ, Đế Thích, Phạm Vương, Hộ Thế, Nhơn, Phi Nhơn v.v... mà thị hiện ở thân đồng tử.

7. Vì hiện sắc tướng oai quang của Bồ-Tát siêu quá tất cả Đế Thích, Phạm Vương, Hộ Thế, mà thị hiện ở thân đồng tử.

8. Vì làm cho những chúng sanh tham đắm nơi dục lạc mến thích pháp lạ, mà thị hiện ở thân đồng tử.

9. Vì tôn trọng chánh pháp siêng cúng dường Phật cùng khắp tất cả thế giới mười phương, mà hiện ở thân đồng tử.

10. Vì hiện được đức Phật gia bị, được pháp quang minh mà thị hiện ở thân đồng tử.

(Kinh Hoa Nghiêm, phẩm 38. Ly Thế Gian)

191. MƯỜI SỰ THỊ HIỆN Ở VƯƠNG CUNG

1. Vì làm cho những chúng sanh đồng tu hành từ đời trước được thiện căn thành thục mà thị hiện ở Vương cung.

2. Vì hiển thị sức thiện căn của Bồ-Tát, mà thị hiện ở Vương cung.

3. Vì những người, trời tham đắm nơi đồ vui thích, nên hiển hiện đồ vui thích đại oai đức của Bồ-Tát, mà thị hiện ở Vương cung.

4. Vì thuận tâm chúng sanh đời ngũ trược mà thị hiện ở Vương cung.

5. Vì hiện sức đại oai đức của Bồ-Tát có thể ở thâm cung nhập tam muội, mà thị hiện ở Vương cung.

6. Vì làm cho chúng sanh đồng nguyện ở đời trước thỏa mãn ý niệm, mà thị hiện ở Vương cung.

7. Vì muốn dùng kỹ nhạc phát ra tiếng diệu pháp cúng dường tất cả chư Phật Như-Lai, mà thị hiện ở Vương cung.

8. Vì muốn ở tại trong cung trụ tam muội vi diệu, ban đầu từ thành Phật nhẫn đến Niết bàn đều hiển bày mà thị hiện ở Vương cung.

9. Vì tùy thuận thủ hộ Phật pháp mà thị hiện ở Vương Cung.

10. Tối hậu thân Bồ-Tát thị hiện ở Vương Cung như vậy rồi, sau đó mới xuất gia.

(Kinh Hoa Nghiêm, phẩm 38. Ly Thế Gian)

192. MƯỜI SỰ THỊ HIỆN XUẤT GIA

1. Vì nhàm ở tại gia, mà thị hiện xuất gia.

2. Vì chúng sanh tham đắm tại gia, mà thị hiện xuất gia

3. Vì tùy thuận tin mến đạo Thánh nhơn, mà thị hiện xuất gia.

4. Vì tuyên dương tán thán công đức xuất gia, mà thị hiện xuất gia.

5. Vì hiển bày lìa hẳn kiến chấp nhị biên, mà thị hiện xuất gia.

6. Vì làm cho chúng sanh lìa dục lạc và ngã lạc, mà thị hiện xuất gia.

7. Vì trước hiện tướng xuất tam giới, mà thị hiện xuất gia.

8. Vì hiện tự tại chẳng hệ thuộc người khác, mà thị hiện xuất gia.

9. Vì hiển bày sẽ được Thập lực vô úy của đức Như-Lai, mà thị hiện xuất gia.

10. Vì tối hậu thân Bồ-Tát pháp phải như vậy, mà thị hiện xuất gia.

Đại Bồ-Tát dùng pháp xuất gia này mà điều phục chúng sanh.

(Kinh Hoa Nghiêm, phẩm 38. Ly Thế Gian)

193. MƯỜI SỰ THỊ HIỆN KHỔ HẠNH

1. Vì thành tựu những chúng sanh có trình độ hiểu biết kém ít.

2. Vì trừ tà kiến của chúng sanh.

3. Vì những chúng sanh chẳng tin nghiệp báo làm cho họ thấy nghiệp báo.

4. Vì tùy thuận pháp phải có của thế giới tạp nhiễm.

5. Vì hiện có thể nhẫn chịu khổ nhọc để siêng tu đạo pháp.

6. Vì làm cho chúng sanh thích cầu pháp.

7. Vì những chúng sanh say đắm dục lạc ngã lạc.

8. Vì hiển bày Bồ-Tát khởi hạnh thù thắng, nhẫn đến đời tối

hậu còn chẳng bỏ siêng năng tinh tấn.

9. Vì làm cho chúng sanh thích pháp tịch tịnh tăng trưởng thiện căn.

10. Vì chư Thiên và thế nhơn căn tánh chưa thành thục chờ thời gian để được thành thục.

Đại Bồ-Tát dùng phương tiện khổ hạnh này để điều phục chúng sanh.

(Kinh Hoa Nghiêm, phẩm 38. Ly Thế Gian)

194. ĐẠI BỒ-TÁT ĐI ĐẾN BỒ ĐỀ ĐẠO TRÀNG CÓ MƯỜI SỰ

1. Chiếu sáng tất cả thế giới mười phương.

2. Chấn động tất cả thế giới mười phương.

3. Hiện thân khắp tất cả thế giới mười phương.

4. Giác ngộ tất cả Bồ-Tát và tất cả chúng sanh đồng hành ở đời trước.

5. Thị hiện tất cả sự trang nghiêm nơi đạo tràng.

6. Tùy tâm sở thích của các chúng sanh mà vì họ hiện những oai nghi nơi thân và tất cả sự trang nghiêm nơi cây Bồ đề.

7. Thị hiện thấy tất cả Như-Lai mười phương.

8. Cất chân hạ chân thường nhập tam muội, niệm niệm thành Phật không có vượt cách.

9. Tất cả Thiên, Long, Dạ Xoa, Càn Thát Bà, A Tu La, Ca Lâu La, Khẩn Na La, Ma Hầu La Già, Đế Thích, Phạm Vương, Hộ Thế Tứ Thiên Vương, đều sắm dưng những đồ cúng dường thượng diệu lên đại Bồ-Tát mà chẳng biết nhau.

10. Dùng trí vô ngại quán sát khắp tất cả chư Phật Như-Lai, nơi tất cả thế giới tu hạnh Bồ-Tát mà thành Đẳng Chánh Gíac.

Đại Bồ-Tát dùng mười sự đến đạo tràng này để giáo hóa chúng sanh.

(Kinh Hoa Nghiêm, phẩm 38. Ly Thế Gian)

195. NGỒI ĐẠO TRÀNG CÓ MƯỜI SỰ

1. Chấn động tất cả thế giới mười phương.

2. Bình đẳng chiếu sánh tất cả thế giới mười phương.

3. Trừ diệt tất cả khổ các ác đạo.

4. Làm cho tất cả thế giới kim cang hiệp thành.

5. Hiện khắp tất cả tòa sư tử của chư Phật Như-Lai.

6. Tâm vô phân biệt như hư không.

7. Tùy theo sở nghi mà hiện oai nghi nơi thân.

8. Tùy thuận an trụ Kim cang tam muội.

9. Thọ diệu xứ thanh tịnh của tất cả Như-Lai thần lực gia trì.

10. Sức thiện căn của mình có thể gia bị tất cả chúng sanh.

(Kinh Hoa Nghiêm, phẩm 38. Ly Thế Gian)

196. LÚC NGỒI ĐẠO TRÀNG CÓ MƯỜI SỰ KỲ ĐẶC VỊ TẰNG HỮU

1. Tất cả đức Như-Lai trong mười phương thế giới đều hiện ra trước đồng giơ tay khen ngợi rằng: Lành thay! Lành thay! Đấng vô thượng Đạo Sư.

2. Tất cả đức Như-Lai thảy đều hộ niệm ban cho oai lực.

3. Chúng Bồ-Tát đồng hành đời trước đều đến vây quanh cung kính cúng dường những vật trang nghiêm.

4. Những loài vô tình như cỏ cây rừng lùm trong tất cả thế giới đều cong thân thấp bóng nghiêng hướng về phía đạo tràng.

5. Nhập tam muội tên quán sát pháp giới. Sức tam muội này

có thể làm cho Bồ-Tát tất cả công hạnh đều được viên mãn.

6. Được đà la ni tên là tối thượng ly cấu diệu quang hải tạng, có thể lãnh thọ đại vân pháp vũ của tất cả chư Phật Như-Lai.

7. Dùng sức oai đức hiện đồ cúng thượng diệu đến khắp tất cả thế giới cúng dường chư Phật.

8. An trụ trí tối thắng, đều hiện biết rõ những căn ý hành của tất cả chúng sanh.

9. Nhập tam muội tên là Thiện giác. Sức tam muội này có thể làm cho thân Bồ-Tát đầy khắp tất cả thế giới trong thập phương tam thế.

10. Được ly cấu quang minh vô ngại đại trí làm cho thân nghiệp của mình vào khắp tam thế.

(Kinh Hoa Nghiêm, phẩm 38. Ly Thế Gian)

197. MƯỜI NGHĨA MÀ THỊ HIỆN HÀNG MA

1. Vì chúng sanh đời ngũ trược thích chiến đấu, muốn hiển bày sức oai đức của Bồ-Tát, mà thị hiện hàng ma.

2. Vì trong hàng chư Thiên thế nhơn có những kẻ hoài nghi, muốn dứt trừ lòng nghi ngờ cho họ, mà thị hiện hàng ma.

3. Vì giáo hóa điều phục các ma quân, mà thị hiện hàng ma.

4. Vì muốn cho hàng chư Thiên, thế nhơn, những kẻ thích quân trận đều nhóm đến xem, để tâm họ được điều phục, nên thị hiện hàng ma.

5. Vì hiển bày oai lực của Bồ-Tát trong đời không ai địch nổi, nên thị hiện hàng ma.

6. Vì muốn phát khởi sức dũng mãnh của tất cả chúng sanh, nên thị hiện hàng ma.

7. Vì thương xót chúng sanh đời mạt thế, nên thị hiện hàng ma.

8. Vì muốn hiển bày nhẫn đến chốn đạo tràng mà còn có quân

ma tới quấy nhiễu, từ đây về sau mớ siêu cảnh giới ma, nên thị hiện hàng ma.

9. Vì hiển bày nghiệp dụng của phiền não kém yếu, đại từ thiện căn thế lực mạnh mẽ, nên thị hiện hàng ma.

10. Vì muốn tùy thuận pháp hành của thế giới trược ác, nên thị hiện hàng ma.

(Kinh Hoa Nghiêm, phẩm 38. Ly Thế Gian)

198. MƯỜI NHƯ-LAI LỰC

1. Vì siêu quá tất cả những ma phiền não nghiệp.

2. Vì đầy đủ tất cả Bồ-Tát hạnh, vì du hý tất cả Bồ-Tát tam muội môn.

3. Vì đầy đủ tất cả Bồ-Tát quảng đại thiền định.

4. Vì viên mãn tất cả pháp trợ đạo bạch tịnh.

5. Vì được tất cả pháp trí huệ quang minh khéo tư duy phân biệt.

6. Vì thân cùng khắp tất cả thế giới.

7. Vì ngôn âm phát ra đều đồng với tâm của tất cả chúng sanh.

8. Vì có thể dùng thần lực gia trì tất cả.

9. Vì ba nghiệp thân, ngữ, ý đồng với tất cả tam thế chư Phật, trong một niệm biết rõ những pháp trong tam thế.

10. Vì được thiện giác trí tam muội đủ Như-Lai thập lực: những là thị xứ, phi xứ, trí lực nhẫn đến lậu tận trí lực.

Nếu chư Bồ-Tát đủ mười Như-Lai lực này thời gọi là Như-Lai Chánh Đẳng Giác.

(Kinh Hoa Nghiêm, phẩm 38. Ly Thế Gian)

199. MƯỜI SỰ CHUYỂN ĐẠI PHÁP LUÂN

1. Thanh tịnh đầy đủ bốn trí vô úy.

2. Xuất sanh bốn biện tài tùy thuận âm thanh.

3. Khéo có thể khai xiển tướng của bốn chơn đế.

4. Tùy thuận chư Phật vô ngại giải thoát.

5. Chúng sanh phát tâm tin thanh tịnh.

6. Lời nói ra đều không luống công, đều có thể nhổ trừ tên độc đau khổ cho tất cả chúng sanh.

7. Đại bi nguyện lực gia trì.

8. Khi phát âm thanh đều khắp cùng tất cả thế giới mười phương.

9. Trong số kiếp chẳng ngớt thuyết pháp.

10. Tùy thuyết pháp nào cũng đều có thể phát khởi những pháp căn, lực, giác. đạo, thiền định giải thoát tam muội.

Chư Phật Như-Lai lúc chuyển đại pháp luân có vô lượng sự như vậy.

(Kinh Hoa Nghiêm, phẩm 38. Ly Thế Gian)

200.MƯỜI PHÁP BẠCH TỊNH KHÔNG HỀ LUỐNG CÔNG

1. Vì quá khứ nguyện lực.

2. Vì đại bi nhiếp trì.

3. Vì chẳng bỏ chúng sanh.

4. Vì trí huệ tự tại tùy sở thích của họ mà thuyết pháp cho họ.

5. Vì tất đúng thời tiết chưa từng lỗi thời.

6. Vì tùy theo sở thích sở nghi không vọng thuyết.

7. Vì trí biết tam thế khéo biết rõ tất cả.

8. Vì thân Phật tối thắng không ai sánh kịp.

9. Vì ngôn từ tự tại không ai có thể lường được.

10. Vì trí tuệ tự tại tùy chỗ phát ngôn thảy đều được khai ngô.

(Kinh Hoa Nghiêm, phẩm 38. Ly Thế Gian)

201. MƯỜI NGHĨA NÊN THỊ HIỆN NHẬP NIẾT BÀN

1. Vì chỉ bày tất cả hành pháp thiệt là vô thường.

2. Vì chỉ bày tất cả pháp hữu vi chẳng phải là pháp an ổn.

3. Vì chỉ bày đại Niết bàn là chỗ an ổn không tất cả sự bố uý.

4. Vì hàng Thiên, Nhơn tham đắm sắc thân, nên vì họ mà thị hiện sắc thân là pháp vô thường, khiến họ phát nguyện trụ pháp thân thanh tịnh.

5. Vì chỉ bày sức vô thường chẳng thể chuyển được.

6. Vì chỉ bày tất cả pháp hữu vi chẳng tự tại chẳng trụ theo tâm.

7. Vì chỉ bày tất cả ba cõi đều như huyễn hóa chẳng bền chắc.

8. Vì chỉ bày tánh Niết bàn rốt ráo bền chắc chẳng thể hư hoại.

9. Vì chỉ bày tất cả pháp vô sanh vô khởi mà có tướng tụ họp và tán hoại.

10. Vì chư Bồ Tát đáng thọ tôn hiệu sự thọ ký đã thành, theo pháp phải như vậy nhập nơi bất biến đại Niết bàn.

Như-Lai Thế Tôn thật hành Phật sự rồi, bổn nguyện đã mãn, chuyển pháp luân đã xong người đáng được hoá độ đều đã hóa độ xong, có chư Bồ-Tát đáng thọ tôn hiệu sự thọ ký đã thành, theo pháp phải như vậy nhập nơi bất biến đại Niết bàn.

Đây là đức Như-Lai Đẳng Chánh Giác vì quán sát mười nghĩa nên thị hiện nhập Niết bàn.

Chư Phật tử! Pháp môn này gọi là hạnh quảng đại thanh tịnh của Bồ-Tát. Vô lượng chư Phật đồng tuyên thuyết như vậy. Có thể làm cho người trí tỏ thấu vô lượng nghĩa, đều rất hoan hỷ.

Làm cho tất cả Bồ-Tát đại nguyện đại hạnh đều được tiếp nối.

Chư Phật tử! Nếu có chúng sanh được nghe pháp này, nghe xong tin hiểu, hiểu rồi tu hành. Người này quyết định mau được quả Vô thượng Chánh đẳng Chánh giác.

Tại sao vậy? Vì người này đúng như lời mà tu hành.

(Kinh Hoa Nghiêm, phẩm 38. Ly Thế Gian)

202. THẬP PHƯƠNG CHƯ PHẬT KHEN PHỔ HIỀN BỒ-TÁT

Lúc Phổ Hiền Bồ-Tát nói phẩm Ly Thế Gian này, vì Phật thần lực, và vì pháp tất nhiên của pháp môn này nên vô lượng vô biên vô số thế giới đều đại chấn động đại quang chiếu khắp mười phương.

Bấy giờ thập phương chư Phật đều hiện ra trước Phổ Hiền Bồ-Tát mà đồng thanh khen rằng:

Lành thay! Lành thay! Phật tử bèn có thể diễn thuyết pháp môn phẩm xuất thế gian vào khắp tất cả Phật pháp, nghĩa hoa quyết định, hành xứ công đức của tất cả đại Bồ-Tát này.

Phật tử đã khéo học pháp này, khéo nói pháp này.

Phật tử dùng oai lực hộ trì pháp này.

Chư Phật chúng ta thảy đều tùy hỷ.

Như chư Phật chúng ta tùy hỷ cho Phật tử, tất cả chư Phật cũng đều tùy hỷ như vậy.

Phật tử! Chư Phật chúng ta đều cùng đồng tâm hộ trì kinh này, làm cho hiện tại vị lai các chúng Bồ-Tát, những người chưa từng nghe đều sẽ được nghe.

Bấy giờ Phổ Hền đại Bồ-Tát thừa thần lực của Phật, quán sát tất cả đại chúng mười phương, khắp đến pháp giới.

(Kinh Hoa Nghiêm, phẩm 38. Ly Thế Gian)

203.TU HẠNH NGUYỆN PHỔ HIỀN

Trong vô lượng kiếp tu khổ hạnh

Từ vô lượng Phật chánh pháp sanh.

Khiến vô lượng chúng trụ Bồ đề

Hạnh vô đẳng kia nghe tôi nói.

Cúng vô lượng Phật mà xả chấp

Rộng độ quần sanh chẳng nghĩ tưởng

Cầu Phật công đức tâm vô y
Hạnh thắng diệu kia nay tôi nói.

Do nhập pháp môn này
Được thành hạnh như vậy
Nghĩa công đức trang nghiêm
Tôi giải nói phần ít.

Tột ở vô số kiếp
Nói kia hạnh vô tận,
Nay tôi nói ít phần
Như hạt bụi trên đất.

Nương ở Phật trí trụ
Phát tưởng là kỳ đặc
Tu hành hạnh tối thắng
Đầy đủ đại bi.

Tinh cần tự an ổn
Giáo hoá các hàm thức,
An trụ trong tịnh giới
Đủ những hạnh thọ ký.

Hay nhập Phật công đức
Hạnh chúng sanh và cõi
Kiếp thế đều cũng biết
Không có tướng mỏi nhàm.

Sai biệt trí tổng trì
Thông đạt nghĩa chơn thiệt
Tư duy nói vô tỷ
Tịch tịnh đẳng chánh giác.

Phát tâm của Phổ Hiền
Tu hạnh nguyện Phổ Hiền
Sức từ bi nhơn duyên
Đến đạo ý thanh tịnh.
(Kinh Hoa Nghiêm, phẩm 38. Ly Thế Gian)

204. ỨNG DỤNG PHÁP VƯƠNG

Tịnh giới lắm hương thoa
Các hạnh làm y phục
Gấm pháp trùm búi tóc
Ma ni: nhứt thiết trí.

Công đức đều cùng khắp
Quán đảnh lên vương vị,
Ba la mật làm xe,
Thần thông dùng làm tượng.

Thần túc đúng như ngựa,
Trí huệ làm minh châu,
Diệu hạnh làm thể nữ,
Tứ nhiếp: chủ tạng thần.

Phương tiện làm chủ binh,
Bồ-Tát chuyển luân vương,
Tam muội làm thành quách,
Không tịch làm cung điện.

Giác từ gươm trí huệ
Cung: niệm, tên: minh lợi,
Giăng cao lọng thần lực,
Lại dựng tràng trí huệ.

Nhẫn lực chẳng lay động
Thắng phá quân ma vương,
Tổng trì làm đất bằng,
Những hạnh làm nước song.

Tịnh trí làm suối chảy,
Diệu huệ làm rừng cây,
Chơn không: ao đứng sạch,
Giác phần làm hoa sen.

Thần lực tự trang nghiêm
Tam muội thường đùa vui.
Tư duy làm thể nữ,
Cam lộ làm mỹ thực.

Giải thoát vị: nước uống,
Du hý nơi tam thừa,

Những hạnh Bồ-Tát này
Vi diệu thêm tăng thượng.
(Kinh Hoa Nghiêm, phẩm 38. Ly Thế Gian)

205. PHÁT KIM CANG NGUYỆN TU HÀNH BỒ-TÁT

Vô lượng kiếp tu hành
Tâm ngài không nhàm đủ
Cúng dường tất cả Phật
Nghiêm tịnh tất cả cõi.

Khiến khắp tất cả chúng
An trụ nhứt thiết trí,
Tất cả cõi vi trần
Đều biết được số đó.

Tất cả hư không giới
Hột cát đo lường được,
Tất cả tâm chúng sanh
Niệm niệm đếm biết được.

Phật tử các công đức
Nói đó không hết được
Muốn đủ công đức này
Và những pháp thượng diệu.

Muốn cho những chúng sanh
Lìa khổ thường an lạc,

Muốn cho thân, ngữ, ý

Đều đồng như chư Phật.

Phải phát kim cang nguyện.

Học hạnh công đức này.

(Kinh Hoa Nghiêm, phẩm 38. Ly Thế Gian)

Phẩm 39.

1. Thính chúng pháp hội đại trang nghiêm
2. Pháp hội rộng rãi đồng với bất khả thuyết Phật sát vi trần số quốc độ
3. Vi trần số sát hải đều có đức Phật ngồi
4. Từ mỗi lỗ lông phát tiếng vi diệu Như-Lai
5. Mỗi lỗ lông đều phóng ra bất khả thuyết vi trần số quang minh
6. Mười hạnh xu hướng pháp đại thừa
7. Trụ hạnh Phổ Hiền
8. Thiện Tài Đồng Tử và chư thính chúng
9. Vì sao có tên Thiện Tài?
10. Thiện Tài đồng tử nêu ra mười một câu hỏi
11. Thiện Tài đi tham học với 53 thiện tri thức

11.1. TỲ KHEO ĐỨC VÂN - Pháp Môn An Trụ Niệm Phật

11.1.a. Pháp môn an trụ Niệm Phật; *Ức niệm Nhứt thiết chư Phật cảnh giới trí huệ quang minh phổ kiến*

11.1.b. Chánh niệm quán sát

11.1.c. Giới thiệu đến học đạo nơi Phổ Nhãn Bồ-Tát

11.2. TỲ KHEO HẢI VÂN - Phổ Nhãn Pháp Môn

11.2.a. Đại Hải Làm Cảnh Giới

11.17. QUỐC VƯƠNG VÔ YỂM TÚC
- Môn Bồ-Tát Như Huyễn Giải Thoát

11.17.a. Khải năng khuất phục người khác của Bồ-Tát Vô Yểm Túc

11.17.b. Bồ-Tát thiện xảo phương tiện trí chẳng thể nghĩ bàn

11.17.d. Bồ-Tát như huyễn giải thoát

11.17.e. Vô sanh nhẫn

11.17.f. Giới thiệu đến Bồ-Tát Đại Quang

11.18. VUA ĐẠI QUANG
- Môn Tam Muội Bồ-Tát Đại Từ Tùy Thuận Thế Gian

11.18.a. Bồ-Tát đại từ tràng hạnh

11.18.b. Nhập tam muội đại từ tùy thuận thế gian

11.18.c. Diệu dụng của chư đại Bồ-Tát

11.18.d. Giới thiệu đến Bất Động Ưu bà di

11.18.e. Tư duy môn Bồ-Tát tùy thuận thế gian tam muội quang minh

11.18.f. Hạnh bất tư nghì

11.18.g. Thiện tri thức là chỗ xuất sanh tất cả công đức

11.18.h. Thiện tri thức khai xiển khắp áo nghĩa Đại thừa

11.18.i. Công đức được gần bậc Nhứt thiết trí

11.19. ƯU BÀ DI BẤT ĐỘNG
- Môn Giải Thoát Bồ-Tát Nan Tồi Phục Trí Huệ Tạng

11.19.a. Năm trăm môn tam muội

11.19.b. Ưu bà di tướng hảo đoan trang xinh đẹp hơn người

11.19.c. Môn giải thoát Bồ-Tát nan tồi phục trí huệ tạng

11.19.d. Ngửi Diệu hương của Phật, phát tâm bồ đề

11.19.e. Tâm như kim cang

11.19.f. Nhiều vi trần số kiếp, chẳng móng một tâm niệm ái

11.19.g. Nhập vô biên thế giới võng môn

11.33. DẠ THẦN HỈ MỤC QUÁN SÁT CHÚNG SANH
- Môn Đại Thế Lực Phổ Hỉ Tràng

11.33.a. Mặc áo giáp đại tinh tấn

11.33.b.Nhập những đạo trang nghiêm thần lực tự tại

11.33.c.Nhập đại thế lực phổ hỉ tràng giải thoát

11.33.d.Mỗi lỗ lông phát ra vô lượng thân biến hóa

11.33.e.Sanh trí hiểu quyết định cầu nhứt thiết trí không thối chuyển.

11.33.f.Trong mỗi lỗ lông xuất hiện Vô Lượng Thân Chúng Sanh

11.33.g. Vô Lượng Âm Thanh

11.33.h. Mười Ba la mật

11.33.i. Hạnh nguyện từ lúc sơ phát tâm đến nay

11.33.j.Nghiêm tịnh bất khả thuyết bất khả thuyết Phật độ

11.33.k.Đại thế lực phổ hỉ tràng

11.33.l. Chư đại Bồ-Tát trong mỗi niệm

11.33.m.Giới thiệu đến Bồ-Tát Phổ Cứu Chúng Sanh Diệu Đức

11.34. DẠ THẦN PHỔ CỨU CHÚNG SANH DIỆU ĐỨC
– Môn giải thoát Bồ-Tát hiện khắp tất cả thế gian điều
phục chúng sanh

11.34.a. Dạ thần thị hiện

11.34.b.Cứu cánh thanh tịnh luân tam muội

11.34.c.Mỗi vi trần đều thấy Phật sát vi trần số thế giới thành hoại.

11.34.d.Tất cả thế giới sai biệt

11.34.e.Tùy nghi hóa độ

11.34.f.Dạ Thần này hiện khắp trong 12 loài chúng sanh

11.34.g.Bậc an trụ Phổ Hiền hạnh

11.34.h.Thế giới Tỳ-Lô-Giá-Na Đại Oai đức

11.34.i.Đức Phật thứ nhứt hiệu là Phổ Trí Bửu Diệm Diệu Đức Tràng

11.34.j.Hoa sen phóng quang minh Nhứt thiết chúng sanh ly cấu đăng

11.34.k.Hoa sen phóng quang minh Nhứt thiết chúng sanh nghiệp quả âm

11.34.l.Hoa sen phóng quang minh Sanh Nhứt thiết thiện căn âm

11.34.m.Hoa sen phóng quang minh Phật bất tư nghì cảnh giới âm

11.34.n.Hoa sen phóng quang minh Nghiêm tịnh nhứt thiết Phật sát âm

11.34.o.Hoa sen phóng quang minh Nhứt thiết Như-Lai cảnh giới vô sai biệt đăng

11.34.p.Hoa sen phóng quang minh

11.34.q.Hoa sen phóng quang minh Như-Lai ly ế trí huệ đăng

11.34.r. Hoa sen phóng quang minh Linh nhất thiết chúng sanh kiến Phật tập chư thiện căn

11.34.s.Hoa sen phóng quang minh Nhứt thiết chúng sanh hoan hỷ âm

11.34.t.Cảnh giới thần lực của tất cả Như-Lai

11.34.u.Đại bửu liên hoa này có mười Phật sát vi trần số liên hoa bao quanh

11.34.v.Thành tựu hạnh Bồ đề nhập phổ môn phương tiện đạo

11.34.w.Thần lực diệu kỳ của Bồ-Tát

11.34.x.Nguyện làm trí quang minh để phá sự vô tri đen tối của họ

11.34.y.Đức Tỳ-Lô-Giá-Na Như-Lai ngự dưới cội Bồ đề

11.34.z.Tất cả thế giới đó mỗi mỗi đều có Phật sát vi trần số thế giới

11.34.ab.Mười Phật sát vi trần số nguyện hải của Như-Lai

11.34.ac.Nhân hạnh tu bổ tượng Phật cũ

11.34.ad.Bồ-Tát hiện khắp tất cả thế gian điều phục chúng sanh

11.34.ae.Làm Dạ Thần cung kính cúng dường chư Phật

11.34.af.Tỳ-Lô-Giá-Na Công Đức Tạng giảng kinh cho dạ thần nghe

11.34.ag.Ở chỗ mỗi đức Như-Lai ta được hiện tam thế pháp giới hải, nhập tất cả Phổ Hiền hạnh.

11.34.ah.Chư Bồ-Tát tích tập vô biên hạnh

11.34.ai.Giới thiệu đến Bồ-Tát Tịch Tịnh Âm Hải

11.35. DẠ THẦN TỊCH TỊNH ÂM HẢI
- Giải-Thoát Niệm-Niệm-Sanh-Quảng-Đại-Trí-Trang-Nghiêm

11.35.a. Dạ-Thần phát nguyện

11.35.b. Vô-lượng pháp-thí để nhiếp độ tất cả chúng-sanh

11.35.c.Mỗi lỗ lông, niệm niệm xuất hiện vô-lượng Phật-sát vi-trần-số quang-minh-hải

11.35.d.Mỗi mỗi lỗ lông, niệm niệm xuất sanh Phật-sát vi-trần số mây hương-quang-minh

11.35.e.Mỗi lỗ lông của Như-Lai niệm niệm xuất hiện, thuyết pháp

11.35.f.Thể bình-đẳng nhập đạo tam-thế

11.35.g.Xuất sanh quảng-đại-hỉ trang-nghiêm giải-thoát quang-minh-hải

11.35.h.Mười Đại Pháp Tạng

11.35.i.Phát Tâm Vô Thượng Bồ Đề Đã Bao Lâu

11.35.j.Bồ-đề Thọ-Thần

11.35.k.Cúng dường Như-Lai trong nhiều kiếp hải

11.35.l.Tỳ-Lô-Giá-Na Như-Lai

11.35.m. Dùng trí bình-đẳng đạt khắp pháp vô-sai-biệt của

chư Phật.

11.35.n.Biết vô-lượng Như-Lai thị-hiện thân hải

11.35.o.Nhất tâm tu môn bồ-tát-đại-dũng-mãnh

11.35.p.Giới thiệu đến Bồ-Tát Thủ-Hộ-Nhất-Thiết-Thành-Tăng-Trưởng-Oai-Lực

11.36. DẠ-THẦN THỦ-HỘ NHẤT-THIẾT-THÀNH TĂNG TRƯỞNG OAI LỰC - Giải-Thoát Bồ-Tát Thậm Thâm Tự-Tại Diệu-Âm

11.36.a. Môn giải-thoát bồ-tát thậm thâm tự-tại diệu-âm

11.36.b.Mười Pháp Giới

11.36.c.Mười môn đại-oai-đức đà-la-ni-luân

11.36.d.Môn giải-thoát thậm-thâm tự-tại diệu-âm

11.36.f.Trong vô-lượng kiếp-hải chứa nhóm ngọn đuốc pháp

11.36.g.Mười vạn Tỳ-Kheo-Ni nguyện đạt vô-thượng bồ-đề

11.36.h.Giải-thoát thậm-thâm tự-tại diệu-âm

11.36.i.Giới thiệu đến Bồ-Tát Khai-Phu-Nhất-Thiện-Thọ-Hoa

11.37. DẠ-THẦN KHAI-PHU-NHẤT-THIẾT-THỌ-HOA – Môn Giải Thoát Bồ-Tát Xuất Sanh Quảng-Đại Hỉ-Quang-Minh

11.37.b.Môn giải thoát bồ-tát xuất sanh quảng-đại hỉ-quang-minh

11.37.c.Như-Lai tánh tịnh nghiệp-lực nhiếp thọ

11.37.d.Giúp chúng-sanh điều thuận đáng được hóa độ

11.37.e.Nghiêm-tịnh thế-giới-hải

11.37.f.Mười Đại Bi Ngữ

11.37.g.Tu các công-hạnh cầu nhứt-thiết-trí

11.37.h. Tất cả sở-hữu nay đều buông xả cả

11.37.i.Giới thiệu đến Bồ-Tát Đại-Nguyện-Tinh-Tấn-Lực-Cứu-Hộ-Nhứt-Thiết-Chúng-Sanh

11.38. DẠ-THẦN ĐẠI-NGUYỆN-TINH-TẤN-LỰC-CỨU-HỘ-NHỨT-THIẾT-CHÚNG-SANH - Môn Giải Thoát Bồ-Tát Giáo-Hóa Chúng-Sanh Khiến Sanh Thiện-Căn

11.38.a.Phật-lực vô-sở-trụ

11.38.b.Mười Tâm Nơi Thiện Tri Thức

11.38.c.Vi trần sát đồng hạnh với dạ thần

11.38.d.Đồng trang-nghiêm vì nghiêm-tịnh tất cả cõi Phật

11.38.e.Đồng vô-sanh-nhẫn vì nhập tất cả Phật chúng-hội-hải.

11.38.f.Đồng vô-y vì dứt hẳn tâm sở-y

11.38.g.Vô-biên sắc-thân thanh-tịnh

11.38.h.Sắc-thân biển công-đức đại thế-lực

11.38.i.Sắc-thân vô-tỉ

11.38.j.Sắc-thân từ thiện-hạnh lưu xuất

11.38.k.Sắc-thân rải mây tạng hương bột

11.38.l.An trụ nơi thiện-hạnh

11.38.m.Mỗi cõi hiện vô-lượng Phật xuất thế

11.38.n.Trí-luân của Bồ-Tát không có phân-biệt

11.38.o.Bồ-tát hạnh vô-lượng kiếp

11.38.p.Pháp-Luân-Ấm-Hư-Không-Đăng-Vương Như-Lai

11.38.q.Tất cả lỗ lông phát ra mây sáng thơm

11.38.r.Vô-lượng thế-giới thoát khỏi ác-đạo

11.38.s.Trang-nghiêm đạo đại-thừa xuất yếu

11.38.t.Đức Phật độ năm trăm đồ đảng của Đề-Bà-Đạt-Đa

11.38.u.Thiện-căn giải-thoát

11.38.v.Nhất-thiết-trí dũng-mãnh tinh-tấn

11.38.w.Thiện-đạo ác-đạo sắc tốt sắc xấu

11.38.x.Giáo-hóa thành-tựu vô-lượng chúng-sanh

11.38.y.Mỗi lỗ lông xuất hiện vô-lượng mây hóa thân

phổ-trí quang-minh

11.40.b.Mười pháp thừa sự thiện-tri-thức

11.40.c.Thiện-căn nhiếp lấy bất-thiện-căn

11.40.d.Hoa tạng thế giới hải

11.40.đ.Môn giải thoát quán sát nhất thiết Bồ-Tát tam muội hải

11.40.e. Thái-Tử tên là Oai-Đức-Chủ

11.40.f. Đồng-nữ Cụ-Túc-Diệu-Đức dung nhan đoan chánh cảm mến Thái-Tử Oai-Đức-Chủ (tiền thân của Công nương Gia-du-đà-la)

11.40.g.Thái-Tử Oai-Đức-Chủ cầu vô-thượng bồ-đề (tiền thân của Thái tử Sĩ Đạt Đà)

11.40.h.Tam-muội-hải

11.40.i.Quốc-vương tài-chủ cùng một vạn quyến thuộc đồng xuất gia

11.40.j.Thái-tử Oai-đức-chủ nay chính là đức thích-ca-mâu-ni thế-tôn hiện nay

11.40.k.Công nương Diệu Đức là nàng Cù Bà trong kiếp này

11.40.l.Môn giải thoát quán sát nhất thiết Bồ-Tát tam muội bản cảnh giới

11.40.m.Môn Phổ-Hiền Giải-Thoát Của Bồ-Tát

11.40.n.Nơi Mỗi Lỗ Chân Lông

11.40.o.Mỗi niệm nơi mỗi lỗ lông của Bồ-Tát thường thấy vô-biên Phật-hải

11.40.p.Nơi mỗi lỗ chân lông của Bồ-Tát thấy vô-biên công-hạnh của tam-thế Bồ-Tát

11.40.q.Vi-trần-số kiếp mỗi niệm xem thấy *nơi mỗi chân lông* của Bồ-Tát

11.40.r.Rốt ráo vô-lượng những phương-tiện-hải

11.40.s.Tu Bồ-tát-nghiệp trọn chẳng thối chuyển

11.41. PHẬT MẪU MA YA PHU NHÂN
- Môn Giải-Thoát Bồ-Tát-Đại-Nguyện-Trí-Huyễn

11.41.a. Trí quán Phật-cảnh-giới

11.41.b.Tâm thành

11.41.c.Thâm-tín tất cả Phật-công-đức-hải

11.41.d.Tâm-thành nhiếp khắp tất cả thập phương pháp-giới

11.41.e.Tâm-thành tích tập tất cả thiện-pháp

11.41.f.Lưới quang-minh chiếu đỉnh đầu và vào khắp lỗ lông trên thân Thiện-Tài

11.41.g.Mười Pháp Thân Cận Thiện Tri Thức

11.41.h.Mười Môn Thanh Tịnh

11.41.i.Cầu Thiện Tri Thức

11.41.j.Đại Bửu Liên Hoa

11.41.k.Công-đức vi-diệu bất-tư-nghì của đức Như-Lai

11.41.l.Tỳ-Lô-Giá-Na ma-ni bửu-vương

11.41.m.Tịnh Sắc Thân Của Phật Mẫu Ma Gia Phu Nhân

11.41.n.Tánh tịnh như hư-không

11.41.o.Thành-tựu thân tịch-diệt

11.41.p.Sắc Thân Siêu Dục Giới Và Sắc Giới Của Phật Mẫu Ma Gia Phu Nhân

11.41.q.Maya Phu Nhân làm mẹ của Bồ-Tát

11.41.r.Tất cả Tỳ-Lô-Giá-Na Như-Lai đều vào thân ta mà thị-hiện đản-sanh tự-tại thần-biến

11.41.s.Thân của Bồ-Tát mỗi mỗi lỗ lông đều phóng quang-minh

11.41.t.Thân của ta lượng đồng hư-không

11.41.u.Cách Thọ Sanh

11.41.v.Bồ tát Maya làm mẹ trong tất cả trăm ức Diêm-Phù-Đề khắp Đại-Thiên thế-giới

11.48. TRƯỞNG-GIẢ VÔ-THẮNG-QUÂN
- Bồ-Tát Giải-Thoát Vô-Tận-Tướng

11.49. BÀ LA MÔN TỐI TỊCH TỊNH
– Môn Bồ-Tát Giải Thoát Thành Nguyện Ngữ

11.50. ĐỒNG TỬ ĐỨC SANH VÀ ĐỒNG NỮ HỮU ĐỨC
– Môn Giải Thoát Huyễn Trụ

11.51. DI LẶC BỒ-TÁT – Môn Tạng Trí Trang-Nghiêm Nhập Tất Cả Cảnh-Giới Ba Đời Chẳng Quên Mất

11.53.q.Một Lỗ Lông Của Phổ-Hiền (hay nhất)

11.53.r.Thiện Tài Thứ Đệ Đồng Với Nguyện Hạnh Phổ Hiền

11.53.s.Phổ-Hiền Bồ-Tát Nói Kệ.

1.THÍNH CHÚNG PHÁP HỘI ĐẠI TRANG NGHIÊM

-Bấy giờ đức Thế Tôn ở nước Thất La Phiệt, trong trùng các Đại Trang Nghiêm, tại rừng Thệ Đa, vườn Cấp Cô Độc.

Câu hội với năm trăm đại Bồ-Tát, Phổ Hiền Bồ-Tát và Văn Thù Sư Lợi Bồ-Tát làm thượng thủ.

Những Bồ-Tát này thảy đều thành tựu hạnh nguyện Phổ Hiền Cảnh Giới Vô Ngại, vì cùng khắp tất cả cõi Phật.

Hiện thân vô lượng, vì thân cận tất cả chư Như-Lai. Tịnh nhãn vô ngại, vì thấy tất cả sự thần biến của chư Phật.

(Kinh Hoa Nghiêm, phẩm 39. Nhập Pháp Giới)

2.PHÁP HỘI RỘNG RÃI ĐỒNG VỚI BẤT KHẢ THUYẾT PHẬT SÁT VI TRẦN SỐ QUỐC ĐỘ

-Do thần lực của Phật, rừng Thệ Đa bỗng nhiên rộng rãi đồng với bất khả thuyết Phật sát vi trần số quốc độ.

- Mười phương như phương Đông, Tây... có vi trần số thế giới hải như thế giới Kim Đăng Vân Tràng... Đức Phật nơi đó hiệu là Tỳ-Lô-Giá-Na Thắng Đức Vương..., cùng bất khả thuyết Phật sát vi trần số Bồ-Tát câu hội đến chỗ đức Phật. Phổ Hiền Bồ-Tát cùng các vị Bồ-Tát khác thừa Phật thần lực, quán sát mười phương và nói kệ tán thán công hạnh vô tướng không thể nghĩ bàn của chư Phật.

(Kinh Hoa Nghiêm, phẩm 39. Nhập Pháp Giới)

3.VI TRẦN SỐ SÁT HẢI ĐỀU CÓ ĐỨC PHẬT NGỒI

Trong mỗi mỗi lỗ lông
Vi trần số sát hải
Đều có đức Phật ngồi
Đều đủ chúng Bồ-Tát.

Trong mỗi mỗi lỗ lông
Vô lượng những sát hải
Phật ngự tòa Bồ đề
Khắp pháp giới như vậy.

Trong mỗi mỗi lỗ lông
Tất cả sát trần Phật
Chúng Bồ-Tát vây quanh
Phật nói hạnh Phổ Hiền.

Phật ngồi một cõi nước
Đầy khắp mười phương cõi
Vô lượng chúng Bồ-Tát
Đều vân tập chỗ Phật.

Ức cõi vi trần số
Bồ-Tát công đức hải
Đều từ trong hội khởi
Đầy khắp mười phương cõi…
(Kinh Hoa Nghiêm, phẩm 39. Nhập Pháp Giới)

4. TỪ MỖI LỖ LÔNG PHÁT TIẾNG VI DIỆU NHƯ-LAI

Văn Thù Sư Lợi Bồ-Tát thừa thần lực của đức Phật, nói kệ rằng:

Lỗ lông của Phật tử hiện ra.
Những mây trang nghiêm báu đẹp sáng
Và phát tiếng vi diệu Như-Lai
Khắp cùng mười phương tất cả cõi.

Trong mỗi lỗ lông của Như-Lai
Thường hiện nan tư thân biến hóa
Đều như Phổ Hiền đại Bồ-Tát
Những tướng đại nhơn để nghiêm hảo…

Bao nhiêu cảnh giới ở trong rừng
Đều hiện tam thế Phật Như-Lai
Mỗi Phật đều hiện đại thần thông
Mười phương sát hải vi trần số.

Bao nhiêu những quốc độ mười phương
Tất cả sát hải vi trần số
Đều nhập trong lỗ lông Như-Lai
Thứ đệ trang nghiêm đều hiện thấy…

Mười phương tam thế tất cả Phật
Bao nhiêu trang nghiêm diệu đạo tràng
Ở trong cảnh giới viên lâm này
Mỗi mỗi sắc tượng đều hiện rõ.

Tất cả Phổ Hiền các Phật tử

Trăm ngàn kiếp hải cõi trang nghiêm

Số vô lượng bằng số chúng sanh

Tất cả hiện đủ trong rừng này.

(Kinh Hoa Nghiêm, phẩm 39. Nhập Pháp Giới)

5. MỖI LỖ LÔNG ĐỀU PHÓNG RA BẤT KHẢ THUYẾT VI TRẦN SỐ QUANG MINH

Bấy giờ, chư Bồ-Tát này được tam muội quang minh của Phật chiếu đến nên liền được nhập tam muội ấy.

Mỗi Bồ-Tát đều được bất khả thuyết Phật sát vi trần số môn đại bi, lợi ích an lạc tất cả chúng sanh.

Ở trên thân của chư Bồ-Tát, mỗi lỗ lông đều phóng ra bất khả thuyết vi trần số quang minh.

(Kinh Hoa Nghiêm, phẩm 39. Nhập Pháp Giới)

6. MƯỜI HẠNH XU HƯỚNG PHÁP ĐẠI THỪA

Văn Thù Sư Lợi nói về Mười Hạnh Xu Hướng Đại Thừa để nhập Như-Lai Địa.

Chứa nhóm tất cả thiện căn lòng không mỏi nhàm.

Thấy tất cả Phật kính thờ cúng dường lòng không mỏi nhàm.

Cầu tất cả Phật pháp lòng không mỏi nhàm.

Thật hành tất cả hạnh Ba la mật lòng không mỏi nhàm.

Thành tựu tất cả Bồ-Tát tam muội lòng không mỏi nhàm.

Thứ đệ nhập tất cả tam thế lòng không mỏi nhàm.

Nghiêm tịnh khắp mười phương cõi Phật lòng không mỏi nhàm.

Giáo hóa điều phục tất cả chúng sanh lòng không mỏi nhàm.

Ở trong tất cả cõi tất cả kiếp thành tựu hạnh Bồ-Tát lòng không mỏi nhàm.

Vì thành tựu một chúng sanh mà tu hành tất cả Phật sát vi trần số Ba la mật, thành tựu Như-Lai thập lực.

(Kinh Hoa Nghiêm, phẩm 39. Nhập Pháp Giới)

7. TRỤ HẠNH PHỔ HIỀN

Văn Thù Sư Lợi Bồ-Tát khuyên các Tỳ Kheo trụ hạnh Phổ Hiền. Trụ hạnh Phổ Hiền, hiện thân mình khắp tất cả chỗ của chư Phật mười phương. Thành tựu đầy đủ tất cả Phật pháp.

Lúc ngài Văn Thù Sư Lợi Bồ-Tát khuyến dạy sáu ngàn Tỳ kheo pháp Bồ đề tâm rồi, lần lượt đi về phía Nam, trải qua nhơn gian đến phía đông Phước Thành, ở trong rừng Trang Nghiêm Tràng Ta La, chỗ đại tháp miếu mà chư Phật thuở xưa từng ngự giáo hóa chúng sanh, nơi đây cũng là chỗ mà ngày xưa đức Thích Ca Mâu Ni Thế Tôn lúc tu Bồ-Tát hạnh hay xả vô lượng sự khó xả.

(Kinh Hoa Nghiêm, phẩm 39. Nhập Pháp Giới)

8. THIỆN TÀI ĐỒNG TỬ VÀ CHƯ THÍNH CHÚNG

- Khi Văn Thù Sư Lợi Đồng Tử ở đại tháp Trang Nghiêm Tràng Ta La, vô lượng người ra khỏi thành đi đến thăm Văn Thù như:

Ưu bà tắc Đại Trí cùng năm trăm Ưu bà tắc, năm trăm Ưu bà di, năm trăm Đồng tử (như Thiện Tài, Thiện Hạnh), năm Đồng nữ như là: Thiện Hiền, Đại Trí Cư Sĩ Nữ, Hiền Xưng Mỹ Nhan, Kiên Huệ, Hiền Đức, Hữu Đức, Phạm Thọ, Đức Quang, Thiện Quang, v.v... đồng đến đảnh lễ chân ngài Văn Thù Sư Lợi Đồng Tư, hữu nhiễu ba vòng rồi ngồi qua một phía.

(Kinh Hoa Nghiêm, phẩm 39. Nhập Pháp Giới)

9. VÌ SAO CÓ TÊN THIỆN TÀI?

- Ngài Văn Thù Sư Lợi Đồng quán sát Thiện Tài đồng tử do cớ gì mà có tên như vậy.

- Ngài biết đồng tử này lúc mới nhập thai, trong nhà đó tự

nhiên hiện ra lầu các thất bửu.

Trong nhà đó lại tự nhiên có năm trăm món đồ bằng thất bửu, mọi vật đều đựng đầy trong đó.

-Thiện Tài đã từng cúng dường quá khứ chư Phật, gieo sâu căn lành, tin hiểu rộng lớn, thường thích gần gũi các thiện tri thức. Thân ngữ ý đều không lỗi lầm, tu Bồ-Tát đạo cầu Nhứt thiết trí thành Phật pháp khí. Tâm đồng tử này thanh tịnh như hư không, hồi hướng Bồ đề không chướng ngại.

-Ngài Văn Thù Sư Lợi Bồ-Tát liền chỉ dạy Phật pháp cho Thiện Tài Đồng Tử.

(Kinh Hoa Nghiêm, phẩm 39. Nhập Pháp Giới)

10. THIỆN TÀI ĐỒNG TỬ NÊU RA MƯỜI MỘT CÂU HỎI

-Thiện Tài đồng tử được nghe pháp nơi ngài Văn Thù Sư Lợi Bồ-Tát, được nghe những công đức của chư Phật như vậy, liền nhứt tâm cần cầu Vô thượng Bồ đề, đi theo ngài Văn Thù Sư Lợi Bồ-Tát mà nói kệ rằng:

Thiện Tài đồng tử nêu ra mười một câu hỏi và cúi xin đức Thánh vì tôi mà dạy Bồ-Tát:

1. Phải học Bồ-Tát hạnh thế nào?

2. Phải tu Bồ-Tát hạnh thế nào?

3. Phải đến Bồ-Tát hạnh thế nào?

4. Phật thật hành Bồ-Tát hạnh thế nào?

5. Phải tịnh Bồ-Tát hạnh thế nào?

6. Phải nhập Bồ-Tát hạnh thế nào?

7. Phải thành tựu Bồ-Tát hạnh thế nào?

8. Phải tùy thuận Bồ-Tát hạnh thế nào?

9. Phải ghi nhớ Bồ-Tát hạnh thế nào?

10. Phải thêm rộng Bồ-Tát hạnh thế nào?

11. Phải làm thế nào cho Phổ Hiền hạnh mau được viên mãn?

(Kinh Hoa Nghiêm, phẩm 39. Nhập Pháp Giới)

11. THIỆN TÀI ĐI THAM HỌC VỚI 53 THIỆN TRI THỨC

Để trả lời các câu hỏi này, Văn Thù Sư Lợi Bồ-Tát khuyên Thiện Tài đồng tử nên đến tham vấn với Tỳ Kheo Đức Vân.

11.1. TỲ KHEO ĐỨC VÂN - Pháp Môn An Trụ Niệm Phật

Phương nam tại nước Thắng Lạc có núi Diệu Phong, nơi Tỳ kheo Đức Vân tu tập.

Bảy ngày sau Thiện Tài mới gặp được Tỳ Kheo Đức Vân đang đi kinh hành thong thả.

11.1.a. Pháp môn an trụ Niệm Phật; *Ức niệm Nhứt thiết chư Phật cảnh giới trí huệ quang minh phổ kiến*

Tỳ kheo Đức ân dạy pháp môn niệm Phật **"Ức niệm Nhứt thiết chư Phật cảnh giới trí huệ quang minh phổ kiến"** như:

-Trí quang phổ chiếu niệm Phật môn, vì thường thấy tất cả chư Phật quốc độ những cung điện đều trang nghiêm thanh tịnh.

-Khiến tất cả chúng sanh niệm Phật, vì tùy sở nghi của tâm chúng sanh đều làm cho họ được thấy Phật, tâm họ được thanh tịnh.

-An trụ nơi lực niệm Phật, vì vào thập lực của Như-Lai.

-An trụ nơi pháp niệm Phật, vì thấy nghe vô lượng Phật pháp.

- Niệm Phật chói sáng các phương, vì đều thấy trong tất cả thế giới chư Phật bình đẳng không sai biệt.

-Niệm Phật vào chỗ bất khả kiến, vì đều thấy trong tất cả cảnh vi tế những sự thần thông tự tại của chư Phật.

-Niệm Phật an trụ trong các kiếp, vì trong tất cả kiếp thường thấy những việc làm không tạm bỏ của chư Phật.

-Niệm Phật an trụ trong tất cả thời gian, vì trong tất cả thời gian thường thấy đức Như-Lai gần gủi đồng ở chẳng rời bỏ.

- Niệm Phật an trụ tất cả cõi, vì tất cả quốc độ đều thấy thân Phật vượt hơn tất cả không gì sánh bằng.

-Niệm Phật an trụ tất cả đời, vì tùy tâm sở thích thấy khắp tam thế chư Phật.

Môn niệm Phật an trụ tất cả cảnh, vì ở khắp trong tất cả cảnh giới thấy chư Như-Lai thứ đệ xuất hiện.

-Niệm Phật an trụ tịch diệt, vì trong một niệm thấy tất cả cõi, tất cả chư Phật thị hiện Niết bàn.

-Niệm Phật an trụ viễn ly, vì trong một niệm thấy tất cả Phật từ nơi chỗ ở mà ra đi.

-Niệm Phật an trụ quảng đại, vì tâm thường quán sát mỗi thân Phật đầy khắp tất cả pháp giới.

-Niệm Phật an trụ vi tế, vì trong một chân lông có bất khả thuyết Như-Lai xuất hiện, đều đến chỗ Phật ma kính thờ. Môn niệm Phật an trụ trang nghiêm, vì trong một niệm thấy tất cả cõi đều có chư Phật thành Đẳng Chánh Giác hiện thần biến.

-Niệm Phật an trụ năng sự, vì thấy tất cả Phật xuất hiện thế gian, phóng trí huệ quang chuyển diệu pháp luân.

-Niệm Phật trụ tâm tự tại, vì biết tùy theo sở thích của tự tâm, tất cả chư Phật hiện hình tượng.

-Niệm Phật an trụ nơi tự nghiệp, vì biết tùy nghiệp tích tập của chúng sanh mà hiện hình tượng làm cho họ được giác ngộ.

-Niệm Phật an trụ thần biến, vì thấy liên hoa quảng đại của Phật ngự nở xòe khắp pháp giới. Môn niệm Phật an trụ hư không vì quán sát những thân Như-Lai trang nghiêm pháp giới hư không giới.

(Kinh Hoa Nghiêm, phẩm 39. Nhập Pháp Giới)

11.1.b. Chánh niệm quán sát

Thiện Tài đồng tử nhứt tâm suy gẫm lời dạy của thiện tri thức. **Chánh niệm quán sát:**

- Trí huệ quang minh môn

- Bồ-Tát giải thoát môn

- Bồ-Tát tam muội môn

- Bồ-Tát đại hải môn

- Chư Phật hiện tiền môn

- Chư Phật phương sở môn

- Chư Phật quỹ tắc môn

- Chư Phật đẳng hư không giới môn

- Chư Phật xuất hiện thứ đệ môn

- Chư Phật sở nhập phương tiện môn.

(Kinh Hoa Nghiêm, phẩm 39. Nhập Pháp Giới)

11.1.c. Giới thiệu đến học đạo nơi Phổ Nhãn Bồ-Tát

Ta làm sao biết được nói được những công đức hạnh của đại Bồ-Tát. Phương Nam có một nước tên là Hải Môn, nơi đó có Tỳ Kheo tên là Hải Vân. Ngươi đến hỏi Hải Vân rằng Bồ-Tát thế nào học Bồ-Tát hạnh, tu Bồ-Tát đạo? Hải Vân Tỳ Kheo có thể phân biệt nói nhơn duyên phát khởi thiện căn quảng đại.

Hải Vân Tỳ Kheo sẽ làm cho ngươi nhập ngôi trợ đạo quảng đại, sẽ làm cho ngươi sanh sức thiện căn quảng đại, sẽ vì ngươi mà nói nhơn duyên phát tâm Bồ đề, sẽ làm cho ngươi sanh quang minh đại thừa quảng đại, sẽ làm cho ngươi tu ba la mật quảng đại, sẽ làm cho ngươi nhập những hạnh hải quảng đại, sẽ làm cho ngươi viên mãn thệ nguyện quảng đại, sẽ làm cho ngươi tịnh môn trang nghiêm quảng đại, sẽ làm cho ngươi sanh sức từ bi quảng đại.

Lúc đó Thiện Tài đồng tử đảnh lễ chân Đức Vân Tỳ Kheo, hữu nhiễu quán sát, từ tạ mà đi.

(Kinh Hoa Nghiêm, phẩm 39. Nhập Pháp Giới)

11.2. TỲ KHEO HẢI VÂN - Phổ Nhãn Pháp Môn

Phương Nam có nước Hải Môn, nơi Tỳ Kheo Hải Vân hành đạo.

Hải Vân Tỳ Kheo dạy:

Phát Bồ đề tâm là:

- Phát tâm đại bi, vì cứu khắp tất cả chúng sanh.

- Phát tâm đại từ, vì khắp giúp tất cả thế gian.

- Phát tâm an lạc, vì làm cho tất cả chúng sanh diệt tất cả khổ.

- Phát tâm lợi ích, vì làm cho tất cả chúng sanh lìa ác pháp.

- Phát tâm ai mẫn, vì có ai kinh sợ thời đều giữ gìn.

- Phát tâm vô ngại, vì rời bỏ tất cả chướng ngại.

- Phát tâm quảng đại, vì tất cả pháp giới đều đầy khắp.

- Phát tâm vô biên, vì khắp cõi hư không đều qua đến.

- Phát tâm rộng rãi, vì đều thấy tất cả Như-Lai.

- Phát tâm thanh tịnh, vì trí không trái với pháp tam thế.

- Phát tâm trí huệ, vì vào khắp biển nhứt thiết trí huệ.

(Kinh Hoa Nghiêm, phẩm 39. Nhập Pháp Giới)

11.2.a. Đại Hải Làm Cảnh Giới

Ta ở nước Hải Môn này đã mười hai năm, thường dùng đại hải làm cảnh giới.

Suy gẫm đại hải rất sâu khó lường.

Lúc ta suy gẫm như vậy, bỗng có đại liên hoa xuất hiện.

Liên hoa này cọng bằng vô năng thắng nhơn đà la ni la bửu, cánh bằng phệ lưu ly bửu, lá bằng vàng diêm phù đàn, đài bằng trầm thủy, tua bằng mã não, nở thơm lan khắp trùm che cả đại hải.

Trăm vạn như ý ma ni bửu trang nghiêm vô tận, quang minh chiếu rực.

Liên hoa lớn này có ra là do *thiện căn xuất thế của Như-Lai*. Tất cả Bồ-Tát đều sanh lòng tin mến.

Thập phương thế giới đều hiện tiền.

Trong vô số trong ngàn kiếp ca ngợi công đức đó cũng không hết được.

Lúc đó ta thấy trên liên hoa lớn ấy có một đức Như-Lai ngồi kết già. *Thân Phật từ đây cao đến trời Hữu Đảnh.*

(Kinh Hoa Nghiêm, phẩm 39. Nhập Pháp Giới)

11.2.b.Bất Khả Tư Nghỉ

Tòa bửu liên hoa bất tư nghì. Đạo tràng chúng hội bất tư nghì. Những tướng hảo thành tựu bất tư nghì.

Tùy hảo viên mãn bất tư nghì.

Thần thông biến hóa bất tư nghì.

Sắc tướng thanh tịnh bất tư nghì.

Vô kiến đảnh tướng bất tư nghì.

Tướng lưỡi rộng dài bất tư nghì.

Ngôn thuyết thiện xảo bất tư nghì.

Âm thanh viên mãn bất tư nghì.

Lực vô biên tế bất tư nghì.

Thanh tịnh vô úy bất tư nghì.

Biện tài quảng đại bất tư nghì.

(Kinh Hoa Nghiêm, phẩm 39. Nhập Pháp Giới)

11.2.c.Phổ nhãn pháp môn

Lúc đó, đức Như-Lai ấy liền đưa tay hữu rờ đảnh đầu của ta, vì ta mà diễn nói ***Phổ nhãn pháp môn,*** khai thị:

- Cảnh giới tất cả Như-Lai, hiển pháp tất cả hạnh Bồ-Tát

- Xiển minh tất cả diệu pháp của chư Phật

- Tất cả pháp luân đều nhập trong đó.

- Có thể thanh tịnh tất cả Phật độ.

(Kinh Hoa Nghiêm, phẩm 39. Nhập Pháp Giới)

11.2.d.. An trụ Quang minh Phổ nhãn pháp

Ở nơi đức Như-Lai ấy, ta được nghe pháp môn này, thọ trì đọc tụng ghi nhớ quán sát.

Giả sử có người:

-Dùng nước mực nhiều như nước đại hải

-Cây viết chất đống lớn như núi Tu Di, biên chép pháp môn phổ nhãn này, một môn trong một phẩm một pháp trong một môn một nghĩa trong một pháp một câu trong một nghĩa cũng viết chẳng được ít phần, huống là có thể viết hết.

- Ở nơi đức Phật ấy, ta thọ trì pháp môn phổ nhãn như vậy trọn một ngàn hai trăm năm.

Nếu có chúng sanh từ mười phương đến, hoặc Thiên Vương hoặc Long Vương…

Tất cả đại chúng như vậy đều đến chỗ ta. Ta đều vì họ mà khai thị giải thích xưng dương tán thán.

Đều làm cho họ mến thích xu nhập an trụ quang minh phổ nhãn pháp môn này.

(Kinh Hoa Nghiêm, phẩm 39. Nhập Pháp Giới)

11.2.e.Tất Cả Bồ-Tát Hạnh Hải

Ta chỉ biết phổ nhãn pháp môn này.

Như chư đại Bồ-Tát:

-Thâm nhập tất cả Bồ-Tát hạnh hải, vì tùy duyên nguyện lực mà tu hành.

-Nhập đại nguyện hải vì ở thế gian trong vô lượng kiếp số.

-Nhập tất cả chúng sanh hải, vì tùy tâm sở thích của họ để rộng lợi ích.

-Nhập nhứt thiết chúng sanh tâm hải, vì xuất sanh thập phương vô ngại trí quang.

-Nhập nhứt thiết chúng sanh căn hải, vì đáng tùy cơ nghi giáo hóa đều làm cho điều phục.

-Nhập tất cả sát hải, vì thành mãn bổn nguyện nghiêm tịnh Phật độ.

-Nhập tất cả Phật hải, vì nguyện thường cúng dường chư Như-Lai.

-Nhập tất cả pháp hải, vì có thể dùng trí huệ đều ngộ nhập.

-Nhập tất cả công đức hải, vì mỗi mỗi tu hành cho được đầy đủ.

- Nhập tất cả chúng sanh ngôn từ hải, vì ở tất cả cả cõi chuyển chánh pháp luân.

(Kinh Hoa Nghiêm, phẩm 39. Nhập Pháp Giới)

11.2.f. Thiện Tài Đồng Tử Chuyên Niệm Phật

- Phổ nhãn pháp môn

- Niệm Phật thần lực

- Chuyên trì pháp cú vân

- Chuyên nhập pháp hải môn

- Chuyên gẫm pháp sai biệt

- Thâm nhập pháp xoay chuyển, vào khắp pháp hư không, trừ sạch pháp ế chương quán sát pháp bửu xứ.

(Kinh Hoa Nghiêm, phẩm 39. Nhập Pháp Giới)

11.2.g. Giới thiệu đến học đạo nơi Thiện Trụ Bồ-Tát

Từ đây qua phương Nam sáu mươi do tuần, bên đường Lăng Già, có một tụ lạc tên là Hải Ngạn, ở đó có Tỳ Kheo tên là Thiện Trụ. Ngươi nên đến đó hỏi: Bồ-Tát phải thế nào tịnh Bồ-Tát hạnh?

(Kinh Hoa Nghiêm, phẩm 39. Nhập Pháp Giới)

11.3. TỲ KHEO THIỆN TRỤ - Môn Giải Thoát Vô Ngại

- Ở tụ lạc Hải Ngạn, Thiện Trụ Tỳ Kheo đi kinh hành qua lại ở trên hư không. Có vô số chư thiên cung kính vây quanh rưới những thiên hoa, trổi thiên kỹ nhạc, tràng phan gấm lụa thảy đều nhiều vô số đầy khắp hư không để cúng dường.

(Kinh Hoa Nghiêm, phẩm 39. Nhập Pháp Giới)

11.3.a. Môn giải thoát vô ngại

Thiện Trụ Tỳ Kheo bảo Thiện Tài rằng:

- Ta đã thành tựu **môn giải thoát vô ngại**. Hoặc đi, hoặc đứng, hoặc đến, hoặc lui, tùy thuận tư duy tu tập quán sát, liền được trí huệ quang minh tên là cứu cánh vô ngại.

- Vì được trí huệ quang minh này nên biết tâm hành của tất cả chúng sanh không chướng không ngại.

Biết sự chết và sanh của tất cả chúng sanh.

Biết đời trước của tất cả chúng sanh.

Biết những sự trong kiếp vị lai của tất cả chúng sanh.

Biết những sự trong đời hiện tại của tất cả chúng sanh.

Biết ngôn ngữ âm thanh nhiều loại sai biệt của tất cả chúng sanh.

Quyết những nghi vấn của tất cả chúng sanh. Biết căn tánh của tất cả chúng sanh.

Tùy theo lúc tất cả chúng sanh nên được giáo hóa đều có thể qua đến nơi họ ở.

Biết thứ đệ lưu chuyển trong biển tam thế.

Tất cả những sự thấy biết như vậy đều không chướng không ngại.

Cũng có thể đem thân mình qua đến tất cả cõi Phật mười phương không chướng ngại.

Vì được sức thần thông vô trụ vô tác.

(Kinh Hoa Nghiêm, phẩm 39. Nhập Pháp Giới)

11.3.b. Thân vân cúng dường chư Phật ở mười phương

Vì ta được sức thần thông này nên ở giữa hư không, hoặc đi, hoặc, đứng, hoặc ngồi... Thảy đều rộng lớn đầy khắp hư không mười phương.

- Trong một niệm qua phương Đông một thế giới, hai thế giới, trăm thế giới, ngàn thế giới, trăm ngàn thế giới, nhẫn đến qua vô lượng thế giới, bất khả thuyết bất khả thuyết thế giới.

Hoặc qua Diêm Phù Đề vi trần số thế giới.

Hoặc qua bất khả thuyết bất khả thuyết Phật sát vi trần số thế giới.

Ta ở trước chư Phật Thế Tôn trong tất cả quốc độ đó mà nghe thuyết pháp.

Ở cho mỗi đức Phật, hiện vô lượng Phật sát vi trần số thân sai khác.

Đem tất cả thân vân cúng dường lên chư Phật.

Mỗi đức Như-Lai có bao nhiêu lời dạy bảo ta đều thọ trì cả.

Mỗi quốc độ có bao nhiêu sự trang nghiêm, ta đều nhớ rõ cả.

Tất cả chín phương kia cũng đều như phương Đông.

Bao nhiêu chúng sanh trong tất cả thế giới như vậy, nếu được thấy thân của ta, thời đều quyết định được Vô thượng Chánh đẳng Chánh giác.

Tất cả chúng sanh trong những thế giới đó, ta đều thấy rõ tùy theo sự lớn nhỏ thắng liệt khổ vui của họ mà thị hiện đồng thân hình với họ để giáo hóa cho họ được thành tựu.

Nếu có chúng sanh nào thân cận ta, thời ta làm cho họ an trụ nơi pháp môn như đây.

(Kinh Hoa Nghiêm, phẩm 39. Nhập Pháp Giới)

11.3.c. Giới như hư không

Ta chỉ *biết pháp môn vô ngại giải thoát mau chóng cúng dường khắp chư Phật thành tựu khắp chúng sanh này.*

Như chư Bồ-Tát:

- Trì giới đại bi, giới ba la mật, giới Đại thừa, giới tương ưng với Bồ-Tát đạo, giới vô chướng ngại, giới chẳng thối đọa, giới chẳng bỏ tâm Bồ đề, giới thường dùng Phật pháp làm cảnh sở duyên, giới thường để ý nơi nhứt thiết trí, giới như hư không, giới không y tựa tất cả thế gian, giới không mất, giới không tổn, giới không khuyết, giới không tạp, giới không trược, giới không hối, giới thanh tịnh, giới ly trần, giới ly cấu.

Những công đức như vậy, ta đâu có thể biết và nói được hết.

(Kinh Hoa Nghiêm, phẩm 39. Nhập Pháp Giới)

11.3.d. Thiện Tài Đồng Tử Nhất Tâm

- Chánh niệm pháp môn pháp quang minh tin sâu xu nhập.

- Chuyên niệm Phật chẳng dứt ngôi Tam Bảo.

- Khen tánh ly dục. Nhớ thiện tri thức.

- Chiếu khắp tam thế. Nhớ những đại nguyện khắp cứu chúng sanh.

- Chẳng chấp hữu vi. Rốt ráo tư duy tự tánh của các pháp.

- Đều có thể nghiêm tịnh tất cả thế giới.

- Nơi chúng hội đạo tràng của tất cả chư Phật, lòng không chấp trước.

(Kinh Hoa Nghiêm, phẩm 39. Nhập Pháp Giới)

11.3.f. Giới thiệu đến học đạo nơi Phổ Nhãn Bồ-Tát

Từ đây qua phương Nam có một nước tên là Đạt Lý Tỷ Trà, có thành tên là Tự Tại, trong đó có một người tên là Di Già. Ngươi nên đến đó hỏi Bồ-Tát thế nào học Bồ-Tát hạnh, trụ Bồ-Tát đạo?

(Kinh Hoa Nghiêm, phẩm 39. Nhập Pháp Giới)

11.4. DI GIÀ ĐẠI SĨ
– Pháp Môn Bồ-Tát Diệu Âm Đà La Ni Quang Minh

-Thiện tài đồng tử đi lần qua phương Nam đến thành Tự Tại tìm Di Già, thấy người này đang ngồi trên pháp tòa sư tử nơi chợ giảng thuyết pháp môn luân tự trang nghiêm. Có *mười ngàn người* vây quanh nghe pháp.

-Thiện tài đồng tử đảnh lễ chân Di Già, hữu nhiễu vô lượng vòng.

- Di Già liền vội vàng rời tòa sư tử mọp lạy Thiện Tài. Rồi lại rải bông kim ngân, bửu châu vô giá, cùng với bột mịn chiên đàn, vô lượng thứ y trùm trên mình Thiện Tài.

Di Già lại rải vô lượng những thứ hương hoa, các thứ phẩm vật để cúng dường.

Này thiện nam tử! Phải biết chỗ làm của Bồ-Tát rất khó, khó ra, khó gặp. Người được thấy Bồ-Tát lại còn khó có hơn.

Vì Bồ-Tát là chỗ tất cả chúng nương nhờ mà được sanh trưởng thành tựu. Là chỗ cứu tế của tất cả chúng sanh, vì Bồ-Tát cứu họ khỏi khổ nạn. Là chỗ y tựa của tất cả chúng sanh, vì thủ hộ thế gian. Là người cứu hộ tất cả chúng sanh, vì làm cho họ khỏi sự kinh sợ.

(Kinh Hoa Nghiêm, phẩm 39. Nhập Pháp Giới)

11.4.a. Bồ-Tát như phong luân

Bồ-Tát như phong luân, vì gìn giữ các thế gian chẳng cho đọa lạc ác đạo.

Bồ-Tát như đại địa vì tăng trưởng thiện căn cho chúng sanh.

Bồ-Tát như đại hải, vì phước đức sung mãn vô tận.

Bồ-Tát như mặt trời, vì trí huệ quang minh chiếu khắp nơi.

Bồ-Tát như núi Tu Di, vì thiện căn cao xuất.

Bồ-Tát như minh nguyệt, vì trí quang xuất hiện.

Bồ-Tát như mãnh tướng, vì xô dẹp ma quân.

Bồ-Tát như quân chủ, vì được tự tại trong thành trì Phật pháp.

Bồ-Tát như ngọn lửa mạnh, vì cháy sạch tâm ngã ái của chúng sanh.

Bồ-Tát như mây lớn, vì mưa vô lượng diệu pháp.

Bồ-Tát như mưa phải thời, vì làm thêm lớn mầm tất cả tín căn.

Bồ-Tát như Thuyền sư, vì chỉ dẫn bờ mé pháp hải.

Bồ-Tát như cầu đò, vì làm cho chúng sanh qua khỏi biển sanh tử.

Di Già tán thán Thiện Tài như vậy, làm cho chư Bồ-Tát hoan hỉ rồi, từ trên mặt phóng ra những ánh sáng chiếu khắp Đại Thiên thế giới.

Chúng sanh trong cõi Đại Thiên gặp ánh sáng này, từ Long Thần nhẫn đến Phạm Thiên đều đến chỗ Di Già.

Di Già Đại Sĩ liền dùng phương tiện vì họ mà khai thị giải thích pháp môn luân tự phẩm trang nghiêm.

Đại chúng nghe pháp xong, đều được chẳng thối chuyển nơi Vô thượng Bồ đề.

(Kinh Hoa Nghiêm, phẩm 39. Nhập Pháp Giới)

11.4.b. Diệu âm đà la ni

Lúc bấy giờ Di Già trở lại lên bổn tòa bảo Thiện Tài rằng:

-Ta đã được diệu âm đà la ni. Có thể phân biệt biết ngữ ngôn của tất cả chúng sanh, chư Thiên, Long, Bát Bộ, trong cõi Đại Thiên. Cũng như cõi Đại Thiên này, vô số thế giới nhẫn đến bất khả thuyết bất khả thuyết thế giới khắp mười phương đều biết rõ ngữ ngôn cả.

Ta chỉ biết pháp môn *Bồ-Tát diệu âm đà la ni quang minh* này.

Như Chư đại Bồ-Tát có thể vào khắp biển những tư tưởng của tất cả chúng sanh, biển những sự thi thiết, biển những danh hiệu, biển những ngữ ngôn của tất cả chúng sanh.

Có thể vào khắp diễn thuyết biển tất cả pháp cú thâm mật.

Diễn thuyết biển tất cả pháp cú cứu cánh.

Diễn thuyết biển pháp cú trong tất cả sở duyên có tất cả tam thế sở duyên.

Diễn thuyết biển thượng pháp cú.

Diễn thuyết biển thượng thượng pháp cú.

Diễn thuyết biển pháp cú sai biệt.

Diễn thuyết biển pháp cú tất cả sai biệt.

Có thể vào khắp tất cả thế gian chú thuật hải. Tất cả âm thanh trang nghiêm luân. Tất cả sai biệt tự luân tế.

Những công đức như vậy, nay ta làm sao biết hết được, nói hết được.

(Kinh Hoa Nghiêm, phẩm 39. Nhập Pháp Giới)

11.4.c.Trồng sâu gốc tịnh tín

Từ đây qua phương Nam có một tụ lạc tên là Trụ Lâm. Nơi đó có một Trưởng giả tên là Giải Thoát.

Ngươi đến đó hỏi Bồ-Tát thế nào tu Bồ-Tát hạnh? Bồ-Tát thế nào thành Bồ-Tát hạnh? Bồ-Tát thế nào tích tập Bồ-Tát hạnh? Bồ-Tát thế nào tư duy Bồ-Tát hạnh?

Bấy giờ Thiện Tài đồng tử nhờ thiện tri thức nên đối với pháp nhứt thiết trí rất tôn trọng. Trồng sâu gốc tịnh tín. Thêm nhiều lợi ích.

Thiện Tài đảnh lễ chân Di Già, rơi lệ buồn khóc nhiều vô lượng vòng, luyến mộ chiêm ngưỡng từ tạ mà đi.

(Kinh Hoa Nghiêm, phẩm 39. Nhập Pháp Giới)

11.4.d.Thâm nhập pháp môn Bồ-Tát ngữ ngôn hải

Thiện Tài đồng tử tư duy pháp môn Bồ-Tát vô ngại giải đà la ni quang minh trang nghiêm.

Thâm nhập pháp môn Bồ-Tát ngữ ngôn hải.

Nghĩ nhớ pháp môn vi tế phương tiện Bồ-Tát biết tất cả chúng sanh.

Quán sát pháp môn Bồ-Tát thanh tịnh tâm.

Thành tựu pháp môn Bồ-Tát thiện căn quang minh.

Tịnh trị pháp môn Bồ-Tát giáo hóa chúng sanh.

Minh lợi trí môn Bồ-Tát nhiếp chúng sanh.

Kiên cố pháp môn Bồ-Tát quảng đại chí nguyện.

Nhiệm trì pháp môn Bồ-Tát thù thắng chí nguyện.

Tịnh trị pháp môn Bồ-Tát tín giải.

Tư duy pháp môn Bồ-Tát vô lượng thiện tâm.

Thệ nguyện kiên cố, tâm không mỏi nhàm.

Dùng những mão giáp để tự trang nghiêm.

Thâm tâm tinh tấn chẳng thối chuyển. Đủ đức tin bất hoại.

Tâm kiên cố như kim cang và như na la diên không gì phá hoại được.

(Kinh Hoa Nghiêm, phẩm 39. Nhập Pháp Giới)

11.4.e.Thâm nhập thời gian sai biệt ở mười phương

Giữ gìn tất cả lời dạy của thiện tri thức.

Nơi các cảnh giới được trí bất hoại.

Phổ môn thanh tịnh việc làm vô ngại.

Trí quang viên mãn chiếu khắp tất cả.

Đầy đủ tổng trì quang minh của các địa.

Biết rõ pháp giới nhiều loại sai biệt, không y không trụ, bình đẳng không hai, tự tánh thanh tịnh, mà khắp trang nghiêm.

Nơi các công hạnh đều được rốt ráo.

Trí huệ thanh tịnh rời lìa chấp trước.

Biết pháp sai biệt mười phương trí không chướng ngại.

Qua khắp xứ sai biệt ở mười phương thân không mỏi lười.

Biết rõ những nghiệp sai biệt ở mười phương.

Đều hiện thấy Phật sai biệt ở mười phương.

Đều thâm nhập thời gian sai biệt ở mười phương.

Diệu pháp thanh tịnh sung mãn nơi tâm.

Phổ trí tam muội chiếu rõ nơi tâm.

Tâm hằng vào khắp cảnh giới bình đẳng.

Được trí huệ của Như-Lai chiếu đến.

Dòng Nhứt thiết trí tương tục chẳng dứt.

Hoặc thân hoặc tâm đều chẳng rời Phật pháp.

Tất cả chư Phật thần lực gia hộ.

Tất cả Như-Lai quang minh chiếu đến.

Thành tựu đại nguyện.

Nguyện thân cùng khắp tất cả sát võng, tất cả pháp giới vào khắp thân mình.

(Kinh Hoa Nghiêm, phẩm 39. Nhập Pháp Giới)

11.4.f. Giới thiệu đến Bồ-Tát Giải Thoát

Từ đây qua phương Nam có một tụ lạc tên là Trụ Lâm. Nơi đó có một Trưởng giả tên là Giải Thoát.

Ngươi đến đó hỏi Bồ-Tát thế nào tu Bồ-Tát hạnh? Bồ-Tát thế nào thành Bồ-Tát hạnh? Bồ-Tát thế nào tích tập Bồ-Tát hạnh? Bồ-Tát thế nào tư duy Bồ-Tát hạnh?

Bấy giờ Thiện Tài đồng tử nhờ thiện tri thức nên đối với

pháp nhứt thiết trí rất tôn trọng. Trồng sâu gốc tịnh tín. Thêm nhiều lợi ích.

(Kinh Hoa Nghiêm, phẩm 39. Nhập Pháp Giới)

11.5. TRƯỞNG GIẢ GIẢI THOÁT
- Môn Vô ngại Trang Nghiêm Giải Thoát Của Như-Lai.

Thiện Tài đồng tử đi lần qua phương Nam, trải qua mười hai năm, đến thành Trụ Lâm tìm Giải Thoát Trưởng giả.

Giải Thoát Trưởng giả do sức thiện căn quá khứ, sức oai thần của Phật, do niệm lực của Văn Thù Sư Lợi Bồ-Tát, mà nhập Bồ-Tát tam muội môn tên là *"Vô biên triền đà la ni nhiếp khắp tất cả cõi Phật"*.

(Kinh Hoa Nghiêm, phẩm 39. Nhập Pháp Giới)

11.5.a. Vô ngại Trang nghiêm Giải thoát của Như-Lai.

Nhập tam muội này rồi được thân thanh tịnh.

Ở trong thân mình hiển hiện mười phương.

Mỗi phương đều mười Phật sát vi trần số Phật và quốc độ, chúng hội đạo tràng, các thứ quang minh, các sự trang nghiêm.

Cũng hiện những thần thông biến hóa, tất cả đại nguyện, những pháp trợ đạo tu hành thuở xưa của chư Phật và những hạnh xuất ly thanh tịnh trang nghiêm.

Cũng thấy chư Phật thành Đẳng Chánh Giác chuyển diệu pháp luân giáo hóa chúng sanh. Tất cả những sự như vậy thảy đều hiển hiện trong phân thân không chướng ngại.

Các thứ hình tướng, nhiều loại thứ đệ an trụ như cũ chẳng tạp loạn nhau.

Những là: các thứ quốc độ, các thứ chúng hội, các thứ đạo tràng, các thứ nghiêm sức.

Trong đó chư Phật hiện những thần lực, lập những thừa đạo, bày những nguyện môn.

Hoặc nơi một thế giới, ở cung Đâu Suất mà làm Phật sự.

Hoặc nơi một thế giới, ẩn cung Đâu Suất mà làm Phật sự.

Như vậy, hoặc lại trụ thai, hoặc đản sanh, hoặc ở trong cung, hoặc xuất gia, hoặc đến đạo tràng, hoặc phá ma quân, hoặc chư Thiên Long cung kính vây quanh, hoặc các Thế Chủ khuyến thỉnh thuyết pháp, hoặc chuyển pháp luân, hoặc nhập Niết bàn, hoặc chia Xá lợi, hoặc xây tháp miếu.

Chư Phật Như-Lai đó ở các chúng hội, các thế gian, các loài, các chủng tộc, các dục lạc, các nghiệp hành, các ngữ ngôn, các căn tánh, các phiền não, tùy miên, tập khí, trong các chúng sanh.

(Kinh Hoa Nghiêm, phẩm 39. Nhập Pháp Giới)

11.5.b. Chư Như-Lai chẳng đến đây, ta cũng chẳng qua đó

Chư Phật Như-Lai có bao nhiêu ngôn thuyết, Thiện tài đồng tử đều nghe thọ được cả. Cũng thấy bất tư nghì tam muội thần biến của chư Phật và chư Bồ-Tát.

Lúc bấy giờ Giải Thoát Trưởng giả xuất tam muội, bảo Thiện Tài rằng:

Thiện nam tử! Ta đã nhập xuất ***môn vô ngại trang nghiêm giải thoát của Như-Lai.***

Lúc ta nhập xuất môn giải thoát này, liền thấy thế giới Diêm Phù Đàn Kim Quang Minh ở phương Đông, đức Long Tự Tại Vương Như-Lai Đẳng Chánh Giác, chúng hội đạo tràng vây quanh. *Tỳ-Lô-Giá-Na Tạng Bồ-Tát làm thượng thủ.*

Ta thấy mười phương như vậy. Mỗi phương đều mười Phật sát vi trần số Như-Lai. Chư Như-Lai chẳng đến đây, ta cũng chẳng qua đó.

Nếu ta muốn thấy thế giới An Lạc, đức A Di Đà Như-Lai, Tỳ-Lô-Giá-Na Như-Lai và tất cả chư Như-Lai như vậy đều tùy ý liền thấy. Nhưng chư Như-Lai chẳng đến đây, ta cũng không qua đó.

(Kinh Hoa Nghiêm, phẩm 39. Nhập Pháp Giới)

11.5.c. Nhập xuất được môn giải thoát "Như-Lai vô ngại trang nghiêm"

Ta chỉ nhập xuất được môn giải thoát "Như-Lai vô ngại trang

nghiêm" này.

Còn như chư đại Bồ-Tát được vô ngại trí:

- Trụ vô ngại hạnh, được tam muội "thường thấy tất cả Phật"

- Được tam muội "chẳng trụ niết bàn tế"

- Rõ thấu tam muội "Phổ môn cảnh giới"

- Với những pháp tam thế thảy đều bình đẳng. Hay khéo phân thân khắp tất cả cõi.

- An trụ nơi cảnh giới bình đẳng của chư Phật. Cảnh giới mười phương đều hiện tiền. Trí huệ quán sát đều thấy biết rõ ràng tất cả.

- Ở trong thân mình đều hiện tất cả thế giới thành hoại, nhưng đối với thân mình và các thế giới không có tưởng nghĩ là hai.

Những diệu hạnh như vậy, làm sao ta biết hết được, nói hết được.

(Kinh Hoa Nghiêm, phẩm 39. Nhập Pháp Giới)

11.5.d.Thiện Tài đồng tử nhứt tâm

Thiện Tài đồng tử nhứt tâm ghi nhớ:

- Y tựa thiện tri thức

- Thờ kính thiện tri thức

- Do thiện tri thức được thấy nhứt thiết trí.

- Với thiện tri thức chẳng có lòng chống trái, không dua dối.

- Với thiện trí thức tâm thường tùy thuận.

- Nơi thiện tri thức tưởng là từ mẫu, vì bỏ rời tất cả pháp vô ích.

- Nơi thiện tri thức tưởng là từ phụ, vì xuất sanh tất cả pháp lành.

(Kinh Hoa Nghiêm, phẩm 39. Nhập Pháp Giới)

11.5.e.Bất tư nghì Bồ-Tát Giải Thoát

Ghi nhớ *môn bất tư nghì Bồ-Tát Giải Thoát* của Trưởng giả. *Tư duy bất tư nghì Bồ-Tát trí quang minh* của Trưởng giả.

- Thâm nhập bất tư nghì pháp giới môn của Trưởng giả.

- Xu hướng bất tư nghì Bồ-Tát phổ nhập môn của Trưởng giả.

- Thấy rõ bất tư nghì Như-Lai thần biến của Trưởng giả.

- Hiểu rõ bất tư nghì phổ nhập Phật độ của Trưởng giả.

- Phân biệt bất tư nghì Phật lực trang nghiêm của Trưởng giả.

- Suy gẫm bất tư nghì Bồ-Tát tam muội giải thoát cảnh giới phần vị của Trưởng giả.

- Rõ thấu bất tư nghì thế giới sai biệt cứu cánh vô ngại của Trưởng giả.

- Tu hành bất tư nghì Bồ-Tát kiên cố thâm tâm của Trưởng giả.

- Phát khởi bất tư nghì Bồ-Tát đại nguyện nghiệp của Trưởng giả.

(Kinh Hoa Nghiêm, phẩm 39. Nhập Pháp Giới)

11.5.f. Giới thiệu đến Bồ-Tát Hải Tràng

Ở trong thân mình đều hiện tất cả thế giới thành hoại, nhưng đối với thân mình và các thế giới không có tưởng nghĩ là hai.

Những diệu hạnh như vậy, làm sao ta biết hết được, nói hết được.

Này thiện nam tử! từ đây qua phương Nam đến bờ Diêm Phù Đề, có một nước tên là Ma Lợi Già La. Nước đó có Tỳ kheo tên là Hải Tràng.

Ngươi đến đó hỏi: Bồ-Tát thế nào học Bồ-Tát hạnh, tu Bồ-Tát đạo?

(Kinh Hoa Nghiêm, phẩm 39. Nhập Pháp Giới)

11.6. TỲ KHEO HẢI TRÀNG - Bát Nhã Ba La Mật Tam Muội Quang Minh

Thiện Tài đồng tử đi lần qua phương Nam đến bờ Diêm Phù Đề, nước Ma Lợi, tìm Hải Tràng Tỳ Kheo.

Bèn thấy Hải Tràng Tỳ Kheo ngồi kiết già ở bên chỗ đi kinh hành, *đang nhập tam muội, bặt hơi thở, lìa tư giác, thân tâm bất động.*

11.6.a. Lỗ lông mỗi mỗi đều phóng ra vô số Phật sát vi trần số quang minh võng

-Từ dưới chân của Tỳ Kheo Hải Tràng ấy hiện ra vô số muôn ngàn ức Trưởng giả, Cư Sĩ, Bà La Môn.

-Từ hai gối của Hải Tràng Tỳ Kheo xuất hiện trăm ngàn ức Sát Đế Lợi, Bà La Môn.

-Từ khoảng eo lưng của Hải Tràng Tỳ Kheo xuất hiện vô lượng vô số tiên nhân.

-Từ hai bên hông của Hải Tràng Tỳ Kheo xuất hiện bất tư nghì Long, bất tư nghì Long nữ, thị hiện bất tư nghì thần biến của chư Long.

-Từ tướng chữ "vạn" trước ngực xuất hiện vô số trăm ngàn ức A Tu La Vương.

-Từ trên lưng của Hải Tràng Tỳ Kheo, vì người đáng dùng Nhị thừa để độ, xuất hiện vô số trăm ngàn ức Thanh Văn và Độc Giác.

-Từ hai vai của Hải Tràng Tỳ Kheo xuất hiện vô số trăm ngàn ức Dạ Xoa Vương, La Sát Vương.

-Từ nơi bụng của Hải Tràng Tỳ Kheo xuất hiện trăm ngàn ức Khẩn Na La Vương.

-Từ trên mặt của Hải Tràng Tỳ Kheo xuất hiện vô số trăm ngàn ức Chuyển Luân Thánh Vương.

-Từ hai mắt của Hải Tràng tỳ kheo xuất hiện vô số trăm ngàn ức nhật luân chiếu khắp tất cả những đại địa ngục và những ác thú đều làm cho họ khỏi khổ. Lại chiếu chặng giữa tất cả thế giới để trừ tăm tối.

-Từ trong tướng bạch hào giữa chặng mày của Hải Tràng Tỳ Kheo xuất hiện vô số trăm ngàn ức Đế Thích đều tự tại nơi cảnh giới, trên đảnh có ma ni bửu châu chiếu sáng tất cả các thiên cung điện.

- Từ trên đầu của Hải Tràng Tỳ Kheo xuất hiện vô lượng Phật sát vi trần số chư Bồ-Tát đều dùng tướng hảo trang nghiêm nơi thân, phóng vô biên quang nói các công hạnh.

-Từ trên đảnh của Hải Tràng Tỳ Kheo xuất hiện vô số trăm ngàn ức thân Như-Lai.

-Lại nơi tất cả **lỗ lông trên thân của Hải Tràng tỳ Kheo, mỗi mỗi đều phóng ra vô số Phật sát vi trần số quang minh võng**. Mỗi mỗi quang minh võng đủ vô số sắc tướng, vô số trang nghiêm, vô cảnh giới, vô số sự nghiệp, sung mãn tất cả thế giới mười phương.

(Kinh Hoa Nghiêm, phẩm 39. Nhập Pháp Giới)

11.6.b. Tam muội giải thoát

Lúc đó Thiện Tài đồng tử nhất tâm quán sát Hải Tràng Tỳ Kheo lòng rất khát ngưỡng. Ghi nhớ *tam muội giải thoát* của Tỳ kheo.

Tư duy bất tư nghì Bồ-Tát tam muội của Tỳ kheo.

Tư duy bất tư nghì phương tiện lợi ích chúng sanh của Tỳ kheo.

Tư duy bất tư nghì vô tác dụng phổ trang nghiêm môn của Tỳ kheo.

Tư duy trí thanh tịnh trang nghiêm pháp giới của Tỳ kheo. Tư duy trí thọ Phật gia trì của Tỳ kheo.

Tư duy sức tự tại xuất sanh Bồ-Tát của Tỳ kheo. Tư duy sức đại nguyện kiên cố Bồ-Tát của Tỳ kheo.

Tư duy sức thêm rộng Bồ-Tát hạnh của Tỳ Kheo Hải Tràng.

(Kinh Hoa Nghiêm, phẩm 39. Nhập Pháp Giới)

11.6.c. Xuất Tam Muội

Thiện Tài đồng tử đứng tư duy quán sát như vậy *qua một ngày đêm, nhẫn đến bảy ngày đêm, nửa tháng, một tháng, đến sáu tháng, lại qua sáu ngày nữa Hải Tràng Tỳ Kheo mới xuất tam muội.*

Thiện Tài đồng tử khen rằng:

Bạch đức Thánh! Hy hữ kỳ đặc!

- Tam muội như thế rất là sâu xa

- Quảng đại

- Cảnh giới vô lượng

- Thần lực khó nghĩ

- Quang minh không gì bằng

- Trang nghiêm vô số

- Oai lực khó chế ngự

- Cảnh giới bình đẳng

- Chiếu khắp mười phương

- Tam muội như vậy lợi ích vô hạn, vì có thể trừ diệt vô lượng khổ cho tất cả chúng sanh.

(Kinh Hoa Nghiêm, phẩm 39. Nhập Pháp Giới)

11.6.d. Tam Muội Phổ Nhãn xả đắc

Tam muội đây tên là:

- "Phổ nhãn xả đắc"

- "Bát Nhã Ba la mật cảnh giới thanh tịnh quang minh"

- "Phổ trang nghiêm thanh tịnh môn".

Ta do *tu tập Bát Nhã Ba la mật nên được tam muội phổ trang nghiêm thanh tịnh này* và trăm vạn vô số tam muội.

(Kinh Hoa Nghiêm, phẩm 39. Nhập Pháp Giới)

11.6.e. Nhập tam muội

Lúc nhập tam muội này, thời rõ biết tất cả thế giới không chướng ngại.

- Qua đến tất cả thế giới không chướng ngại.

- Vượt qua tất cả thế giới không chướng ngại.

- Trang nghiêm tất cả thế giới không chướng ngại.

- Tu trị tất cả thế giới không chướng ngại.

- Nghiêm tịnh tất cả thế giới không chướng ngại.

- Thấy tất cả Phật không chướng ngại.

- Quán tất cả chư Phật oai đức quảng đại không chướng ngại....

Ta chỉ biết một *Bát Nhã Ba la mật tam muội quang minh* này, nên qua phương Nam có một xứ tên là Hải Triều. Xứ đó có khu viên lâm tên là Phổ Trang Nghiêm. Trong viên lâm đó có Ưu bà di tên là Hưu Xã.

(Kinh Hoa Nghiêm, phẩm 39. Nhập Pháp Giới)

11.6.f.Tam muội chiếu sáng

Bấy giờ Thiện Tài đồng tử ở chỗ Hải Tràng Tỷ Kheo được:

- Thân kiên cố

- Diệu pháp

- Nhập thâm cảnh giới

- Trí huệ sáng suốt

- Tam muội chiếu sáng

- Trụ thanh tịnh giải

- Thấy pháp thậm thâm

- Tâm an trụ trong các môn thanh tịnh

- Trí huệ quang minh sung mãn mười phương.

(Kinh Hoa Nghiêm, phẩm 39. Nhập Pháp Giới)

11.6.g.Thiện tri thức là chiếc đò

Thiện Tài đồng tử rất vui mừng hớn hở vô lượng. Vì nhờ thầy Hải Tràng mà:

- Khiến Thiện Tài được thấy Phật

- Được nghe pháp

- Khiến Thiện tri thức là thầy học, vì chỉ dạy Phật pháp

- Thiện tri thức là nhãn mục, vì được thấy Phật như hư không

- Thiện tri thức là chiếc đò, vì khiến vào ao hoa sen của chư Phật Như-Lai.

(Kinh Hoa Nghiêm, phẩm 39. Nhập Pháp Giới)

11.6.h. Giới thiệu đến Bồ-Tát Hưu Xả Ưu bà di

Từ dây qua phương Nam có một xứ tên là Hải Triều. Xứ đó có

khu viên lâm tên là Phổ Trang Nghiêm. Trong viên lâm đó có Ưu bà di tên là Hưu Xã. Ngươi đến đó hỏi Ưu bà di: Bồ-Tát thế nào học Bồ-Tát hạnh? Thế nào tu Bồ-Tát đạo?

(Kinh Hoa Nghiêm, phẩm 39. Nhập Pháp Giới)

11.7. ƯU BÀ DI HƯU XẢ - Môn Ly ưu An ổn Tràng

11.7.a. Y báo trang nghiêm

Vừa suy gẫm vừa đi lần qua phương Nam đền xứ Hải Triều, thấy vườn Phổ Trang Nghiêm, tường rào bằng các thứ bửu bao bọc.

- Tất cả cây báu hàng liệt trang nghiêm.

- Tất cả cây bửu hoa rải những diệu hoa trải trên mặt đất.

- Tất cả cây ma ni bửu vương mưa báu đại ma ni rải đầy khắp nơi.

- Tất cả cây đồ trang nghiêm mưa những vật trân ngoạn kỳ dụi trần thiết nghiêm sức khắp nơi.

- Mặt đất trong vườn thanh tịnh không có cao thấp.

- Có trăm vạn lâu các, vàng diêm phù đàn che trùm phía trên.

- Cát vàng trải đáy ao. Bửu châu thủy thanh xem lẫn khắp nơi.

- Dựng vô số ma ni bửu tràng quang minh chiếu khắp trăm ngàn do tuần. - - - Trong đó lại có trăm vạn ao, bùn hắc chiên đàn ngưng đọng đáy ao.

- Trong cung điện đó lại có vô lượng tòa bửu liên hoa trần thiết giáp vòng. - - Như là tòa bửu liên hoa ma ni chiếu sáng mười phương…

- Trăm vạn Thiên Tử vui mừng chiêm ngưỡng đầu mặt đảnh lễ, trăm vạn Thiên nữ ở giữa hư không bay xuống, trăm vạn Bồ-Tát cung kính thân cận thường thích nghe pháp.

(Kinh Hoa Nghiêm, phẩm 39. Nhập Pháp Giới)

11.7.b. Vô số Phương tiện hạnh

Lúc ấy, Hưu Xả Ưu bà di ngồi tòa chơn kim, đội mão hải tạng chơn châu võng, đeo bửu xuyến chơn kim hơn cõi trời. Trăm ngàn ức na do tha chúng sanh cúi mình cung kính.

Phương Đông có vô lượng chúng đến chỗ Ưu bà di như là Phạm Thiên, Phạm Chúng Thiên, Đại Phạm Thiên, Phạm Phụ Thiên, Tự Tại Thiên, nhẫn đến tất cả hạng người và phi nhơn. Chín phương kia cũng như vậy.

Có ai thấy Ưu bà di này thời tất cả bệnh khổ đều trừ diệt, lìa phiền não hết kiến chấp… thân không chướng ngại đến khắp mọi xứ.

Hưu Xả Ưu bà di nói:

-Ta nhớ thuở quá khứ vô lượng kiếp, trong vô lượng đời, thứ đệ như vậy ở chỗ ba mươi sáu hằng hà sa đức Phật, ta đều thờ kính cúng dường nghe pháp thọ trì tịnh tu phạm hạnh. Bồ-Tát dùng vô lượng trăm ngàn vô số phương tiện hạnh mà phát Bồ đề tâm.

(Kinh Hoa Nghiêm, phẩm 39. Nhập Pháp Giới)

11.7.c.Ly ưu an ổn tràng

- Ta chỉ biết một môn giải thoát "**Ly ưu an ổn tràng**".

Như chư đại Bồ-Tát, tâm như biển cả có thể đều dung thọ tất cả Phật pháp. Như núi Tu Di, chí ý kiên cố chẳng bị lay động.

Như vị thuốc thiện kiến, hay trừ những bệnh nặng phiền não của các chúng sanh.

Như mặt nhựt sáng sạch, hay phá chúng sanh vô minh ám chướng.

Dường như đại địa, hay làm chỗ y tựa cho tất cả chúng sanh.

Như gió tốt, hay làm lợi ích cho tất cả chúng sanh.

Như đèn sáng, hay vì chúng sanh mà sanh trí huệ quang.

Như đại vân, hay vì chúng sanhmà mưa đại pháp tịch diệt. Như minh nguyệt hay vì chúng sanh mà phóng phước đức quang.

Như Thiên Đế, đều hay thủ hộ tất cả chúng sanh.

Như thế thời ta làm sao biết được hết, nói được hết những công đức đó.

(Kinh Hoa Nghiêm, phẩm 39. Nhập Pháp Giới)

11.7.d.Giới thiệu đến Bồ-Tát Tỳ Mục Cù Sa

- Phương Nam Xứ Hải Triều đây có một nước tên là Na La Tố. Trong đó có tiên nhơn tên là Tỳ Mục Cù Sa. Ngươi đến đó hỏi Bồ-Tát thế nào học Bồ-Tát hạnh, tu Bồ-Tát đạo?

(Kinh Hoa Nghiêm, phẩm 39. Nhập Pháp Giới)

11.7.f.Tư duy Chánh giáo

Bấy giờ Thiện Tài đồng tử tùy thuận:

- Tư duy chánh giáo của Bồ-Tát Ưu Bà Di Hưu Xả.

- Tùy thuận tư duy tịnh hạnh của Bồ-Tát.

- Sanh tâm tăng trưởng phước lực của Bồ-Tát.

- Sanh tâm thấy rõ tất cả chư Phật.

- Sanh tâm xuất sanh tất cả chư Phật.

- Sanh tâm tăng trưởng tất cả đại nguyện.

- Sanh tâm thấy khắp các pháp mười phương.

- Sanh tâm chiếu rõ thiệt tánh của các pháp.

- Sanh tâm phá tan khắp tất cả chướng ngại.

- Sanh tâm quán sát pháp giới không tối.

- Sanh tâm thanh tịnh ý bửu trang nghiêm.

- Sanh tâm xô dẹp tất cả chúng ma.

(Kinh Hoa Nghiêm, phẩm 39. Nhập Pháp Giới)

11.8. TIÊN ÔNG TỲ MỤC CÙ SA
- *Môn* Bồ-Tát Vô Thắng Tràng Giải Thoát

Thiện Tài đồng tử lần lần du hành đến nước Na La Tố tìm tiên nhơn Tỳ Mục Cù Sa.

Tiên nhơn Tỳ Mục Cù Sa trải cỏ ngồi dưới cây chiên đàn, đồ chúng mười ngàn người.

(Kinh Hoa Nghiêm, phẩm 39. Nhập Pháp Giới)

11.8.a. Tỳ Mục Cù Sa và chúng quần tiên

Tỳ Mục Cù Sa nói:

Thiện Tài Đồng tử này đã phát tâm Vô thượng Bồ đề, khắp ban sự vô úy cho tất cả chúng sanh, khắp ban sự lợi ích cho tất cả chúng sanh, thường quát sát trí hải của tất cả chư Phật.

Đồng tử này muốn uống tất cả pháp vũ cam lồ, muốn lường tất cả pháp hải rộng lớn, muốn cho chúng sanh an trụ trong trí hải, muốn khắp phát khởi mây bi rộng lớn, muốn khắp mưa pháp vũ rộng lớn, muốn dùng trí nguyệt chiếu khắp thế gian, muốn diệt thế gian phiền não độc nhiệt, muốn làm lớn tất cả thiện căn cho chúng sanh.

Tiên chúng nghe lời trên đây rồi đều đem những hương hoa đẹp tốt rải trên thân Thiện Tài, làm lễ cung kính mà nói rằng:

Đồng tử này tất sẽ cứu hộ tất cả chúng sanh, tất cả trừ diệt khổ địa địa ngục, tất sẽ dứt hẳn loài súc sanh, tất sẽ chuyển bỏ cõi Diêm La Vương, tất sẽ đóng bít cửa chướng nạn, tất sẽ làm khô cạn biển ái dục, tất làm cho chúng sanh diệt hẳn khổ uẩn, tất sẽ phá hẳn vô minh hắc ám, tất sẽ dứt hẳn dây trói tham ái, tất sẽ dùng dãy núi phước đức bao bọc thế gian, tất sẽ đem đại bửu trí huệ hiển thị thế gian, tất sẽ xuất hiện trí nhựt thanh tịnh, tất sẽ khai thị pháp tạng thiện căn, tất làm cho thế gian biết rõ là hiểm khó hay là dễ dàng.

Tỳ Mục Cù Sa bảo quần tiên rằng: Nếu có người hay phát tâm Vô thượng Bồ đề, tất sẽ được thành đạo Nhứt thiết trí

Đồng tử này đã phát tâm Vô thượng Bồ đề tất sẽ tịnh bậc tất

cả công đức của chư Phật.

Tỳ Mục Cù Sa bảo Thiện Tài: Này thiện nam tử! Ta được *môn Bồ-Tát vô thắng tràng giải thoát.*

(Kinh Hoa Nghiêm, phẩm 39. Nhập Pháp Giới)

11.8.b. Cảnh giới của Vô thắng tràng giải thoát

Thiện Tài thưa: Bạch đức Thánh! Cảnh giới của Vô thắng tràng giải thoát như thế nào?

Lúc đó Tỳ Mục Cù Sa tiên nhơn liền giơ tay hữu xoa đầu Thiện Tài, cầm tay Thiện Tài.

- Thiện Tài liền thấy mình đến trong mười Phật sát vi trần thế giới mười phương, chỗ của mười Phật sát vi trần số thế giới chư Phật. Thấy chư Phật và chúng hội cùng Phật độ trang nghiêm thanh tịnh.

- Lại nghe chư Phật tùy sở thích của các chúng sanh mà thuyết pháp, mỗi câu mỗi văn đều thông đạt cả, đều riêng thọ trì không tạp loạn. Cũng biết đức Phật đó dùng những tri giải tịnh trị các nguyện.

- Cũng biết chư Phật đó dùng thanh tịnh nguyện thành tựu các lực.

- Cũng thấy chư Phật đó tùy chúng sanh tâm mà hiện sắc tướng.

- Cũng thấy chư Phật đó, lưới đại quang minh nhiều màu sắc thanh tịnh viên mãn.

- Cũng biết chư Phật đó, trí huệ vô ngại sức đại quang minh.

(Kinh Hoa Nghiêm, phẩm 39. Nhập Pháp Giới)

11.8.c. Ở chỗ chư Phật bất khả thuyết bất khả thuyết Phật sát vi trần số kiếp

Thiện Tài lại tự thấy mình ở chỗ chư Phật qua một ngày đêm, hoặc bảy ngày đêm, nửa tháng, một tháng, một năm, mười năm, trăm năm, ngàn năm, hoặc trải qua ức năm, hoặc a du đa ức năm, hoặc na do tha ức năm, hoặc trải qua nửa kiếp, hoặc một kiếp, trăm kiếp, ngàn kiếp, hoặc trăm ngàn kiếp, nhẫn đến bất khả thuyết bất khả thuyết Phật sát vi trần số kiếp.

(Kinh Hoa Nghiêm, phẩm 39. Nhập Pháp Giới)

11.8.d. Tỳ-Lô-Giá-Na tặng Tam muội Quang minh

Nhờ Bồ-Tát vô thắng tràng giải thoát trí quang minh chiếu đến, nên Thiện Tài đồng tử được Tỳ-Lô-Giá-Na tặng tam muội quang minh.

Nhờ vô tận trí giải thoát tam muội quang minh chiếu đến nên Thiện Tài được phổ nhiếp chư phương đà la ni quang minh.

(Kinh Hoa Nghiêm, phẩm 39. Nhập Pháp Giới)

11.8.e. Thanh Tịnh Trí Huệ Tâm Tam Muội Quang Minh

Nhờ kim cang luân đà la ni môn quang minh chiếu đến, nên Thiện Tài được cực thanh tịnh trí huệ tâm tam muội quang minh.

Nhờ phổ môn trang nghiêm tặng Bát nhã Ba la mật quang minh chiếu đến, nên Thiện Tài được Phật hư không tặng luân tam muội quang minh.

Nhờ nhất thiết Phật pháp luân tam muội quang minh chiếu đến, nên Thiện Tài được tam thế vô tận trí tam muội quang minh.

Bấy giờ Tiên nhơn Tỳ Mục Cù Sa buông tay Thiện Tài đồng tử.

Thiện Tài liền tự thấy mình ở tại chỗ cũ.

(Kinh Hoa Nghiêm, phẩm 39. Nhập Pháp Giới)

11.8.f. Trí thân vào khắp tất cả pháp giới

Ta chỉ biết môn Bồ-Tát vô thắng tràng giải thoát này. Như chư đại Bồ-Tát thành tựu tất cả tam muội thù thắng, được tự tại trong tất cả thời gian. Trong khoảng một niệm xuất sanh chư Phật vô lượng trí huệ. Dùng đèn Phật trí làm trang nghiêm để chiếu khắp thế gian.

Trong một niệm vào khắp cảnh giới tam thế. Phân thân qua khắp cõi nước mười phương. Trí thân vào khắp tất cả pháp giới. Tùy theo tâm chúng sanh mà hiện ra trước họ, xem xét căn hành của họ để làm lợi ích, phóng tịnh quang minh rất đáng mến thích.

Như thế, ta làm sao biết được tất cả, nói được tất cả công đức hạnh đó, thù thắng nguyện đó, trang nghiêm độ đó, trí cảnh giới đó, tam muội cảnh giới đó, thần thông biến hóa đó, giải thoát du hí đó, thân tướng sai biệt đó, âm thanh thanh tịnh đó, trí huệ quang minh đó.

Phương Nam này có một tụ lạc tên là y Sa Na, có Bà La Môn tên là Thắng Nhiệt. Người đến đó hỏi Bồ-Tát thế nào học Bồ-Tát hạnh, tu Bồ-Tát đạo.

(Kinh Hoa Nghiêm, phẩm 39. Nhập Pháp Giới)

11.8.g. Trụ chư Phật bất tư nghì thần lực

Bấy giờ Thiện Tài đồng tử nhờ:

- *Bồ-Tát vô thắng tràng giải thoát* chiếu đến nên được trụ chư Phật bất tư nghì thần lực

- Chứng Bồ-Tát bất tư nghì giải thoát thần thông trí, được Bồ-Tát bất tư nghì tam muội trí quang minh

- Được tất cả thời gian huân tu tam muội trí quang minh, được biết rõ tất cả cảnh giới đều nương tưởng mà an trụ tam muội trí quang minh, được tất cả thế gian thù thắng trí quang minh.

Đều hiện thân mình ở tất cả chỗ.

- Dùng trí cứu cánh nói pháp bình đẳng không hai không phân biệt.

- Dùng trí sáng sạch chiếu khắp cảnh giới. Phàm những pháp được nghe đều có thể nhẫn thọ tin hiểu thanh tịnh.

- Nơi pháp tự tánh quyết định rõ ràng. Tâm luôn chẳng bỏ Bồ-Tát diệu hạnh. Cần nhứt thiết trí trọn không thối chuyển. Chứng được thập lực trí huệ quang minh. Siêng cầu diệu pháp thường chẳng nhàm đủ.

- Dùng chánh tu hành nhập Phật cảnh giới. Xuất sanh Bồ-Tát vô lượng trang nghiêm, vô biên đại nguyện đều đã thanh tịnh. Dùng trí vô cùng tận mà biết vô biên thế giới võng.

- Dùng tâm không khiếp nhược mà độ vô lượng chúng sanh hải. Rõ vô biên công hạnh cảnh giới của Bồ-Tát.

- Thấy vô biên thế giới những thứ sai biệt, những thứ trang nghiêm. Nhập vô biên thế giới những cảnh vi tế.

- Biết vô biên thế giới những danh hiệu, những ngôn ngữ. Biết vô biên chúng sanh các tri giải, các công hạnh, các hạnh thành thục, những tưởng sai biệt.

(Kinh Hoa Nghiêm, phẩm 39. Nhập Pháp Giới)

11.8.h. Giới thiệu đến Bồ-Tát Thắng Nhiệt

Ta không thể nói được tất cả công đức hạnh đó, thù thắng nguyện đó, trang nghiêm độ đó, trí cảnh giới đó, tam muội cảnh giới đó, thần thông biến hóa đó, giải thoát du hí đó, thân tướng sai biệt đó, âm thanh thanh tịnh đó, trí huệ quang minh đó.

Phương Nam này có một tụ lạc tên là y Sa Na, có Bà La Môn tên là Thắng Nhiệt. Người đến đó hỏi Bồ-Tát thế nào học Bồ-Tát hạnh, tu Bồ-Tát đạo?

(Kinh Hoa Nghiêm, phẩm 39. Nhập Pháp Giới)

11.9. BÀ LA MÔN THẮNG NHIỆT
– Môn Thiện Trụ Tam Muội

11.9.a. Khổ hạnh nhảy vào núi đao và lửa cháy để cầu Nhất Thiết Trí

Thiện Tài nghĩ tưởng thiện tri thức đồng thời đi lần đến tụ lạc Y Sa Na, thấy Thắng Nhiệt Bà La Môn tu những khổ hạnh cầu nhứt thiết trí như nhảy vào núi đao cao nhọn vô cực và núi lửa.

Vô số Chư Thiên được Bà la môn Thắng Nhiệt hóa độ như:

- Có mười ngàn ma ở trên hư không

- Mười ngàn Tự Tại Thiên Vương

- Mười ngàn Hóa Lạc Thiên Vương

- Mười ngàn Đâu Suất Thiên Vương

- Mười ngàn Đao Lợi chư Thiên và quyến thuộc Thiên Tử, Thiên Nữ

- Mười ngàn Long Vương

- Mười ngàn Dạ Xoa Vương

- Vô lượng Dạ Xoa, La Sát, Cưu Bà Trà, vv…

- Mười ngàn Càn Thát Bà Vương

- Mười ngàn A Tu La Vương

- Mười ngàn Ca Lâu La Vương

- Mười ngàn Khẩn Na La Vương

- Vô lượng chư Thiên Dục giới… đem thiên ma ni bửu rải trên mình Bà La Môn Thắng Nhiệt mà bảo Thiện Tài đồng tử rằng:

"Lúc Bà La Môn Thắng Nhiệt dùng năm thứ lửa đốt thân. Ánh sáng của lửa chiếu khuất cung điện và những đồ trang nghiêm của ngàn ma đều như đống mực đen, làm cho chúng tôi không còn mến luyến.

Chúng tôi cùng quyến thuộc đến chỗ Bà La Môn. Đức Thánh Thắng Nhiệt nói pháp khiến ngàn ma và vô lượng Thiên Tử, Thiên nữ đều chẳng thối chuyển nơi Vô thượng Bồ đề."

(Kinh Hoa Nghiêm, phẩm 39. Nhập Pháp Giới)

11.9.b.Chứng được Bồ-Tát thiện trụ tam muội

Bấy giờ Thiện Tài đồng tử liền leo lên núi đao tự nhảy vào đống lửa. Khi rơi xuống giữa chừng. Thiện Tài liền chứng được **Bồ-Tát thiện trụ tam muội**. Vừa chạm ngọn lửa, Thiện Tài lại chứng được **Bồ-Tát tịch tịnh lạc thần thông tam muội**.

Thiện Tài thưa: Bạch đức Thánh! Núi đao và đống lửa này, thân tôi vừa chạm đến thời được an ổn khoái lạc.

Thắng Nhiệt Bà La Môn nói: Ta chỉ được môn Bồ-Tát vô tận luân giải thoát.

Còn như ngọn lửa đại công đức của chư đại Bồ-Tát có thể:

- Đốt cháy kiến hoặc của tất cả chúng sanh không để thừa, tất được bất thối chuyển, tâm vô cùng tận, tâm không giải đãi, tâm không khiếp nhược, phát tâm kiên cố như kim cang tạng, tâm chóng tu các công hạnh không trì hưỡn, nguyện như phong luân trì khắp tất cả đại thệ tinh tấn đều không thối chuyển, ta thế nào biết hết được, nói hết được công đức hạnh đó.

Phương Nam đây có một thành tên là Sư Tử Phấn Tấn, trong thành ấy có một đồng nữ tên là Từ Hạnh. Người đến đó học Bồ-Tát hạnh.

(Kinh Hoa Nghiêm, phẩm 39. Nhập Pháp Giới)

11.9.c.Trí vô ngại thường hiện tiền

Thiện Tài đối với thiện tri thức sanh lòng rất tôn trọng.

Sanh trí hiểu quảng đại thanh tịnh.

Thường nhớ Đại thừa chuyên cầu Phật trí.

Nguyện thấy chư Phật, quán pháp cảnh giới.

Trí vô ngại thường hiện tiền.

Quyết định biết rõ thiệt tế của các pháp, thường trụ tế, tất cả tam thế những sát na tế, như hư không tế, vô nhị tế, tất cả pháp vô phân biệt tế, tất cả nghĩa vô chướng ngại tế, tất cả kiếp vô thất hoại tế, tất cả Như-Lai vô tế chi tế.

Với tất cả Phật tâm vô phân biệt. Phá những lưới tưởng.

Lìa những chấp trước. Chẳng lấy chúng hội đạo tràng của chư Phật, cũng chẳng lấy cõi nước thanh tịnh của chư Phật.

Biết các chúng sanh đều không có ngã. Biết tất cả tiếng thảy đều như vang. Biết tất cả sắc thảy đều như bóng.

(Kinh Hoa Nghiêm, phẩm 39. Nhập Pháp Giới)

11.9.d. Giới thiệu đến Bồ-Tát Từ Hạnh đồng nữ

Nguyện như phong luân trì khắp tất cả đại thệ tinh tấn đều không thối chuyển, ta thế nào biết hết được, nói hết được công đức hạnh đó.

Này thiện nam tử! Phương Nam đây có một thành tên là Sư Tử Phấn Tấn, trong thành ấy có một đồng nữ tên là Từ Hạnh. Người đến đó hỏi Bồ-Tát thế nào học Bồ-Tát hạnh, tu Bồ-Tát đạo?

(Kinh Hoa Nghiêm, phẩm 39. Nhập Pháp Giới)

11.10. ĐỒNG NỮ TỪ HẠNH
- Môn Bát Nhã Ba La Mật Phổ Trang Nghiêm

Thiện Tài đi lần về phương Nam đến thành Sư Tử Phấn Tấn tìm Từ Hạnh đồng nữ.

- Đồng Nữ là con gái của Vua Sư Tử Tràng, có năm trăm đồng nữ hầu hạ và dùng phạm âm thanh để thuyết pháp.

(Kinh Hoa Nghiêm, phẩm 39. Nhập Pháp Giới)

11.10.a. Thiện căn trong đời quá khứ của Từ Hạnh Đồng Nữ

Đồng nữ bảo Thiện Tài rằng: Người nên quát sát cung điện trang nghiêm của ta đây. Thấy trong:

- Mỗi vách

- Mỗi cột

- Mỗi gương

- Mỗi tướng

- Mỗi hình

- Mỗi ma ni bửu

- Mỗi đồ trang nghiêm

- Mỗi linh

- Mỗi cây báu

- Mỗi hình tượng báu

- Mỗi bửu anh lạc đều hiện *pháp giới tất cả Như-Lai từ sơ phát tâm tu hạnh Bồ-Tát thành mãn đại nguyện, đầy đủ công đức, thành Đẳng Chánh Giác, chuyển diệu Pháp luân, nhẫn đến thị hiện nhập Niết bàn.*

Tất cả ảnh tượng như vậy đều hiện rõ cả. Như trong nước thanh tịnh đứng lặng, thấy khắp hư không nhựt nguyệt tinh tú. Đây là do sức thiện căn trong đời quá khứ của Từ Hạnh đồng nữ.

(Kinh Hoa Nghiêm, phẩm 39. Nhập Pháp Giới)

11.10.b. Môn Bát Nhã Ba la mật phổ trang nghiêm

- Đây là môn ***Bát Nhã Ba la mật phổ trang nghiêm***.

- Ta ở chỗ ba mươi sáu hằng hà sa chư Phật cầu được pháp này.

- Chư Phật Như-Lai đều dùng môn khác nhau làm cho ta nhập môn Bát Nhã Ba la mật phổ trang nghiêm này.

- Ta nhập môn Bát Nhã Ba la mật phổ trang nghiêm này, tùy thuận xu hướng tư duy quán sát ghi nhớ phân biệt liền được phổ môn đà la ni, trăm vạn vô số môn đà la ni đều hiện tiền…. môn tổng trì thanh tịnh đà la ni, môn trí luân thanh tịnh đà la ni, môn trí huệ thanh tịnh đà la ni, môn Bồ đề vô lượng đà la ni, môn tự tâm thanh tịnh đà la ni.

(Kinh Hoa Nghiêm, phẩm 39. Nhập Pháp Giới)

11.10.c. Giới thiệu Bồ-Tát Thiện Kiến

- Ta chỉ biết môn *Bát Nhã Ba la mật phổ trang nghiêm*.

Còn như chư đại Bồ-Tát:

- Tâm lượng quảng đại khắp cõi hư không nhập vào pháp giới phước đức thành mãn.

- An trụ pháp xuất thế, xa hạnh thế gian, trí nhãn thanh tịnh xem khắp pháp giới. Huệ tâm quảng đại như hư không. Thảy đều thấy rõ tất cả cảnh giới.

- Được bực vô ngại tạng đại quang minh. Khéo hay phân biệt tất cả pháp nghĩa.

- Làm công hạnh thế gian mà chẳng nhiễm thế pháp. Hay lợi ích thế gian chẳng bị thế gian làm hoại.

- Khắp làm y chỉ cho tất cả thế gian. Biết khắp tâm hành của tất cả thế gian, tùy sở nghi mà vì họ thuyết pháp. Trong tất cả thời gian hằng được tự tại.

Như thế thời ta làm sao biết được nói được hết công đức hạnh đó.

- Phương Nam đây có một nước tên là Tam Nhãn. Xứ đó có Tỳ Kheo tên là Thiện Kiến. Ngươi đến đó học Bồ-Tát hạnh.

(Kinh Hoa Nghiêm, phẩm 39. Nhập Pháp Giới)

11.10.d. Hạnh của Bồ-Tát an trụ rất sâu

Bấy giờ Thiện Tài suy gẫm:

- Hạnh của Bồ-Tát an trụ rất sâu

- Pháp của Bồ-Tát chứng rất sâu

- Chỗ của Bồ-Tát nhập rất sâu

- Suy gẫm chúng sanh vi tế trí rất sâu

- Thế gian nương nơi tưởng mà trụ rất sâu

- Hạnh của chúng sanh làm rất sâu

- Tâm lưu chú của chúng sanh rất sâu

- Chúng sanh như quang ảnh rất sâu

- Chúng sanh danh hiệu rất sâu

- Chúng sanh ngôn thuyết rất sâu

- Suy gẫm trang nghiêm pháp giới rất sâu

- Gieo trồng nghiệp hạnh rất sâu

- Nghiệp trang sức thế gian rất sâu.

(Kinh Hoa Nghiêm, phẩm 39. Nhập Pháp Giới)

11.10.e. Giới thiệu đến Bồ-Tát Thiện Kiến

Bồ-Tát biết khắp tâm hành của tất cả thế gian, tùy sở nghi mà vì họ thuyết pháp. Trong tất cả thời gian hằng được tự tại.

Như thế thời ta làm sao biết được nói được hết công đức hạnh đó.

Phương Nam đây có một nước tên là Tam Nhãn. Xứ đó có Tỳ Kheo tên là Thiện Kiến. Ngươi đến đó hỏi Bồ-Tát thế nào học Bồ-Tát hạnh, tu Bồ-Tát đạo?

Thiện Tài đồng tử đảnh lễ chân của Từ Hạnh đồng nữ, hữu nhiễu vô số vòng, luyến mộ chiêm ngưỡng từ tạ mà đi.

(Kinh Hoa Nghiêm, phẩm 39. Nhập Pháp Giới)

11.11. TỲ KHEO THIỆN KIẾN
- Môn Giải thoát Bồ-Tát tùy thuận đăng

Thiện Tài đi lần qua phương Nam đến nước Tam Nhãn tìm Tỳ Kheo Thiện Kiến.

11.11.a. Dung mạo trang nghiêm của Bồ-Tát Thiện Kiến

Tỳ Kheo Thiện Kiến:

- Tuổi trẻ dung mạo xinh đẹp tóc xanh biếc xoáy về phía hữu không rối

- Đảnh đầu có nhục kế, da màu huỳnh kim

- Cổ có ba ngấn, trán rộng bằng thẳng

- Mắt dài rộng như thanh liên hoa, môi miệng đỏ sạch như trái tần bà, ngực có chữ "VẠN"

- *Thân đẹp lạ như trời Tịnh Cư*, trên dưới ngay thẳng như cây ni câu đà, những đại nhơn tướng và tùy hình hảo đều viên mãn cả

- Vì muốn khai thị pháp nhãn Như-Lai

Vì noi theo đường của Như-Lai đi, chẳng chậm chẳng mau, đi kinh hành kỹ chắc.

Vô lượng Thiên, Long, Bát Bộ cùng Nhơn, Phi nhơn vây quanh sau trước.

Chủ Phương Thần theo phương hồi chuyển dẫn đường ở trước.

Túc Hành Thần cầm bửu liên hoa đở chân Tỳ Kheo.

Vô Tận Quang Thần phóng quang phá tối.

Diêm Phù Tràng Lâm Thần rải những hoa đẹp.

Bất Động Tạng Địa Thần hiện những bửu tạng.

Phổ Quang Minh Hư Không Thần trang nghiêm hư không.

Thành Tựu Đức Hải Thần mưa Ma ni bửu vô cấu tạng.

Tu Di Sơn Thần đầu đảnh kính lễ cúi mình hiệp chưởng.

Vô Ngại Lực Phong Thần rải hoa đẹp thơm.

Xuân Hòa Chủ Dạ Thần trang nghiêm nơi thân cả mình mọp xuống đất.

Thường Giác Chủ Thần cầm tràng ma ni chiếu khắp các phương, ở giữa hư không phóng đại quang minh.

(Kinh Hoa Nghiêm, phẩm 39. Nhập Pháp Giới)

11.11.b. Tu phạm hạnh ở chỗ ba mươi sáu hằng hà sa đức Phật

Thiện Kiến Tỳ Kheo nói rằng:

- Trong đời này, ta tịnh tu phạm hạnh ở chỗ ba mươi sáu hằng hà sa đức Phật.

- Hoặc có chỗ đức Phật, ta tu một ngày một đêm… một đại kiếp, trăm đại kiếp nhẫn đến bất khả thuyết bất khả thuyết đại kiếp nghe diệu pháp và thọ hành giáo pháp của chư Phật, trang nghiêm thệ nguyện, nhập chỗ sở chứng, tịnh tu công hạnh, đầy đủ sáu môn ba la mật hải.

- Cũng thấy chư Phật đó thành đạo thuyết pháp, mỗi mỗi sai biệt không tạp loạn, trụ trì di giáo đến diệt tận.

- Cũng biết chư Phật đó trước kia phát nguyện, dùng nguyện lực tam muội nghiêm tịnh tất cả Phật độ.

- Dùng sức tam muội nhập tất cả hạnh mà tịnh tu tất cả Bồ-Tát hạnh.

- *Dùng sức Phổ Hiền thừa xuất ly mà thanh tịnh tất cả Phật Ba la mật.*

- Lúc ta kinh hành, *trong một niệm, tất cả mười phương, đều hiện tiền, vì trí huệ thanh tịnh vậy.*

(Kinh Hoa Nghiêm, phẩm 39. Nhập Pháp Giới)

11.11.c. Trong một niệm, tất cả thế giới đều hiện tiền

Trong một niệm, tất cả thế giới đều hiện tiền vì đi qua bất khả thuyết bất khả thuyết thế giới vậy.

Trong một niệm, bất khả thuyết bất khả thuyết:

- Phật độ thảy đều nghiêm tịnh, vì thành tựu sức đại nguyện vậy.

- Chúng sanh sai biệt hạnh thảy đều hiện tiền, vì đầy đủ mười trí lực vậy.

- Thân Phật thanh tịnh đều hiện tiền, vì thành tựu Phổ Hiền hạnh nguyện lực vậy.

- Cung kính cúng dường bất khả thuyết bất khả thuyết Phật sát vi trần số Như-Lai, vì thành tựu tâm nhu nhuyến nguyện lực cúng dường Như-Lai vậy.

(Kinh Hoa Nghiêm, phẩm 39. Nhập Pháp Giới)

11.11.d.Giải thoát Bồ-Tát tùy thuận đăng

- Lãnh thọ bất khả thuyết bất khả thuyết Như-Lai pháp, vì được chứng vô số pháp sai biệt trụ trì pháp luân đà la ni lực vậy.

- Bồ-Tát hạnh hải thảy đều hiện tiền, vì được nguyện lực hay tinh tu tất cả hạnh như nhơn đà la võng.

- Những tam muội hải thảy đều hiện tiền, vì được nguyện lực nơi một môn tam muội nhập tất cả môn tam muội đều khiến thanh tịnh.

- Chư căn hải đều hiện tiền, vì được nguyện lực rõ biết chư căn tế, ở trong một căn thấy tất cả căn vậy.

- Phật sát vi trần số thời gian thảy đều hiện tiền, vì được nguyện lực trong tất cả thời gian chuyển pháp luân, chúng sanh giới tận nhưng pháp luân vô tận vậy.

- Tất cả tam thế hải thảy đều hiện tiền, vì được nguyện lực trí quang minh biết rỏ tất cả phần vị tam thế, trong tất cả thế giới vậy.

(Kinh Hoa Nghiêm, phẩm 39. Nhập Pháp Giới)

11.11.e. Giới thiệu Đồng Tử Tự Tại Chủ

Ta chỉ biết môn *Giải thoát Bồ-Tát tùy thuận đăng* này.

Còn như Đồng Tử Tự Tại Chủ cư cùng chư đại Bồ-Tát như kim cang đăng ở nhà Như-Lai:

- Chơn chánh thọ sanh, thành tựu đầy đủ mạng căn bất tử, thường thắp trí đăng không tắt mất.

- Thân của các Ngài kiên cố không bị chướng hoại, hiện thân sắc tướng như huyễn, như pháp duyên khởi vô lượng sai biệt, tùy tâm chúng sanh mỗi mỗi thị hiện hình mạo sắc tướng, trong đời không gì sánh bằng, tên độc, hỏa tai không hại được.

- Như núi kim cang không ai phá hư được.

- Hàng phục tất cả chúng ma ngoại đạo.

- Thân các Ngài đẹp tốt như núi chơn kim.

- Ở trong nhơn thiên rất là thù đặc. Tiếng tốt rộng lớn không ai chẳng nghe biết.

- Xem các thế gian đều đối trước mắt. Diễn pháp tạng sâu như biển vô tận. - - Phóng đại quang minh chiếu khắp mười phương.

- Nếu có ai thấy chư đại Bồ-Tát này thời phá tất cả núi lớn chướng ngại, thời nhổ tất cả gốc bất thiện, thời khiến gieo trồng gốc lành quảng đại.

- Những bậc như vậy rất khó thấy được rất khó xuất hiện thế gian.

- Ta làm sao biết được nói được công đức hạnh đó.

(Kinh Hoa Nghiêm, phẩm 39. Nhập Pháp Giới)

11.12. ĐỒNG TỬ TỰ TẠI CHỦ
- Môn Nhất Thiết Công Xảo Thần Thông Trí Pháp Môn

Ở nước Danh Văn, có đồng tử Tự Tại Chủ cư trú và đang ở bãi sông cùng mười ngàn đồng tử gom cát để chơi.

Tự Tại Chủ đồng tử nói:

Thuở xưa, ta ở chỗ Văn Thù Sư Lợi Đồng Tử học những pháp thơ số toán ấn v.v… liền được ngộ nhập ***nhất thiết công xảo thần thông trí pháp môn***.

(Kinh Hoa Nghiêm, phẩm 39. Nhập Pháp Giới)

11.12.a.Nhất thiết công xảo thần thông trí pháp môn

- Ta nhơn pháp môn này nên được biết những pháp thơ số toán ấn giới xứ ở thế gian, cũng có thể chữa lành tất cả những bịnh phong điên ốm gầy quỷ mị dực v.v…

- Ta lại khéo phân biệt biết thân tướng chúng sanh, làm lành dữ, sẽ sanh cõi lành, sẽ sanh cõi ác.

- Ta cũng biết ***Bồ-Tát toán pháp***. Vô số lần vô số làm một vô số chuyển. Vô số chuyển lần vô số chuyển làm một vô lượng… Bất khả thuyết bất khả thuyết lần bất khả thuyết bất khả thuyết làm một bất khả thuyết bất khả thuyết chuyển.

- Ta dùng Bồ-Tát toán pháp này để toán đồng cát rộng lớn vô lượng do tuần, đều biết trong đó có bao nhiêu hột cát.

- Cũng có thể toán biết phương Đông có tất cả bao nhiêu thế giới sai khác thứ đệ an trụ. Chín phương cũng như vậy.

-Ta cũng có thể toán biết mười phương có tất cả bao nhiêu thế giới rộng hẹp lớn nhỏ và danh hiệu, trong đó bao nhiên tên của tất cả kiếp, tên của tất cả Phật, tên của tất cả chúng sanh, tên của tất cả nghiệp, tên của tất cả Bồ-Tát, tên của tất cả đế lý, ta đều biết rõ.

(Kinh Hoa Nghiêm, phẩm 39. Nhập Pháp Giới)

11.12.b.Bồ-Tát xiển dương các Ba la mật

Ta chỉ biết một *pháp môn nhất thiết công xảo đại thần thông trí quang minh* này.

Như chư đại Bồ-Tát có thể biết:

- Tất cả số chúng sanh

- Tất cả số phẩm loại của các pháp

- Số sai biệt của tất cả pháp

- Số tất cả tam thế

- Danh số tất cả chúng sanh

- Danh số tất cả pháp

- Số tất cả Như-Lai

- Danh số tất cả chư Phật

- Số tất cả Bồ-Tát

- Danh số tất cả Bồ-Tát.

Như vậy ta làm sao:

- Biết được nói được công đức đó

- Hiển thị được công hạnh và cảnh giới đó

- Khen được thắng lực đó, biện được lạc dục đó

- Tuyên được trợ đạo đó, bày được đại nguyện đó

- Khen được diệu hạnh đó, xiển dương được các Ba la mật đó

- Diễn nói được thanh tịnh đó, nhẫn đến làm sao phát được trí huệ quang minh thù thắng đó.

(Kinh Hoa Nghiêm, phẩm 39. Nhập Pháp Giới)

11.12.c.Giới thiệu đến Bồ-Tát Ưu bà di Cụ Túc

Phương Nam đây có một thành lớn tên là Hải Trụ. Trong thành ấy có một Ưu bà di tên là Cụ Túc. Ngươi đến đó học Bồ-Tát hạnh.

Thiện Tài đồng tử nghe lời trên đây:

- Cả mình rởn ốc hoan hỷ vô lượng

- Được tâm tin mến hi hữu, thành tựu tâm rộng lớn lợi ích chúng sanh

- Đều có thể thấy rõ tất cả chư Phật thứ đệ xuất thế

- Đều có thể thông đạt pháp luân trí huệ thậm thâm thanh tịnh

- Nơi tất cả các loài đều tùy loại hiện thân

- Rõ biết cảnh giới tam thế bình đẳng

- Xuất sanh vô tận công đức hải

- Phóng đại trí huệ tự tại quang minh

- Mở khóa cửa thành ba cõi.

(Kinh Hoa Nghiêm, phẩm 39. Nhập Pháp Giới)

11.12.d. Thiện tri thức sanh trưởng tất cả gốc mầm pháp lành

Bấy giờ thiện Tài quán sát tư duy lời dạy của thiện tri thức như:

- Biển lớn nhận nước mưa to không nhàm đủ.

- Xuân nhựt sanh trưởng tất cả gốc mầm pháp lành.

- Mãn nguyệt phàm chỗ chiếu đến đều làm cho mát mẻ.

- Núi Tuyết mùa hạ hay làm cho muông thú khỏi nóng khát.

- Mặt nhựt chiếu ao nước thơm làm nở tất cả những hoa sen thiện tâm.

- Châu đại bửu những pháp bửu sung mãn nơi tâm.

- Cây diêm phù chứa nhóm tất cả hoa quả phước trí.

- Đại Long Vương, du hí tự tại trên hư không.

- Núi Tu Di, Đao Lợi Thiên vô lượng thiện pháp ở trong đó.

- Đế Thích chúng hội vây quanh, không ai chói che được, hay phục ngoại đạo và chúng ma quân.

(Kinh Hoa Nghiêm, phẩm 39. Nhập Pháp Giới)

11.13. ƯU BÀ DI CỤ TÚC
- Môn Giải Thoát Bồ-Tát Vô Tận Công Đức Tạng

Thiện Tài đi lần đến thành Hải Trụ tìm đến nhà Ưu bà di Cụ Túc.

Cụ Túc Ưu bà di ngồi trên tòa báu, tuổi lớn xinh đẹp đoan trang đáng kính, mặc y phục trắng, rũ tóc, không đeo chuỗi ngọc.

- Có mười ức tòa ngồi, hơn cả nhơn thiên. Đây đều là do nghiệp lực Bồ-Tát hiện thành.

- Có một vạn đồng nữ xinh đẹp như Thiên nữ vây quanh.

(Kinh Hoa Nghiêm, phẩm 39. Nhập Pháp Giới)

11.13.a. Giải thoát Bồ-Tát vô tận công đức tạng

Cụ Túc Ưu bà di nói: Ta được môn *giải thoát Bồ-Tát vô tận công đức tạng*.

- Có thể ở trong một cái bát nhỏ này, tùy theo sở thích của tất cả chúng sanh, mà xuất hiện các thứ đồ uống ăn ngon lành, làm cho họ đều được no đủ cả.

- Giả sử có trăm ngàn chúng sanh nhẫn đến bất khả thuyết bất khả thuyết chúng sanh, khắp mười phương thế giới, cũng đều tùy sở thích làm cho họ được no đủ cả.

- Giả sử phương Đông trong một thế giới, hàng Thanh Văn, Độc Giác ăn đồ ăn của ta rồi thời đều chứng quả Thanh Văn, quả Bích Chi Phật trụ tối hậu thân.

- Như phương Đông hay chín phương kia cũng đều như vậy. Một thế giới, trăm ức thế giới nhẫn đến bất khả thuyết Phật sát vi trần số thế giới, trong đó tất cả hàng Thanh Văn và Độc Giác hay bậc nhất sanh bổ xứ Bồ-Tát ăn thực phẩm của ta rồi, thời đều chứng quả cội Bồ đề hàng phục ma quân thành Đẳng Chánh Giác, trụ tối hậu thân.

(Kinh Hoa Nghiêm, phẩm 39. Nhập Pháp Giới)

11.13.b. Trăm vạn a tăng kỳ đồng nữ có thể ở nơi cái bát nhỏ đây lấy thượng vị ẩm thực trong khoảng một sát na

Đây là trăm vạn a tăng kỳ đồng nữ, những bậc thượng thủ, đều cùng ta:

- Đồng hạnh

- Đồng nguyện

- Đồng thiện căn

- Đồng một đạo xuất ly

- Đồng thanh tịnh giải

- Đồng thanh tịnh niệm

- Đồng thanh tịnh thú

- Đồng vô lượng giác

- Đồng được thiện căn

- Đồng tâm quảng đại

- Đồng cảnh sở hành

- Đồng lý, đồng nghĩa

- Đồng minh liễu pháp

- Đồng tịnh sắc tướng

- Đồng vô lượng lực

- Đồng tối tinh tấn

- Đồng chánh pháp âm

- Đồng tùy loại âm

- Đồng thanh tịnh đệ nhất âm

- Đồng tán dương vô lượng công đức thanh tịnh

- Đồng nghiệp thanh tịnh, đồng báo thanh tịnh

- Đồng đại từ cứu hộ khắp tất cả

- Đồng đại bi khắp thành thục chúng sanh

- Đồng thân nghiệp thanh tịnh tùy duyên tập khởi làm cho người thấy vui mừng

- Đồng khẩu nghiệp thanh tịnh tùy theo ngữ ngôn thế gian mà tuyên bố pháp hóa

- Đồng qua đạo tràng chúng hội của tất cả chư Phật

- Đồng đến tất cả Phật độ cúng dường chư Phật

- Đồng có thể hiện thấy tất cả pháp môn, đồng trụ Bồ-Tát thanh tịnh hạnh địa.

Này thiện nam từ! Mười ngàn đồng nữ này có thể ở nơi cái bát nhỏ đây lấy thượng vị ẩm thực trong khoảng một sát na, đến khắp mười phương cúng dường tất cả tối hậu thân Bồ-Tát, Thanh Văn, Độc Giác. Nhẫn đến bố thí các loài ngạ quỷ đều khiến no đủ.

(Kinh Hoa Nghiêm, phẩm 39. Nhập Pháp Giới)

11.13.c. Giới thiệu đến Bồ-Tát Minh Trí

Ta chỉ biết *môn giải thoát vô tận phước đức tạng này.*

Như chư đại Bồ-Tát, tất cả công đức như:

- Đại hải rất sâu vô tận

- Hư không rộng lớn vô tế

- Châu như ý thỏa mãn nguyện vọng của chúng sanh

- Tự lạc lớn cầu chi cũng được

- Núi Tu Di nhóm đủ các báu

- Áo tạng thường đựng pháp tài

- Đèn sáng phá những tối tăm

- Lọng cao che mát quần sanh.

Như thế ta làm sao biết được nói được công đức hạnh đó.

Phương Nam đây có một thành tên là Đại Hưng. Trong thành có một Cư Sĩ tên là Minh Trí. Ngươi đến đó hỏi học Bồ-Tát hạnh, tu Bồ-Tát đạo.

(Kinh Hoa Nghiêm, phẩm 39. Nhập Pháp Giới)

11.13.d. Phước đức đại hải

Bấy giờ Thiện Tài đã được:

- Vô tận trang nghiêm phước đức tạng giải thoát môn

- Suy gẫm phước đức đại hải đó

- Quán sát phước đức hư không đó

- Đến phước đức tụ đó, lên núi phước đức đó

- Nhiếp tạng phước đức đó, nhập vực phước đức đó

- Lội ao phước đức đó, tịnh xe phước đức đó

- Thấy kho phước đó, vào cửa phước đức đó

- Đi đường phước đó, tu giống phước đức đó.

(Kinh Hoa Nghiêm, phẩm 39. Nhập Pháp Giới)

11.14. CƯ SĨ MINH TRÍ
- Môn Giải Thoát Tùy Ý Xuất Sanh Phước Đức Tạng
11.14.a. Cảnh giới Bồ-Tát bất tư nghì giải thoát

- Thiện Tài đi lần đến thành Đại Hưng tìm Cư sĩ Minh Trí.

- Cư sĩ Minh Trí tại ngã tư đường chợ, trên đài thất bửu

- Có mười ngàn người đã thành tựu chí nguyện Bồ-Tát. Đều cùng với Cư sĩ Minh Trí đồng thiện căn thuở xưa. Tất cả đều đứng hầu tuân lời sai khiến.

- Có vô lượng chúng sanh từ các phương, các thế giới, các quốc độ, các thành ấp, hình loại khác nhau, chỗ mến thích chẳng đồng, số đông vô biên đều do Bồ-Tát nguyện lực thuở xưa, đều vân tập đến, đều riêng có chỗ mong muốn mà cầu xin đồ vật và pháp thoại.

-Bấy giờ cư sĩ Minh Trí biết đại chúng đã đông đủ, nhiếp niệm giây lát ngước mặt ngó lên hư không.

-Theo chỗ cần dùng của đại chúng mọi đồ cần dùng đều từ trên không rơi xuống, làm cho tất cả đại chúng đều được đầy đủ theo ý muốn.

(Kinh Hoa Nghiêm, phẩm 39. Nhập Pháp Giới)

11.14.b. Hạnh thành tựu món ăn pháp hỉ thiền duyệt

Sau đó Cư sĩ lại vì họ mà thuyết pháp:

Vì những người được món ăn ngon no đủ mà nói những hạnh chứa phước đức. Vì:

- Hạnh lìa nghèo cùng

- Hạnh biết các pháp

- Hạnh thành tựu món ăn pháp hỉ thiền duyệt

- Hạnh tu tập đầy đủ các tướng hảo

- Hạnh tăng trưởng hảo

- Hạnh tăng trưởng thành tựu khó khuất phục

- Hạnh có thể khéo rõ thấy món ăn vô thượng

- Hạnh thành tựu vô tận đại oai đức lực hàng phục ma oán.

Cư sĩ vì những kẻ được thức uống ngon no đủ mà thuyết pháp, làm cho họ bỏ *lìa sự mến chấp sanh tử để nhập Phật pháp vị.*

11.14.c. Vị vô thượng thuyết pháp Cư sĩ vì:

- Những người được vị vô thượng mà thuyết pháp, làm cho họ đều được tướng thượng hảo của chư Phật Như-Lai.

- Những kẻ được xe cộ đầy đủ mà thuyết pháp, làm cho họ đều được ngồi xe Đại thừa.

- Những người được y phục thỏa mãn mà quyết pháp, làm cho họ được y phục tàm quý thanh tịnh. Nhẫn đến được diệu sắc thanh tịnh của Như-Lai.

Cư sĩ đều chăm sóc hoàn bị tất cả đại chúng. Mọi người nghe pháp xong đều trở về bổn xứ.

(Kinh Hoa Nghiêm, phẩm 39. Nhập Pháp Giới)

11.14.d. Môn giải thoát tùy ý xuất sanh phước đức tạng

Cư sĩ Minh Trí vì Thiện Tài đồng tử mà hiển bày cảnh giới Bồ-Tát bất tư nghì giải thoát rồi bảo rằng:

Ta chỉ biết ***môn giải thoát tùy ý xuất sanh phước đức tạng*** này.

Như chư đại Bồ-Tát:

Thành tựu bửu thủ trùm khắp tất cả quốc độ mười phương

Dùng sức tự tại mưa khắp tất cả đồ tự sanh như là:

- Mưa các thứ báu nhiều màu đầy khắp tất cả chỗ ở của chúng sanh và chúng hội đạo tràng của Như-Lai. Hoặc để thành thục tất cả chúng sanh, hoặc để cúng dường tất cả chư Phật.

(Kinh Hoa Nghiêm, phẩm 39. Nhập Pháp Giới)

11.14.e. Giới thiệu đến Bồ-Tát Pháp Bửu Kế

Như vậy ta làm sao biết được nói được những công đức tự tại thần lực đó.

Phương nam đây có một thành lớn tên là Sư tử Cung. Nơi đó có một trưởng giả tên là Pháp Bửu Kế. Ngươi nên đến đó học Bồ-Tát hạnh, tu Bồ-Tát đạo.

Thiện Tài đồng tử vui mừng hớn hở, cung kính tôn trọng giữ lễ đệ tử đối với Cư sĩ. Tự nghĩ rằng:

-Do Cư sĩ này hộ niệm cho tôi, khiến tôi được thấy đạo nhất thiết trí

- Chẳng dứt sự mến nhớ được thấy thiện tri thức

- Chẳng hoại tâm tôn trọng thiện tri thức, thường hay tùy thuận lời dạy của thiện tri thức

- Quyết định tin sâu lời nói của thiện tri thức, hằng phát thâm tâm thờ thiện tri thức.

Thiện Tài đảnh lễ nơi chân Cư sĩ Minh Trí, hữu nhiễu vô lượng vòng, ân cần chiêm ngưỡng từ tạ mà đi.

11.14.f. Thanh tịnh xe phước đức

Thiện Tài đồng tử ở chỗ Minh Trí Cư sĩ được nghe môn giải thoát này rồi, - Thời du hành biển phước đức đó

- Sửa sang ruộng phước đức đó

- Ngưỡng vọng núi phước đức đó

- Xu hướng bến phước đức đó

- Khai phát tạng phước đức đó

- Quán sát pháp phước đức đó

- Thanh tịnh xe phước đức đó

- Ham muốn đồng phước đức đó

- Phát sanh sức phước đức đó, thêm thế lực phước đức đó.

(Kinh Hoa Nghiêm, phẩm 39. Nhập Pháp Giới)

11.15. TRƯỞNG GIẢ PHÁP BẢO KẾ
- Môn Giải Thoát Bồ-Tát Vô Lượng Phước Đức Bửu Tạng

11.15.a. Lâu đài của Trưởng giả Bửu Kế

Thiện Tài đi lần đến thành Sư Tử tìm Trưởng giả Bửu Kế, thấy Trưởng giả này ở trong chợ.

Rồi cùng về nhà của Trưởng giả có 10 tầng và 8 cửa thanh tịnh quang minh làm bằng trăm ngàn diệu bửu. Vô lượng cây báu bày hàng khắp nơi.

- **Tầng dưới** hết thí những đồ uống ăn.

- **Tầng thứ hai** thí những bửu y.

- **Tầng thứ ba** bồ thí tất cả đồ báu trang nghiêm.

- Tầng thứ tư thí những thế nữ và tất cả trân bửu thượng diệu.

- Tầng thứ năm có chư Bồ-Tát nhẫn đến Ngũ địa Bồ-Tát vân

tập, diễn nói các pháp lợi ích chúng sanh, thành tựu tất cả đà la ni môn các tam muội ấn, các tam muội hạnh, trí huệ quang minh.

- Tầng thứ sáu có chư Bồ-Tát đều đã thành tựu trí huệ thậm thâm, minh liễu thông đạt nơi pháp tánh thành tựu môn tổng trì tam muội quảng đại không chướng ngại, chỗ làm vô ngại chẳng trụ hai pháp.

Ở trong bất khả thuyết diệu trang nghiêm đạo tràng mà cùng tập hội ***phân biệt hiển thị môn Bát Nhã Ba la mật*** như:

Môn Bát Nhã Ba la mật tịch tịnh tạng.

Môn Bát nhã Ba la mật khéo phân biệt trí của các chúng sanh.

Môn Bát nhã ba la mật chẳng thể động chuyển.

Môn Bát nhã ba la mật ly dục quang minh.

Môn Bát nhã ba la mật chẳng thể hàng phục.

Môn Bát nhã ba la mật chiếu chúng sanh luân.

Môn hải tạng Bát nhã Ba la mật.

Môn Bát nhã ba la mật phổ nhãn xả đắc.

Môn Bát nhã Ba la mật nhập vô tận tạng.

Môn Bát nhã ba la mật nhập tất cả phương tiện hải.

Môn Bát nhã ba la mật nhập tất cả thế gian hải.

Môn Bát nhã Ba la mật vô ngại biện tài.

Môn Bát nhã Ba la mật tùy thuận chúng sanh.

Môn Bát nhã Ba la mật vô ngại quanh minh.

Môn Bát Ba la mật thường quán túc duyên mà bủa mây pháp.

Diễn thuyết trăm vạn vô số môn Bát nhã Ba la mật như vậy.

- Tầng thứ bảy có chư Bồ-Tát được như hưởng nhẫn, dùng phương tiện trí phân biệt quán sát mà được xuất ly, đều có thể nghe và thọ trì chánh pháp của chư Phật.

- Tầng thứ tám có vô lượng Bồ-Tát cùng hội họp trong đó, đều được thần thông không còn thối đọa. Có thể dùng một âm thanh khắp mười phương cõi. Thân của các Ngài hiện khắp tất cả đạo tràng, cùng khắp pháp giới. Vào khắp Phật cảnh, thấy khắp thân Phật. Ở trong tất cả Phật chúng hội mà làm thượng thủ, diễn thuyết các pháp.

- Tầng thứ chín chư Bồ-Tát nhất sanh bổ xứ tập hội trong đó.

- Tầng thứ mười, chư Phật Như-Lai ngự đầy trong đó.

Từ sơ phát tâm tu Bồ-Tát hạnh siêu xuất sanh tử, thành mãn đại nguyện và thần thông lực, tịnh Phật độ và đạo tràng chúng hội chuyển chánh pháp luân điều phục chúng sanh. Đều làm cho được thấy rõ tất cả như vậy.

(Kinh Hoa Nghiêm, phẩm 39. Nhập Pháp Giới)

11.15.b. Hồi hướng Công đức Cúng dường cho chúng sanh

Ta nhớ thuở quá khứ, quá Phật sát vi trần số kiếp, có thế giới tên là Viên Mãn Trang Nghiêm. Phật hiệu là Vô Biên Quang Minh Pháp Giới Phổ Trang Nghiêm Vương Như-Lai, đầy đủ mười hiệu. Đức Phật đó vào thành, ta tấu nhạc và đốt một nén hương cúng dường.

Trưởng Giả Pháp Bảo Kế từng đem công đức ấy hồi hướng ba chỗ:

- Xa lìa tất cả nghèo cùng khốn khổ.

- Thường thấy chư Phật và thiện tri thứ.

- Hằng nghe chánh pháp.

Do nhơn duyên đó mà được báu này.

(Kinh Hoa Nghiêm, phẩm 39. Nhập Pháp Giới)

11.15.c. Năng lực của chư đại Bồ-Tát

Ta chỉ biết môn *giải thoát Bồ-Tát vô lượng phước đức bửu tạng này*.

Như chư đại Bồ-Tát được:

- Bất tư nghì công đức bửu tạng

- Nhập vô phân biệt Như-Lai thân hải

- Thọ vô phân biệt vô thượng pháp vân

- Tu vô phân biệt công đức đạo cụ

- Khởi vô phân biệt Phổ Hiền hạnh võng

- Nhập vô phân biệt tam muội cảnh giới

- Đồng vô phân biệt Bồ-Tát thiện căn

- Trụ vô phân biệt sở trụ của Như-Lai

- Chứng vô phân biệt tam thế bình đẳng

- Trụ vô phân biệt phổ nhãn cảnh giới

- Trụ tất cả kiếp không có mỏi nhàm.

(Kinh Hoa Nghiêm, phẩm 39. Nhập Pháp Giới)

11.15.d. Giới thiệu đến Bồ-Tát Phổ Nhãn

Ta làm sao biết được được nói được công đức hạnh đó.

Phương Nam đây có một nước tên là Đằng Căn. Nước đó có thành tên là Phổ Môn. Trong thành có một Trưởng giả tên là Phổ Nhãn. Ngươi đến đó học Bồ-Tát hạnh, tu Bồ-Tát đạo.

* Thiện Tài được nghe môn *giải thoát Bồ-Tát vô lượng phước đức bửu tạng* nơi Bửu Kế Trưởng giả rồi, được thâm nhập:

- Vô lượng tri kiến của chư Phật

- An trụ vô lượng thắng hạnh của Bồ-Tát

- Thấu rõ vô lượng phương tiện của Bồ-Tát

- Mong cầu vô lượng pháp môn của Bồ-Tát

- Thanh tịnh vô lượng tín giải của Bồ-Tát

- Minh lợi vô lượng căn của Bồ-Tát

- Thành tựu vô lượng dục lạc của Bồ-Tát

- Thông đạt vô lượng hạnh môn của Bồ-Tát

- Tăng trưởng vô lượng nguyện lực của Bồ-Tát

- Kiến lập tràng vô năng thắng của Bồ-Tát

- Khởi trí Bồ-Tát, chiếu pháp Bồ-Tát.

(Kinh Hoa Nghiêm, phẩm 39. Nhập Pháp Giới)

11.16. TRƯỞNG GIẢ PHỔ NHÃN
- Môn Làm Cho Tất Cả Chúng Sanh Thấy Chư Phật Hoan Hỷ
11.16.a. Công hạnh của Bồ-Tát Phổ Nhãn

Nước Đằng Căn, có thành Phổ Môn. Có trăm ngàn tụ lạc bao vây chung quanh bức tường thành.

Phổ Nhãn Trưởng giả nói:

- Mười phương chúng sanh, những kẻ có bệnh đến ta, ta đều chữa trị cho họ được lành mạnh.

- Lấy nước thơm tắm rửa thân thể họ.

- Ban cho họ những hương hoa, anh lạc, y phục đẹp, những đồ trang sức, đồ ăn thức uống và những vàng bạc, tất cả đều đầy đủ không ai thiếu thốn.

- Rồi sau mới vì họ mà tùy cơ nghi thuyết pháp.

- Vì người tham dục nhiều dạy họ quán bất tịnh.

- Vì người sân hận nhiều dạy họ quán từ bi.

- Vì người ngu si nhiều dạy họ phân biệt các pháp tướng.

- Vì người đẳng phần phiền não dạy họ pháp môn thù thắng.

- Vì muốn cho họ phát bồ đề tâm, nên xưng dương công đức của tất cả chư Phật.

- Vì muốn cho họ khởi lòng đại bi, nên hiển thị sanh tử vô lượng khổ não.

- Vì muốn cho họ tăng trưởng công đức nên tán thán tu tập vô lượng phước trí.

- Vì muốn cho họ phát đại nguyện nên xưng tán công hạnh điều phục chúng sanh.

- Vì muốn cho họ tu Phổ Hiền hạnh, nên nói Bồ-Tát ở tất cả cõi trong tất cả kiếp tu những công hạnh.

- Vì muốn cho họ đủ tướng hảo của Phật, nên tán dương Đàn Ba la mật.

- Vì muốn cho họ được tịnh thân của Phật có thể đến khắp tất cả xứ, nên tán dương Thí Ba la mật.

- Vì muốn cho họ được thân thanh tịnh bất tư nghì của Phật, nên tán dương Nhẫn Ba la mật.

- Vì muốn cho họ được thân vô năng thắng của Phật, nên tán dương Tinh Tấn Ba la mật.

- Vì muốn cho họ được thân thanh tịnh vô đẳng nên tán dương Thiền Ba la mật.

- Vì muốn cho họ hiển hiện Như-Lai thanh tịnh pháp thân, nên tán dương Bát Nhã Ba la mật.

- Vì muốn cho họ hiện Phật thanh tịnh sắc thân, nên tán dương Phương Tiện Ba la mật.

- Vì muốn cho họ hiện thân thanh tịnh quá tất cả Phật độ, nên tán dương Lực Ba la mật.

- Vì muốn cho họ hiện thanh tịnh thân tùy tâm chúng sanh làm cho họ hoan hỷ, nên tán dương Trí Ba la mật.

- Vì muốn cho họ thân rốt ráo thanh tịnh vi diệu nên tán dương lìa hẳn tất cả pháp bất thiện.

(Kinh Hoa Nghiêm, phẩm 39. Nhập Pháp Giới)

11.16.b. Bất động chư căn hương

Ta lại khéo biết phương pháp hòa hiệp tất cả thứ hương như:

- Vô đẳng hương

- Tân đầu ba la hương

- Vô thắng hương

- Giác ngộ hương

- A lô na bạt để hương

- Kiên hắc chiên đàn hương

- Ô lạc ca chiên đàn hương

- Trầm thủy hương

- Bất động chư căn hương.

Ta cầm hương này để cúng dường, thấy khắp chư Phật thỏa mãn bổn nguyện như là:

- Nguyện cứu hộ tất cả chúng sanh.

- Nguyện nghiêm tịnh tất cả cõi Phật.

- Nguyện cúng dường tất cả Như-Lai.

(Kinh Hoa Nghiêm, phẩm 39. Nhập Pháp Giới)

11.16.c. Vô lượng hương

Lúc đốt thứ hương này, trong mỗi mỗi hương phát ra:

- Vô lượng hương, khắp đến mười phương tất cả pháp giới tất cả chư Phật chúng hội đạo tràng

- Hương cung

- Hương điện

- Hương lan can

- Hương tường rào

- Hương hào thành

- Hương cửa nẻo

- Hương lầu gác

- Hương bán nguyệt

- Hương lọng

- Hương tràng

- Hương phan

- Hương trướng

- Hương màn lưới

- Hương hình tượng

- Hương đồ trang nghiêm

- Hương quang minh

- Hương vân vũ

- Xứ xứ sung mãn để làm trang nghiêm.

(Kinh Hoa Nghiêm, phẩm 39. Nhập Pháp Giới)

11.16.d. Chư Phật hoan hỷ

Ta chỉ biết pháp môn *làm cho tất cả chúng sanh thấy chư Phật hoan hỷ.*

Chư đại Bồ-Tát như:

- Đại dược vương

- Hoặc thấy, hoặc nghe, hoặc ghi nhớ, hoặc đồng ở, hoặc đi theo

- Hoặc xưng danh hiệu đều được lợi ích không luống uổng.

Nếu có chúng sanh tạm được gặp gỡ:

- Chư đại Bồ-Tát tất làm cho tiêu diệt tất cả phiền não

- Vào Phật pháp, lìa khổ uẩn

- Dứt hẳn sự kinh sợ về sanh tử

- Đến chỗ nhất thiết trí, vô sở úy, xô dẹp tất cả núi lớn sanh tử, an trụ nơi chỗ vui bình đẳng tịch diệt.

(Kinh Hoa Nghiêm, phẩm 39. Nhập Pháp Giới)

11.16.e. Giới thiệu đến Bồ-Tát Vô Yểm Túc

Ta thế nào biết được nói được hạnh công đức đó?

Phương Nam đây có một thành lớn tên là Đa La Tràng, có một vua tên là Vô Yểm Túc. Ngươi đến đó học Bồ-Tát hạnh và tu Bồ-Tát đạo.

(Kinh Hoa Nghiêm, phẩm 39. Nhập Pháp Giới)

11.16.f. Lời dạy của thiện tri thức

Thiện Tài đồng tử ức niệm tư duy lời dạy của thiện tri thức.

Thiện tri thức có thể nhiếp thọ và thủ hộ khiến không thối chuyển nơi Vô thượng Chánh đẳng Chánh giác. Tư duy như vậy sanh:

- Tâm hoan hỷ

- Tâm tịnh tín

- Tâm quảng đại

- Tâm thơ thới, tâm hớn hở, tâm mừng rỡ, tâm thắng diệu, tâm tịch tịnh, tâm trang nghiêm, tâm vô trước, tâm vô ngại, tâm bình đẳng, tâm tự tại, tâm trụ pháp, tâm ở khắp cõi Phật, tâm thấy Phật trang nghiêm, tâm chẳng bỏ thập lực.

(Kinh Hoa Nghiêm, phẩm 39. Nhập Pháp Giới)

11.17. QUỐC VƯƠNG VÔ YỂM TÚC
– Môn Bồ-Tát Như Huyễn Giải Thoát

11.17.a. Khải năng khuất phục người khác của Bồ-Tát Vô Yểm Túc

Thiện Tài đi lần đến thành Đa La Tràng.

Vua Vô Yểm Túc đang ở chánh điện, ngồi tòa sư tử, tuyên bố pháp hóa điều ngự chúng sanh.

- Phóng đại quang minh chiếu khắp mười phương.

- Lọng báu trên đây che cho nhà vua.

- Vô Yểm Túc Vương có thế lực lớn có thể làm khuất phục chúng khác, không ai địch lại.

- Lấy lụa ly cấu vấn trên đảnh.

- Mười ngàn đại thần cùng xử lý quốc sự.

- Trước mặt nhà vua, hai bên có mười vạn lính mạnh, tay cầm binh khí.

- Những chúng sanh phạm pháp: hoặc trộm vật của người, hoặc hại mạng người, hoặc xâm vợ người, hoặc sanh tà kiến, hoặc khởi sân hận, hoặc tham lam tật đố, thân bị ngũ phược dắt đến chỗ vua, tùy theo chỗ họ phạm mà trị tội:

Hoặc chặt tay chân, hoặc cắt tai mũi, hoặc khoét đôi mắt, hoặc chém đầu, hoặc lột da, hoặc phân thây, hoặc đem nấu, hoặc đem đốt, hoặc dắt lên núi cao xô té xuống. Vô lượng sự hành hình độc ác như vậy.

Tiếng phạm nhơn kêu khóc dường như trong địa ngục Chúng Hiệp.

-Thấy thế, Thiện Tài nghĩ rằng: Tôi vì lợi ích chúng sanh mà cầu Bồ-Tát hạnh, tu Bồ-Tát đạo. Nay nhà vua Vô Yểm Túc này diệt pháp lành tạo đại tội, bức não chúng sanh nhẫn đến giết chết, không sợ bị đọa ác đạo sau này.

Sao tôi lại muốn ở nhà vua này mà cầu chánh pháp, phát tâm đại bi cứu hộ chúng sanh.

(Kinh Hoa Nghiêm, phẩm 39. Nhập Pháp Giới)

11.17.b. Bồ-Tát thiện xảo phương tiện trí chẳng thể nghĩ bàn

Lúc Thiện Tài nghĩ như vậy, trên hư không có trời bảo rằng:

- Bồ-Tát thiện xảo phương tiện trí chẳng thể nghĩ bàn

- Nhiếp thọ chúng sanh trí chẳng thể nghĩ bàn

- Hộ niệm chúng sanh trí chẳng thể nghĩ bàn

- Thành tựu chúng sanh trí chẳng thể nghĩ bàn

- Thủ hộ chúng sanh trí chẳng thể nghĩ bàn

- Độ thoát chúng sanh trí chẳng thể nghĩ bàn

- Điều phục chúng sanh trí chẳng thể nghĩ bàn.

Thiện Tài nghe xong liển đến đảnh lễ nơi chân vua Vô Yểm Túc tâu rằng:

Bạch đại Thánh! Tôi đã phát tâm vô thượng Bồ đề mà chưa biết Bồ-Tát thế nào học Bồ-Tát hạnh, thế nào tu Bồ-Tát đạo? Tôi nghe đức Thánh khéo dạy bảo, xin vì tôi mà giảng nói.

(Kinh Hoa Nghiêm, phẩm 39. Nhập Pháp Giới)

11.17.c. Do thiện nghiệp nên được phước báo cung điện nguy nga

Vua Vô Yểm Túc xử lý quốc sự xong, cầm tay Thiện Tài dắt vào nội cung bảo cùng ngồi, nói rằng:

Người quán sát cung điện của ta ở đây.

Tuân lời nhà vua, Thiện Tài quán sát khắp cung.

- Thấy cung điện này rộng lớn vô tỉ đều làm bằng diệu bửu.

-Mười ức thị nữ đoan trang xinh đẹp khả ái. Phàm chỗ làm đều xảo diệu, lúc dậy lúc nằm đều thừa thuận ý nhà vua.

Vua Vô Yểm Túc bảo Thiện Tài: Này thiện nam tử! Nếu ta thiệt gây ác nghiệp thời sao lại được quả báo tốt đẹp này, sắc thân như đây, quyến thuộc như vậy, giàu sang như vậy, tự tại như vậy?

(Kinh Hoa Nghiêm, phẩm 39. Nhập Pháp Giới)

11.17.d. Bồ-Tát như huyễn giải thoát

Ta được ***Bồ-Tát như huyễn giải thoát.***

- Nước của ta, dân chúng nhiều người làm việc trộm cướp giết hại nhẫn đến tà kiến.

-Dùng phương tiện khác không thể làm cho họ bỏ ác nghiệp.

- Ta vì điều phục chúng sanh đó mà hóa hiện những người ác tạo tội nghiệp bị hành hình khốn khổ.

-Làm cho những dân chúng làm ác nghe thấy mà kinh sợ chừa ác làm lành phát tâm Bồ đề.

- Ta dùng phương tiện thiện xảo như vậy làm cho dân ***chúng bỏ mười ác nghiệp mà an trụ nơi mười hạnh lành,*** rốt ráo khoái lạc, rốt ráo an ổn, rốt ráo trụ ở bực Nhứt thiết trí.

- *Thân, ngữ, ý của ta chưa từng não hại đến một chúng sanh.*

-Như tâm ý của ta, thà ở vị lai chịu vô gián khổ, chớ trọn không móng một niệm làm khổ cho một con muỗi con kiến, huống lại làm khổ người. Vì người là phước điền có thể sanh tất cả những pháp lành.

(Kinh Hoa Nghiêm, phẩm 39. Nhập Pháp Giới)

11.17.e. Vô sanh nhẫn

*Ta chỉ được môn *Bồ-Tát như huyễn giải thoát* này.

Như chư đại Bồ-Tát được vô sanh nhẫn biết:

- Những loài hữu lậu đều như huyễn.

- Những hạnh Bồ-Tát như hóa.

- Tất cả thế gian đều như bóng.

- Tất cả pháp đều như mộng.

- Nhập chân như tướng vô ngại pháp môn.

- Tu hành đế võng tất cả công hạnh.

- Dùng trí vô ngại đi trong các cảnh giới.

- Nhập khắp tất cả bình đẳng tam muội.

- Nơi đà la ni đã tự tại.

Mà ta làm sao nói được, biết được công đức hạnh đó.

(Kinh Hoa Nghiêm, phẩm 39. Nhập Pháp Giới)

11.17.f. Giới thiệu đến Bồ-Tát Đại Quang

Phương Nam đây có thành tên là Diệu Quang. Nhà vua tên là Đại Quang. Ngươi qua đó học Bồ-Tát hạnh, tu Bồ-Tát đạo.

Bấy giờ Thiện Tài nhứt tâm chánh niệm:

- *Pháp môn như huyễn trí* của nhà vua.

- Tư duy như huyễn giải thoát của nhà vua.

- Quán sát pháp tánh như huyễn của nhà vua.

- Phát như huyễn nguyện.

- Tịnh như huyễn pháp.

Khắp ở tất cả tam thế như huyễn mà khởi những biến hóa như huyễn.

(Kinh Hoa Nghiêm, phẩm 39. Nhập Pháp Giới)

11.18. VUA ĐẠI QUANG
- Môn Tam Muội Bồ-Tát Đại Từ Tùy Thuận Thế Gian

Thiện Tài đi qua đồng hoang hang hố hiểm nạn, vẫn không mỏi lười, chưa từng ngơi nghỉ. Sau đó mới đến thành Diệu Quang xây bằng thất bửu: kim, ngân, lưu ly, pha lê, chân châu, xa cừ, mã não.

-Trong thành có mười ức đường sá. Mỗi hai bên đường đều có vô lượng nhân dân ở.

-Có vô số lầu gác bằng vàng diêm phù đàn, lưới tỳ lưu ly ma ni che phía trên.

-Khắp nơi kiến lập bửu cái tràng phan.

Trong thành Diệu Quang có một lâu các tên là chánh pháp tạng, trang nghiêm với vô số bửu vật chói sáng rực rở không gì sánh bằng, nhìn xem không chán.

Vua Đại Quang thường ở trong lầu này.

(Kinh Hoa Nghiêm, phẩm 39. Nhập Pháp Giới)

11.18.a. Bồ-Tát đại từ tràng hạnh

Vua nói: Ta *tịnh tu Bồ-Tát đại từ tràng hạnh*. Ta đầy đủ Bồ-Tát đại từ tràng hạnh.

- Ta ở chỗ vô lượng trăm ngàn muôn ức nhẫn đến bất khả thuyết bất khả thuyết đức Phật hỏi han pháp này, tư duy quán sát tu tập trang nghiêm.

- Ta dùng pháp này làm vua, dùng pháp này dạy bảo… tuyệt dòng sanh tử, vào biển chơn pháp, dứt những loài hữu lậu, cầu nhất thiết trí, tịnh những biển tâm, phát sanh đức tin bất hoại.

- Ta đã an trụ nơi hạnh đại từ tràng này, có thể dùng chánh pháp giáo hóa thế gian.

- Trong quốc độ của ta, tất cả chúng sanh, đối với ta, không có sự kinh sợ.

- Nếu có chúng sanh nghèo cùng khốn thiếu đến ta để cầu xin, ta mở cửa kho, cho họ tha hồ mà lấy.

- Chớ làm điều ác, chớ hại chúng sanh, chớ sanh tà kiến, chớ có chấp trước.

- *Thành Diệu Quang này tất cả chúng sanh đều là Bồ-Tát phát tâm Đại thừa*, tùy ý muốn nên chỗ thấy chẳng đồng.

- Nếu có chúng sanh, tâm họ thanh tịnh từng gieo trồng căn lành, cúng dường chư Phật, phát tâm xu hướng đạo nhất thiết trí lấy nhất thiết trí làm chỗ cứu cánh… Ta vì thương họ, muốn cứu độ họ mà nhập môn tam muội đại từ tùy thuận thế gian.

- Trong quốc độ đây lúc đời ngũ trược, tất cả chúng sanh phần nhiều thích làm ác…

(Kinh Hoa Nghiêm, phẩm 39. Nhập Pháp Giới)

11.18.b. Nhập tam muội đại từ tùy thuận thế gian

- Lúc ta nhập tam muội này những chúng sanh làm ác kia, có những tâm bố úy, tâm não hại, tâm oán thù, tâm tránh luận, đều tiêu diệt tất cả. Tại sao vậy?

Vì khi nhập tam muội đại từ tùy thuận thế gian thời công năng của tam muội này tất nhiên là như vậy.

Chờ giây lát ngươi sẽ tự thấy.

Bấy giờ Đại Quang Vương liền nhập tam muội này.

Cả *thành Diệu Quang, trong ngoài đều chấn động sáu cách* như những bửu địa, bửu tường, bửu đường, bửu điện, bửu đài quán, bửu lâu các, thềm bực, cửa nẻo, tất cả đều phát ra tiếng diệu âm, đều hướng về phía vua Đại Quang.

- Trong *thành Diệu Quang* tất cả cư dân đồng thời vui mừng hớn hở, đều hướng về phía nhà vua mà gieo mình đảnh lễ.

- Tất cả nhơn chúng trong thôn dinh thành ấp đều đến ra mắt vua, đều hoan hỉ kính lễ.

- Gần chỗ vua ở, những loài điểu thú đều yêu mến săn sóc nhau, đều có lòng mến kính nhà vua.

- Tất cả núi đồi và cây cỏ đều xoay hướng về phía nhà vua.

- Tất cả ao, suối, sông, biển thảy đều tràn nước chảy đến phía trước chỗ vua ngự.

- Có mười ngàn Long Vương nổi mây lớn thơm, nhoáng chớp nổ sấm mưa nhỏ pháy pháy.

- Có mười ngàn Thiên Vương, Tha Hóa Tự Tại Thiên vương v.v… Ở trên hư không tấu nhạc.

- Vô số Thiện nữ ca ngâm khen ngợi, mưa vô số mây thơm… vô số thế nữ ca ngâm khen ngợi.

-Trong Diêm Phù Đề lại có vô lượng trăm ngàn vạn ức La

Sát Vương… ở lục địa, uống huyết ăn thịt, tàn hại chúng sanh, tất cả đều sanh từ tâm, nguyện làm lợi ích, biết rõ đời sau nên chẳng tạo điều ác, cung kính chắp tay đảnh lễ Đại Quang Vương.

- Như Diêm Phù Đề, ba thiên hạ khác, nhẫn đến Đại Thiên thế giới, trong mười phương bá thiên vạn ức na do tha thế giới có bao nhiêu chúng sanh độc ác đều cũng phát từ tâm như vậy.

(Kinh Hoa Nghiêm, phẩm 39. Nhập Pháp Giới)

11.18.c. Diệu dụng của chư đại Bồ-Tát

-Bấy giờ Đại Quang Vương xuất định bảo Thiện Tài rằng:

Ta chỉ biết **môn tam muội Bồ-Tát đại từ tùy thuận thế gian**.

- Làm lọng cao, vì từ tâm che khắp các chúng sanh.

- Chuyên tu hành, vì những hạnh hạ trung thượng đều bình đẳng thật hành.

- Làm đại địa, vì có thể dùng từ tâm nhiệm trì tất cả những chúng sanh.

- Làm mặt trăng tròn, vì phước đức quang minh ở trong thế gian bình đẳng hiển hiện.

- Làm mặt nhật sáng, vì dùng trí quang minh chiếu diệu tất cả cảnh sở tri.

- Làm đèn sáng, vì có thể phá những hắc ám trong tâm của tất cả chúng sanh.

- Làm thủy thanh châu, có thể lóng trong những chất đục siểm cuống trong tâm của tất cả chúng sanh.

- Làm như ý bửu, vì có thể thỏa mãn tâm sở nguyện của tất cả chúng sanh.

- Làm đại phong, vì mau làm cho chúng sanh tu tập tam muội nhập đại thành Nhứt thiết trí.

(Kinh Hoa Nghiêm, phẩm 39. Nhập Pháp Giới)

11.18.d. Giới thiệu đến Bất Động Ưu bà di

Ta làm sao biết được hạnh Nhứt thiết trí, nói được hạnh đức đó

Làm sao cân lượng được núi lớn phước đức đó

Làm sao chiêm ngưỡng được ngôi sao sáng công đức đó

Làm sao quán sát được phong luân đại nguyện đó

Làm sao xu nhập được pháp môn thậm thâm đó

Làm sao hiển thị được đại hải trang nghiêm đó

Làm sao xiển minh được hạnh môn Phổ Hiền đó

Làm sao khai thị được hàng tam muội

Làm sao tán thán được mây đại bi đó.

Phương Nam đây có một vương đô tên là An Trụ, có Ưu bà di tên là Bất Động.

Ngươi đến đó học Bồ-Tát hạnh và tu Bồ-Tát đạo.

(Kinh Hoa Nghiêm, phẩm 39. Nhập Pháp Giới)

11.18.e. Tư duy môn Bồ-Tát tùy thuận thế gian tam muội quang minh

* Thiện Tài đồng tử ra khỏi thành Diệu Quang đi theo đường lớn về phía Nam

- Chánh niệm tư duy ý nghĩa của vua Đại Quang đã dạy

- Nhớ môn Bồ-Tát đại từ tràng hạnh

- Tư duy môn Bồ-Tát tùy thuận thế gian tam muội quang minh

- Tăng trưởng sức phước đức tự tại nguyện bất tư nghì đó

- Kiên cố trí bất tư nghì thành tựu chúng sanh đó

- Quán sát đại oai đức bất tư nghì cộng thọ dụng đó

- Ghi nhớ tướng bất tư nghì sai biệt đó

- Suy gẫm quyến thuộc thanh tịnh bất tư nghì đó.

(Kinh Hoa Nghiêm, phẩm 39. Nhập Pháp Giới)

11.18.f. Hạnh bất tư nghì

Suy xét công hạnh bất tư nghì đó sanh:

- Tâm hoan hỉ

- Tâm tịnh tín

- Tâm mãnh lợi

- Tâm hân duyệt

- Tâm dũng dước

- Tâm khánh hạnh

- Tâm vô trược uế

- Tâm thanh tịnh

- Tâm kiên cố

- Tâm quảng đại

- Tâm vô tận.

(Kinh Hoa Nghiêm, phẩm 39. Nhập Pháp Giới)

11.18.g. Thiện tri thức là chỗ xuất sanh tất cả công đức

Thiện Tài tư duy như vậy buồn khóc rơi lệ nghĩ thiện tri thức:

- Thiệt là hi hữu

- Chỗ xuất sanh tất cả công đức

- Xuất sanh tất cả Bồ-Tát hạnh

- Xuất sanh tất cả Bồ-Tát tịnh niệm

- Xuất sanh tất cả đà la ni luân

- Xuất sanh tất cả tam muội quang minh

- Xuất sanh tất cả chư Phật tri kiến

- Mưa khắp tất cả chư Phật pháp vũ

- Hiển thị tất cả Bồ-Tát nguyện môn

- Xuất sanh nan tư trí huệ quang minh

- Tăng trưởng gốc mầm tất cả Bồ-Tát.

(Kinh Hoa Nghiêm, phẩm 39. Nhập Pháp Giới)

11.18.h. Thiện tri thức khai xiển khắp áo nghĩa Đại thừa

Thiện tri thức có thể:

- Cứu hộ khắp tất cả ác đạo

- Có thể diễn thuyết khắp các pháp bình đẳng

- Có thể hiển thị khắp những đường bằng đường hiểm

- Có thể khai xiển khắp áo nghĩa Đại thừa

- Có thể khắp khuyên phát những hạnh Phổ Hiền

- Có thể khắp dẫn đến thành Nhất thiết trí

- Có thể làm cho vào khắp pháp giới đại hải

- Có thể làm cho thấy khắp tam thế pháp hải

- Có thể khắp trao cho chúng Thánh đạo tràng

- Có thể khắp tăng trưởng tất cả bạch pháp.

(Kinh Hoa Nghiêm, phẩm 39. Nhập Pháp Giới)

11.18.i. Công đức được gần bậc Nhứt thiết trí

Lúc Thiện Tài bi ai tư niệm như vậy, đức Như-Lai khiến Thiên Vương hiện trên hư không bảo rằng:

- Có ai tu hành đúng lời dạy của thiện tri thức, chư Phật Thế Tôn thảy đều hoan hỷ.

- Có ai tùy thuận theo lời của thiện tri thức thời được gần bậc Nhứt thiết trí.

- Có ai đối với lời của thiện tri thức không nghi hoặc thời thường gặp gỡ tất cả thiện hữu.

- Có ai phát tâm nguyện thường chẳng rời thiện trì thức thời được đầy đủ tất cả nghĩa lợi.

Ngươi nên đến Vương đô An Trụ sẽ được gặp Bất Động Ưu bà di đại thiện tri thức.

(Kinh Hoa Nghiêm, phẩm 39. Nhập Pháp Giới)

11.19. ƯU BÀ DI BẤT ĐỘNG
- Môn Giải Thoát Bồ-Tát Nan Tồi Phục Trí Huệ Tạng

11.19.a. Năm trăm môn tam muội

Thiện Tài từ tam muội trí quang minh dậy.

- Đi lần đến thành An Trụ tìm hỏi Bất Động Ưu bà di, là đồng nữ đang ở nhà với cha mẹ và đang cùng vô lượng chúng nhơn diễn nói diệu pháp.

- Vào trong nhà Bất Động Ưu bà di, thấy ánh sáng màu chơn kim chiếu khắp nơi, người gặp ánh sáng này thời thân tâm mát mẻ.

Ánh sáng chiếu đến thân, Thiện Tài liền *chứng được năm trăm môn tam muội* như là:

- Môn tam muội rõ tất cả tướng hy hữu

- Môn tam muội nhập tịch tịnh

- Môn tam muội xa lìa tất cả thế gian

- Môn tam muội phổ nhãn xả đắc

- Môn tam muội Như-Lai tạng, v.v…

Do được năm trăm môn tam muội nên thân tâm nhu nhuyến như thai bảy ngày.

Lại nghe mùi hương, cõi trời cõi người không có được.

(Kinh Hoa Nghiêm, phẩm 39. Nhập Pháp Giới)

11.19.b. Ưu bà di tướng hảo đoan trang xinh đẹp hơn người

Thiện Tài đến chỗ Ưu bà di cung kính chắp tay nhất tâm quán sát, thấy hình sắc của Ưu bà di đoan trang xinh đẹp. Tất cả nữ nhơn trong mười phương thế giới không ai sánh kịp huống là có người hơn. Chỉ trừ đức Như-Lai và chư quán đảnh Bồ-Tát.

Miệng Ưu bà di phát ra diệu hương.

Cung điện rất trang nghiêm và quyến thuộc của Ưu bà di này không đâu sánh bằng.

- Tất cả chúng sanh *không ai sanh tâm nhiễm trước* đối với Ưu bà di này.

- Nếu ai được tạm *thời thấy Ưu bà di này thời tất cả phiền não thảy đều tự tiêu diệt,* ví như *trăm ngàn Đại Phạm Thiên Vương, quyết định chẳng sanh phiền não cõi Dục.*

(Kinh Hoa Nghiêm, phẩm 39. Nhập Pháp Giới)

11.19.c. Môn giải thoát Bồ-Tát nan tồi phục trí huệ tạng

Bất Động Ưu Bà Di nói các pháp môn mà đồng nữ đã chứng:

- Môn **giải thoát Bồ-Tát nan tồi phục trí huệ tạng**.

- Bồ-Tát kiên cố thọ trì hạnh giải thoát môn.

- Bồ-Tát nhất thiết pháp bình đẳng địa tổng trì môn.

- Bồ-Tát chiếu minh nhất thiết pháp biện tài môn.

- Bồ-Tát cầu nhất thiết pháp vô bì yểm tam muội môn.

(Kinh Hoa Nghiêm, phẩm 39. Nhập Pháp Giới)

11.19.d. Ngửi Diệu hương của Phật, phát tâm bồ đề

Quá khứ có một kiếp tên là Ly Cấu, Phật hiệu Tu Tý.

Thuở đó có Quốc Vương tên là Điển Thọ chỉ sanh một gái, chính là tiền thân của ta.

Một đêm khuya, công nương nghe diệu hương của Phật thân thể nhu nhuyến, lòng hoan hỷ.

Đức Phật biết tâm niệm của công nương và bảo công nương nên phát tâm:

- Bất khả hoại, diệt các phiền não.

- Vô năng thắng, phá các chấp trước.

- Không thối khiếp, nhập các pháp môn.

- Nhẫn nại, cứu chúng sanh ác.

- Không mê hoặc, thọ sanh khắp các loài.

- Không nhàm đủ, cầu thấy chư Phật không thôi ngớt.

- Không biết đủ, lãnh thọ tất cả pháp vũ của Như-Lai.

- Chánh tư duy, sanh khắp tất cả Phật pháp quang minh.

- Đại trụ trì, chuyển khắp tất cả chư Phật pháp luân.

- Rộng lưu thông, tùy sở thích của chúng sanh mà ban cho pháp bửu.

(Kinh Hoa Nghiêm, phẩm 39. Nhập Pháp Giới)

11.19.e. Tâm như kim cang

Công nương nghe Phật dạy những pháp như vậy liền phát tâm:

- Cầu Nhứt thiết trí

- Cầu Phật thập lực

- Cầu Phật biện tài

- Cầu Phật quang minh

- Cầu Phật sắc thân

- Cầu Phật tướng hảo

- Cầu Phật chúng hội

- Cầu Phật quốc độ

- Cầu Phật oai nghi

- Cầu Phật thọ mạng.

Tâm của Công nương như kim cang, tất cả phiền não nhẫn đến Nhị thừa đều không phá hoại được.

(Kinh Hoa Nghiêm, phẩm 39. Nhập Pháp Giới)

11.19.f. Nhiều vi trần số kiếp, chẳng móng một tâm niệm ái

Từ đời làm Công nương phát tâm như vậy đến nay, trải qua Diêm Phù Đề vi trần số kiếp:

- Chẳng móng một tâm niệm ái dục, huống là làm sự ấy.

- Đối với quyến thuộc chẳng khởi một niệm sân hận, huống là với chúng sanh khác.

- Không có một niệm ngã kiến, huống là có niệm ngã sở đối với đồ vật.

- Lúc chết lúc sanh và lúc ở trong bào thai chưa từng mê muội sanh trưởng chúng sanh và tâm vô ký, huống là những lúc khác.

- Tùy thấy một đức Phật nào, chưa từng quên mất, huống là Bồ-Tát thập nhãn ngó thấy.

- Thọ trì tất cả Như-Lai chánh pháp, chưa từng quên sót một chữ một câu, nhẫn đến tất cả ngôn từ của thế tục còn chẳng quên mất, huống là lời từ kim khẩu của đức Như-Lai.

- Thọ trì tất cả Như-Lai pháp hải, không một câu một chữ nào mà chẳng tư duy quán sát nhẫn đến tất cả pháp thế tục cũng như vậy.

- Thọ trì tất cả pháp hải như vậy chưa từng ở trong một pháp mà chẳng được tam muội, nhẫn đến những kỹ thuật thế gian, mỗi mỗi pháp cũng đều như vậy.

- Trụ trì tất cả Như-Lai pháp luân, tùy pháp đã trụ trì chưa từng bỏ một chữ một câu, nhẫn đến chưa sanh thế trí, chỉ trừ khi vì muốn điều phục chúng sanh.

- Thấy chư Phật hải chưa từng ở chỗ một đức Phật nào mà chẳng thành tựu đại nguyện thanh tịnh, nhẫn đến ở chỗ Hóa Phật cũng như vậy.

- Thấy chư Bồ-Tát tu hành diệu hạnh không có một hạnh nào mà chẳng thành tựu.

- Có bao nhiêu chúng sanh, không có một chúng sanh nào mà ta chẳng khuyên phát tâm Vô thượng Bồ đề, chưa từng khuyên ai phát tâm Thanh Văn, Bích Chi Phật.

- Nơi tất cả Phật pháp, nhẫn đến chẳng nghi hoặc có một câu một chữ.

(Kinh Hoa Nghiêm, phẩm 39. Nhập Pháp Giới)

11.19.g. Nhập vô biên thế giới võng môn

Từ ấy đến nay, ta thường:

- Thấy chư Phật, Bồ-Tát, chơn thiện tri thức, chư Phật nguyện

- Nghe Bồ-Tát hạnh, Bồ-Tát ba la mật môn

- Nghe Bồ-Tát địa trí quang minh môn

- Nghe Bồ-Tát vô tận tạng môn, nhập vô biên thế giới võng môn

- Xuất sanh vô biên chúng sanh giới nhơn môn

- Dùng trí huệ quang minh thanh tịnh diệt trừ tất cả chúng sanh phiền não

- Dùng trí huệ sanh trưởng tất cả chúng sanh thiện căn

- Tùy chúng sanh sở thích mà hiện thân

- Thường dùng ngôn âm thượng diệu thanh tịnh khai ngộ pháp giới tất cả chúng sanh.

(Kinh Hoa Nghiêm, phẩm 39. Nhập Pháp Giới)

11.19.h. Bất Động Ưu bà di

- Ngồi trên tòa long tạng sư tử

- Nhập cầu nhất thiết pháp vô yểm túc trang nghiêm tam muội môn

- Bất không luân trang nghiêm tam muội môn

- Thập lực trí luân hiện tiền tam muội môn

- Phật chủng vô tận tạng tam muội môn

- Nhập một vạn tam muội môn như vậy.

Lúc Ưu bà di nhập tam muội môn này, mười phương đều có bất khả thuyết Phật sát vi trần số thế giới chấn động sáu cách, đều bằng lưu ly đều thanh tịnh.

(Kinh Hoa Nghiêm, phẩm 39. Nhập Pháp Giới)

11.19.i. Như-Lai phóng quang minh
võng chiếu khắp pháp giới

Trong mỗi mỗi thế giới có:

- Trăm ức ức tứ thiên hạ, trăm ức Như-Lai,

- Hoặc trụ Đâu suất Thiên, nhẫn đến nhập Niết bàn

- Mỗi mỗi Như-Lai phóng quang minh võng chiếu khắp pháp giới

- Đạo tràng chúng hội thanh tịnh vây quanh chuyển diệu pháp luân khai ngộ quần sanh.

Bất Động Ưu bà di xuất tam muội, hỏi Thiện Tài: Ngươi có thấy chăng?

Thiện Tài thưa: Vâng! Tôi đã thấy.

Bất Động Ưu bà di nói: Ta chỉ được *"Cầu nhứt thiết pháp vô yểm túc tam muội quang minh"* này, vì tất cả chúng sanh mà nói vi diệu pháp đều làm cho hoan hỷ.

Như chư đại Bồ-Tát:

- Du hành hư không vô ngại như Kim Sí Điểu

- Có thể vào tất cả chúng sanh đại hải

- Thấy có ai thiện căn đã thành thục, liền bắt lấy để trên bờ Bồ đề.

Lại như thương gia vào đại bửu đảo lượm lấy Như-Lai thập lực trí bửu.

Ta thế nào biết được nói được công đức hạnh ấy.

(Kinh Hoa Nghiêm, phẩm 39. Nhập Pháp Giới)

11.19.j. Giới thiệu đến Tiên Ông Biến Hành

Phương Nam đây có một đại thành tên là Vô Lượng Đô Tát La. Trong thành đó có một xuất gia ngoại đạo tên là Biến Hành.

Ngươi đến đó học Bồ-Tát hạnh, tu Bồ-Tát đạo.

(Kinh Hoa Nghiêm, phẩm 39. Nhập Pháp Giới)

11.20. TIÊN ÔNG BIẾN HÀNH
– Môn Chí Nhất Thiết Xứ Bồ-Tát Hạnh

Thành đông có núi Thiện Đức, nơi Tiên ông Biến Hành tu tập.

Biến Hành ngoại đạo đang đi kinh hành trên núi.

- Có mười ngàn trời Phạm Chúng vây quanh.

Biến Hành nói ngài đã an trụ:

- Chí nhất thiết xứ Bồ-Tát hạnh

- Thành tựu phổ quán thế gian tam muội môn

- Thành tựu vô y vô tác thần thông lực

- Thành tựu phổ môn Bát Nhã Ba la mật.

(Kinh Hoa Nghiêm, phẩm 39. Nhập Pháp Giới)

11.20.a. Thân bất hoại của Phật

Ta ở khắp nơi trong thế gian, những hình mạo, những hạnh giải, những chết sống, tất cả các loài: Loài Trời, loài Rồng, loài Dạ Xoa, loài Càn Thát Bà, loài A Tu La, loài Ca Lâu La, loài Khẩn Na La, loài Ma Hầu La Già, Địa ngục, Súc sanh, Diêm La Vương, loài Phi Nhơn, loài Người.

Tất cả các loài hoặc trụ kiến chấp, hoặc tin Nhị thừa, hoặc có kẻ tin ưa đạo Đại thừa… Ta dùng những phương tiện, những trí môn mà làm lợi ích cho họ.

Vì họ mà diễn nói tất cả kỹ nghệ thế gian cho họ được đầy đủ.

Vì họ mà diễn nói những công đức của Như-Lai Đẳng Chánh Giác, cho họ thích thân Phật, cầu Nhứt thiết trí.

Vì họ mà diễn nói oai đức của chư Phật cho họ ưa thích thân bất hoại của Phật.

Vì họ mà diễn nói thân tự tại của Phật, cho họ cầu thân đại oai đức của Như-Lai.

(Kinh Hoa Nghiêm, phẩm 39. Nhập Pháp Giới)

11.20.b. Tùy hiện sắc thân và ngôn từ mà độ sanh

Trong thành Đô Tát La này khắp mọi nơi, tất cả tộc loại, trong nhơn chúng hoặc nam hoặc nữ, ta đều dùng phương tiện thị hiện đồng thân hình như họ, để tùy cơ nghi mà thuyết pháp độ họ như:

- Diêm Phù Đề, ba thiên hạ kia cũng vậy.

- Tứ thiên hạ, khắp Đại Thiên thế giới cũng vậy.

- Đến mười phương vô lượng thế giới các chúng sanh hải, ta đều ở trong đó tùy tâm sở thích của các chúng sanh, dùng những phương tiện, những pháp môn mà hiện những sắc thân dùng các thứ ngôn âm mà vì họ thuyết pháp cho họ được lợi ích.

(Kinh Hoa Nghiêm, phẩm 39. Nhập Pháp Giới)

11.20.c. Diệu dụng của chư đại Bồ-Tát

Ta chỉ biết *"Chí nhất thiết xứ Bồ-Tát hạnh"* này.

Như chư đại Bồ-Tát:

- Thân cùng đồng với số chúng sanh

- Được cùng chúng sanh không thân sai khác

- Dùng thân biến hóa, vào khắp các loài

- Nơi tất cả xứ đều hiện thọ sanh

- Hiện ở khắp chỗ chúng sanh thanh tịnh quang minh soi sáng thế gian

- Dùng vô ngại nguyện trụ tất cả kiếp

- Được những hạnh vô đẳng như đế võng

- Thường siêng lợi ích tất cả chúng sanh

- Hằng ở chung với họ mà không chấp trước

- Khắp tam thế thảy đều bình đẳng

- Dùng trí vô ngã soi khắp mọi nơi

- Dùng đại bi tạng quán sát tất cả.

Ta thế nào biết được nói được công đức hạnh đó.

(Kinh Hoa Nghiêm, phẩm 39. Nhập Pháp Giới)

11.20.d. Giới thiệu đến Ưu Bát La Hoa

*Phương nam đây có một nước tên là Quảng Đại, nơi đó có Trưởng giả buôn hương tân là Ưu Bát La Hoa. Ngươi đến đó học Bồ-Tát hạnh, tu Bồ-Tát đạo.

(Kinh Hoa Nghiêm, phẩm 39. Nhập Pháp Giới)

11.20.e. Chí nguyện của Thiện Tài đồng tử

- Chẳng đoái thân mạng

- Chẳng ham của báu

- Chẳng thích nhơn chúng

- Chẳng mê ngũ dục

- Chẳng luyến quyến thuộc

- Chẳng trọng ngôi vua.

- Chỉ nguyện cứu độ tất cả chúng sanh

- Chỉ nguyện nghiêm tịnh tất cả Phật độ

- Chỉ nguyện cúng dường tất cả chư Phật

- Chỉ nguyện chứng biết thật tánh của các pháp

- Chỉ biết nguyện tu tập biển công đức lớn của tất cả của Bồ-Tát

- Chỉ nguyện tu hành tất cả công đức trọn không thối chuyển

- Chỉ nguyện hằng ở trong tất cả kiếp dùng đại nguyện lực tu Bồ-Tát hạnh

- Chỉ nguyện vào khắp tất cả chư Phật chúng hội đạo tràng

- Chỉ nguyện nhập một môn tam muội mà hiện khắp tất cả môn tam muội tự tại thần lực

- Chỉ nguyện ở trong một lỗ lông của Phật

- Thấy tất cả Phật tâm không nhàm đủ

- Chỉ nguyện được tất cả pháp trí huệ quang minh

- Có thể thọ trì pháp tạng của chư Phật.

(Kinh Hoa Nghiêm, phẩm 39. Nhập Pháp Giới)

11.21. THƯƠNG GIA ƯU BÁT LA HOA
- Môn Điều Hòa Các Thứ Hương

Thiện Tài đi lần qua thành Quảng Đại, đến chỗ Trưởng giả Ưu Bát La Hoa

11.21a. Hươngcó khả năng trị bịnh

Trưởng giả Ưu Bát La Hoa Ta khéo biết rõ tất cả những thứ hương trị bịnh như:

- Hương dứt ác

- Hương sanh hoan hỷ

- Hương thêm phiền não

- Hương diệt phiền não

- Hương làm cho ở nơi pháp hữu vi sanh ưa mến

- Hương làm cho sanh lòng nhàm lìa pháp hữu vi

- Hương bỏ những kiêu mạn phóng dật

- Hương phát tâm niệm Phật

- Hương chứng hiểu pháp môn

- Hương Thánh thọ dụng

- Hương tất cả Bồ-Tát sai biệt

- Hương tất cả địa vị Bồ-Tát.

Các thứ hương như vậy, hình tướng sanh khởi, xuất hiện thành tựu cảnh giới phương tiện thanh tịnh an ổn, oai đức nghiệp dụng và cùng căn bổn, ta đều biết rõ cả.

Ở nhơn gian có thứ hương tên là Tượng Tạng.

Nếu gió thổi vào trong cung điện, chúng sanh ngửi được, thời trọn bảy ngày đêm hoan hỷ thơ thới, chí ý thanh tịnh.

Ta biết như vậy rồi bèn vì họ mà thuyết pháp, cho họ quyết định phát tâm Vô thượng Bồ đề.

11.21.b. Các thiên hương

Núi Ma La Gia xuất sanh chiên đàn hương tên là Ngưu Đầu. Nếu dùng hương này thoa trên thân, thời dầu vào hầm lửa cũng chẳng bị cháy.

Trong biển có hương tên là Vô Năng Thắng, nếu đem thoa trống và các loa ốc, lúc phát tiếng lên thời tất cả quân địch đều tự thối tán.

Ở bên ao A Nậu Đạt xuất sanh trầm thủy hương tên là Liên Hoa Tạng, nếu đốt chừng bằng hạt mè, thời hơi hương lan khắp Diêm Phù Đề chúng sanh ngửi hương này thời lìa tất cả tội, giới phẩm thanh tịnh.

Núi Tuyết có hương tên là A Lô Na, nếu có chúng sanh ngửi hương này thời tâm họ quyết định lìa những nhiễm trước, ta vì họ mà thuyết pháp, tất cả đều được ly cấu tam muội.

Trong cõi La Sát có thứ hương tên là Hải Tạng. Hương này chỉ có Chuyển Luân Vương được dùng. Nếu đốt một viên hương này để xông, thời Vương và bốn bộ binh đều bay đi trên không.

Trong Trời Thiện Pháp có thứ hương tên là Tịnh Trang Nghiêm, nếu đốt lên một viên, liền khiến khắp chư Thiên đều niệm Phật.

Trời Dạ Ma có thứ hương tên là Tịnh Tạng, nếu đốt lên một viên, thời tất cả trời Dạ Ma đều vân tập đến chỗ Dạ Ma Thiên Vương để nghe pháp.

Trong trời Đâu Suất có thứ hương tên là Tiên Đà Bà, nếu đốt lên một viên, thời nổi mây hương lớn khắp pháp giới, cúng dường tất cả chư Phật, Bồ-Tát.

* Cõi trời Thiện Biến Hóa có thứ hương tên là Đoạt Ý nếu đốt lên một viên thời trong bảy ngày khắp mưa tất cả những đồ trang nghiêm.

11.21.c. Công hạnh siêu việt của các Bồ-Tát

Ta chỉ biết *phương pháp điều hòa các thứ hương* đây.

Như chư đại Bồ-Tát:

- Xa lìa tất cả tập khí của các pháp

- Chẳng nhiễm thế dục

- Dứt hẳn nơm rọ của chúng ma phiền não

- Thoát khỏi cõi hữu lậu

- Dùng hương trí huệ để tự trang nghiêm

- Nơi các thế gian đều không nhiễm trước

- Thành tựu đầy đủ giới vô trước

- Thanh tịnh trí vô trước, đi trong cảnh vô trước

- Ở tất cả xứ đều không chấp trước

- Tâm của các Ngài bình đẳng, không chấp trước, không y tựa.

Ta thế nào biết được diệu hạnh đó, nói được công đức đó, hiểu được giới môn thanh tịnh của các Ngài, thị được công hạnh không sai lầm của các Ngài làm, biện được thân khẩu ý lìa nhiễm của các Ngài.

(Kinh Hoa Nghiêm, phẩm 39. Nhập Pháp Giới)

11.21.d. Giới thiệu đến Bồ-Tát Bà Thi La

Phương Nam đây có một thành lớn tên là Lâu Các, trong thành có một người lái thuyền tên là Bà Thi La. Ngươi đến đó học Bồ-Tát hạnh, tu Bồ-Tát đạo.

(Kinh Hoa Nghiêm, phẩm 39. Nhập Pháp Giới)

11.22. THUYỀN TRƯỞNG BÀ THI LA
– Môn Tịnh Tu Hạnh Bồ-Tát Đại Bi Tràng

Bấy giờ Thiện Tài đi về phía thành Lâu Các, quán sát đường sá cao thấp, bằng hiểm, sạch dơ, cong ngay.

11.22.a. Thân cận thiện tri thức

Tự nghĩ rằng: Tôi phải thân cận thiện tri thức, bởi vì đó là:

- Nhơn thành tựu tu hành những đạo Bồ-Tát

- Nhơn thành tựu tu hành đạo Ba la mật

- Nhơn thành tựu tu hành đạo nhiếp chúng sanh

- Nhơn thành tựu tu hành đạo vào khpháp giới vô ngại

- Nhơn thành tựu tu hành đạo khiến tất cả chúng sanh trừ ác huệ

- Nhơn thành tựu tu hành đạo khiến các chúng sanh lìa kiêu mạn

- Nhơn thành tựu tu hành đạo khiến các chúng sanh diệt trừ phiền não

- Nhơn thành tựu tu hành đạo khiến tất cả chúng sanh bỏ những kiến chấp

- Nhơn thành tựu tu hành đạo khiến các chúng sanh nhỗ tất cả gai ác độc

- Nhơn thành tựu tu hành đạo khiến tất cả chúng sanh đến thành Nhứt thiết trí.

Tại sao vậy? - Vì thiện tri thức được:

- Tất cả thiện pháp

- Đạo Nhứt thiết trí

- Khó thấy khó gặp.

(Kinh Hoa Nghiêm, phẩm 39. Nhập Pháp Giới)

11.22.b. Đại hải pháp phương tiện khai thị Phật công đức hải

Bà Thi La đương đứng trên bờ biển giảng *Đại hải pháp phương tiện khai thị Phật công đức hải.*

- Trăm ngàn thương gia và vô lượng nhơn chúng vây quanh nghe pháp.

Bà Thi La nói: Thiện nam tử đã có thể phát tâm Vô thượng Bồ đề nay lại có thể hỏi:

- Nhơn duyên sanh đại trí

- Nhơn duyên dứt trừ tất cả khổ sanh tử

- Nhơn duyên đến châu đại bửu nhất thiết trí

- Nhơn duyên thành tựu đại thừa bất hoại

- Nhơn duyên xa lìa sự bố úy sanh tử an trụ trong những vòng tam muội tịch tịnh của hàng Nhị thừa

- Nhơn duyên ngồi xe đại nguyện đi khắp mọi nơi thật hành Bồ-Tát hạnh vô ngại thanh tịnh

- Nhơn duyên dùng Bồ-Tát hạnh trang nghiêm nhất thiết trí thanh tịnh

- Nhơn duyên quán sát khắp tất cả các pháp mười phương đều vô ngại thanh tịnh

- Nhơn duyên mau có thể xu nhập biển nhất thiết trí thanh tịnh.

(Kinh Hoa Nghiêm, phẩm 39. Nhập Pháp Giới)

11.22.c. Tịnh tu hạnh Bồ-Tát đại bi tràng

Ta ở trong đường trên bờ biển ngoài cửa thành Lâu Các này mà *tịnh tu hạnh Bồ-Tát đại bi tràng.*

Vì chúng sanh nghèo cùng ở Diêm Phù Đề này mà tu các khổ hạnh để lợi ích họ, thỏa mãn theo sở nguyện của họ, trước đem thế lợi cho họ được đầy đủ rồi ban cho họ chánh pháp cho họ:

- Hoan hỷ

- Tu phước hạnh

- Đạo sanh trí

- Thêm sức thiện căn

- Phát Bồ đề tâm

- Tịnh Bồ đề nguyện

- Vững chắc sức đại bi

- Tu đạo diệt sanh tử

- Chẳng nhàm hạnh sanh tử

- Nhiếp tất cả chúng sanh hải

- Tu tất cả công đức hải

- Chiếu rõ tất cả pháp hải

- Thấy tất cả Phật hải

- Vào Nhứt thiết chủng trí hải.

Ta ở nơi đây suy gẫm như vậy, nghĩ tưởng như là, lợi ích như vậy, cho tất cả chúng sanh.

(Kinh Hoa Nghiêm, phẩm 39. Nhập Pháp Giới)

11.22.d. Trí biết tất cả biển hải và long cung

Ta biết trong biển, tất cả đảo châu báu, tất cả chỗ cung điện của rồng, Dạ Xoa và Bộ Đa.

Ta cũng biết rõ chỗ nước xoáy, chỗ cạn sâu sóng mòi xa gần, màu nước tốt xấu, nhựt, nguyệt, tinh tú vận hành độ số, ngày đêm sớm chiều, thời tiết dài ngắn, thuyền, sắt, gỗ, cứng chắc, mềm yếu, máy móc rít trơn, nước lớn nhỏ, gió nghịch thuận. Tất cả những sự tướng an nguy như vậy, ta đều biết rõ cả, nên đi thời đi, nên đậu thời đậu.

Ta dùng trí huệ đã thành tựu đó để thường lợi ích tất

389

cả chúng sanh.

(Kinh Hoa Nghiêm, phẩm 39. Nhập Pháp Giới)

11.22.e. Tiêu diệt những biển ái dục

Ta dùng thuyền tốt chở các thương gia đi đường yên ổn, lại thuyết pháp cho họ hoan hỷ. Ta đưa họ đến chỗ châu báu, cho họ đầy đủ châu báu. Rồi ta đưa họ về bổn xứ.

Nếu ai thấy thân ta, nghe ta thuyết pháp, thời họ:

- Trọn chẳng còn sợ biển sanh tử, mà được vào biển nhất thiết trí

- Có thể tiêu diệt những biển ái dục

- Có thể dùng trí quang chiếu sáng biển tam thế

- Có thể làm hết biển khổ của tất cả chúng sanh

- Có thể làm sạch tâm hải của tất cả chúng sanh

- Có thể nghiêm tịnh tất cả sát hải

- Có thể qua đến khắp biển lớn mười phương

- Có thể biết khắp căn hải của tất cả chúng sanh

- Rõ biết khắp hạnh hải của tất cả chúng sanh

- Có thể thuận khắp tâm hải của tất cả chúng sanh.

(Kinh Hoa Nghiêm, phẩm 39. Nhập Pháp Giới)

11.22.f. Sự thù thắng của các đại Bồ-Tát

Ta chỉ được *đại bi tràng hạnh này*.

Nếu có ai thấy ta, nghe đến ta, cùng ta đồng ở, nhớ tưởng đến ta, thời đều chẳng phí uổng. Như chư đại Bồ-Tát khéo:

- Du hành trong biển lớn sanh tử

- Chẳng nhiễm tất cả những biển phiền não

- Có thể bỏ tất cả những biển vọng kiến

- Có thể quán sát những biển pháp tánh

- Có thể dùng tứ nhiếp để nhiếp biển chúng sanh

- Đã khéo an trụ biển nhất thiết trí

- Có thể diệt trừ biển chấp trước của tất cả chúng sanh

- Có thể bình đẳng trụ nơi biển tất cả thời gian

- Có thể dùng thần thông độ biển chúng sanh

- Có thể theo thời nghi điều phục biển chúng sanh.

Ta thế nào biết được nói được công đức hạnh đó.

(Kinh Hoa Nghiêm, phẩm 39. Nhập Pháp Giới)

11.22.g. Giới thiệu đến Bồ-Tát Vô Thượng Thắng

Phương Nam đây có thành tên là khả Lạc. Trong thành ấy có Trưởng giả tên là Vô Thượng Thắng. Ngươi đến đó học Bồ-Tát hạnh, tu Bồ-Tát đạo.

(Kinh Hoa Nghiêm, phẩm 39. Nhập Pháp Giới)

11.22.h. Thiện Tài phát tâm

Lúc đó Thiện Tài phát tâm:

- Đại từ cùng khắp, đại bi nhuần thấm tiếp nối không dứt

- Phước đức trí tuệ hai thứ trang nghiêm

- Bỏ rời tất cả phiền não trần cấu, chứng pháp bình đẳng

- Tâm không cao hạ, nhổ gai bất thiện

- Diệt tất cả chướng, kiên cố tinh tấn dùng làm hào tường

- Thậm thâm tam muội làm vườn tược

- Dùng mặt nhựt trí tuệ phá tối vô minh

- Dùng gió phương tiện nở hoa trí tuệ

- Dùng vô ngại nguyện sung mãn pháp giới

- Tâm thường hiện nhập thành nhất thiết trí.

Như vậy mà cầu đạo Bồ-Tát.

(Kinh Hoa Nghiêm, phẩm 39. Nhập Pháp Giới)

11.23. TRƯỞNG GIẢ VÔ THƯỢNG THẮNG
- Pháp Môn Chí Nhất Thiết Xứ Tu Bồ-Tát Hạnh Thanh Tịnh

Thiện Tài đi lần đến thành Khả Lạc.

Trưởng giả Vô Thượng Thắng ở nơi thành Đông, trong rừng vô ưu đại trang nghiêm tràng, có vô lượng thương gia và năm ngàn cư sĩ vây quanh.

(Kinh Hoa Nghiêm, phẩm 39. Nhập Pháp Giới)

11.23.a. Nhân quả tu học

Trưởng giả quản lý phán đoán những sự vụ nhơn gian.

Rồi Trưởng giả lại nhơn đó vì đại chúng mà thuyết pháp khiến họ xa rời:

- Tất cả ngã mạn

- Ngã và ngã sở

- Tích tụ

- Diệt tham xan tật đố

Tâm được thanh tịnh không trược uế

- Tịnh tín

- Thấy Phật thọ trì Phật pháp sanh Bồ-Tát lực

- Khởi Bồ-Tát hạnh

- Nhập Bồ-Tát tam muội

- Được Bồ-Tát trí huệ

- Trụ Bồ-Tát chánh niệm

- Thêm Bồ-Tát chí nguyện.

(Kinh Hoa Nghiêm, phẩm 39. Nhập Pháp Giới)

11.23.b. Vào tất cả cõi học Bồ-Tát hạnh

Lúc tu học thường có thể:

- Hóa độ tất cả chúng sanh

- Hiện thấy tất cả chư Phật

- Nghe tất cả Phật pháp

- Trụ trì tất cả Phật pháp

- Xu nhập tất cả pháp môn

- Vào tất cả cõi học Bồ-Tát hạnh

- Trụ tất cả kiếp tu Bồ-Tát đạo

- Có thể biết thần lực của tất cả Như-Lai

- Có thể được tất cả Như-Lai hộ niệm

- Có thể được tất cả Như-Lai trí huệ.

(Kinh Hoa Nghiêm, phẩm 39. Nhập Pháp Giới)

11.23.c. Độ chúng sanh nơi Dục giới và Chư thiên

Ta thành tựu *"Chí nhất thiết xứ Bồ-Tát hạnh môn"*, sức thần thông vô y vô tác.

Ta ở tại Đại Thiên thế giới này, trong tất cả chúng sanh nơi Dục giới và Chư thiên, vì họ mà thuyết pháp, khiến họ:

- Bỏ phi pháp dứt tranh luận

- Trừ chiến đấu, thôi giận tranh

- Phá oan kiết, mở trói buộc

- Khởi lao ngục, thoát bố úy

- Không sát sanh nhẫn đến không tà kiến

- Thuận làm tất cả pháp lành, khiến họ học tất cả kỹ nghệ, làm lợi ích ở thế gian

- Phân biệt các thứ luận

- Tùy thuận ngoại đạo, vì họ mà giảng thắng trí, cho họ dứt kiến chấp, nhập Phật pháp. Nhẫn đến tất cả Phạm Thiên cõi Sắc, ta cũng vì họ mà nói pháp siêu thắng.

(Kinh Hoa Nghiêm, phẩm 39. Nhập Pháp Giới)

11.23.d. Nghiệp đạo hướng Thiên thế gian

Ở Đại Thiên thế giới này, trong mười bất khả thuyết trăm ngàn ức na do tha Phật sát vi trần số thế giới, ta cũng vì tất cả chúng sanh mà giảng nói Phật pháp, Bồ-Tát pháp, Thanh Văn pháp, Độc Giác pháp.

-Ta giảng nói địa ngục, chúng sanh địa ngục, nghiệp đạo hướng địa ngục.

-Ta giảng nói súc sanh, súc sanh sai biệt, súc sanh thọ khổ, nghiệp đạo hướng súc sanh.

-Ta giảng nói Diêm La Vương thế gian, khổ của Diêm La Vương thế gian, nghiệp đạo hướng Diêm La Vương thế gian.

-Ta giảng nói nhơn gian, khổ vui của nhơn gian, nghiệp đạo hướng nhơn gian.

-Ta giảng nói Thiên thế gian, vui của Thiên thế gian, nghiệp đạo hướng Thiên thế gian.

(Kinh Hoa Nghiêm, phẩm 39. Nhập Pháp Giới)

11.23.e. Diệu công đức của nhất thiết trí

Ta thuyết pháp là vì muốn khai hiển công đức của Bồ-Tát vì giúp chúng sanh:

- Bỏ lìa khổ hoạn sanh tử

- Biết thấy những diệu công đức của nhất thiết trí

- Biết trong các loài mê hoặc thọ khổ

- Biết pháp không chướng ngại

- Hiển thị sở nhơn sanh khởi thế gian

- Hiển thị thế gian tịch diệt là vui

- Khiến chúng sanh bỏ những chấp tưởng

- Khiến chứng pháp vô y của Phật

- Khiến diệt hẳn các phiền não

- Khiến họ có thể chuyển Phật, pháp luân.

(Kinh Hoa Nghiêm, phẩm 39. Nhập Pháp Giới)

11.23.f. Pháp môn chí nhất thiết xứ tu Bồ-Tát hạnh thanh tịnh

Ta chỉ biết *pháp môn chí nhất thiết xứ tu Bồ-Tát hạnh thanh tịnh*, sức thần thông vô y vô tác.

Như chư Bồ-Tát đầy đủ tất cả thần thông tự tại, đều có thể:

- Đến khắp tất cả cõi Phật

- Được bậc phổ nhãn

- Nghe tất cả âm thanh ngôn thuyết

- Trí huệ tự tại vào khắp các pháp

- Dùng tướng lưỡi rộng dài nói bình đẳng

- Thân các Ngài diệu hảo cùng chư Như-Lai rốt ráo không hai không khác

- Trí thân quảng đại vào khắp tam thế cảnh giới không ngăn mé đồng với hư không.

Ta thế nào biết được nói được công đức hạnh đó.

(Kinh Hoa Nghiêm, phẩm 39. Nhập Pháp Giới)

11.23.g. Giới thiệu đến Tỳ Kheo Ni Sư Tử Tần Thân

Phương Nam có quốc độ Thâu Na, thành Ca Lăng Ca Lâm. Nơi đó có Tỳ Kheo Ni Sư Tử Tần Thân đang hoằng pháp. Ngươi đến đó học Bồ-Tát hạnh, tu Bồ-Tát đạo.

(Kinh Hoa Nghiêm, phẩm 39. Nhập Pháp Giới)

11.24. TỲ KHEO NI SƯ TỬ TẦN THÂN
- Môn Giải Thoát Thành Tựu Nhất Thiết Trí
11.24.a. Tỳ Kheo Ni Sư Tử Tần Thân đang thuyết pháp ở vườn Nhựt Quang

Thiện Tài đi lần đến thành Ca Lăng Ca Lâm tìm Tỳ Kheo Ni Sư Tử Tần Thân, người đương thuyết pháp ở vườn Nhựt Quang của Thắng Quang Vương.

Vườn Nhựt Quang có suối chảy, ao mát, tất cả đều bằng thất bửu trang nghiêm.

Có vô lượng thức chim vang tiếng hòa nhã.

Rừng cây bửu chiên đàn rất trang nghiêm, thường tuôn diệu hoa vô tận, như vườn tạp hoa của Thiên Đế Thích.

Lọng báu giăng rộng như đảnh núi Tu Di.

Quang minh chiếu sáng như cung trời Phạm Vương.

(Kinh Hoa Nghiêm, phẩm 39. Nhập Pháp Giới)

11.24.b.Vườn Nhựt Quang có thể chứa chúng sanh trong Đại Thiên thế giới mà không bị chật

- Đây là do công hạnh của Bồ-Tát cảm thành, căn lành xuất thế phát khởi, cúng dường chư Phật sanh ra, tất cả thế gian không đâu sánh bằng.

- Đây là do Tỳ Kheo Ni Sư Tử Tần Thân thấu rõ pháp như huyễn, chứa nhóm phước đức lành thanh tịnh quảng đại mà thành tựu cảnh vườn trang nghiêm này.

Thiên, Long, Bát Bộ vô lượng chúng sanh trong Đại Thiên thế giới đều vào vườn này vẫn không chật hẹp.

Tai sao vậy?   Vì do oai thần bất tư nghì của Tỳ Kheo Ni Sư Tử Tần Thân này khiến nên như vậy.

(Kinh Hoa Nghiêm, phẩm 39. Nhập Pháp Giới)

11.24.c. Các căn điều thuận oai nghi tịch tịnh

* Tỳ Kheo Ni thân tướng đoan nghiêm, oai nghi tịch tịnh.

- Các căn điều thuận như đại tượng vương.

- Tâm không cấu trược như thanh tịnh địa.

- Khắp giúp ích chỗ cầu của mọi người như bửu châu như ý.

- Không nhiễm thế gian nhu hoa sen.

- Tâm vô úy như sư tử vương.

- Hộ trì tịnh giới vững vàng như núi Tu Di.

- Có thể làm cho người thấy lòng được thanh tịnh như diệu hương vương.

- Có thể trừ phiền não của chúng sanh như hương diệu chiên đàn trong núi Tuyết.

(Kinh Hoa Nghiêm, phẩm 39. Nhập Pháp Giới)

11.24.d. Chúng hội nghe pháp đa dạng

Tỳ Kheo Ni Sư Tử Tần thuyết pháp:

- Nếu chúng hội là Tịnh Cư Thiên, Tỳ Kheo Ni vì họ nói pháp môn *Vô tận giải thoát*.

- Nếu chúng hội là Phạm Thiên, Tỳ Kheo Ni vì họ nói pháp môn *Phổ môn sai biệt thanh tịnh ngôn âm luân*.

- Nếu chúng hội là Tha Hóa Tự Tại Thiên Tử Thiên Nữ, Tỳ Kheo Ni vì họ nói pháp môn *Bồ-Tát Thanh Tịnh Tâm*.

- Nếu chúng hội là Thiện Biến Hóa Thiên Tử Thiên Nữ, Tỳ Kheo Ni vì họ nói pháp môn *Nhứt thiết pháp thiện trang nghiêm*.

- Nếu chúng hội là Đâu Suất Thiên Tử Thiên Nữ, Tỳ Kheo Ni vì họ nói pháp môn *Tâm tạng triền*.

- Nếu chúng hội là Dạ Ma Thiên Tử Thiên Nữ, Tỳ Kheo Ni vì họ nói pháp môn *Vô biên trang nghiêm*.

- Nếu chúng hội là Đao Lợi Thiên Tử Thiên Nữ, Tỳ Kheo Ni vì họ nói pháp môn *Yễm ly môn*.

- Nếu chúng hội là chư Long Tử Long Nữ, Tỳ Kheo Ni vì họ nói pháp môn *Phật thần thông cảnh giới quang minh trang nghiêm*.

- Nếu chúng hội là thần Dạ Xoa, Tỳ Kheo Ni này vì họ nói pháp môn *Cứu hộ chúng sanh tạng*.

- Nếu chúng hội là thần Càn Thát Bà, Tỳ Kheo Ni vì họ nói pháp môn *Vô tận hỷ*.

- Nếu chúng hội là A Tu La, Tỳ Kheo Ni vì họ nói pháp môn *Tốc tật trang nghiêm pháp giới trí môn*.

- Nếu chúng hội là Ca Lâu La, Tỳ Kheo Ni vì họ nói pháp môn *Bố động chư hữu hải*.

- Nếu chúng hội là Khẩn Na La, Tỳ Kheo Ni vì họ nói pháp môn *Phật hạnh quang minh*.

- Nếu chúng hội là Ma Hầu La Già, Tỳ Kheo Ni vì họ nói pháp môn *Sanh Phật hoan hỷ tâm*.

- Nếu chúng hội là vô lượng nam tử nữ nhơn, Tỳ Kheo Ni vì họ nói pháp môn *Thù thắng hạnh*.

- Nếu chúng hội là La Sát, Tỳ Kheo Ni vì họ nói pháp môn *Phát sanh bi mẫn tâm*.

- Nếu chúng hội là chúng sanh tin ưa Thanh Văn thừa, Tỳ Kheo Ni vì họ nói pháp môn *Thắng trí quang minh*.

- Nếu chúng hội là chúng sanh tin ưa Duyên Giác thừa, Tỳ Kheo Ni vì họ nói pháp môn *Phật công đức quảng đại quang minh*.

- Nếu chúng hội là những chúng sanh tin ưa Đại thừa, Tỳ Kheo Ni vì họ nói pháp môn *Phổ môn tam muội trí quang minh môn*.

- Nếu chúng hội là sơ phát tâm Bồ-Tát, Tỳ Kheo Ni vì họ nói pháp môn *Nhứt thiết Phật nguyện tụ*.

- Nếu chúng hội là đệ nhị địa Bồ-Tát, Tỳ Kheo Ni vì họ nói pháp môn *Ly cấu luân*.

- Nếu chúng hội là đệ tam địa Bồ-Tát, Tỳ Kheo Ni vì họ nói pháp môn *Tịch tịnh trang nghiêm*.

- Nếu chúng hội là đệ tứ địa Bồ-Tát, Tỳ Kheo Ni vì họ nói pháp môn *Sanh nhứt thiết trí cảnh giới*

- Nếu chúng hội là đệ ngũ địa Bồ-Tát, Tỳ Kheo Ni vì họ nói pháp môn

Diệu hoa tạng.

- Nếu chúng hội là đệ lục địa Bồ-Tát, Tỳ Kheo Ni vì họ nói pháp môn *Tỳ-Lô-Giá-Na Tạng*.

- Nếu chúng hội là đệ thất địa Bồ-Tát, Tỳ Kheo Ni vì họ nói pháp môn *Phổ trang nghiêm địa*

- Nếu chúng hội là đệ bát địa Bồ-Tát, Tỳ Kheo Ni vì họ nói pháp môn *Biến pháp giới cảnh giới thân*.

- Nếu chùng hội là đệ cửu địa Bồ-Tát, Tỳ Kheo Ni vì họ nói pháp môn *Vô sở đắc lực trang nghiêm*.

- Nếu chúng hội là đệ thập địa Bồ-Tát, Tỳ Kheo Ni vì họ nói pháp môn *Vô ngại luân*.

- Nếu chúng hội là Chấp Kim Cang Thần, Tỳ Kheo Ni vì họ nói pháp môn *Kim cang trí na la diên trang nghiêm.*

(Kinh Hoa Nghiêm, phẩm 39. Nhập Pháp Giới)

11.24.e. Nhập vô số trăm ngàn môn Bát Nhã Ba la mật

Tỳ Kheo Ni Sư Tử Tần Thân nhập vô số trăm ngàn môn Bát Nhã Ba la mật như:

- Nhập phổ nhãn xả

- Chứng được môn Bát Nhã Ba la mật

- Môn Bát Nhã Ba la mật diễn nói tất cả Phật pháp

- Môn Bát Nhã Ba la mật pháp giới sai biệt

- Môn Bát Nhã Ba la mật tán hoại tất cả chướng ngại

- Môn Bát Nhã Ba la mật sanh thiện tâm cho tất cả chúng sanh

- Môn Bát Nhã Ba la mật thù thắng trang nghiêm

- Môn Bát Nhã Ba la mật vô ngại chân thật tạng

- Môn Bát Nhã Ba la mật pháp giới viên mãn

- Môn Bát Nhã Ba la mật tâm tạng

- Môn Bát Nhã Ba la mật khắp xuất sanh tạng.

(Kinh Hoa Nghiêm, phẩm 39. Nhập Pháp Giới)

11.24.f. Xuất sanh nhất thiết pháp tam muội vương

Ta nhập môn quang minh nhất thiết trí này được xuất sanh nhất thiết pháp tam muội vương.

- Do tam muội này nên được ý sanh thân qua đến mười phương tất cả thế giới, chỗ của nhất sanh bổ xứ Bồ-Tát nơi cung Đâu Suất.

- Trước mỗi Bồ-Tát, ta hiện bất khả thuyết Phật sát vi trần số thân. Mỗi thân dâng bất khả thuyết Phật sát vi trần số đồ cúng dường.

- *Như ở chỗ Bồ-Tát nơi Đâu Suất Thiên cung, nơi Bồ-Tát trụ thai, xuất thai, tại gia, xuất gia, đến đạo tràng, thành chánh giác, chuyển pháp luân, nhập Niết bàn. Trong khoảng thời gian đó, hoặc ở Thiên cung, hoặc ở Long cung, nhẫn đến ở Nhơn cung, nơi mỗi mỗi đức Như-Lai, ta đều cúng dường như vậy.*

Nếu có chúng sanh nào biết ta cúng dường chư Phật như vậy, thời đều được chẳng thối chuyển nơi Vô thượng Bồ đề. Nếu chúng sanh nào đến chỗ của ta, thời ta vì họ mà giảng nói Bát Nhã Ba la mật.

(Kinh Hoa Nghiêm, phẩm 39. Nhập Pháp Giới)

11.24.g. Một niệm biết khắp tất cả pháp

Ta thấy tất cả chúng sanh, vì trí nhãn thấy rõ nên ta chẳng phân biệt chúng sanh tướng.

Nghe tất cả ngữ ngôn, vì tâm không chấp trước nên ta chẳng phân biệt ngữ ngôn tướng.

Thấy tất cả Như-Lai, vì thấu rõ pháp thân nên ta chẳng phân biệt Như-Lai tướng.

Trụ trì tất cả pháp luân, vì ngộ pháp tự tánh nên ta chẳng phân biệt pháp luân tướng.

Một niệm biết khắp tất cả pháp, vì biết pháp như huyễn nên ta chẳng phân biệt pháp tướng.

(Kinh Hoa Nghiêm, phẩm 39. Nhập Pháp Giới)

11.24.h. Hành dụng của các Bồ-Tát

Ta chỉ biết ***môn giải thoát thành tựu nhất thiết trí*** này.

Như chư đại Bồ-Tát tâm:

- Vô phân biệt, biết khắp các pháp, một thân ngồi yên mà đầy khắp cả pháp giới.

- Ở trong tự thân hiện tất cả cõi. Khoảng một niệm đến khắp tất cả chỗ Phật.

- Ở trong tự thân hiện khắp tất cả thần lực của chư Phật.

- Dùng một sợi lông đỡ khắp bất khả thuyết thế giới lên.

- Trong một lỗ lông nơi tự thân hiện bất khả thuyết thế giới thành hoại.

- Trong khoảng một niệm cùng với bất khả thuyếtchúng sanh đồng ở.

- Trong khoảng một niệm nhập bất khả thuyết bất khả thuyết kiếp.

Ta thế nào biết được nói được công đức hạnh đó.

(Kinh Hoa Nghiêm, phẩm 39. Nhập Pháp Giới)

11.24.i.Giới thiệu đến Bồ-Tát Bửu Trang Nghiêm

Phương Nam đây có một nước tên là Hiểm Nạn. Nước đó có thành tên là Bửu Trang Nghiêm. Trong thành ấy có một nữ nhơn tên là Bà Tu Mật Đa.

Ngươi đến đó học Bồ-Tát hạnh, tu Bồ-Tát đạo.

Thiện Tài được:

- Đại trí quang minh soi mở tâm.

- Tư duy quán sát thấy tánh của các pháp.

- Được môn đà la ni rõ biết tất cả ngôn âm.

- Được môn đà la ni thọ trì tất cả pháp luân.

- Được sức đại bi làm chỗ quy y cho tất cả chúng sanh.

- Được môn quang minh quán sát nghĩa lý của tất cả pháp.

- Được thanh tịnh nguyện sung mãn pháp giới.

- Được trí quang minh chiếu khắp mười phương tất cả pháp.

- Được sức tự tại khắp trang nhgiêm tất cả thế giới.

- Được viên mãn nguyện khắp phát khởi tất cả Bồ-Tát hạnh.

(Kinh Hoa Nghiêm, phẩm 39. Nhập Pháp Giới)

11.25. BÀ TU MẬT ĐA NỮ
- Môn Ly Tham Dục Tế

11.25.a. Chánh báo và y báo của bà tu mật đa

Thiện Tài đến nước Hiểm Nạn, tìm nhà của Bà Tu Mật Đa ở

chợ Bắc của thành Bửu Trang Nghiêm. Cô đồng tử Bà Tu Mật Đa:

- Nhan mạo đoan nghiêm

- Sắc tướng viên mãn

- Thân căn tịch tịnh

- Trí huệ sáng suốt

- Tiếng nói thanh tốt hơn trời Phạm thế

- Tất cả ngôn âm sai biệt của tất cả chúng sanh đều biết đều hiểu

- Thấu rõ chữ nghĩa khéo luận đàm.

- Được trí như huyễn nhập môn phương tiện.

- Trên thân của nữ nhơn này trang sức bằng những chuỗi ngọc báu và những đồ trang nghiêm. Đầu đội mão như ý bửu châu.

- Vô lượng quyến thuộc vây quanh, đều đồng thiện căn, đều đồng hạnh nguyện, phước đức vô tận.

- Thân phóng quang minh quảng đại chiếu khắp cả nhà, tất cả cung điện.

Ai được ánh sáng này chiếu đến thời thân được mát mẻ.

(Kinh Hoa Nghiêm, phẩm 39. Nhập Pháp Giới)

11.25.b. Môn Ly tham dục tế

Bà Tu Mật Đa nữ nói: Ta được *Bồ-Tát giải thoát môn "Ly tham dục tế"* tùy chỗ sở thích của chúng sanh mà hiện thân.

- Nếu có người vì lòng dục mà đến tìm ta, gặp ta thuyết pháp, thời hết tham dục được *Bồ-Tát vô trước cảnh giới tam muội.*

- Nếu có chúng sanh tạm thấy ta thời lìa tham dục mà được *Bồ-Tát hoan hỷ tam muội.*

- Nếu có chúng sanh tạm cùng ta nói chuyện, thời lìa tham dục mà được *Bồ-Tát vô ngại âm thanh tam muội.*

- Nếu có chúng sanh tạm cầm tay ta thời lìa tham dục mà được *Bồ-Tát tam muội đến khắp tất cả cõi Phật.*

- Nếu có chúng sanh tạm lên trên chỗ ngồi của ta, thời lìa tham dục mà được *Bồ-Tát giải thoát quang minh tam muội.*

- Nếu có chúng sanh tạm nhìn ta, thời lìa tham dục mà được *Bồ-Tát tịch tịnh trang nghiêm tam muội.*

- Nếu có chúng sanh thấy ta, thời lìa tham dục mà được *Bồ-Tát tồi phục ngoại đạo tam muội.*

- Nếu có chúng sanh thấy mắt nháy, thời lìa tham dục mà được *Bồ-Tát Phật cảnh giới quang minh tam muội.*

- Nếu có chúng sanh ôm ta, thời lìa tham dục mà được *Bồ-Tát tam muội nhiếp tất cả chúng sanh hằng chẳng bỏ lìa.*

- Nếu chúng sanh nút môi ta, thời lìa tham dục mà được *Bồ-Tát tam muội tăng trưởng phước đức tạng cho tất cả chúng sanh.*

Phàm có chúng sanh nào thân cận ta, tất cả đều lìa tham dục mà được nhập Bồ-Tát nhứt thiết trí hiện tiền giải thoát vô ngại.

(Kinh Hoa Nghiêm, phẩm 39. Nhập Pháp Giới)

11.25.c. Công đức kiếp trước dâng lên Phật một bửu tiền

Thiện Tài thưa: Đức Thánh gieo căn lành gì, tu phước nghiệp gì mà được thành tựu tự tại như vậy?

Bà Tu Mật Đa nữ trả lời: Ta nhớ thuở quá khứ có đức Phật hiệu Cao Hạnh. Đô thành chủ của vua nước ấy tên là Sa Môn.

Đức Cao Hạnh Như-Lai vào thành Sa Môn, chân Phật đạp lên ngạch cổng thành. Liền đó cả thành đều chấn động, bỗng trở nên rộng rãi, trang nghiêm với những châu báu, vô lượng quang minh chiếu suốt lẫn nhau. Những bửu hoa rải khắp mặt đất. Chư Thiên âm nhạc đồng thời hòa tấu tất cả chư Thiên sung mãn hư không.

Thuở ấy ta là vợ Trưởng giả tên là Thiện Huệ, thấy thần lực của Phật, tâm liền giác ngộ. Ta cùng Trưởng giả đến chỗ Phật, *dâng lên Phật một bửu tiền.*

Văn Thù Sự Lợi Đồng Tử đương làm thị giả của đức Phật Cao Hạnh, vì ta mà *thuyết pháp, khiến ta phát tâm Vô thượng Bồ đề.*

(Kinh Hoa Nghiêm, phẩm 39. Nhập Pháp Giới)

11.25.d. Giới thiệu đến Cư sĩ Tỳ Sắc Chi La

Ta chỉ biết môn *giải thoát Bồ-Tát ly tham tế này.*

Như chư đại Bồ-Tát thành tựu:

- Vô biên trí xảo phương tiện, công đức quảng đại, cảnh giới vô tỷ.

Ta thế nào biết được nói được công đức hạnh đó.

-Phương Nam đây có thành Thiện Độ. Trong thành ấy có Cư sĩ Tỳ Sắc Chi La. Ông ấy thường cúng dường tháp của đức Chiên Đàn Tòa Như-Lai.

Ngươi đến đó học Bồ-Tát hạnh, tu Bồ-Tát đạo.

(Kinh Hoa Nghiêm, phẩm 39. Nhập Pháp Giới)

11.26. CƯ SĨ TỲ SẮC CHI LA
– Pháp Môn Bất Bát Niết Bàn Tế

Thiện Tài đi về phương Nam, đến thành Thiện Độ, vào nhà Cư sĩ Tỳ Sắc Chi La.

11.26.a. Pháp môn Bất bát Niết bàn tế

Cư sĩ dạy: Ta được môn Bồ-Tát giải thoát tên là ***"Bất bát Niết bàn tế"***.

Ta chẳng nghĩ rằng:

- Đức Như-Lai đó *đã* nhập Niết bàn

- Đức Như-Lai đó *hiện* nhập Niết bàn

- Đức Như-Lai đó *sẽ* nhập Niết bàn.

Ta biết mười phương tất cả thế giới chư Phật Như-Lai rốt ráo không có đức Phật nào nhập Niết bàn, chỉ trừ ra khi *vì điều phục chúng sanh mà thị hiện thôi.*

(Kinh Hoa Nghiêm, phẩm 39. Nhập Pháp Giới)

11.26.b. Tam muội Phật chủng vô tận

Lúc ta mở cửa tháp của đức Chiên Đàn Tòa Như-Lai, ta liền được tam muội *"Phật chủng vô tận"*.

-Trong mỗi niệm ta nhập tam muội này, trong mỗi niệm ta biết được vô lượng sự thù thắng.

-Ta nhập tam muội này, theo thứ đệ, thấy tất cả chư Phật ở thế giới này.

Như là thấy đức Ca Diếp Phật, Câu Na Hàm Mâu Ni Phật…

-Trong khoảng một niệm, được thấy trăm ngàn ức Phật, na do tha ức Phật. Nhẫn đến thấy bất khả thuyết bất khả thuyết thế giới vi trần số Phật.

- Cũng thấy chư Phật đó lúc mới phát tâm gieo những căn lành, được thắng thần thông, thành tựu đại nguyện.

- Ta đều có thể thọ trì, có thể ghi nhớ, có thể quán sát phân biệt hiển thị tất cả.

- Thuở vị lai đức Di Lặc Phật v.v... tất cả chư Phật cũng như vậy.

- Hiện tại đức Tỳ-Lô-Giá-Na Phật v.v... tất cả chư Phật cũng như vậy. Như tại thế giới này, mười phương tất cả thế giới tất cả tam thế chư Phật, Thanh Văn, Duyên Giác, Bồ-Tát cũng đều như vậy.

(Kinh Hoa Nghiêm, phẩm 39. Nhập Pháp Giới)

11.26.c. Nghiệp dụng của chư Bồ-Tát

Ta chỉ được môn Bồ-Tát giải thoát "Bất bát Niết bàn tế" này.

Như chư đại Bồ-Tát dùng:

- Nhứt niệm trí biết khắp tam thế.

- Một niệm vào khắp tất cả tam muội.

- Như-Lai trí nhựt hằng chiếu tâm các Ngài.

- Nơi tất cả pháp không có phân biệt.

- Biết tất cả Phật thảy đều bình đẳng.

- Như-Lai cùng ta và tất cả chúng sanh bình đẳng không sai khác.

- Biết tất cả pháp tự tánh thanh tịnh, không tư lự, không động chuyển, mà có thể vào khắp tất cả thế gian, lìa những phân biệt, trụ Phật pháp ấn, đều có thể khai ngộ tất cả chúng sanh.

Ta thế nào biết được nói được công đức hạnh đó.

(Kinh Hoa Nghiêm, phẩm 39. Nhập Pháp Giới)

11.26.d. Giới thiệu Bồ-Tát Quán Tự Tại

Phương Nam đây có tòa núi tên là Bổ Đát Lạc Ca. Núi ấy có Bồ-Tát tên là Quán Tự Tại. Ngươi đến đó học Bồ-Tát hạnh, tu Bồ-Tát đạo.

Thiện Tài đồng tử nhất tâm tư duy lời dạy của Cư sĩ:

- Nhập tạng Bồ-Tát giải thoát ấy.

- Được suất Bồ-Tát tùy niệm ấy.

- Thọ trì thứ lớp danh hiệu của chư Phật ấy.

- Quán sát diệu pháp của chư Phật ấy nói.

- Biết chư Phật ấy đầy đủ trang nghiêm.

- Thấy chư Phật ấy thành Đẳng Chánh Giác.

- Rõ bất tư nghì nghiệp của chư Phật ấy.

(Kinh Hoa Nghiêm, phẩm 39. Nhập Pháp Giới)

11.27. BỒ-TÁT QUÁN TỰ TẠI
- Môn Đại Bi Hạnh Giải Thoát

Thiện Tài đi lần đến núi Phổ Đà tìm Bồ-Tát Quán Tự Tại.

Đức Quán Tự Tại Bồ-Tát ngồi kiết già trên tảng đá kim cang bửu giảng pháp Đại Từ bi. Xung quanh có vô lượng Bồ-Tát cũng ngồi trên bửu thạch nghe pháp.

11.27.a. Thiện tri thức là Như-Lai

Thiện Tài xem thấy vui mừng hớn hở, chắp tay nhìn kỹ, mắt không nháy, tự nghĩ rằng Thiện tri thức là:

- Như-Lai

- Mây tất cả pháp

- Tạng công đức

- Rất khó gặp

- Nhơn duyên sanh Thập lực

- Đuốc trí vô tận

- Mầm gốc phước đức

- Cửa Nhứt thiết trí

- Trí hải Đạo Sư

- Công cụ trợ đạo đến Nhứt thiết trí.

(Kinh Hoa Nghiêm, phẩm 39. Nhập Pháp Giới)

11.27.b. Ngươi phát tâm Đại thừa nhiếp khắp chúng sanh

Quán Tự Tại Bồ-Tát dạy:

- Ngươi phát tâm Đại thừa nhiếp khắp chúng sanh.

- Ngươi khởi tâm chánh trực chuyên cầu Phật pháp.

- Ngươi có đại bi thâm trọng cứu hộ tất cả.

- Phổ Hiền diệu hạnh nối tiếp hiện tiền.

- Đại nguyện thâm tâm viên mãn thanh tịnh.

- Siêng cầu Phật pháp có thể lãnh thọ tất cả.

- Chứa nhóm thiện căn hằng không nhàm đủ.

- Ngươi thuận thiện tri thức chẳng trái lời dạy.

- Từ biển lớn công đức trí huệ của Văn Thù Sư Lợi mà sanh.

- Tâm ngươi thành thục được thế lực của Phật.

- Đã được tam muội quang minh quảng đại.

- Chuyên tâm mong cầu diệu pháp thậm thâm.

- Thường thấy chư Phật tâm rất hoan hỷ.

- Trí huệ thanh tịnh như hư không.

- Đã tự sáng tỏa lại vì người mà diễn nói.

- An trụ trí huệ quang minh của Như-Lai.

(Kinh Hoa Nghiêm, phẩm 39. Nhập Pháp Giới)

11.27.c. Bồ-Tát đại bi hạnh giải thoát môn

Ta đã thành tựu ***Bồ-Tát đại bi hạnh giải thoát môn***.

Ta dùng môn Bồ-Tát đại bi hạnh này bình đẳng giáo hóa tất cả chúng sanh tiếp nối chẳng dứt.

Ta trụ nơi môn đại bi hạnh này thường ở chỗ tất cả chư Phật, hiện khắp trước tất cả chúng sanh. Hoặc dùng bố thí, hoặc dùng ái ngữ, lợi hành, đồng sự để nhiếp thủ chúng sanh. Hoặc vì họ mà hiện thân đồng loại cùng họ ở chung mà thành thục họ.

(Kinh Hoa Nghiêm, phẩm 39. Nhập Pháp Giới)

11.27.d. Vô Úy Thí

Ta tu hành môn đại bi hạnh này, nguyện thường cứu hộ tất cả chúng sanh, nguyện tất cả chúng sanh khỏi sợ:

- Con đường hiểm

- Nhiệt não

- Mê hoặc

- Trói buộc

- Sát hại

- Nghèo cùng

- Tiếng xấu

- Sợ đại chúng

- Ác thú

- Tối tâm

- Dời đổi

- Ái biệt ly

- Oán thù gặp

- Thân bức bách

- Tâm bức bách

- Lo buồn.

Ta lại phát nguyện: Nguyện tất cả chúng sanh hoặc nhớ đến ta, hoặc xưng tên ta, hoặc thấy thân ta, thời đều được khỏi tất cả sự bố úy.

Ta dùng phương tiện này làm cho chúng sanh khỏi sự bố úy, lại dạy họ phát tâm Vô thượng Bồ đề trọn chẳng thối chuyển.

(Kinh Hoa Nghiêm, phẩm 39. Nhập Pháp Giới)

11.27.e. Sự bất khả tư nghì của các Bồ-Tát

Ta chỉ được môn Bồ-Tát đại bi hạnh này.

Như chư đại Bồ-Tát đã:

- Thanh tịnh tất cả nguyện Phổ Hiền

- An trụ tất cả hạnh Phổ Hiền

- Thường thật hành tất cả thiện pháp

- Nhập tất cả tam muội

- Thường trụ tất cả vô biên kiếp

- Thường biết tất cả tam thế pháp

- Thường đến tất cả vô biên cõi

- Thường dứt tất cả chúng sanh ác

- Thường lớn tất cả chúng sanh thiện

- Thường tuyệt dòng sanh tử của chúng sanh.

Ta thế nào biết được nói được công đức hạnh đó.

(Kinh Hoa Nghiêm, phẩm 39. Nhập Pháp Giới)

11.27.e. Bồ-Tát lấy chân ấn đất, thế giới chấn động

Bấy giờ *phương Đông có Bồ-Tát tên là Chánh Thu từ hư không đến thế giới Ta Bà trên đảnh núi Luân Vi Sơn, Bồ-Tát này lấy chân ấn đất.* Ta bà thế giới chấn động sáu cách, biến thành thất bửu trang nghiêm.

Chánh Thu Bồ-Tát phóng ánh sáng nơi thân che chói tất cả mặt nhựt mặt nguyệt. Tất cả quang minh của Thiên, Long, Bát Bộ, Đế

Thích, Phạm Vương Hộ Thế đều như đống mực đen.

Quang minh của Bồ-Tát chiếu khắp tất cả địa ngục, súc sanh, ngạ quỉ, Diêm La Vương, làm cho chúng sanh nơi ác đạo hết khổ, chẳng khởi phiền não, đều rời lo buồn.

Lại khắp tất cả Phật độ mưa tất cả hoa, hương anh lạc, y phục, tràng phan, bửu cái, những đồ trang nghiêm để cúng dường chư Phật.

Lại tùy sở thích của các chúng sanh mà hiện thân khắp trong tất cả cung điện, ai thấy cũng đều hoan hỷ.

(Kinh Hoa Nghiêm, phẩm 39. Nhập Pháp Giới)

11.27.f. Giới thiệu đến Bồ-Tát Chánh Thu

Sau đó Chánh Thu Bồ-Tát mới đến chỗ của Quán Tự Tại Bồ-Tát.

Quán Tự Tại Bồ-Tát bảo Thiện Tài rằng: Ngươi thấy Chánh Thu Bồ-Tát đến pháp hội chăng?

Ngươi nên đến hỏi Bồ-Tát thế nào học Bồ-Tát hạnh, thế nào tu Bồ-Tát đạo?

(Kinh Hoa Nghiêm, phẩm 39. Nhập Pháp Giới)

11.28. BỒ-TÁT CHÁNH THU - Phổ Môn Tốc Tật Hành

Thiện Tài đồng nữ tuân lời liền đến đảnh lễ chân Chánh Thu Bồ-Tát.

11.28.a. Do phổ tật hành này, có thể mỗi bước qua khỏi bất khả thuyết bất khả thuyết Phật sát vi trần số cõi Phật.

Chánh Thu Bồ-Tát nói:

- Ta được Bồ-Tát giải thoát môn ***Phổ môn tốc tật hành**".

- Việc này khó biết. Tất cả thế gian không thể rõ được. Chỉ trừ chư Bồ-Tát dũng mảnh tinh tấn không thối không khiếp, đã được tất cả thiện hữu nhiếp thọ, chư Phật hộ niệm, có thể thọ trì, hiểu, và nói.

- Ta từ Đông phương Diệu Tạng thế giới chỗ đức Khổ Thắng Sanh Phật mà đến cõi này. Ta được pháp môn này ở tại đức Phật ấy.

- Từ cõi ấy đến đây đã trải qua bất khả thuyết bất khả thuyết Phật sát vi trần số kiếp.

- Trong khoảng mỗi niệm cất bất khả thuyết bất khả thuyết Phật sát vi trần số bước.

- *Mỗi bước qua khỏi bất khả thuyết bất khả thuyết Phật sát vi trần số cõi Phật.*

- Mỗi cõi Phật, ta đều vào khắp, đến chỗ Phật ngự để cúng dường.

Những đồ cúng này đều do tâm vô thượng làm thành, pháp vô tác ấn nên, chư Như-Lai hứa khả, chư Bồ-Tát khen ngợi.

- Ta lại thấy khắp tất cả chúng sanh trong những thế giới ấy, đều biết tâm của họ, đều biết căn của họ, theo chỗ hiểu của họ mà hiện thân thuyết pháp. Hoặc phóng quang minh, hoặc ban cho của báu, dùng nhiều phương tiện giáo hóa điều phục không thôi nghỉ.

Như ở phương Đông, chín phương kia cũng như vậy.

(Kinh Hoa Nghiêm, phẩm 39. Nhập Pháp Giới)

11.28.b. Bồ-Tát có thể đến tất cả thế giới và vào tất cả cõi

Ta chỉ được môn giải thoát Bồ-Tát phổ tật hành này, có thể mau chóng đến tất cả xứ. Như chư đại Bồ-Tát:

- Khắp mười phương không chỗ nào chẳng đến.

- Trí huệ cảnh giới đồng nhau không khác.

- Khéo bủa thân mình khắp pháp giới.

- Đến tất cả đạo, vào tất cả cõi, biết tất cả pháp, đến tất cả thế, bình đẳng diễn thuyết tất cả pháp môn.

- Đồng thời chiếu diệu tất cả chúng sanh. Đối với chư Phật chẳng sanh phân biệt.

- Với tất cả chỗ không bị chướng ngại.

Ta thế nào biết được nói được công đức hạnh đó.

(Kinh Hoa Nghiêm, phẩm 39. Nhập Pháp Giới)

11.28.c.Giới thiệu đến Bồ-Tát Đại Thiện

Phương Nam đây có thành tên là Đọa La Bát Để. Trong thành có vị thần tên là Đại Thiện.

Ngươi đến đó hỏi Bồ-Tát thế nào học Bồ-Tát hạnh, thế nào tu Bồ-Tát đạo?

(Kinh Hoa Nghiêm, phẩm 39. Nhập Pháp Giới)

11.29. THẦN ĐẠI THIÊN – Môn Vân Võng Giải Thoát

11.29.a.Thiện Tài cầu, thấy, niệm, sanh, khởi, nhập, hành, quán và trụ Bồ-Tát lực

Bấy giờ Thiện Tài:

- Nhập Bồ-Tát quảng đại hạnh

- Cầu Bồ-Tát trí huệ cảnh

- Thấy Bồ-Tát thần thông sự

- Niệm Bồ-Tát thắng công đức

- Sanh Bồ-Tát đại hoan hỷ

- Khởi Bồ-Tát kiên tinh tấn

- Nhập Bồ-Tát bất tư nghì tự tại giải thoát

- Hành Bồ-Tát công đức

- Quán Bồ-Tát tam muội

- Trụ Bồ-Tát tổng trì

- Nhập Bồ-Tát đại nguyện

- Được Bồ-Tát biện tài

- Thành Bồ-Tát lực.

(Kinh Hoa Nghiêm, phẩm 39. Nhập Pháp Giới)

11.29.b.Người có thân, khẩu, ý ba nghiệp không lỗi

mới thấy được hình tượng của chư Bồ-Tát

Thiện Tài đi lần đến thành Đọa La Bát Để tìm đến đảnh lễ chân thần Đại Thiên.

Lúc đó, Đại Thiên đưa bốn tay hứng lấy nước tứ đại hải rửa mặt mình, cầm bông vàng rải trên mình Thiện Tài mà bảo rằng tất cả Bồ-Tát khó được thấy, khó được nghe, ít hiện ra thế gian:

- Đệ nhất trong các chúng sanh

- Bạch liên hoa trong loài người

- Chỗ nương về của chúng sanh

- Chỗ cứu hộ của chúng sanh

- Chỗ an ổn của các thế gian

- Đại quang minh của các thế gian. Chỉ đường chánh an ổn cho kẻ mê lầm. - Đại Đạo Sư dẫn các chúng sanh nhập Phật pháp môn.

- Đại pháp tướng giỏi thủ hộ thành Nhứt thiết trí.

Bồ-Tát như vậy rất khó gặp gỡ được. Chỉ có người thân, khẩu, ý ba nghiệp không lỗi mới thấy được hình tượng của chư Bồ-Tát và nghe biện tài của các Ngài thuyết pháp, tất cả thời gian thường hiện ra trước.

(Kinh Hoa Nghiêm, phẩm 39. Nhập Pháp Giới)

11.29.c. Vân Võng Giải thoát

Ta đã thành tựu pháp môn tên là *"Vân Võng Giải thoát"*.

- Thị hiện đống vàng bạc ma ni lớn như núi to cúng dường Như-Lai,

tu góp phước đức, khiến chúng sanh có thể xả được thứ khó xả và hành bố thí.

- Nếu có chúng sanh tham chấp ngũ dục tự phóng dật, thời ta vì họ mà thị hiện cảnh giới bất tịnh.

- Nếu có chúng sanh sân hận kiêu mạn nhiều cạnh tranh, thời ta vì họ mà thị hiện thân hình rất đáng sợ như La Sát uống huyết ăn thịt v.v…cho họ xem thấy mà kinh hãi, tâm ý điều nhu rời bỏ thù oán .

- Nếu có chúng sanh hôn trầm lười biếng, thời ta vì họ mà thị hiện những nạn vua, giặc, nước, lửa và các bệnh tật, cho họ kinh sợ biết khổ lo để họ tự cố gắng.

Ta dùng những phương tiện như vậy, khiến chúng sanh bỏ những hạnh bất thiện mà tu pháp lành, trừ tất cả chướng Ba la mật để đầy đủ Ba la mật. Khiến họ vượt khỏi tất cả đường hiểm chướng ngại mà đến chỗ vô ngại.

(Kinh Hoa Nghiêm, phẩm 39. Nhập Pháp Giới)

11.29.d. Đại oai đức Chư đại Bồ-Tát

Ta chỉ biết môn giải thoát Vân Võng này.

Chư đại Bồ-Tát có đại oai đức như:

- Đế Thích đã có thể dẹp trừ tất cả quân A Tu La phiền não.

- Đại thủy có thể khắp tiêu diệt lửa phiền não của tất cả chúng sanh.

- Lửa mạnh có thể khô cạn nước ái dục của tất cả chúng sanh.

- Đại phong có thể thổi ngã tràng kiến thủ của tất cả chúng sanh.

- Kim cang có thể phá vỡ núi ngã kiến của tất cả chúng sanh.

Ta thế nào biết được nói được công đức hạnh đó.

(Kinh Hoa Nghiêm, phẩm 39. Nhập Pháp Giới)

11.29.e. Giới thiệu đến Bồ-Tát An Trụ

Ở nước Ma Kiệt Đà, trong Bồ đề tràng có Chủ Địa Hằng tên là An Trụ.

Người đến đó học Bồ-Tát hạnh, tu Bồ-Tát đạo.

(Kinh Hoa Nghiêm, phẩm 39. Nhập Pháp Giới)

11.30. THẦN AN TRỤ - Môn Bất Khả Hoại Trí Huệ Tạng

Thiện Tài qua nước Ma Kiệt Đà nơi Bồ Đề Tràng, chỗ của Địa Thần An Trụ cùng ở với trăm vạn Địa Thần.

An Trụ và trăm vạn Địa Thần phóng quang minh lớn chiếu khắp cõi Đại Thiên. Làm khắp đại địa đồng thời chấn động.

11.30.a.Địa Thần lấy chân ấn đất, trăm ngàn ức vô số bửu tạng tự nhiên trồi lên.

*An Trụ Địa Thần lấy chân ấn đất, trăm ngàn ức vô số bửu tạng tự nhiên trồi lên. Rồi bảo rằng:

- Những bửu tàng này theo ngươi luôn.

- Đây là quả báo do thiện căn thuở xưa của ngươi.

- Đây là phước lực của ngươi nhiếp thọ.

Ngươi nên tùy ý tự tại thọ dụng.

(Kinh Hoa Nghiêm, phẩm 39. Nhập Pháp Giới)

11.30.b.Bất khả hoại trí huệ tạng

Ta được Bồ-Tát giải thoát tên là *"Bất khả hoại trí huệ tạng"*, ta thường dùng pháp này để thành tựu chúng sanh.

- Ta nhớ từ Phật Nhiên Đăng đến nay, ta thường theo Bồ-Tát cung kính thủ hộ.

- Thuở xưa quá Tu Di sơn vi trần số kiếp, có một kiếp tên Trang Nghiêm, thế giới tên Nguyệt Tràng, Phật hiệu Diệu Nhãn. Chính ở chỗ đức Phật Diệu Nhãn mà ta được pháp môn này.

- Ta ở nơi pháp môn *"Bất khả hoại trí huệ tạng* này, hoặc nhập, hoặc xuất, tu tập tăng trưởng thường thấy chư Phật chưa từng bỏ rời.

- Từ lúc mới được nhẫn đến Hiền kiếp này, khoảng thời gian đó ta gặp bất khả thuyết bất khả thuyết Phật sát vi trần số Như-Lai Đẳng Chánh Giác. Ta đều phụng thờ cung kính cúng dường. Ta cũng thấy chư Phật ngồi tòa Bồ đề hiện đại thần lực. Cũng thấy những công đức thiện căn của chư Phật.

(Kinh Hoa Nghiêm, phẩm 39. Nhập Pháp Giới)

11.30.c.Đồng thân Như-Lai, sanh tâm chư Phật

Ta chỉ biết pháp môn "Bất khả hoại trí huệ tạng" này như chư đại Bồ-Tát:

- Thường theo chư Phật, có thể thọ trì tất cả lời dạy của chư Phật

- Vào trí huệ thậm thâm của chư Phật, mỗi niệm đầy khắp tất cả pháp giới

- Đồng thân Như-Lai, sanh tâm chư Phật

- Đủ pháp chư Phật, làm những Phật sự.

 Ta thế nào biết được nói được công đức hạnh đó.

(Kinh Hoa Nghiêm, phẩm 39. Nhập Pháp Giới)

11.30.d.Giới thiệu đến Bồ-Tát Bà San Bà Diễn Để

Trong thành Ca Tỳ La có Chủ Dạ Thần tên là Bà San Bà Diễn Để.

Ngươi đến đó học Bồ-Tát hạnh, tu Bồ-Tát đạo.

Thiện Tài nhất tâm tư duy lời dạy của An Trụ Địa Thần, ghi nhớ môn:

- Bồ-Tát bất khả trở hoại trí tạng giải thoát, tu tam muội đó

- Học quỹ tắc đó, quán sát thần thông du hí đó, nhập vi diệu đó

- Được trí huệ đó đạt bình đẳng đó, biết vô biên đó lường thậm thâm đó.

(Kinh Hoa Nghiêm, phẩm 39. Nhập Pháp Giới)

11.31. DẠ SƠN THẦN BÀ SƠN BÀ DIỄN ĐẾ - Giải Thoát Bồ-Tát Pháp Quang Minh Phá Tất Cả Chúng Sanh Si Ám

11.31.a. Mỗi lỗ lông trên thân của Dạ Thần đều hiện hóa độ vô lượng vô số chúng sanh ở ác đạo

Đi lần đến thành Ca Tỳ La vào cửa đông, Thiện Tài thấy trên hư không, Dạ Thần:

- Ngồi trên tòa hương liên hoa tạng sư tử trong bửu lâu các.

- Thân màu chơn kim, mắt và tóc xanh biếc, hình mạo đoan

nghiêm, những chuỗi ngọc báu dùng trang sức.

- Thân mặc y phục đỏ, đầu đội mão Phạm Thiên.

- Tất cả tinh tú hiện rõ trên thân.

- Mỗi lỗ lông trên thân của Dạ Thần đều hiện hóa độ vô lượng vô số chúng sanh ở ác đạo, cho họ thoát khỏi thân hình hiểm nạn.

(Kinh Hoa Nghiêm, phẩm 39. Nhập Pháp Giới)

11.31.b. Phương tiện giáo hóa từ lỗ chân lông

- Trong mỗi lỗ lông thị hiện những phương tiện giáo hóa: hoặc hiện thân, hoặc thuyết pháp, hoặc thị hiện đạo Thanh Văn thừa, Độc Giác thừa, Bồ-Tát hạnh, Bồ-Tát dũng mãnh, Bồ-Tát tam muội, Bồ-Tát tự tại, Bồ-Tát trụ xứ, Bồ-Tát quán sát, Bồ-Tát sư tử tần thân, Bồ-Tát giải thoát du hí.

Thị hiện những phương tiện thành thục chúng sanh như vậy.

(Kinh Hoa Nghiêm, phẩm 39. Nhập Pháp Giới)

11.31.c. Ở nơi ác huệ chúng sanh khởi tâm đại từ

Ta được môn *Giải thoát Bồ-Tát pháp quang minh phá tất cả chúng sanh si ám.*

Ta ở nơi ác huệ chúng sanh khởi tâm đại từ:

- Nơi chúng sanh bất thiện khởi tâm đại bi

- Nơi chúng sanh làm lành khởi tâm đại hỷ

- Nơi chúng sanh đủ hai hạnh thiện ác khởi tâm bất nhị

- Nơi chúng sanh tạp nhiễm ta khởi tâm làm cho họ thanh tịnh

- Nơi chúng sanh tà đạo ta khởi tâm làm cho họ sanh chánh hạnh

- Nơi chúng sanh hiểu biết kém ta khởi tâm làm cho họ được trí sáng suốt

- Nơi chúng sanh mến sanh tử ta khởi tâm làm cho họ bỏ luân chuyển

- Nơi chúng sanh an trụ Nhị thừa ta khởi tâm làm cho họ tu Nhứt thiết trí.

Vì ta được môn giải thoát này nên thường tương ứng với những tâm như vậy.

(Kinh Hoa Nghiêm, phẩm 39. Nhập Pháp Giới)

11.31.d. Dùng phương tiện để cứu giúp chúng sanh

Ta liền dùng nhiều phương tiện để cứu giúp chúng sanh:

- Vì chúng sanh bị nạn nơi biển mà hiện làm lái thuyền.

- Vì chúng sanh đi trong lục địa, đêm tối bị nạn mà hiện mặt nhựt, mặt nguyệt.

- Vì người đi trên núi hiểm mà bị nạn, thời ta làm thiện thần hiện hình thân cận.

- Nếu có chúng sanh ham tụ lạc, mến nhà cửa mà thường ở chỗ tối tăm bị khổ, thời ta vì họ mà thuyết pháp cho họ nhàm lìa để được đầy đủ pháp lành, an trụ chánh pháp.

- Nếu có chúng sanh đi đêm tối quên mất phương hướng, lạc đường lo sợ.

Ta dùng phương tiện soi sáng cho họ.

- Nguyện ta dùng ánh sáng trí huệ soi rõ khắp những chỗ tối tăm vô minh, đêm dài sanh tử.

- Những chúng sanh không có trí nhãn bị che đậy bởi tâm tưởng kiến chấp điên đảo: vô thường tưởng là thường, vô lạc tưởng là lạc, vô ngã tưởng là ngã, bất tịnh tưởng là tịnh, chấp chặt những ngã, nhơn, chúng sanh, uẩn, xứ, giới, mê lầm nhơn quả, chẳng biết thiện ác... Nguyện tôi mau dùng ánh sáng đại trí phá màn tối vô minh của những chúng sanh đó, khiến họ mau phát tâm Vô thượng Bồ đề.

(Kinh Hoa Nghiêm, phẩm 39. Nhập Pháp Giới)

11.31.e. Mở đường thập lực, chỉ cảnh giới Như-Lai pháp vương

-Chúng sanh đã phát tâm, tôi *liền chỉ hạnh Phổ Hiền, mở đường thập lực, chỉ cảnh giới Như-Lai pháp vương*, cũng hiển thị thành trì nhất thiết trí của chư Phật. Chư Phật thật hành, chư Phật tự tại, chư Phật thành tựu, chư Phật tổng trì, tất cả chư Phật chung đồng một thân, tất cả chư Phật bình đẳng một chỗ, đều làm cho họ được an trụ.

(Kinh Hoa Nghiêm, phẩm 39. Nhập Pháp Giới)

11.31.f. Dùng chánh pháp nhiếp khắp chúng sanh

Nguyện dùng chánh pháp nhiếp khắp chúng sanh cho họ giải thoát tất cả phiền não, sanh già bệnh chết, ưu bi khổ hoạn.

- Thường được gần thiện tri thức, thật hành pháp thí, siêng tu hạnh lành, mau được pháp thân thanh tịnh của Như-Lai, an trụ nơi rốt ráo không biến đổi.

- Tất cả chúng sanh vào rừng kiến chấp, trụ nơi đạo tà, sắp đọa ác đạo, ta dùng nhiều môn phương tiện cứu hộ họ, cho họ an trụ nơi chánh kiến sanh trong Nhơn Thiên.

- Nguyện ta được chẳng thối chuyển nơi nhất thiết trí, *đủ nguyện Phổ Hiền,* gần Nhứt thiết trí, chẳng rời bỏ hạnh Bồ-Tát, thường siêng giáo hóa tất cả chúng sanh.

(Kinh Hoa Nghiêm, phẩm 39. Nhập Pháp Giới)

11.31.g. Dạ Thần tu nguyện của Phổ Hiền Bồ-Tát

Thuở xưa quá Tu Di sơn vi trần số kiếp, có một kiếp tên là Tịch Tịnh Quang, thế giới tên Xuất Sanh Diệu Bửu, có năm ức Phật xuất hiện trong đó.

Dạ Thần vì phu nhơn mà nói công đức thần lực tự tại của Phật, *hạnh nguyện của Phổ Hiền Bồ-Tát,* cho phu nhơn phát tâm Vô thượng Bồ đề đến cúng dường Phật và chư Bồ-Tát cùng chúng Thanh Văn.

Phu nhơn Pháp Huệ Nguyệt thuở xưa chính là tiền thân của ta.

Từ thuở đó ta phát tâm Vô tận Bồ đề gieo căn lành, trải qua Tu Di sơn vi trần số kiếp chẳng sanh trong các ác đạo, cũng chẳng sanh nơi nhà hạ tiện.

Trải qua tám mươi Tu Di sơ vi trần số kiếp thường được an lạc, mà chưa đầy đủ chư căn của Bồ-Tát.

(Kinh Hoa Nghiêm, phẩm 39. Nhập Pháp Giới)

11.31.h. Xuất sanh kiến Phật điều phục chúng sanh tam thế trí quang minh luân

Lại trải qua vạn kiếp trước Hiền kiếp, có một kiếp tên là Vô Ưu Biến Chiếu, thế giới tên là Vô Cấu Diệu Quang. Trong thế giới đó *tịnh uế* xen lẫn, có năm trăm đức Phật xuất hiện trong đó.

Lúc đó ta là tiểu thư Diệu Huệ Quang Minh, Tịnh Nguyệt Dạ Thần vì bổn nguyện mà cho ta hay rằng: Có Diệu Nhãn Như-Lai ngồi tòa Bồ đề mới thành Chánh Giác. Dạ Thần khuyên ta cùng cha mẹ và quyến thuộc mau đến gặp Phật.

Ta vừa thấy Phật liền được tam muội tên là *"Xuất sanh kiến Phật điều phục chúng sanh tam thế trí quang minh luân"*.

(Kinh Hoa Nghiêm, phẩm 39. Nhập Pháp Giới)

11.31.i. Tam muội trí quang minh luân

Do đạt được tam muội này:

- Ta có thể nhớ Tu Di sơn vi trần số kiếp

-Thấy chư Phật xuất hiện trong những kiếp đó.

- Ta ở chỗ chư Phật nghe diệu pháp.

- Do nghe pháp nên được môn giải thoát pháp quang minh phá tối của tất cả chúng sanh này.

Được môn giải thoát này, ta liền thấy thân mình đến Phật sát vi trần số thế giới, cũng thấy tất cả chư Phật trong những thế giới đó.

- Ta lại thấy thân mình ở chỗ chư Phật.

- Ta cũng thấy tất cả chúng sanh trong những thế giới đó, hiểu ngôn âm của họ, biết căn tánh của họ, biết họ thuở quá khứ đã từng được thiện hữu nhiếp thọ. Tùy sở thích của họ mà hiện thân cho họ hoan hỷ. Nơi môn giải thoát đã được, niệm niệm ta được tăng trưởng không ngớt.

- Ta lại thấy thân mình đến khắp trăm Phật sát vi trần số thế giới, tâm giải thoát kia cũng vẫn liên tục.

(Kinh Hoa Nghiêm, phẩm 39. Nhập Pháp Giới)

11.31.j. Thân mình mãn khắp pháp giới

Ta lại thấy thân mình đến khắp ngàn Phật sát, trăm ngàn Phật sát, nhẫn đến bất khả thuyết bất khả thuyết Phật sát vi trần số thế giới, cũng thấy tất cả Như-Lai trong những thế giới, cũng thấy chính mình nghe chư Phật thuyết pháp, ghi nhớ thọ trì, quán sát giải quyết. Cũng biết những biển bổn sự, bổn nguyện của chư Phật đó.

Chư Như-Lai đó nghiêm tịnh Phật độ, ta cũng nghiêm tịnh.

Ta cũng thấy tất cả chúng sanh trong những thế giới đó, tùy cơ nghi của họ mà hiện thân giáo hóa điều phục. Trong thời gian đó, môn giải thoát này niệm niệm tăng trưởng. Như vậy nhẫn đến sung mãn pháp giới.

(Kinh Hoa Nghiêm, phẩm 39. Nhập Pháp Giới)

11.31.k. Chư đại Bồ-Tát thành tựu

Ta chỉ biết môn *"Bồ-Tát phá Nhứt thiết chúng sanh ám pháp quang minh giải thoát"*.

Như chư đại Bồ-Tát thành tựu:

- Phổ Hiền vô biên hạnh nguyện

- Vào khắp tất cả pháp giới hải

- Bồ-Tát kim cang trí tràng tự tại tam muội

- Xuất sanh đại nguyện , trụ trì Phật chủng

- Ở trong mỗi niệm thành mãn biển tất cả công đức lớn,

- Nghiêm tịnh tất cả thế giới rộng lớn, dùng trí tự tại giáo hóa thành thục tất cả chúng sanh

- Dùng trí huệ nhật, diệt trừ tất cả thế gian ám chướng

- Dùng trí dũng mãnh giác ngộ giấc ngủ của tất cả chúng sanh

- Dùng trí huệ nguyệt quyết rõ sự nghi hoặc của tất cả chúng sanh

- Dùng thanh tịnh âm dứt trừ tất cả sự hữu lậu

- Thị hiện tất cả thần lực tự tại trong mỗi vi trần nơi tất cả pháp giới

- Trí nhãn thanh tịnh thấy khắp tam thế.

Ta thế nào biết được diệu hạnh đó, nói được công đức đó, vào được cảnh giới đó, thị hiện được tự tại đó.

(Kinh Hoa Nghiêm, phẩm 39. Nhập Pháp Giới)

11.31.l. Giới thiệu đến Phổ Đức Tịnh Quang

Trong Bồ đề tràng đây có Chủ Dạ Thần tên là Phổ Đức Tịnh Quang. Ta vốn từ Thần đó phát tâm Vô thượng Bồ đề, thường dùng diệu pháp khai ngộ cho ta.

Ngươi đến đó học Bồ-Tát hạnh, tu Bồ-Tát đạo.

(Kinh Hoa Nghiêm, phẩm 39. Nhập Pháp Giới)

11.31.m. Tu Bồ-Tát hạnh, hành xuất ly đạo

Thiện Tài biết rõ Dạ Thần Bà San Bà Diễn Để khi mới phát tâm Vô thượng Bồ đề

- Phát sanh Bồ-Tát tạng

- Thệ phát Bồ-Tát nguyện

- Thanh tịnh Bồ-Tát độ

- Nhập Bồ-Tát địa

- Tu Bồ-Tát hạnh, hành xuất ly đạo

- Quang minh nhứt thiết trí, tâm cứu khắp chúng sanh

- Nổi mây đại bi khắp nơi, thường có thể xuất sanh hạnh nguyện Phổ Hiền tận thuở vị lai nơi tất cả Phật độ.

(Kinh Hoa Nghiêm, phẩm 39. Nhập Pháp Giới)

11.32. DẠ THẦN PHỔ ĐỨC TỊNH QUANG
- Môn Tịch Tịnh Thiền Định Lạc Phổ Du Bộ

Thiện Tài đi lần đến chỗ Dạ Thần Phổ Đức Tịnh Quang.

Dạ Thần Phổ Đức Tịnh Quang Bồ-Tát thành tựu mười pháp thời có thể viên mãn Bồ-Tát hạnh:

11.32.a. Mười pháp viên mãn Bồ-Tát hạnh

1. Thanh tịnh tam muội thường thấy chư Phật.

2. Thanh tịnh nhãn thường xem tướng hảo trang nghiêm của chư Phật.

3. Biết tất cả Như-Lai vô lượng vô biên công đức đại hải.

4. Biết vô lượng Phật pháp quang minh hải khắp pháp giới.

5. Biết tất cả Như-Lai, mỗi mỗi lỗ lông phóng đại quang minh hải đồng số chúng sanh lợi ích tất cả chúng sanh

6. Thấy tất cả Như-Lai, mỗi lỗ lông phóng ra quanh minh diệm hải đủ tất cả bửu sắc.

7. Trong mỗi niệm xuất hiện tất cả Phật biến hóa hải đầy khắp pháp giới, rốt ráo tất cả cảnh giới chư Phật điều phục chúng sanh.

8. Phật âm thanh đồng tất cả chúng sanh ngôn âm hải, chuyển pháp luân tam thế Phật.

9. Biết tất cả Phật vô biên danh hiệu hải.

10. Biết tất cả chư Phật bất tư nghì tự tại lực điều phục chúng sanh.

(Kinh Hoa Nghiêm, phẩm 39. Nhập Pháp Giới)

11.32.b. Tịch tịnh thiền định lạc phổ du bộ

Ta được Bồ-Tát giải thoát tên là ***"Tịch tịnh thiền định lạc phổ du bộ"*** thấy khắp:

- Tất cả chư Phật tam thế

- Quốc độ thanh tịnh đạo tràng

- Chúng hội thần thông, danh hiệu, thuyết pháp, thọ mạng, ngôn âm, thân tướng nhiều loại chẳng đồng, thảy đều thấy rõ mà không chấp lấy.

- *Vì biết đức Như-Lai chẳng phải đi vì đã diệt hẳn thời gian không gian.*

- *Vì biết đức Như-Lai chẳng phải đến, vì thể tánh vô sanh.*

- Đức Như-Lai chẳng phải sanh, vì pháp thân bình đẳng.

- Đức Như-Lai chẳng phải diệt, vì không có tướng sanh.

- Đức Như-Lai chẳng phải thiệt, vì an trụ pháp như huyễn.

- Đức Như-Lai chẳng phải vọng, vì lợi ích chúng sanh.

- Đức Như-Lai chẳng phải dời đổi, vì vượt khỏi sanh tử.

- Đức Như-Lai chẳng phải hư hoại, vì tánh thường chẳng biến đổi.

- Đức Như-Lai một tướng, vì đều rời ngôn ngữ.

- Đức Như-Lai vô tướng, vì tánh tướng vốn không.

(Kinh Hoa Nghiêm, phẩm 39. Nhập Pháp Giới)

11.32.c. Nhơn duyên thuận đạo

Lúc ta biết rõ tất cả Như-Lai như vậy, nơi môn giải thoát *"Bồ-Tát tịch tịnh thiền định lạc phổ du bộ"*:

- Chẳng khởi tất cả vọng tưởng phân biệt, đại bi cứu hộ tất cả chúng sanh.

- Nhứt tâm chẳng động, tu tập Sơ thiền, dứt tất cả ý nghiệp, nhiếp tất cả chúng sanh, trí lực dũng mãnh, hỷ tâm vui vẻ.

- Tu đệ Nhị thiền, tư duy tất cả chúng sanh tự tánh, nhàm lìa sanh tử.

- Tu đệ Tam thiền, đều có thể dứt diệt những khổ nhiệt não của tất cả chúng sanh.

- Tu đệ Tứ thiền, tăng trưởng viên mãn nguyện nhứt thiết trí, xuất sanh tất cả những biển tam muội.

- Nhập những Bồ-Tát giải thoát môn, du hí tất cả thần thông, thành tựu tất cả biến hóa, dùng trí thanh tịnh vào khắp pháp giới.

- Khiến chúng sanh chẳng khởi lòng tham phi pháp, chẳng khởi tà kiến, chẳng phạm tội ác.

- Ta ban cho họ nhơn duyên thuận đạo như vậy, nhẫn đến khiến họ thành Nhứt thiết chủng trí.

(Kinh Hoa Nghiêm, phẩm 39. Nhập Pháp Giới)

11.32.d. Hằng ở sanh tử tâm không chướng ngại

Ta chỉ được môn giải thoát "*Bồ-Tát tịch tịnh thiền định lạc phổ du bộ*" này.

Như chư đại Bồ-Tát:

- Đầy đủ hạnh nguyện Phổ Hiền

- Liễu đạt tất cả vô biên pháp giới thường có thể tăng trưởng tất cả thiện căn

- Chiếu thấy trí lực của tất cả Như-Lai

- An trụ nơi cảnh giới của tất cả Như-Lai

- Hằng ở sanh tử tâm không chướng ngại

- Mau đầy đủ được nguyện nhứt thiết trí, đến tất cả thế giới, đều có thể xem thấy tất cả chư Phật, có thể khắp thính thọ tất cả Phật pháp, có thể phá tất cả si ám của chúng sanh, có thể ở *trong đêm đài sanh tử mà xuất sanh tất cả trí huệ quang minh*. Ta thể nào biết được nói được những công đức hạnh đó.

(Kinh Hoa Nghiêm, phẩm 39. Nhập Pháp Giới)

11.32.e. Giới thiệu đến Hỉ Mục Quán Sát Chúng Sanh

Cách đây không xa, nơi bên phía hữu đạo tràng Bồ đề, có một Dạ Thần tên là Hỉ Mục Quán Sát Chúng Sanh. Ngươi đến học Bồ-Tát hạnh, tu Bồ-Tát đạo.

(Kinh Hoa Nghiêm, phẩm 39. Nhập Pháp Giới)

11.32.f. Kính thuận lời dạy của thiện tri thức

Bấy giờ Thiện Tài kính thuận lời dạy của thiện tri thức, thật hành theo lời thiện tri thức. Tự nghĩ rằng khó thấy khó gặp thiện tri thức. Thấy thiện tri thức:

- Thời tâm chẳng tán loạn

- Phá núi chướng ngại

- Vào biển đại bi cứu hộ chúng sanh

- Được trí huệ quang chiếu khắp pháp giới

- Thời có thể tu hành đạo Nhứt thiết trí

- Có thể thấy khắp mười phương chư Phật

- Thấy chư Phật chuyển pháp luân ghi nhớ chẳng quên.

Suy nghĩ như vậy, Thiện Tài muốn đến chỗ Dạ Thần Hỉ Mục Quán Sát Chúng Sanh.

(Kinh Hoa Nghiêm, phẩm 39. Nhập Pháp Giới)

11.33. DẠ THẦN HỈ MỤC QUÁN SÁT CHÚNG SANH – Môn Đại Thế Lực Phổ Hỉ Tràng

11.33.a. Mặc áo giáp đại tinh tấn

Hỉ Mục Dạ Thần gia hộ cho Thiện Tài biết thân cận thiện tri thức có thể:

- Sanh những thiện căn tăng trưởng thành thục.

- Tu các môn trợ đạo.

- Khởi tâm dũng mãnh.

- Tạo công hạnh không hư hoại.

- Được sức không bị chế phục.

- Nhập vô biên phương.

- Tu hành lâu xa.

- Làm xong vô biên công hạnh.

- Thật hành vô lượng đạo.

- Sức tốc tật đến khắp các cõi.

- Chẳng rời bổn xứ mà đến khắp mười phương.

(Kinh Hoa Nghiêm, phẩm 39. Nhập Pháp Giới)

11.33.b.N hập những đạo trang nghiêm thần lực tự tại

- Dũng mãnh siêng tu nhứt thiết trí đạo.

- Mau xuất sanh những đại nguyện.

- Thọ vô biên khổ tận kiếp vị lai.

- Mặc áo giáp đại tinh tấn trong một vi trần thuyết pháp tiếng vang khắp pháp giới.

- Mau đến tất cả phương.

- Ở trong một sợi lông tu Bồ-Tát hạnh tận vị lai kiếp.

- Trong mỗi niệm thật hành Bồ-Tát hạnh rốt ráo an trụ bực nhứt thiết trí.

- Nhập những đạo trang nghiêm thần lực tự tại của tất cả Như-Lai.

- Thường vào khắp các môn pháp giới.

- Thường duyên pháp giới chưa từng động xuất mà có thể qua khắp quốc độ mười phương.

(Kinh Hoa Nghiêm, phẩm 39. Nhập Pháp Giới)

11.33.c. Nhập đại thế lực phổ hỉ tràng giải thoát

Dạ Thần đang ở trong chúng hội đạo tràng của đức Như-Lai ngồi trên tòa sư tử Liên Hoa Tạng, nhập đại thế lực phổ hỉ tràng giải thoát.

- Ở trên thân của Dạ Thần, *mỗi lỗ lông phát ra vô lượng thân biến hóa, tùy theo sở nghi dùng âm thanh vi diệu để vì họ thuyết pháp.*

- Nhiếp khắp tất cả chúng sanh đều làm cho họ hoan hỷ được lợi ích.

(Kinh Hoa Nghiêm, phẩm 39. Nhập Pháp Giới)

11.33.d. Mỗi lỗ lông phát ra vô lượng thân biến hóa

- Hiện ra vô lượng hóa thân sung mãn tất cả thế giới mười phương.

- Hiện ra vô lượng hóa thân bằng số chúng sanh đầy khắp pháp giới ở trước chúng sanh mà diễn nói trì tịnh giới không khuyết phạm.

- Nói như vậy để làm cho các thế gian rời bỏ điên đảo an trụ nơi cảnh giới Phật, trì giới pháp của Như-Lai diễn nói những giới hạnh như vậy, giới hương xông khắp làm cho các chúng sanh đều được thành thục.

- Hiện ra vô lượng thân bằng số chúng sanh diễn nói nhẫn thọ được tất cả sự khổ.

- Hiện ra vô lượng thân đồng với số chúng sanh, tùy theo tâm sở thích của chúng sanh mà nói dũng mãnh tinh tấn tu tập pháp trợ đạo nhất thiết trí.

- Hiện ra vô lượng thân, dùng nhiều phương tiện làm cho các chúng sanh có lòng hoan hỷ bỏ ác niệm, nhàm dục lạc.

- Hiện ra vô lượng thân diễn nói qua đến mười phương quốc độ cúng dường chư Phật, Sư trưởng, chơn thiện tri thức, thọ trì pháp luân của chư Phật, siêng năng chẳng lười.

- Ca ngợi tất cả chư Phật Như-Lai, quát sát tất cả pháp môn, hiển thị tánh tướng của tất cả pháp, khai xiển tất cả môn tam muội. Mọc mặt nhựt trí huệ phá si tối của tất cả chúng sanh, cho họ hoan hỷ thành nhứt thiết trí.

- Hiện ra vô lượng thân đến trước tất cả chúng sanh, tùy theo sở nghi dùng nhiều ngôn từ để thuyết pháp.

- Nói thần thông phước lực thế gian. Hoặc nói tam giới đều đáng sợ, cho họ chẳng gây tạo nghiệp hạnh thế gian để rời tam giới, khỏi rừng kiến chấp.

- Ca ngợi đạo nhứt thiết trí cho họ siêu việt bực Nhị thừa.

(Kinh Hoa Nghiêm, phẩm 39. Nhập Pháp Giới)

11.33.e. Sanh trí hiểu quyết định cầu nhứt thiết trí không thối chuyển.

- Hiện ra vô lượng thân biến hóa đến khắp vô lượng thế giới, tùy theo tâm của chúng sanh mà diễn nói trí hạnh của tất cả Bồ-Tát.

- Thị hiện trí Ba la mật như vậy, làm cho các chúng sanh đều rất hoan hỉ thơ thới thích thú, lòng họ thanh tịnh, sanh trí hiểu quyết định cầu nhứt thiết trí không thối chuyển.

- Như nói các môn Ba la mật của Bồ-Tát thành thục chúng sanh, tuyên nói những hành pháp của tất cả Bồ-Tát làm lợi ích cho chúng sanh cũng như vậy.

(Kinh Hoa Nghiêm, phẩm 39. Nhập Pháp Giới)

11.33.f. Trong mỗi lỗ lông xuất hiện
Vô Lượng Thân Chúng Sanh

- Lại ở trong mỗi lỗ lông xuất hiện *vô lượng thân chúng sanh.*

Như là xuất hiện thân giống như các trời Sắc Cứu Cánh... Thần Địa Thần, thân Hỏa thần.... vô lượng thân như vậy sung mãn pháp giới.

(Kinh Hoa Nghiêm, phẩm 39. Nhập Pháp Giới)

11.33.g. Vô Lượng Âm Thanh

Ở trước tất cả chúng sanh xuất hiện những âm thanh như: tiếng phong luân, tiếng thủy luân, tiếng hỏa diệm, tiếng hải triều, tiếng địa chấn, tiếng núi lớn chạm nhau, tiếng thiên thành chấn động, tiếng ma ni khua, tiếng Thiên Vương, tiếng Long Vương , tiếng Dạ Xoa Vương, tiếng Càn Thát Bà Vương, tiếng A Tu La Vương, tiếng Ca Lâu La Vương, tiếng Khẩn Na La Vương, tiếng Ma Hầu La Già Vương, tiếng Nhơn Vương, tiếng Phạm Vương, tiếng ca ngâm của Thiên Nữ, tiếng âm nhạc của chư Thiên, tiếng ma ni bửu vương.

Dùng những âm thanh như vậy để diễn nói Hỉ Mục Dạ Thần từ lúc sơ phát tâm gieo trồng công đức, như là kính thờ các bực thiện tri thức, thân cận chư Phật, tu tập thiện pháp. Thật hành Bố Thí Ba la mật khó xả mà xả được

Thật hành Giới Ba la mật vất bỏ ngôi vua, cung điện, quyến thuộc để xuất gia học đạo.

(Kinh Hoa Nghiêm, phẩm 39. Nhập Pháp Giới)

11.33.h. Mười Ba la mật

- Thật hành *Nhẫn Nhục Ba la mật* có thể nhẫn chịu tất cả sự khổ thế gian, cho đến những khổ hạnh của Bồ-Tát tu tập, thọ trì chánh pháp, thảy đều kiên cố lòng chẳng lay động, cũng nhẫn thọ được những ác tác ác thuyết của tất cả chúng sanh gia vào thân tâm mình, nhẫn thọ tất cả công nghiệp không để hư mất, nhẫn thọ tất cả pháp sanh trí hiểu quyết định, nhẫn thọ pháp tánh có thể suy gẫm chín chắn.

- Thật hành *Tinh Tấn Ba la mật* khởi hạnh Nhứt thiết trí, thành tựu tất cả Phật pháp.

- Thật hành *Thiền Ba la mật*, những tư cụ của Thiền Ba la mật cho đến những sự tu tập, những sự thành tựu, những sự thanh tịnh, những tam muội thần thông, những sự nhập tam muội môn của Thiền Ba la mật đều hiển thị cả.

- Thật hành *Bát Nhã Ba la mật*, Bát Nhã Ba la mật đây có những tư cụ, những trí huệ nhựt thanh tịnh quảng đại, trí huệ vân quảng đại, trí huệ tạng quảng đại, trí huệ môn quảng đại, thảy đều hiển thị cả.

-Thật hành *Phương Tiện Ba la mật*, Ba la mật này có những tư cụ, sự tu hành, thể tánh, lý thú, thanh tịnh, tương ưng, đều hiển thị cả.

-Thật hành *Nguyện Ba la mật*, Ba la mật này có thể tánh, thành tựu, tu tập, tương ưng, điều hiển thị cả.

-Thật hành *Lực Ba la mật,* Ba la mật này có những tư cụ, nhơn duyên, lý thú, diễn thuyết, tương ưng, đều hiển thị cả.

-Thật hành *Trí Ba la mật*, Ba la mật này có những tư cụ, thể tánh, thành tựu, thanh tịnh... hiển thị để thành thục chúng sanh.

(Kinh Hoa Nghiêm, phẩm 39. Nhập Pháp Giới)

11.33.i. Hạnh nguyện từ lúc sơ phát tâm đến nay

Lại diễn thuyết Hỉ Mục Dạ Thần từ lúc sơ phát tâm:

- Chứa nhóm công đức tiếp nối thứ đệ

- Chứa nhóm thiện căn tiếp nối thứ đệ

- Tu tập vô lượng môn Ba la mật tiếp nối thứ đệ

- Chết đây sanh kia và danh hiệu tiếp nối thứ đệ

- Thân cận thiện hữu, kính thờ chư Phật, thọ trì chánh pháp

- Tu Bồ-Tát hạnh, nhập, môn tam muội, dùng sức tam muội thấy khắp chư Phật

- Thấy khắp các cõi, thấy khắp các kiếp, thâm nhập pháp giới, quán sát chúng sanh

- Nhập pháp giới hải biết các chúng sanh chết đây sanh kia, được tịnh Thiên nhĩ nghe tất cả tiếng

- Được tịnh Thiên nhãn thấy tất cả sắc, được Tha tâm trí biết tâm chúng sanh, được Túc trụ trí biết sự đời trước

- Được Thần túc trí thông vô y vô tác du hành khắp mười phương cõi, tất cả những tiếp nối thứ đệ của tất cả công đức thần thông ấy.

- Được Bồ-Tát giải thoát, nhập Bồ-Tát giải thoát hải, được Bồ-Tát tự tại, được Bồ-Tát dũng mãnh, được Bồ-Tát du bộ, trụ Bồ-Tát tưởng, nhập Bồ-Tát đạo, tất cả những công đức nối tiếp thứ đệ như vậy đều diễn nói phân biệt hiển thị để thành thục chúng sanh.

(Kinh Hoa Nghiêm, phẩm 39. Nhập Pháp Giới)

11.33.j. Nghiêm tịnh bất khả thuyết bất khả thuyết Phật độ

Lúc diễn nói như vậy, trong mỗi niệm, mỗi phương trong mười phương đều nghiêm tịnh bất khả thuyết bất khả thuyết Phật độ, độ thoát vô lượng ác thú chúng sanh

- Khiến vô lượng chúng sanh trong hàng Nhơn, Thiên giàu sang tự tại.

- Khiến vô lượng chúng sanh thoát biển sanh tử.

- Khiến vô lượng chúng sanh an trụ bực Thanh Văn, Bích Chi Phật.

- Khiến vô lượng chúng sanh an trụ Như-Lai địa.

(Kinh Hoa Nghiêm, phẩm 39. Nhập Pháp Giới)

11.33.k. Đại thế lực phổ hỉ tràng

Thiện Tài đồng tử thấy nghe tất cả những sự hi hữu đã hiển hiện đó, liền quán sát tư duy hiểu rõ và thâm nhập an trụ trong đó. Nương oai lực của Phật và sức giải thoát nên được Bồ-Tát tư nghì đại thế lực, phổ hỉ tràng tự tại lực giải thoát. Tại sao vậy?

Vì Thiện Tài cùng Hỉ Mục Dạ Thần, từ thuở xưa đã từng cùng nhau tu hành, vì thần lực của Phật gia hộ, vì bất tư nghì thiện căn hộ trợ, vì được Bồ-Tát căn, vì sanh trong dòng Như-Lai, vì được sức thiện hữu nhiếp thọ, vì được chư Phật hộ niệm, vì đã từng *được sự giáo hóa của đức Tỳ-Lô-Giá-Na Như-Lai, vì phần thiện căn* đó đã thành thục, vì kham tu tập hạnh của Phổ Hiền Bồ-Tát.

Thuở xưa, Chuyển Luân Thánh Vương hiệu Thập Phương Chủ có thể nối thạnh dòng Phật là ai ? Chính là *Ngài Văn Thù Sư Lợi Đồng Tử* đấy.

Còn Dạ Thần giác ngộ ta, chính là hóa thân của *đức Phổ Hiền Bồ-Tát.*

- Từ đó về sau trải qua Phật sát vi trần số kiếp chẳng đọa ác đạo, thường sanh Nhơn, Thiên, thường thấy chư Phật. Nhẫn đến ở chỗ đức Phật Diệu Đăng Công Đức Tràng được môn Bồ-Tát giải thoát *"Đại thế lực phổ hỉ tràng"* để lợi ích cho tất cả chúng sanh.

(Kinh Hoa Nghiêm, phẩm 39. Nhập Pháp Giới)

11.33.l. Chư đại Bồ-Tát trong mỗi niệm

Ta chỉ được *môn giải thoát Đại thế lực phổ hỉ tràng này.*

Như chư đại Bồ-Tát trong mỗi niệm:

- Đến khắp trước tất cả chư Phật Như-Lai, mau xu nhập được biển nhứt thiết trí.

- Trong mỗi niệm dùng môn phát thu vào tất cả biển đại nguyện.

- *Trong mỗi niệm dùng môn đại nguyện tận kiếp vị lai, mỗi niệm xuất sanh tất cả công hạnh.*

- *Trong mỗi hạnh xuất sanh tất cả Phật sát vi trần số thân, mỗi mỗi thân vào khắp tất cả cả pháp giới môn.*

- *Mỗi pháp giới môn, trong tất cả cõi Phật, tùy tâm chúng sanh mà nói những diệu hạnh.*

- *Trong mỗi vi trần của tất cả cõi đều thấy vô biên chư Phật.*

- Ở chỗ mỗi Như-Lai đều thấy khắp pháp giới chư Phật thần thông.

- Ở chỗ mỗi Như-Lai đều thấy đời trước tu Bồ-Tát hạnh.

- Ở chỗ mỗi Như-Lai thọ trì thủ hộ những pháp luân.

- Ở chỗ mỗi Như-Lai đều thấy những thần biến của tam thế tất cả Như-Lai.

Ta thế nào biết được nói được công đức hạnh đó.

(Kinh Hoa Nghiêm, phẩm 39. Nhập Pháp Giới)

11.33.m.Giới thiệu đến Bồ-Tát
Phổ Cứu Chúng Sanh Diệu Đức

Trong chúng hội đây có một Dạ Thần tên là Phổ Cứu Chúng Sanh Diệu Đức. Ngươi đến đó hỏi cách *nhập* Bồ-Tát hạnh và *tịnh* Bồ-Tát đạo

(Kinh Hoa Nghiêm, phẩm 39. Nhập Pháp Giới)

11.34. DẠ THẦN PHỔ CỨU CHÚNG SANH DIỆU ĐỨC
– Môn Giải Thoát Bồ-Tát Hiện Khắp
Tất Cả Thế Gian Điều Phục Chúng Sanh

Phát nguyện như vậy rồi, Thiện Tài đến chỗ Dạ Thần Phổ Cứu Chúng Sanh Diệu Đức.

11.34.a. Dạ thần thị hiện

Dạ Thần này vì Thiện Tài mà thị hiện:

- Bồ-Tát điều phục chúng sanh giải thoát thần lực, dùng những tướng hảo trang nghiêm thân mình.

- Giữa chặng mày phóng đại quanh minh tên là Trí đăng phổ chiếu thanh tịnh tràng, có vô lượng quang minh làm quyến thuộc

. Quang minh này chiếu khắp tất cả thế gian, rồi xoay lại chiếu vào đảnh đầu Thiện Tài sung mãn cả thân.

Liền đó Thiện Tài được cứu cánh thanh tịnh luân tam muội.

(Kinh Hoa Nghiêm, phẩm 39. Nhập Pháp Giới)

11.34.b.Cứu cánh thanh tịnh luân tam muội

Được Cứu cánh thanh tịnh luân tam muội này rồi, Thiện Tài thấy khoảng giữa chỗ hai Dạ Thần có tất cả *địa trần, thủy trần, hỏa trần, vi trần của những châu báu kim cang ma ni*, những vi trần của tất cả hoa hương anh lạc đồ trang sức.

(Kinh Hoa Nghiêm, phẩm 39. Nhập Pháp Giới)

11.34.c. Mỗi vi trần đều thấy Phật sát vi trần số thế giới thành hoại.

Trong mỗi vi trần đều thấy Phật sát vi trần số thế giới thành hoại. Và thấy những khối lớn của địa, thủy, hỏa, phong.

- Cũng thấy tất cả thế giới tiếp liên đều dùng địa luân nhiệm trì mà an trụ.

- Cũng thấy tất cả những núi, biển, sông, ao, cây, rừng, cung điện của chư Thiên, Long, Bát Bộ, Nhơn, phi nhơn, cõi địa ngục, ngạ quỷ, súc sanh.

Nhẫn đến các loài luân chuyển sanh tử qua lại theo nghiệp thọ báo, mọi thứ sai khác đều thấy cả.

(Kinh Hoa Nghiêm, phẩm 39. Nhập Pháp Giới)

11.34.d.Tất cả thế giới sai biệt

-Lại thấy tất cả thế giới sai biệt: những thế giới tạp uế, những thế giới thanh tịnh, những thế giới hướng về tạp uế, những thế giới hướng về thanh tịnh, những thế giới tạp uế thanh tịnh, những thế giới thanh tịnh tạp uế, những thế giới thuần thanh tịnh, những thế giới hoặc hình trạng bằng thẳng, hoặc úp xuống, hoặc ngược lên.

(Kinh Hoa Nghiêm, phẩm 39. Nhập Pháp Giới)

11.34.e. Tùy nghi hóa độ

-Trong tất cả thế giới, tất cả xứ, tất cả loài như vậy, đều thấy Dạ Thần Phổ Cứu Chúng sanh này trong tất cả thời gian khắp mọi nơi, tùy theo hình mạo ngôn từ hạnh giải sai khác của chúng sanh, mà dùng sức phương tiện hiện ở trước họ mà tùy nghi hóa độ.

- Làm cho chúng sanh địa ngục khỏi khổ đau.

- Làm cho súc sanh chẳng ăn nuốt nhau.

- Làm cho ngạ quỷ hết đói khát.

- Làm cho loài rồng rời sợ sệt.

- Làm cho chúng sanh cõi Dục thoát khổ Dục giới

- Làm cho loài người rời sự sợ đêm tối, sự sợ mắng nhiếc, sự sợ tiếng xấu, sự sợ nghiệp chướng phiền não chướng, sự sợ vọng tưởng chấp trước ràng buộc.

(Kinh Hoa Nghiêm, phẩm 39. Nhập Pháp Giới)

11.34.f. Dạ Thần này hiện khắp trong 12 loài chúng sanh

Dạ Thần này hiện khắp trong tất cả chúng sanh: noãn sanh, thai sanh, thấp sanh, hóa sanh, có sắc, không sắc, có tưởng, không tưởng, phi hữu tưởng, phi vô tưởng, để thường siêng cứu hộ.

- Vì thành tựu sức đại nguyện của Bồ-Tát.

- Vì thâm nhập sức tam muội của Bồ-Tát.

- Vì kiên cố sức thần thông của Bồ-Tát.

- Vì xuất sanh sức hạnh nguyện của Phổ Hiền.

Thiện Tài thấy Dạ Thần này có thần lực quảng đại như vậy, hiện bày cảnh giới, thậm thâm bất tư nghì, hiện thị Bồ-Tát điều phục chúng sinh giải thoát thần lực, thời hoan hỷ vô lượng, đảnh lễ nơi chân, nhất tâm chiêm ngưỡng.

(Kinh Hoa Nghiêm, phẩm 39. Nhập Pháp Giới)

11.34.g. Bậc an trụ Phổ Hiền hạnh

Lúc đó Dạ thần liền xả tướng Bồ-Tát trang nghiêm hoàn lại thân cũ, mà chẳng bỏ thần lực tự tại. Đây là cảnh giới của *bậc an trụ Phổ Hiền hạnh*.

- Cảnh giới của bậc an trụ đại bi tạng.

- Cảnh giới của bậc cứu hộ tất cả chúng sanh.

- Cảnh giới của bậc có thể tịnh tất cả tam ác bát nạn.

- Cảnh giới của bậc ở trong tất cả Phật độ nối thạnh Phật chủng chẳng dứt.

- Cảnh giới của bậc có thể trụ trì được tất cả Phật pháp.

- Cảnh giới của bậc có thể ở tất cả kiếp tu Bồ-Tát hạnh thành mãn biển đại nguyện.

- Cảnh giới của bậc có thể ở tất cả pháp giới dùng trí quang thanh tịnh diệt vô minh ám chướng.

- Cảnh giới của bậc có thể dùng trí quang minh trong khoảng một niệm chiếu khắp tất cả phương tiện tam thế.

Nay ta thừa oai lực của Phật vì ngươi mà nói.

(Kinh Hoa Nghiêm, phẩm 39. Nhập Pháp Giới)

11.34.h.Thế giới Tỳ-Lô-Giá-Na Đại Oai đức

Thuở xưa, quá Phật sát vi trần số kiếp, có một kiếp tên là Viên Mãn Thanh Tịnh. Thế giới tên là Tỳ-Lô-Giá-Na Đại Oai đức. Có Tu Di Sơn vi trần số Như-Lai xuất thế trong thế giới đó.

- Trong tứ thiên hạ này có trăm vạn ức na do tha vương quốc.

- Mỗi nước có ngàn sông lớn chảy quanh.

- Mặt sông đều có hoa đẹp đua nở, lay động theo dòng nước chảy phát tiếng âm nhạc cõi trời.

- Nhiều bửu thọ mọc lên bên bờ sông. Nhiều thứ trân kỳ dùng để nghiêm sức. Ghe thuyền qua lại vui chơi thỏa tình.

- Khoảng giữa mỗi sông, có trăm vạn ức thành. Mỗi thành có trăm vạn ức na do tha tụ lạc.

-Tất cả thành ấp tụ lạc đều có trăm ngàn ức na do tha cung điện.

-Thuở đó, *loài người sống lâu vô lượng.*

- Thành Bắc có cây Bồ đề tên là Phổ quang pháp vân âm tràng. Gốc cây bằng ma ni vương kiên cố niệm niệm xuất sanh tất cả Như-Lai đạo tràng trang nghiêm.

- Trong ao nước thơm xuất sanh hoa sen lớn tên là Phổ hiện tam thế nhất thiết Như-Lai trang nghiêm cảnh giới vân.

- Có Tu Di Sơn vi trần số Phật xuất hiện trong đó.

(Kinh Hoa Nghiêm, phẩm 39. Nhập Pháp Giới)

11.34.i.Đức Phật thứ nhứt hiệu là
Phổ Trí Bửu Diệm Diệu Đức Tràng

- Đức Phật thứ nhứt hiệu là Phổ Trí Bửu Diệm Diệu Đức Tràng, thành Vô thượng Đẳng Chánh Giác trước nhất nơi trên hoa sen lớn này. Đức Phật diễn thuyết chánh pháp thành thục chúng sanh vô lượng ngàn năm.

- Lúc đức Như-Lai Phổ Trí chưa thành Phật, trước đây mười ngàn năm, hoa sen lớn này phóng tịnh quang minh tên là *Hiện chư thần thông thành thục chúng sanh*. Nếu có chúng sanh nào được quanh minh này chiếu đến thời tâm họ tự khai ngộ không gì chẳng biết rõ, biết mười ngàn năm sau có Phật xuất thế.

(Kinh Hoa Nghiêm, phẩm 39. Nhập Pháp Giới)

11.34.j. Hoa sen phóng quang minh
Nhứt thiết chúng sanh ly cấu đăng

- Chín ngàn năm trước, hoa sen lớn này phóng tịnh quanh minh tên là *Nhứt thiết chúng sanh ly cấu đăng*. Nếu có chúng sanh gặp quang minh này thời được thanh tịnh nhãn thấy tất cả màu sắc, biết chín ngàn năm sau, sẽ có Phật xuất thế.

(Kinh Hoa Nghiêm, phẩm 39. Nhập Pháp Giới)

11.34.k. Hoa sen phóng quang minh
Nhứt thiết chúng sanh nghiệp quả âm

- Tám ngàn năm trước, hoa sen lớn này phóng tịnh quang minh tên là *Nhứt thiết chúng sanh nghiệp quả âm*. Nếu có chúng sanh gặp quanh minh này thời đều tự biết những nghiệp quả báo. Biết tám ngàn năm sau sẽ có Phật xuất thế.

(Kinh Hoa Nghiêm, phẩm 39. Nhập Pháp Giới)

11.34.l. Hoa sen phóng quang minh
Sanh Nhứt thiết thiện căn âm

- Bảy ngàn năm trước, hoa sen lớn này phóng tịnh quanh minh tên là *Sanh Nhứt thiết thiện căn âm*. Nếu có chúng sanh nào gặp quang minh này thời tất cả các căn thảy đều viên mãn. Biết bảy ngàn năm sau sẽ có Phật xuất thế

(Kinh Hoa Nghiêm, phẩm 39. Nhập Pháp Giới)

11.34.m. Hoa sen phóng quang minh
Phật bất tư nghì cảnh giới âm

- Sáu ngàn năm trước, hoa sen lớn này phóng tịnh quanh minh tên là *Phật bất tư nghì cảnh giới âm*. Nếu có chúng sanh gặp quanh minh này thời tâm họ quảng đại được tự tại khắp cả. Biết sáu ngàn năm sau sẽ có Phật xuất thế.

(Kinh Hoa Nghiêm, phẩm 39. Nhập Pháp Giới)

11.34.n. Hoa sen phóng quang minh Nghiêm tịnh nhứt thiết Phật sát âm

- Năm ngàn năm trước, hoa sen lớn này *phóng tịnh quang minh tên là Nghiêm tịnh nhứt thiết Phật sát âm*. Nếu có chúng sanh gặp quang minh này thời thấy tất cả Phật độ thanh tịnh. Biết năm ngàn năm sau sẽ có Phật xuất thế.

(Kinh Hoa Nghiêm, phẩm 39. Nhập Pháp Giới)

11.34.o. Hoa sen phóng quang minh Nhứt thiết Như-Lai cảnh giới vô sai biệt đăng

- Bốn ngàn năm trước, hoa sen lớn này phóng tịnh quang minh tên là *Nhứt thiết Như-Lai cảnh giới vô sai biệt đăng*. Nếu có chúng sanh nào gặp quanh minh này thời đều có thể đến ra mắt tất cả chư Phật. Biết bốn ngàn năm sau sẽ có Phật xuất thế.

(Kinh Hoa Nghiêm, phẩm 39. Nhập Pháp Giới)

11.34.p. Hoa sen phóng quang minh Tam thế minh đăng

- Ba ngàn năm trước, hoa sen lớn này phóng tịnh quang minh tên là *Tam thế minh đăng*. Nếu có chúng sanh gặp quanh minh này thời đều có thể hiện thấy những bổn sự của tất cả Như-Lai. Biết ba ngàn năm sau sẽ có Phật xuất thế.

(Kinh Hoa Nghiêm, phẩm 39. Nhập Pháp Giới)

11.34.q. Hoa sen phóng quang minh Như-Lai ly ế trí huệ đăng

- Hai ngàn năm trước, hoa sen lớn này phóng tịnh quanh minh tên là *Như-Lai ly ế trí huệ đăng*. Nếu có chúng sanh gặp quanh minh này thời được phổ nhãn thấy thần biến của tất cả Như-Lai, thấy tất cả Phật độ, thấy tất cả thế giới chúng sanh. Biết hai ngàn năm sau sẽ có Phật xuất thế.

(Kinh Hoa Nghiêm, phẩm 39. Nhập Pháp Giới)

11.34.r. Hoa sen phóng quang minh
Linh nhất thiết chúng sanh kiến Phật tập chư thiện căn

- Một ngàn năm trước, hoa sen lớn này phóng đại quang minh tên là *Linh nhất thiết chúng sanh kiến Phật tập chư thiện căn*. Nếu có chúng sanh gặp quanh minh này thời được thành tựu kiến Phật tam muội. Biết một ngàn năm sau sẽ có Phật xuất thế.

(Kinh Hoa Nghiêm, phẩm 39. Nhập Pháp Giới)

11.34.s. Hoa sen phóng quang minh
Nhứt thiết chúng sanh hoan hỷ âm

- Bảy ngày trước, hoa sen này phóng đại quanh minh tên là *Nhứt thiết chúng sanh hoan hỷ âm*. Nếu có chúng sanh gặp quang minh này thời được thấy khắp chư Phật sanh lòng rất hoan hỷ. Biết sau bảy ngày sẽ có Phật xuất thế.

Đủ bảy ngày sau, tất cả thế giới thảy đều chấn động, thuần tịnh vô nhiễm, mỗi niệm hiện khắp mười phương tất cả cõi Phật thanh tịnh, cũng hiện những sự trang nghiêm của những cõi đó. Nếu có chúng sanh nào căn tánh thuần thục đáng được thấy Phật thời đều đến đạo tràng.

(Kinh Hoa Nghiêm, phẩm 39. Nhập Pháp Giới)

11.34.t. Cảnh giới thần lực của tất cả Như-Lai

Bấy giờ trong *thế giới Tỳ-Lô-Giá-Na Đại Oai Đức* đó, tất cả Luân Vi Sơn, Tu Di Sơn, tất cả núi biển, lục địa, thành quách, tường rào, cung điện, âm nhạc, ngữ ngôn đều vang ra âm thanh, khen nói cảnh giới thần lực của tất cả Như-Lai.

(Kinh Hoa Nghiêm, phẩm 39. Nhập Pháp Giới)

11.34.u. Đại bửu liên hoa này
có mười Phật sát vi trần số liên hoa bao quanh

Đại bửu liên hoa này có mười Phật sát vi trần số liên hoa bao quanh. Trong những hoa sen này đều có tòa sư tử ma ni bửu tạng. Trên mỗi tòa đều có Bồ-Tát ngồi kiết già.

Lúc đức Phổ Trí Bửu Diệm Diệu Đức Tràng Như-Lai thành vô

thượng Đẳng Chánh Giác tại trên đại bửu liên hoa này, đồng thời cũng hiện thành Phật trong thập phương tất cả thế giới.

11.34.v. Thành tựu hạnh Bồ đề
nhập phổ môn phương tiện đạo

Tùy theo tâm của chúng sanh mà hiện ở trước họ để chuyển pháp luân, làm cho vô lượng chúng sanh:

- Khỏi khổ ác đạo

- Được sanh lên trời

- Ở bậc Thanh Văn, Bích Chi Phật

- Thành tựu hạnh Bồ đề xuất ly

- Thành tựu hạnh Bồ đề dũng mãnh tràng

- Thành tựu hạnh Bồ đề pháp quanh minh

- Thành tựu hạnh Bồ đề thanh tịnh căn

- Thành tựu hạnh Bồ đề bình đẳng lực

- Thành tựu hạnh Bồ đề nhập pháp thành

- Thành tựu hạnh Bồ đề nhập phổ môn phương tiện đạo

- An trụ hạnh Bồ đề tam muội môn

- Thành tựu hạnh Bồ đề duyên tất cả cảnh giới sanh phát tâm Bồ đề

- An trụ đạo Ba la mật thanh tịnh

- Trụ Bồ-Tát Sơ địa

- Trụ Bồ-Tát Nhị địa nhẫn đến Thập địa

- Nhập hạnh nguyện thù thắng của Bồ-Tát

- An trụ hạnh nguyện thanh tịnh của Phổ Hiền.

(Kinh Hoa Nghiêm, phẩm 39. Nhập Pháp Giới)

11.34.w. Thần lực diệu kỳ của Bồ-Tát

Lúc đó Phổ Hiền Bồ-Tát biết trong thành của Bửu Hoa Đăng Vương phóng đại quang minh chiếu khắp tất cả, làm cho *ánh sáng của Thánh Vương, của dân chúng, của nhựt nguyệt tinh tú đều lu mờ*. Dường như lúc mặt nhựt mọc lên cao chói sáng khắp nơi. Cũng như vàng diêm phù đàn để cạnh đống mực đen.

(Kinh Hoa Nghiêm, phẩm 39. Nhập Pháp Giới)

11.34.x. Nguyện làm trí quang minh để phá sự vô tri đen tối của họ

Vương nữ Phổ Trí Diệu Nhãn (*tiền thân của Dạ Thần Phổ Cứu Chúng Sanh Diệu Đức*) thấy sắc thân và quanh minh tự tại của *Phổ Hiền Bồ-Tát*, và nghe những vật trang nghiêm trên thân Bồ-Tát phát âm thanh vi diệu, lòng rất vui mừng, tự nghĩ rằng nguyện tất cả căn lành của tôi có đều hồi hướng để được thân như vậy, được tướng tốt oai nghi tự tại như vậy. Nay đức Thánh này có thể ở trong chỗ sanh tử tối tăm của chúng sanh mà phóng đại quanh minh và báo tin đức Như-Lai xuất thế.

Nguyện tôi cũng được như vậy, vì các chúng sanh mà làm trí quang minh để phá sự vô tri đen tối của họ.

Nguyện tôi thọ sanh chốn nào cũng đều chẳng xa rời vị thiện tri thức này.

(Kinh Hoa Nghiêm, phẩm 39. Nhập Pháp Giới)

11.34.y. Đức Tỳ-Lô-Giá-Na Như-Lai ngự dưới cội Bồ đề

Đức Tỳ-Lô-Giá-Na Như-Lai ngự dưới cội Bồ đề này. Có bất khả thuyết Phật sát vi trần số Bồ-Tát vây quanh. Chư Bồ-Tát này đều xuất sanh từ nơi hạnh nguyện của Phổ Hiền, an trụ nơi vô sai biệt trụ của Bồ-Tát cũng thấy:

- Tất cả Thế Gian Chủ

- Thần lực tự tại của Như-Lai

- Những kiếp thứ đệ có thế giới thành hoại

- Tất cả thế giới đó, mỗi mỗi thế giới đều có *Phổ Hiền Bồ-Tát cúng dường chư Phật điều phục chúng sanh*

- Tất cả Bồ-Tát đó đều ở trong thân Phổ Hiền

- Thân mình ở trong thân đó

- Thân mình ở trước chỗ tất cả Như-Lai, tất cả Phổ Hiền, tất cả Bồ-Tát, tất cả chúng sanh.

(Kinh Hoa Nghiêm, phẩm 39. Nhập Pháp Giới)

11.34.z.Tất cả thế giới đó mỗi mỗi đều có Phật sát vi trần số thế giới

Tất cả thế giới đó mỗi mỗi đều có Phật sát vi trần số thế giới như những:

- Ranh giới

- Nhiệm trì

- Hình trạng

- Thể tánh

- Sắp đặt

- Trang nghiêm

- Thanh tịnh

- Mây trang nghiêm mà che trên đó.

- Tên kiếp, chư Phật xuất thế

- Tam thế

- Phương xứ

- Trụ pháp giới

- Nhập pháp giới

- Trụ hư không

- Như-Lai Bồ đề tràng

- Như-Lai thần thông lực

- Như-Lai sư tử tòa

- Như-Lai đại chúng

- Như-Lai chúng sai biệt

- Như-Lai xảo phương tiện

- Như-Lai chuyển pháp luân

- Như-Lai diệu âm thanh

- Như-Lai ngôn thuyết

- Như-Lai khế kinh.

Thấy như vậy rồi, Vương nữ rất hoan hỷ lòng thanh tịnh.

(Kinh Hoa Nghiêm, phẩm 39. Nhập Pháp Giới)

11.34.aa.Thành tựu mười ngàn môn tam muội

Phổ Trí Bửu Diệm Diệu Đức Tràng Như-Lai vì Vương nữ mà nói tu đa la tên là Nhất thiết Như-Lai Chuyển pháp luân, có mười Phật sát vi trần số tu đa la làm quyến thuộc.

Vương nữ nghe kinh xong, thời được thành tựu mười ngàn môn tam muội,

tâm tăng trưởng Bồ-Tát trợ đạo, tâm duyên khắp tất cả phương, tâm tư duy Phổ Hiền đại nguyện.

(Kinh Hoa Nghiêm, phẩm 39. Nhập Pháp Giới)

11.34.ab.Mười Phật sát vi trần số nguyện hải của Như-Lai

Vương nữ lại phát mười Phật sát vi trần số nguyện hải của Như-Lai:

- Nguyện nghiêm tịnh tất cả cõi Phật

- Nguyện điều phục tất cả chúng sanh

- Nguyện biết khắp tất cả thế giới

- Nguyện vào khắp tất cả pháp giới

- Nguyện trong tất cả Phật độ tu Bồ-Tát hạnh cùng tận thuở kiếp vị lai

- Nguyện tận thuở vị lai kiếp không bỏ hạnh Bồ-Tát

- Nguyện được gần gũi tất cả Như-Lai

- Nguyện được thừa sự tất cả thiện hữu

- Nguyện được cúng dường tất cả chư Phật

- Nguyện ở trong mỗi niệm tu Bồ-Tát hạnh

- Tăng nhứt thiết trí không gián đoạn

- Phát mười Phật sát vi trần số nguyện hải như vậy, thành

tựu đại nguyện Phổ Hiền.

(Kinh Hoa Nghiêm, phẩm 39. Nhập Pháp Giới)

11.34.ac.Nhân hạnh tu bổ tượng Phật cũ

Lại quá đây mười đại kiếp về trước, có thế giới tên là Nhựt Luân Quang Ma Ni, Phật hiệu là Nhơn Đà La Tràng Diệu Tướng.

Vương nữ Diệu Nhãn ở trong di pháp của đức Như-Lai đó, *Phổ Hiền Bồ-Tát khuyên nàng tu bổ tượng Phật cũ hư trên tòa liên hoa.* Nàng đã tu bổ xong lại sơn vẽ. Sơn vẽ xong lại trang nghiêm các châu báu, rồi phát tâm Vô thượng Bồ đề.

Ta nhớ thuở quá khứ *do Phổ Hiền Bồ-Tát thiện tri thức* mà Vương nữ gieo được thiện căn này, từ đó trở đi chẳng đọa ác thú thường thọ sanh trong dòng Thiên Vương, Nhân Vương, xinh đẹp khả ái, đủ những tướng tốt, khiến mọi người thích thấy, thường gặp Phật, thường được gần gũi Phổ Hiền Bồ-Tát, được Bồ-Tát chỉ dạy khai ngộ thành thục mãi đến ngày nay.

* *Chuyển Luân Thánh Vương Tỳ-Lô-Giá-Na Tạng Diệu Bửu Liên Hoa Kế* nay là Di Lặc Bồ-Tát.

Vương nữ Diệu Đức Nhãn chính là *Dạ Thần Phổ Cứu Chúng Sanh Diệu Đức.*

Thuở xưa ấy, ta làm đồng nữ, Phổ Hiền Bồ-Tát khuyên ta tu bổ tượng Phật, dùng đó làm nhân duyên phát tâm Vô thượng Bồ. Đó là lúc ta bắt đầu phát tâm.

Sau đó Phổ Hiền Bồ-Tát dẫn dắt ta thấy đức Diệu Đức Tràng Phật, ta cởi chuỗi ngọc rải lên cúng dường, thấy thần lực của Phật, nghe Phật thuyết pháp, liền được môn giải thoát *"Bồ-Tát hiện khắp tất cả thế gian điều phục chúng sanh".*

(Kinh Hoa Nghiêm, phẩm 39. Nhập Pháp Giới)

11.34.ad. Bồ-Tát hiện khắp tất cả thế gian điều phục chúng sanh

- Trong mỗi niệm thấy Tu Di Sơn vi trần số Phật.

- Cũng thấy đạo tràng chúng hội và quốc độ thanh tịnh của chư Phật. Ta đều tôn trọng cung kính cúng dường nghe diễn chánh pháp, y giáo tu hành.

(Kinh Hoa Nghiêm, phẩm 39. Nhập Pháp Giới)

11.34.ae. Làm Dạ Thần cung kính cúng dường chư Phật

Qua khỏi *thế giới Tỳ-Lô-Giá-Na Đại Oai Đức,* kiếp viên mãn thanh tịnh, có thế giới tên là Bửu Luân Diệu Trang Nghiêm, kiếp tên là Đại Quang, có năm trăm đức Phật xuất hiện trong đó.

Ta đều kính thờ cúng dường. Đức Phật tối sơ hiệu là Đại Bi Tràng, lúc mới xuất gia, ta làm Dạ Thần cung kính cúng dường.

Kế đó có Phật xuất thế hiệu là Kim Cang Na La Diên Tràng. Ta làm Chuyển Luân Thánh Vương cung kính cúng dường Phật. Đức Phật đó vì ta mà nói kinh tên là Nhất Thiết Phật Xuất Hiện, mười Phật sát vi trần số tu đa la làm quyến thuộc...

(Kinh Hoa Nghiêm, phẩm 39. Nhập Pháp Giới)

11.34.af. Tỳ-Lô-Giá-Na Công Đức Tạng
giảng kinh cho dạ thần nghe

- Kế đó có Phật xuất thế hiệu là *Tỳ-Lô-Giá-Na Công Đức Tạng.* Thuở đó ta làm Chủ Địa Thần tên là Xuất Sanh Bình Đẳng Nghĩa, cùng vô lượng Địa Thần đồng mưa tất cả bửu thọ, tất cả ma ni tạng, tất cả mây bửu anh lạc để cúng dường Phật. Đức Phật đó vì ta mà nói kinh tên là Xuất Sanh Nhất Thiết Như-Lai Trí Tạng, vô lượng khế kinh làm quyến thuộc. Ta đều nghe hiểu thọ trì chẳng quên.

- Thứ đệ như vậy, đức Phật tối hậu hiệu là Sung Mãn Hư Không Pháp Giới Diệu Đức Đăng. Thuở đó ta là kỹ nữ tên là Mỹ Nhan. Ta thấy Phật vào thành liền ca vũ cúng dường. Ta thừa thần lực của Phật vọt mình lên hư không nói ngàn bài kệ tán thán Phật. Đức Phật vì ta mà phóng ánh sáng chặng mày tên là Trang Nghiêm Pháp Giới Đại Quang Minh chiếu khắp thân ta. Khi được quanh minh của Phật chiếu đến thân, ta được môn giải thoát tên là *pháp giới phương tiện bất thối tạng.*

(Kinh Hoa Nghiêm, phẩm 39. Nhập Pháp Giới)

11.34.ag. Ở chỗ mỗi đức Như-Lai ta được hiện tam thế pháp giới hải, nhập tất cả Phổ Hiền hạnh.

Trong thế giới này có Phật sát vi trần số kiếp như vậy, tất cả Như-Lai xuất hiện trong đó. Ta đều kính thờ cúng dường cả.

Chư Phật đó nói bao nhiêu chánh pháp ta đều ghi nhớ chẳng quên một câu một chữ. Ở chỗ chư Phật đó ta tán dương tất cả Phật pháp, rộng làm lợi ích cho vô lượng chúng sanh.

Ở chỗ mỗi đức Như-Lai ta được nhất thiết trí quang minh, hiện tam thế pháp giới hải, nhập tất cả Phổ Hiền hạnh.

Này thiện nam tử! Vì ta y cứ nhất thiết trí quang minh nên ở trong mỗi niệm

(Kinh Hoa Nghiêm, phẩm 39. Nhập Pháp Giới)

11.34.ah. Chư Bồ-Tát tích tập vô biên hạnh

Ta chỉ biết môn giải thóat *"Bồ-Tát Phổ hiện nhất thiết thế gian điều phục chúng sánh"* như chư đại Bồ-Tát:

- Tích tập vô biên hạnh

- Sanh những hiểu biết

- Hiện những thân mình

- Đủ những căn tướng

- Mãn những nguyện vọng

- Vào những tam muội

- Khởi những thần biến

- Hay quán sát pháp

- Nhập những trí huệ môn

- Được những pháp quang minh.

Ta thế nào biết được, nói được công đức hạnh đó.

(Kinh Hoa Nghiêm, phẩm 39. Nhập Pháp Giới)

11.34.ai. Giới thiệu đến Bồ-Tát Tịch Tịnh Âm Hải

Cách đây không xa, có Chủ Dạ Thần tên là Tịch Tịnh Âm Hải,

ngồi trên tòa liên hoa ma ni quang tràng trang nghiêm. Có trăm vạn a tăng kỳ Chủ Dạ Thần vây quanh. Ngươi đến đó học Bồ-Tát hạnh, tu Bồ-Tát đạo.

(Kinh Hoa Nghiêm, phẩm 39. Nhập Pháp Giới)

11.35. DẠ THẦN TỊCH TỊNH ÂM HẢI
- Giải-Thoát Niệm-Niệm-Sanh-Quảng-Đại-Trí-Trang-Nghiêm
11.35.a. Dạ-Thần phát nguyện

Dạ-Thần Tịch-Tịnh-Âm-Hải nói với Thiện-Tài: Ta được môn giải-thoát bồ-tát niệm-niệm-xuất-sanh-quảng-đại-hỉ-trang-nghiêm. Ta phát khởi tâm nguyện:

- Bình-đẳng thanh-tịnh.

- Ly tất cả trần cấu thế-gian thanh-tịnh kiên-cố trang-nghiêm chẳng hư hại.

- Trọn chẳng thối chuyển phan-duyên địa-vị bất-thối-chuyển.

- Bất động trang-nghiêm công-đức bửu sơn.

- Vô-trụ-xứ.

- Cứu-hộ hiện thân trước khắp tất cả chúng-sanh.

- Không nhàm đủ thấy tất cả Phật-hải.

- Nguyện-lực thanh-tịnh cầu tất cả Bồ-Tát.

- Trụ nơi đại-trí quang-minh hải.

- Tất cả chúng-sanh vượt khỏi đồng hoang lo buồn.

- Tất cả chúng-sanh bỏ rời sầu lo khổ não.

- Tất cả chúng-sanh bỏ rời sắc thanh hương vị xúc pháp chẳng vừa ý.

- Tất cả chúng-sanh bỏ rời ái-biệt-ly-khổ và oán-tăng-hội-khổ.

- Tất cả chúng-sanh bỏ rời những khổ ác duyên ngu si.

- Tất cả chúng-sanh bị hiểm nạn.

- Tất cả chúng-sanh thoát khỏi chỗ khổ sanh tử.

- Tất cả chúng-sanh bỏ rời những khổ sinh, lão, bệnh, tử.

- Tất cả chúng-sanh thành-tựu pháp-lạc vô-thượng của Như-Lai.

- Tất cả chúng-sanh đều thọ hỉ lạc.

Ta phát khởi những tâm như vậy rồi, lại vì chúng-sanh mà thuyết pháp, làm cho họ lần đến bực nhất-thiết-trí.

(Kinh Hoa Nghiêm, phẩm 39. Nhập Pháp Giới)

11.35.b. Vô-lượng pháp-thí để nhiếp độ tất cả chúng-sanh

*Ta dùng vô-lượng pháp-thí để nhiếp độ tất cả chúng-sanh, nhiều phương-tiện giáo-hóa điều-phục, cho họ khỏi ác đạo, hưởng vui nhân thiên, thoát sự trói buộc của tam giới, an-trụ nhất-thiết-trí.

Lúc đó ta bèn được *đại-hoan-hỉ pháp-quang-minh-hải*. Tâm ta vui vẻ an ổn thư thới.

Ta quán *Tỳ-Lô-Giá-Na Như-Lai, niệm niệm xuất hiện bất-tư-nghì sắc-thân thanh-tịnh. Thấy như vậy rồi lòng ta rất vui mừng.*

(Kinh Hoa Nghiêm, phẩm 39. Nhập Pháp Giới)

11.35.c. Mỗi lỗ lông, niệm niệm xuất hiện vô-lượng Phật-sát vi-trần-số quang-minh-hải

- Lại thấy đức Như-Lai trong mỗi niệm phóng đại-quang-minh sung-mãn pháp-giới. Thấy như vậy rồi, lòng ta rất vui mừng.

- Lại thấy đức Như-Lai, mỗi lỗ lông, niệm niệm xuất hiện vô-lượng Phật-sát vi-trần-số quang-minh-hải. Mỗi quang-minh có vô-lượng Phật-sát vi-trần-số quang-minh làm quyến thuộc, mỗi mỗi châu biến tất cả pháp giới, tiêu-diệt tất cả chúng-sanh khổ. Thấy như vậy rồi, lòng ta rất vui mừng.

- Lại quán Như-Lai, đảnh đầu và chặng mày, niệm niệm xuất hiện Phật-sát vi-trần-số mây bửu-diệm-sơn sung mãn tất cả pháp-giới mười phương. Thấy như vậy rồi, ta rất vui mừng.

(Kinh Hoa Nghiêm, phẩm 39. Nhập Pháp Giới)

11.35.d. Mỗi mỗi lỗ lông, niệm niệm xuất sanh
Phật-sát vi-trần số mây hương-quang-minh

- Lại quán Như-Lai, *mỗi mỗi lỗ lông, niệm niệm xuất* sanh Phật-sát vi-trần số mây hương-quang-minh, sung mãn tất cả cõi Phật mười phương. Thấy như vậy rồi, ta rất vui mừng.

- Lại quán Như-Lai *mỗi mỗi tướng,* niệm niệm phát ra Phật-sát vi-trần-số mây như-lai-thân đủ tướng trang-nghiêm, đến khắp tất cả thế-giới mười phương. Thấy như vậy rồi, ta rất vui mừng.

- Lại quán Như-Lai *mỗi mỗi lỗ lông trong niệm niệm* xuất sanh Phật-sát vi-trần-số mây Phật-biến-hóa, thị-hiện đức Như-Lai từ sơ-phát-tâm, tu ba-la-mật, đủ đạo trang-nghiêm nhập bồ-tát-địa. Thấy như vậy rồi, ta rất vui mừng.

(Kinh Hoa Nghiêm, phẩm 39. Nhập Pháp Giới)

11.35.e. Mỗi lỗ lông của Như-Lai
niệm niệm xuất hiện, thuyết pháp

- Lại quán Như-Lai *mỗi mỗi lỗ lông niệm niệm* xuất hiện bất-khả-thuyết-bất-khả-thuyết Phật-sát vi-trần-số mây Thiên-Vương thân và tự-tại thần-biến đầy khắp tất cả thế-giới mười phương, người đáng do thân Thiên-Vương mà đắc độ thời hiện ra trước họ thuyết-pháp cho họ. Thấy như vậy rồi, ta rất vui mừng.

Những thân-vân: Long-Vương, Dạ-Xoa-Vương, Càn-Thát-Bà Vương, A-Tu-La Vương, Ca-Lâu-La Vương, Khẩn-Na-La Vương, Ma-hầu-La-Già Vương, Nhơn-Vương, Phạm-Vương, *đều trong mỗi lỗ lông của Như-Lai niệm niệm xuất hiện, thuyết pháp như thân-vân Thiên-Vương.*

(Kinh Hoa Nghiêm, phẩm 39. Nhập Pháp Giới)

11.35.f. Thể bình-đẳng nhập đạo tam-thế

Thấy như vậy rồi, ta rất hoan-hỉ, rất tin mến, lượng bằng pháp-giới nhất-thiết-trí.

Chỗ xưa chưa được mà nay mới được

Chỗ xưa chưa chứng mà nay mới chứng

Chỗ xưa chưa nhập mà nay mới nhập

Chỗ xưa chưa mãn mà nay mới mãn

Chỗ xưa chưa thấy mà nay mới thấy

Chỗ xưa chưa nghe mà nay mới nghe.

Bởi có thể biết rõ tướng pháp-giới.

Vì biết tất cả pháp chỉ một tướng.

Vì có thể bình-đẳng nhập đạo tam-thế. Vì có thể nói tất cả vô-biên pháp.

(Kinh Hoa Nghiêm, phẩm 39. Nhập Pháp Giới)

11.35.g.Xuất sanh quảng-đại-hỉ trang-nghiêm giải-thoát quang-minh-hải

Ta nhập *bồ-tát niệm niệm xuất sanh quảng-đại-hỉ trang-nghiêm giải-thoát quang-minh-hải* nầy.

Giải-thoát nầy vô-biên, vì vào khắp tất cả pháp-giới môn.

Giải-thoát nầy vô-tận, vì khắp pháp tâm nhất-thiết-trí-tánh.

Giải-thoát nầy vô-tế, vì vào trong tâm tất cả chúng-sanh không giới hạn.

Giải-thoát nầy thậm-thâm, vì là cảnh sở-tri của trí huệ tịch-tịnh.

Giải-thoát nầy quảng đại, vì châu biến tất cả Như-Lai cảnh.

Giải-thoát nầy vô-hoại, vì là cảnh sở-tri của Bồ-Tát trí-nhãn.

Giải-thoát nầy không đáy, vì tận nguồn đáy nơi pháp-giới.

Giải-thoát nầy chính là phổ-môn, vì trong một sự thấy khắp tất cả thần-biến.

Giải-thoát nầy trọn chẳng thể lấy, vì tất cả pháp-thân bình-đẳng không hai.

Giải-thoát nầy trọn không có sanh, vì rõ biết được pháp như huyễn.

Giải-thoát nầy như ảnh tượng, vì nhất-thiết-trí nguyện-quang sanh ra.

Giải-thoát nầy dường như biến hóa, vì hóa sanh những thắng-hạnh bồ-tát.

Giải-thoát nầy dường như đại-địa vì là chỗ sở-y của tất cả chúng sanh.

Giải-thoát nầy dường như đại-thủy, vì có thể dùng đại-bi nhuận tất cả.

Giải-thoát nầy dường như đại-hỏa, vì khô cạn nước tham ái của tất cả chúng-sanh.

Giải-thoát nầy dường như đại-phong, vì làm cho chúng-sanh mau đến nhất-thiết-trí.

Giải-thoát nầy dường như đại-hải, vì những công-đức trang-nghiêm tất cả chúng-sanh.

Giải-thoát nầy như núi Tu-Di, vì xuất hiện biển pháp nhất-thiết-trí.

Giải-thoát nầy như thành quách lớn, vì tất cả pháp được trang-nghiêm.

Giải-thoát nầy như hư không, vì dung khắp thần-lực của tất cả Phật tam thế.

Giải-thoát nầy như mây lớn, vì mưa pháp-vũ cho khắp chúng-sanh.

Giải-thoát nầy như mặt nhật, vì phá được tối ngu-si của chúng-sanh.

Giải-thoát nầy như mặt trăng tròn, vì mãn túc biển phước-đức quảng đại.

Giải-thoát nầy dường chơn-như, vì đều có thể cùng khắp tất cả chỗ.

Giải-thoát nầy như bóng của mình, vì do thiện-nghiệp của mình hóa xuất ra.

Giải-thoát nầy như tiếng vang, vì tùy nghi mà thuyết pháp.

Giải-thoát nầy như ãnh tượng, vì tùy tâm chúng-sanh mà chiếu hiện.

Giải-thoát nầy như đại-thọ-vương vì nở xòe tất cả hoa thần-thông.

Giải-thoát nầy như kim-cang, vì bổn lai bất-khả-hoại.

Giải-thoát nầy như châu ma-ni, vì xuất sanh vô-lượng sức tự-tại.

Giải-thoát nầy như ly-cấu-tạng ma-ni-vương, vì thị-hiện tất cả tam-thế Như-Lai thần-lực.

Giải-thoát nầy như hỉ-tràng ma-ni-bửu, vì có thể bình-đẳng phát ra tiếng phát-luân của tất cả chư Phật.

Nầy thiện-nam-tử! Nay ta vì ngươi mà nói những ví-dụ nầy. Ngươi nên tư-duy tùy thuận ngộ nhập.

(Kinh Hoa Nghiêm, phẩm 39. Nhập Pháp Giới)

11.35.h. Mười Đại Pháp Tạng

Thiện-Tài thưa: Bạch Đại-Thánh! Tu hành thế nào để được môn giải thoát nầy.

Dạ-Thần nói: Bồ-Tát tu hành mười đại-pháp-tạng được giải thoát nầy:

1. Tu bố-thí quảng-đại-pháp-tạng, tùy tâm chúng-sanh đều khiến đầy đủ.

2. Tịnh-giới quảng-đại pháp-tạng vào khắp tất cả biển Phật công-đức.

3. Kham-nhẫn quảng đại pháp-tạng, có thể khắp tư-duy tất cả pháp-tánh.

4. Tinh-tấn quảng-đại pháp-tạng, vì xu hướng nhất-thiết-trí hằng chẳng thối-chuyển.

5. Thiền-định quảng-đại pháp-tạng, vì có thể diệt trừ tất cả chúng-sanh nhiệt-não.

6. Bát-nhã quảng-đại pháp-tạng, vì có thể biết rõ khắp tất cả pháp-hải.

7. Phương-tiện quảng-đại pháp-tạng, có thể thành-thục khắp những chúng-sanh-hải.

8. Tu những nguyện quảng-đại pháp-tạng, vì tận vị-lai kiếp tu bồ-tát-hạnh khắp tất cả cõi Phật, tất cả chúng-sanh.

9. Tu những lực quảng đại pháp-tạng, vì niệm niệm hiện thành Đẳng-Chánh-Giác nơi tất cả pháp-giới, nơi tất cả quốc-độ thường chẳng thôi dứt.

10. Tu tịnh-trí quảng-đại pháp-tạng, được như-lai-tri biết khắp tất cả pháp tam-thế không có chướng ngại.

Nếu chư Bồ-Tát an-trụ mười pháp-tạng nầy thời có thể chứng được giải-thoát như vậy.

(Kinh Hoa Nghiêm, phẩm 39. Nhập Pháp Giới)

11.35.i. Phát Tâm Vô Thượng Bồ Đề Đã Bao Lâu

Thiện-Tài thưa: Đại-Thánh phát tâm vô-thượng bồ-đề đã bao lâu?

Dạ-Thần nói: Phía đông của *Hoa-Tạng-Trang-Nghiêm-Thế-Giới-Hải* nầy, qua khỏi *mười thế-giới-hải*, có *thế-giới-hải* tên là Nhất-Thiết-Tịnh-Quang-Bửu. Trong thế-giới-hải nầy có *thế-giới-chủng* tên là Nhất-Thiết-Như-Lai-Nguyện-Quang-Minh-Ấm, trong đó có thế-giới tên là Thanh-tịnh-Quang-Kim-Trang-Nghiêm, thể chất bằng hương-kim-cang ma-ni-vương, hình như lâu các. Diệu-bửu-vân làm biên-tế, ở trong biển nhất-thiết-bửu-anh-lạc. Mây diệu-cung-điện che trên. Tịnh-uế lẫn lộn.

(Kinh Hoa Nghiêm, phẩm 39. Nhập Pháp Giới)

11.35.j. Bồ-đề Thọ-Thần

Trong thế-giới đó, thuở xưa có kiếp tên là Phổ-Quang-Tràng. Nước tên là Phổ Mãn-Diệu-Tạng. Đạo-tràng tên là Nhứt-Thiết-Bửu-Tạng-Diệu Nguyệt-Quang-Minh. Có Phật tên là Bất-Thối-Chuyển-Pháp-Giới-Ấm, thành Đẳng-Chánh-Giác nơi đạo tràng này.

Thuở đó ta làm *Bồ-đề Thọ-Thần* tên là Cụ-Túc-Phước-Đức-Đăng-Quang-Minh-Tràng. Ta thủ hộ đạo tràng ấy.

Ta thấy đức Phật Pháp-Giới-Ấm thành Đẳng-Chánh-Giác thị-hiện thần lực, ta phát tâm vô-thượng bồ-đề. Liền lúc đó ta được tam-muội tên là *Phổ-chiếu-như-lai công-đức-hải.*

Kế đó, trong đạo-tràng ấy có Như-Lai xuất thế hiệu là Pháp-Thọ-Oai Đức-Sơn.

Bây giờ ta mạng chung sanh trở lại làm *đạo-tràng Chủ-Dạ-Thần,* tên là Thù-Thắng-Phước-Trí-Quang.

(Kinh Hoa Nghiêm, phẩm 39. Nhập Pháp Giới)

11.35.k. Cúng dường Như-Lai trong nhiều kiếp hải

* Trong nhiều kiếp hải, nơi tất cả thân, ta đều kính thờ cúng-dường tất cả Như-Lai, nghe Phật thuyết-pháp.

Khi mạng-chung, ta sanh trở lại trong thế-giới đó, trải qua Phật-sát vi-trần-số kiếp tu bồ-tát-hạnh.

Sau đó, ta mạng-chung sanh nơi *Ta-Bà thế-giới* trong *Hoa-Tạng-Trang-Nghiêm-Thế-Giới-Hải* nầy, gặp và cúng-dường đức Câu-Lưu-Tôn-Đà Như-Lai. Ta được tam-muội tên là ly-nhất-thiết-trần-cấu-quang-minh.

- Kế đó gặp đức Câu-Na-Hàm-Mâu-Ni Như-Lai, ta kính thờ cúng-dường, được tam-muội tên là Phổ-Hiện-Nhất-Thiết-Chư-Sát-Hải.

- Kế đó gặp đức Ca-Diếp Như-Lai, ta kính thờ cúng-dường, được tam-muội tên là Diễn-Nhất-Thiết-chúng-Sanh-Ngôn-Ấm-Hải.

- Kế đó gặp đức Tỳ-Lô-Giá-Na Như-Lai thành Đẳng-Chánh-Giác nơi đạo-tràng nầy niệm niệm thị-hiện đại-thần-thông-lực. Do đó ta được môn giải-thoát niệm-niệm-xuất-sanh-quảng-đại-hỉ-trang-nghiêm.

Được giải thoát nầy rồi, ta có thể *nhập mười bất-khả-thuyết bất-khả-thuyết Phật-sát vi-trần-số pháp-giới an-lập hải.*

(Kinh Hoa Nghiêm, phẩm 39. Nhập Pháp Giới)

11.35.l. Tỳ-Lô-Giá-Na Như-Lai

Ta thấy trong tất cả pháp-giới an lập-hải, bao nhiêu vi-trần của tất cả Phật-sát. Trong mỗi vi-trần có mười bất-khả-thuyết bất khả-thuyết Phật sát vi-trần-số Phật-độ. **Mỗi Phật-độ đều có Tỳ-Lô-**

Giá-Na Như-Lai ngồi đạo-tràng, trong mỗi niệm thành Đẳng-Chánh-Giác hiện đại-thần-biến. Những thần-biến của Như-Lai hiện đều khắp pháp-giới-hải.

Ta cũng thấy thân mình ở tại chỗ của tất cả Như-Lai, cũng nghe Phật nói diệu-pháp.

Ta cũng thấy tất cả chư Phật, nơi mỗi lỗ lông xuất hiện, thần-thông biến hóa khắp tất cả pháp-giới-hải, khắp tất cả thế-giới hải, khắp tất cả thế-giới chủng, trong tất cả thế giới tùy tâm chúng-sanh mà chuyển chánh-pháp-luân.

(Kinh Hoa Nghiêm, phẩm 39. Nhập Pháp Giới)

11.35.m.Dùng trí bình-đẳng đạt khắp pháp vô-sai-biệt của chư Phật.

Nhơn đó ta được *sức tốc-tật đà-la-ni, thọ trì tư-duy tất cả văn nghĩa*. Dùng trí minh-liễu vào khắp tất cả pháp-tạng thanh-tịnh. Dùng trí tự-tại dạo khắp tất cả thậm thâm pháp-hải. Dùng trí châu-biến biết khắp những nghĩa quảng-đại trong tam thế. Dùng trí bình-đẳng đạt khắp pháp vô-sai-biệt của chư Phật.

Ta hiểu rõ tất cả pháp-môn như vậy. Trong mỗi mỗi pháp-môn, hiểu rõ tất cả tu-đa-la-vân. Trong mỗi mỗi tu-đa-la-vân, ta hiểu rõ tất cả pháp-hải.

(Kinh Hoa Nghiêm, phẩm 39. Nhập Pháp Giới)

11.35.n. Biết vô-lượng Như-Lai thị-hiện thân hải

-Biết Mười ba-la-mật hải của vô-lượng Như-Lai

- Biết vô-lượng Như-Lai thuở xưa siêu bồ-tát-địa, trụ bồ-tát-địa, hiện thần-thông lực trong vô-lượng kiếp hải.

- Biết vô-lượng Như-Lai thuở xưa nhập bồ-tát-địa, tu bồ-tát-địa, trụ bồ-tát-địa, quán bồ-tát-địa.

- Biết vô-lượng Như-Lai, thuở xưa, lúc làm Bồ-Tát thường thấy chư Phật-hải, kiếp-hải đồng-trụ.

- Biết vô-lượng Như-Lai, thuở xưa, lúc làm Bồ-Tát, dùng vô-lượng thân sanh khắp sát-hải.

- Biết vô-lượng Như-Lai, thuở xưa lúc làm Bồ-Tát, cùng khắp pháp-giới tu hạnh quảng-đại.

- Biết vô-lượng Như-Lai, thuở xưa lúc làm Bồ-Tát, thị-hiện những phương-tiện-môn điều phục thành-thục tất cả chúng-sanh.

- Biết vô-lượng Như-Lai phóng đại quang-minh chiếu khắp tất cả sát-hải mười phương.

- Biết vô-lượng Như-Lai hiện đại-thần-lực ra trước tất cả chúng-sanh. Biết trí quảng-đại của vô-lượng Như-Lai.

- Biết vô-lượng Như-Lai chuyển chánh-pháp-luân. Biết vô-lượng Như-Lai thị-hiện tướng-hải.

- Biết vô-lượng Như-Lai thị-hiện thân hải. Biết vô-lượng Như-Lai quảng-đại lực hải.

Tất cả chư Như-Lai đó từ sơ phát tâm nhẫn đến pháp-diệt, trong mỗi niệm ta đều thấy biết.

(Kinh Hoa Nghiêm, phẩm 39. Nhập Pháp Giới)

11.35.o. Nhất tâm tu môn bồ-tát-đại-dũng-mãnh

Ngươi hỏi ta phát tâm đã bao lâu ?

Thuở xưa quá hai Phật sát vi-trần-số kiếp như đã nói ở trên, trong thế-giới thanh-tịnh-Quang-Kim-Trang-Nghiêm, ta làm Bồ-Đề-Thọ thần nghe đức Bất-Thối-Chuyển-Pháp-Giới Ấm Như-Lai thuyết pháp, ta phát tâm vô-thượng bồ-đề, tu bồ-tát hạnh suốt hai Phật-sát vi-trần-số kiếp sau đó mới sanh trong Hiền-Kiếp nơi Thế Giới Ta-Bà nầy, từ Câu-Lưu-Tôn-Đà Phật, đến Thích-Ca-Mâu-Ni Phật, và tất cả Phật vị-lai trong kiếp nầy, ta đều thân-cận cúng dường như vậy.

Trong tất cả thế-giới tất cả kiếp vị-lai đây có tất cả chư Phật, ta cũng đều thân-cận cúng-dường như vậy.

Thế-giới Thanh-tịnh-Quang-Kim-Trang-Nghiêm hiện nay vẫn còn, chư Phật nối tiếp xuất hiện không dứt. Ngươi nên nhứt tâm tu môn bồ-tát-đại-dũng-mãnh nầy.

(Kinh Hoa Nghiêm, phẩm 39. Nhập Pháp Giới)

11.35.p.Giới thiệu đến Bồ-Tát
Thủ-Hộ-Nhất-Thiết-Thành-Tăng-Trưởng-Oai-Lực

*Ta chỉ biết môn *giải-thoát niệm-niệm-sanh-quảng-đại-trí-trang-nghiêm* nầy như chư đại Bồ-Tát:

- Thâm-nhập tất cả pháp-giới-hải

- Đều biết tất cả những kiếp-số

- Thấy khắp tất cả cỏi thành hoại.

Ta thế nào biết được nói được công-đức-hạnh đó.

Trong hội bồ-đề-tràng của đức Như-Lai đây có Chủ-Dạ-Thần tên là *Thủ-Hộ-Nhất-Thiết-Thành-Tăng-Trưởng-Oai-Lực.* Ngươi đến đó học bồ-tát hạnh, tu bồ-tát-đạo.

Thiện-Tài tùy thuận lời dạy của Chủ-Dạ-Thần Tịch-Tịnh-Ấm-Hải, quán-sát pháp-môn của Dạ-Thần vừa *nói mỗi câu mỗi chữ đều không quên sót.*

- Nơi vô-lượng thâm-tâm

- Vô-lượng pháp-tánh

- Tất cả phương-tiện

- Thần-thông trí-huệ

- Nghĩ nhớ suy chọn tiếp nối không dứt, tâm niệm quảng đại chứng nhận an-trụ.

(Kinh Hoa Nghiêm, phẩm 39. Nhập Pháp Giới)

11.36. DẠ-THẦN THỦ-HỘ NHẤT-THIẾT-THÀNH
TĂNG TRƯỞNG OAI LỰC
– Môn Giải-Thoát Bồ-Tát Thậm Thâm Tự-Tại Diệu-Âm

Thiện-Tài đi đến chỗ Dạ-Thần Thủ-Hộ Nhất-Thiết-Thành.

Thấy Dạ-Thần nầy ngồi trên tòa sư-tử nhất-thiết-bửu-quang-minh-ma-ni-vương, vô-số Dạ-Thần vây quanh.

11.36.a. Môn giải-thoát bồ-tát thậm thâm tự-tại diệu-âm

Dạ-Thần nói: Ta được môn *giải-thoát bồ-tát thậm thâm tự-tại diệu-âm.*

- Làm Đại-Pháp-Sư không còn chướng-ngại, vì có thể khéo khai thị pháp-tạng của chư Phật.

- Đủ thệ nguyện lớn, sức đại từ-bi, vì làm cho tất cả chúng-sanh an trụ tâm bồ-đề.

- Có thể làm tất cả sự lợi cho chúng-sanh, vì chứa nhóm thiện-căn không thôi nghỉ.

- Làm Điều-Ngự-Sư cho tất cả chúng-sanh, vì khiến tất cả chúng-sanh an trụ đạo nhất-thiết-trí.

- Làm pháp-nhật thanh-tịnh cho tất cả thế-gian, vì chiếu khắp thế-gian khiến sanh căn lành.

- Tâm bình-đẳng với tất cả thế gian, vì khắp làm cho chúng-sanh tăng-trưởng pháp lành.

- Tâm thanh-tịnh nơi tất cả cảnh giới vì trừ diệt tất cả nghiệp bất-thiện.

- Thệ nguyện lợi ích tất cả chúng-sanh, vì thân hằng hiện khắp tất cả quốc độ.

- Thị-hiện tất cả bổn-sự nhơn duyên, vì làm cho các chúng-sanh an-trụ hạnh lành.

- Hằng thờ tất cả thiện-tri-thức, vì khiến chúng-sanh an-trụ Phật pháp.

Ta dùng pháp-thí ban bố cho chúng-sanh, khiến họ sanh bạch-pháp cầu nhất-thiết-trí.

(Kinh Hoa Nghiêm, phẩm 39. Nhập Pháp Giới)

11.36.b. Mười Pháp Giới

Ta dùng tịnh-pháp quang-minh như vậy để lợi ích tất cả chúng-sanh. Lúc nhóm pháp trợ-đạo thiện-căn, khởi mười thứ quán-sát pháp-giới :

1. Ta biết pháp-giới vô-lượng, vì chứng được trí quang-minh quảng đại.

2. Ta biết pháp-giới vô-biên, vì thấy chỗ thấy biết của tất cả

458

Phật.

3. Ta biết pháp-giới vô-hạn, vì vào khắp tất cả Phật-độ cung kính cúng-dường chư Như-Lai.

4. Ta biết pháp-giới không mé, vì thị-hiện tu hành Bồ-tát hạnh khắp trong tất cả thế-giới-hải.

5. Ta biết pháp-giới không dứt, vì nhập nơi trí bất-đoạn của Như-Lai.

6. Ta biết pháp-giới một tánh vì Như-Lai một âm-thanh mà tất cả chúng-sanh đều rõ biết.

7. Ta biết pháp-giới tánh-tịnh, vì rõ Như-Lai nguyện độ khắp tất cả chúng-sanh.

8. Ta biết pháp-giới khắp chúng-sanh, vì diệu-hạnh Phổ-Hiền đều cùng khắp.

9. Ta biết pháp-giới một trang-nghiêm, vì diệu hạnh Phổ-Hiền khéo trang-nghiêm.

10. Ta biết pháp-giới chẳng thể hư hoại, vì thiện-căn nhất-thiết-trí sung-mãn pháp-giới chẳng thể hoại.

(Kinh Hoa Nghiêm, phẩm 39. Nhập Pháp Giới)

11.36.c. Mười môn đại-oai-đức đà-la-ni-luân

1) Đà-la-ni-luân vào khắp tất cả pháp.

2) Đà-la-ni-luân trì khắp tất cả pháp.

3) Đà-la-ni-luân nói khắp tất cả pháp.

4) Đà-la-ni-luân niệm khắp tất cả Phật mười phương.

5) Đà-la-ni-luân nói khắp danh hiệu của tất cả Phật.

6) Đà-la-ni-luân vào khắp nguyện-hải của tam thế Phật.

7) Đà-la-ni-luân vào khắp tất cả những thừa-hải.

8) Đà-la-ni-luân nhập khắp tất cả chúng-sanh nghiệp-hải.

9) Đà-la-ni-luân mau chuyển tất cả nghiệp.

10) Đà-la-ni-luân mau sanh nhất-thiết-trí.

Nầy Thiện-nam-tử! Mười đà-la-ni-luân này dùng mười ngàn

đà-la-ni-luân làm quyến-thuộc, hằng vì chúng-sanh diễn nói diệu-pháp.

Ta nhập Như-Lai vô-sai-biệt pháp-giới-môn-hải, nói pháp vô-thượng nhiếp khắp chúng-sanh, tận vị-lai kiếp trụ hạnh Phổ-hiền.

(Kinh Hoa Nghiêm, phẩm 39. Nhập Pháp Giới)

11.36.d. Môn giải-thoát thậm-thâm tự-tại diệu-âm

Ta thành-tựu *môn giải-thoát thậm-thâm tự-tại diệu-âm nầy*, ở trong mỗi niệm tăng trưởng tất cả những môn giải-thoát, niệm niệm sung mãn tất cả pháp-giới.

Thuở xưa, quá thế-giới-chuyển vi-trần số kiếp có kiếp tên là Ly-Cấu-Quang-Minh, có thế-giới tên là Công-Đức-Vân, *thể chất bằng hiện-nhất-thiết-chúng-sanh nghiệp-ma-ni-vương-hải, hình như liên-hoa, trụ trong tứ-thiên-hạ vi-trần-số hương-ma-ni tu-di-sơn-võng, trang-nghiêm với xuất-nhất-thiết-như-lai bổn-nguyện-âm liên-hoa.*

Tu-di-sơn vi-trần-số liên-hoa làm quyến-thuộc, xen lẫn với tu-di-sơn vi-trần-số hương-ma-ni.

Thế-giới đó có tu-di-sơn vi-trần tứ-thiên hạ.

Mỗi tứ-thiên-hạ có trăm ngàn ức na-do-tha bất-khả-thuyết bất-khả-thuyết thành.

(Kinh Hoa Nghiêm, phẩm 39. Nhập Pháp Giới)

11.36.f. Trong vô-lượng kiếp-hải chứa nhóm ngọn đuốc pháp

Lúc đức Phật đó xuất thế có Chuyển-Luân-Vương tên là Thanh-Tịnh-Nhựt-Quang-Minh-Diện, Thọ trì tất cả phát-hải-triền tu-đa-la của Phật. Sau khi đức Phật nhập niết-bàn, nhà vua xuất gia hộ-trì chánh-pháp.

- Lúc pháp sắp diệt có ngàn bộ dị-chúng thuyết-pháp ngàn thứ.

Gần lúc mạt-kiếp nghiệp hoặc chướng nặng, các ác Tỳ-Kheo nhiều sự đấu tranh, thích chấp cảnh-giới chẳng cầu công-đức. Thích nói vương-luận, tặc-luận, nữ-luận, quốc-luận, hải-luận, nhẫn đến tất cả thế-gian-luận.

- Lúc đó Vương Tỳ-Kheo bảo họ rằng: Lạ thay khổ thay, *đức Phật trong vô-lượng kiếp-hải chứa nhóm ngọn đuốc pháp nầy sao các người lại cùng nhau hủy diệt.*

- Nói xong, Vương Tỳ-Kheo (Chuyển Luân Vương đi xuất gia) bay lên hư-không cao bảy cây đa-la, thân phóng ra vô-lượng những mây màu sáng, những lưới đại quang-minh nhiều màu, làm cho vô-lượng chúng-sanh trừ nóng phiền-não, làm cho vô-lượng chúng-sanh phát tâm bồ-đề. *Nhờ nhân duyên nầy nên giáo-pháp của Như-Lai được hưng thạnh thêm sáu vạn năm ngàn năm.*

- Lúc đó có Tỳ-Kheo-Ni tên là Pháp-Luân-Hóa-Quang, vốn là con gái của Chuyển-Luân-Vương, trăm ngàn Tỳ-Kheo-Ni làm quyến thuộc, nghe lời-nói của Phụ-vương và thấy thần-lực, liền phát tâm bồ-đề không thối-chuyển, được tam-muội tên là nhất-thiết-Phật-giáo-đăng, lại được môn giải-thoát thậm-thâm tự-tại diệu-âm này, thân tâm nhu-nhuyến, liền được thấy tất cả thần-lực của đức Pháp-Hải-Lôi Ấm Quang-Minh Như-Lai.

Chuyển-Luân-Vương Tỳ-Kheo xưa kia chính là Phổ-Hiền Bồ-Tát, Vương-Nữ Tỳ-Kheo-Ni chính là ta.

(Kinh Hoa Nghiêm, phẩm 39. Nhập Pháp Giới)

11.36.g. Mười vạn Tỳ-Kheo-Ni nguyện đạt vô-thượng bồ-đề

- Thuở ấy ta thủ-hộ Phật-pháp làm cho mười vạn Tỳ-Kheo-Ni được chẳng thối-chuyển nơi vô-thượng bồ-đề, lại được hiện thấy tất cả Phật tam-muội, lại được tất cả Phật pháp-luân kim-cang quang-minh đà-la-ni, lại được bát-nhã ba-la-mật vào khắp tất cả pháp-môn-hải.

- Kế đó có Phật xuất thế hiệu là Ly-Cấu-Pháp-Quang-Minh...

- Có tu-di-sơn vi-trần-số chư Phật Như-Lai như vậy thứ đệ tiếp nối xuất thế.

Tối hậu Phật hiệu là Pháp-Giới-Thành-Trí-Huệ-Đăng, cũng xuất thế trong kiếp Ly-Cấu-Quang-Minh.

- Với tất cả chư Phật trên đây ta đều kính thờ thân-cận cúng-dường nghe pháp thọ-trì và xuất-gia học đạo hộ-trì pháp-giáo, nhập môn giải-thoát bồ-tát thậm-thâm tự-tại diệu-âm nầy, dùng nhiều phương-tiện giáo-hóa thành-thục vô-lượng chúng-sanh.

- Từ đó đến nay trải qua Phật-sát vi-trần-số kiếp, có bao nhiêu chư Phật xuất thế, ta đều kính thờ cúng-dường thọ-hành giáo-pháp.

Từ đó đến nay, ta ở trong chúng-sanh vô-minh tăm tối sanh tử mà riêng mình giác ngộ, làm cho chúng-sanh thủ hộ tâm-thành, bỏ tam-giới-thành mà an-trụ nơi pháp-thành nhất-thiết-trí vô-thượng.

(Kinh Hoa Nghiêm, phẩm 39. Nhập Pháp Giới)

11.36.h. Giải-thoát thậm-thâm tự-tại diệu-âm

*Ta chỉ biết môn *giải-thoát thậm-thâm tự-tại diệu-âm* nầy, làm cho các thế gian rời hí-luận-ngữ, chẳng nói nhị-ngữ, thường chơn-thiệt-ngữ, hằng thanh-tịnh-ngữ. Như chư đại Bồ-tát có thể biết:

- Tự-tánh của tất cả ngữ ngôn.

- Trong mỗi niệm tự-tại khai ngộ tất cả chúng-sanh.

- Vào biển ngôn âm của tất cả chúng-sanh.

- Đều biết rõ được tất cả ngôn từ.

- Thấy rõ tất cả pháp-môn.

- Đã được tự-tại nơi phổ-nhiếp-nhất-thiết-pháp đà-la-ni, tùy chỗ nghi của tâm chúng-sanh mà vì họ thuyết pháp, rốt ráo điều phục tất cả chúng-sanh, có thể nhiếp thọ khắp tất cả chúng-sanh, khéo tu những nghiệp vô-thượng của Bồ-Tát.

- Thâm nhập những trí vi-tế của Bồ-Tát. Có thể khéo quán-sát bồ-tát-tạng. Có thể tự-tại diễn thuyết những bồ-tát-pháp.

Tại sao vậy? Vì đã được thành-tựu nhất-thiết-pháp-luân-đà-la-ni. Ta đâu biết được nói được công-đức-hạnh đó.

(Kinh Hoa Nghiêm, phẩm 39. Nhập Pháp Giới)

11.36.i. Giới thiệu đến Bồ-Tát Khai-Phu-Nhất-Thiện-Thọ-Hoa

Trong Phật-hội nầy có Chủ-Dạ-Thần tên là Khai-Phu-Nhất-Thiện-Thọ-Hoa. Ngươi đến đó học ***nhất-thiết-trí và cách an lập tất cả chúng-sanh trụ nhất-thiết-trí.***

Bấy giờ Thiện-Tài Đồng-Tử được nhập môn:

- Giải-thoát bồ-tát thậm-thâm tự-tại diệu-âm

- Vô biên tam-muội-hải

- Quảng-đại tổng-trì hải

- Đại thần-thông

- Đại-biện-tài.

(Kinh Hoa Nghiêm, phẩm 39. Nhập Pháp Giới)

11.37. DẠ-THẦN KHAI-PHU-NHẤT-THIẾT-THỌ-HOA – Môn Giải Thoát Bồ-Tát Xuất Sanh Quảng-Đại Hỉ-Quang-Minh

Thiện-Tài đã nhập môn giải-thoát bồ-tát thậm-thâm tự-tại diệu-âm, tu hành tinh tấn, đi đến chỗ Dạ-Thần Khai-Phu-Nhất-Thiết-Thọ-Hoa.

Dạ-Thần đang ở trong lâu các chúng-bửu-hương-thọ, ngồi trên tòa sư-tử diệu-bửu. Trăm vạn Dạ-Thần vây quanh.

11.37.a. Dạ-Thần gia hộ và cảm hóa chúng sanh

Dạ-Thần nói: *Nơi Ta-Bà thế-giới nầy, lúc mặt nhựt lặn, hoa sen khép cánh, mọi người bãi du ngoạn, ta thấy những chúng-sanh muốn trở về chỗ họ ở hoặc núi, hoặc thành, hoặc đồng quê, ta đều mật hộ cho họ đi đúng đường đến nơi đến chốn, đêm nghỉ an ổn.*

Nếu có chúng-sanh tuổi trẻ háo sắc kiêu-mạn phóng-dật vui say ngũ dục, thời ta vì họ mà hiện tướng già bịnh chết, họ sợ sệt rời bỏ các điều ác. Lại vì họ mà khen ngợi những thiện-căn khiến họ tu tập.

Vì người bỏn-sẻn khen ngợi bố-thí.

Vì người phá giới khen ngợi tịnh giới.

Với người sân hận dậy họ hạnh đại từ.

Khiến người não hại thật hành nhẫn-nhục.

Nếu người giải-đãi khiến họ tinh-tấn.

Nếu người tán loạn khiến tu thiền định.

Người trụ ác-huệ khiến học bát nhã.

Người thích tiểu-thừa khiến trụ đại-thừa.

Người đắm các loài trong tam-giới khiến họ trụ bồ-tát nguyện ba-la-mật. Nếu có chúng-sanh phước trí kém yếu bị kiết nghiệp ràng buộc lưu ngại nhiều, thời làm cho họ trụ Bồ-tát lực ba-la-mật.

Nếu có chúng-sanh tâm họ tối tăm không có trí-huệ, thời làm cho họ trụ bồ-tát trí ba-la-mật.

(Kinh Hoa Nghiêm, phẩm 39. Nhập Pháp Giới)

11.37.b. Môn giải thoát bồ-tát xuất sanh quảng-đại hỉ-quang-minh

Ta đã thành tựu môn *giải thoát bồ-tát xuất sanh quảng-đại hỉ-quang-minh.*

- Nhập môn giải-thoát nầy có thể biết trí phương tiện thiện xảo của Như-Lai Phổ nhiếp chúng sanh.

- Tất cả chúng sanh hưởng vui đều là do sức oai-đức của Như-Lai.

- Vì thuận lời dạy của Như-Lai.

- Vì thật hành theo lời của Như-Lai.

- Vì học hạnh của Như-Lai. Vì được sức hộ-trì của Như-Lai. Vì tu tập đạo của Như-Lai ấn khả. Vì gieo điều lành của Như-Lai làm. Vì y theo pháp của Như-Lai nói. Vì trí-huệ nhựt-quang của Như-Lai chiếu đến. Vì được Như-Lai tánh tịnh nghiệp-lực nhiếp thọ.

(Kinh Hoa Nghiêm, phẩm 39. Nhập Pháp Giới)

11.37.c. Như-Lai tánh tịnh nghiệp-lực nhiếp thọ

Dạ thần được Như-Lai tánh tịnh nghiệp-lực nhiếp thọ.

Tại sao biết như vậy?

Ta nhập môn giải-thoát xuất sanh quảng-đại hỉ quang-minh nầy, nghĩ nhớ **đức Tỳ-Lô-Giá-Na Như-Lai thành Đẳng-Chánh-Giác**, thuở xưa tu bồ-tát hạnh thảy đều thấy rõ.

Thuở xưa, lúc làm Bồ-Tát, đức Thế-Tôn thấy tất cả chúng-sanh chấp ngã, ngã-sở, trụ nhà tối vô-minh... Khởi tâm nguyện tất cả chúng-sanh rốt ráo đều được thập-lực trí quả.

Khởi tâm như vậy rồi ta được bồ-tát-lực, hiện đại-thần-biến khắp pháp-giới hư-không-giới. Ở trước chúng-sanh mưa tất cả vật tư-sanh, tùy sở-thích của chúng-sanh đều được toại ý, đều làm cho họ hoan-hỉ, chẳng hối chẳng tiếc chẳng xen chẳng dứt...

Tỳ-Lô-Giá-Na Như-Lai, lúc tu hành hạnh bồ-tát như vậy, thấy các chúng-sanh chẳng tu công-đức, không có trí-huệ... khiến họ được nhập môn tự-tại của Phật. Khiến họ nhiếp-thủ vô-lượng phương-tiện, khiến họ quán thấy oai-đức của Như-Lai, khiến họ an-trụ bồ-tát trí-huệ.

(Kinh Hoa Nghiêm, phẩm 39. Nhập Pháp Giới)

11.37.d. Giúp chúng-sanh điều thuận đáng được hóa độ

- Đức Thánh phát tâm vô-thượng bồ-đề đã bao lâu?

-Việc nầy khó tin, khó hiểu, khó vào, khó nói, tất cả thế-gian và hàng Nhị-Thừa đều chẳng biết được, chỉ trừ thần-lực của Phật gia-hộ.

Tại sao vậy? Vì đây là cảnh-giới trí-huệ của Như-Lai, tất cả Bồ-Tát còn chẳng biết được huống là những chúng-sanh khác. Nhưng nay ta do oai-lực của đức Phật, muốn khiến chúng-sanh điều thuận đáng được hóa độ, ý họ mau thanh-tịnh. Muốn khiến chúng-sanh tu tập thiện-căn, tâm họ được tự-tại. Nên theo chỗ hỏi của ngươi mà ta tuyên nói.

(Kinh Hoa Nghiêm, phẩm 39. Nhập Pháp Giới)

11.37.e. Nghiêm-tịnh thế-giới-hải

Thuở xưa quá thế-giới-hải vi-trần-số kiếp, có thế-giới-hải tên là Phổ-Quang-Minh-Chơn-Kim-Ma-Ni-Sơn. Trong thế-giới-hải nầy có Phật xuất hiện hiệu là Phổ-Chiếu-Pháp-Giới Trí-Huệ-Sơn-Tịch-Tịnh-Oai-Đức-Vương.

-Lúc đức Phật ấy tu hạnh bồ-tát, nghiêm-tịnh thế-giới-hải đó. Trong thế-giới-hải đó có thế-giới vi-trần-số thế-giới-chủng. Mỗi thế-giới-chủng có thế-giới vi-trần-số thế-giới. Mỗi thế-giới đều có

Như-Lai xuất thế. Mỗi Như-Lai diễn nói thế-giới vi-trần-số tu-đa-la. Mỗi tu-đa-la thọ-ký cho Phật-sát vi-trần-số Bồ-Tát, hiện những thần-lực, nói những pháp-môn, độ vô-lượng chúng-sanh.

- Trong thế-giới-hải Phổ-Quang-Minh-Chơn-Kim-Ma-Ni-Sơn, có thế-giới-chủng tên là Phổ-Trang-Nghiêm-Tràng.

Trong thế-giới-chủng ấy có thế-giới tên là Nhất-Thiết-Bửu-Sắc-Phổ-Quang-Minh.

Thể chất bằng Hiện-Nhất-Thiết-Hóa-Phật-Ảnh-Ma-Ni-Vương, hình như thành quách cõi trời.

Hạ-tế làm bằng Hiện-Nhất-Thiết-Như-Lai-Đạo-Tràng-Ảnh-Tượng-Ma-Ni-Vương, an-trụ trên biển Nhất-Thiết-Bửu-Hoa. Thế-giới ấy tịnh uế lẫn lộn. Trong thế-giới nầy có tu-di-sơn vi-trần-số tứ-thiên-hạ. Chính giữa có một tứ-thiên-hạ tên là Nhất-Thiết-Bửu-Sơn-Tràng, Tứ-thiên-hạ ấy, mỗi thiên-hạ ngang dọc đều một vạn do-tuần. Mỗi thiên-hạ đều có một vạn thành lớn.

Trong Diêm Phù Đề ấy có một Vương-Đô tên là Kiên-Cố-Diệu-Bửu-Trang Nghiêm-Vân-Đăng, một vạn đại-thành rải-rác bao quanh.

Thời kỳ người Diêm-Phù-Đề thọ-mạng vạn năm, có vua tên là Nhứt-Thiết-Pháp-Âm-Viên-Mãn-Cái.

Có năm trăm Đại-Thần, sáu vạn thế-nữ, bảy trăm Vương-Tử. Những Vương-Tử nầy đều đoan-chánh dũng kiện có oai-lực lớn.

(Kinh Hoa Nghiêm, phẩm 39. Nhập Pháp Giới)

11.37.f. Mười Đại Bi Ngữ

Nhà vua nghe lời kêu than của dân-chúng liền được trăm vạn vô-số môn đại-bi. Nhứt tâm tư-duy phát khởi mười đại-bi-ngữ:

1. Thương thay chúng-sanh sa vào hố lớn sanh tử không đáy, ta phải làm cách nào để cứu họ, cho họ an trụ nơi bực nhứt-thiết-trí.

2. Thương thay chúng-sanh bị bức ngặt bởi phiền-não, ta phải làm cách nào cứu hộ họ, cho họ an trụ nơi tất cả nghiệp lành.

3. Thương thay chúng-sanh bị khủng bố bởi sanh lão bệnh tử, ta phải làm cách nào cho họ về nương, cho họ vĩnh viễn được thân tâm an lạc.

4. Thương thay chúng-sanh thường bị thế-gian đại-chúng làm ngặt làm khiếp, ta phải làm thế nào hộ trợ họ, cho họ an trụ đạo nhứt-thiết-trí.

5. Thương thay chúng-sanh không có trí-nhãn thường bị thân-kiến nghi lầm che đậy, ta phải dùng phương-tiện gì cho họ mau giải quyết kiến chấp.

6. Thương thay chúng-sanh thường bị si tối làm mê lầm, ta phải thế nào để làm đèn sáng cho họ soi thấy thành nhứt-thiết-trí.

7. Thương thay chúng-sanh thường bị xan tật siểm cuống làm nhơ đục, ta phải thế nào để khai hiểu họ, cho họ chứng được pháp-thân thanh-tịnh.

8. Thương thay chúng-sanh mãi trôi chìm trong biển lớn sanh tử, ta phải vớt đưa họ thế nào cho họ được lên bờ bồ-đề.

9. Thương thay chúng-sanh các căn cang cường khó điều khó phục, ta phải điều-ngự họ thế nào cho họ được đầy đủ thần-lực của Phật.

10. Thương thay chúng-sanh như kẻ mù lòa chẳng thấy đường sá, ta phải dẫn dắt họ thế nào cho họ được vào cửa nhất-thiết-trí.

Đức vua bố-thí khắp tất cả chúng-sanh, tùy theo nhu cầu đều làm cho đầy đủ cả.

(Kinh Hoa Nghiêm, phẩm 39. Nhập Pháp Giới)

11.37.g. Tu các công-hạnh cầu nhứt-thiết-trí

Lòng hoan-hỉ của nhà vua khi thấy những người đến cầu xin cũng như vậy.? Vì nhà vua là bực Bồ-Tát siêng tu các công-hạnh cầu nhứt-thiết-trí.

Nguyện được lợi-ích tất cả chúng-sanh.

Nguyện được bồ-đề vô-lượng diệu-lạc.

Rời bỏ tất cả những tâm bất-thiện.

Thường thích chứa nhóm tất cả thiện-căn.

Thường nguyện cứu hộ tất cả chúng-sanh.

Thường thích quán-sát đạo trí-huệ.

Thường ham tu hành pháp nhứt thiết-trí.

Làm thỏa mãn nguyện vọng của tất cả chúng-sanh.

Vào biển lớn công-đức của tất cả Phật.

Phá tất cả núi ma nghiệp hoặc chướng.

Tùy thuận giáo-hạnh của tất cả Như-Lai.

Thật hành đạo nhất-thiết-trí vô-ngại. Đã có thể thâm nhập dòng nhất-thiết-trí. Tất cả pháp-lưu thường hiện tiền.

(Kinh Hoa Nghiêm, phẩm 39. Nhập Pháp Giới)

11.37.h. Tất cả sở-hữu nay đều buông xả cả

Trong thí-hội nầy có Trưởng-Giả-Nữ tên là Bửu-Quang-Minh cùng sáu mươi đồng-nữ câu hội, hình dung đoan chánh đẹp lạ.

Bấy giờ nàng Bửu-Quang-minh cách đức Vua không xa, chắp tay đảnh lễ, tự nghĩ rằng: Tôi được lợi lành. Nay tôi được thấy bực thiện-tri-thức. Nơi nhà vua, nàng nghĩ là Đại-Sư, là thiện-tri-thức, là đủ từ-bi, là hay nhiếp thọ. Tâm nàng chánh-trực rất vui mừng, liền cổi anh-lạc dâng lên vua mà nguyện rằng:

Nay Đại-Vương nầy làm chỗ nương cho vô-lượng vô-biên chúng sanh mê tối, nguyện ngày sau tôi cũng như vậy.

Như đại-Vương đây, những pháp đã biết, thừa đã theo, đạo đã tu, sắc tướng đã đủ, tài sản đã có, chúng-hội đã nhiếp vô-biên, vô-tận, khó hơn khó hoại nguyện ngày sau tôi đều được như vậy. Đức vua đây sanh ở đâu tôi đều theo sanh nơi đó.

Đức vua biết nàng ấy phát tâm như vậy nên bảo rằng: Nầy Đồng-Nữ! Tùy ý nàng muốn ta đều cấp cho. Tất cả sở-hữu nay ta đều xả cả, cho các chúng-sanh đều được đầy đủ.

Thuở xưa *đó vua Nhất-Thiết-Pháp-Âm-Viên-Mãn-Cái, chính là đức Tỳ-Lô Giá Na Như-Lai* hiện nay vậy.

Quang-Minh-Vương thuở xưa đó, nay là Tịnh-Phạn-Vương.

Liên-Hoa-Quang Phu-Nhân, nay là Ma-Ha Ma-Gia Phu-Nhân.

Bửu-Quang-Minh Đồng-nữ chính là thân ta (Dạ-Thần Khai-Phu-Nhất-Thiết-Thọ-Hoa) đây.

Những chúng-sanh được đức Vua dùng pháp tứ nhiếp để nhiếp thọ, nay là:

- Những Bồ-Tát bất-thối-chuyển trong pháp-hội nầy

- Bậc sơ-địa nhẫn đến bậc thập-địa

- Đủ đại-nguyện, nhóm trợ-đạo, tu diệu-hạnh

- Đủ trang nghiêm, được thần-thông

- Trụ giải-thoát, nay ở trong hội nầy ở nơi những cung-điện diệu-pháp.

11.37.i. Giới thiệu đến Bồ-Tát Đại-Nguyện-Tinh-Tấn-Lực-Cứu-Hộ-Nhứt-Thiết-Chúng-Sanh

Ta chỉ biết môn giải-thoát bồ-tát xuất-sanh-quảng đại-hỉ quang-minh nầy, như chư đại Bồ-Tát:

- Thân-cận cúng dường tất cả chư Phật vào biển nhất-thiết-trí đại-nguyện.

- Viên mãn những nguyện-hải của chư Phật.

- Được trí dũng-mãnh nơi một bồ-tát-địa vào khắp tất cả bồ-tát-địa-hải.

- Được thanh-tịnh-nguyện nơi một bồ-tát hạnh vào khắp tất cả bồ-tát-hạnh hải.

- Được tự tại-lực nơi một bồ-tát giải thoát-môn vào khắp tất cả bồ-tát giải thoát-môn-hải. Ta thế nào biết được nói được công-đức-hạnh đó.

Trong đạo-tràng nầy có một Dạ-Thần tên là Đại-Nguyện-Tinh-Tấn-Lực-Cứu-Hộ-Nhứt-Thiết-Chúng-Sanh. Ngươi đến đó hỏi Bồ-

Tát thế nào:

- Giáo-hóa chúng-sanh khiến đến vô thượng bồ-đề?

- Nghiêm-tịnh tất cả cõi Phật?

- Thừa sự tất cả Như-Lai?

- Tu hành tất cả Phật-pháp?

Thiện-Tài đồng-tử đảnh lễ chân Dạ-Thần, hữu nhiễu vô-số vòng, ân cần chiêm-ngưỡng từ tạ mà đi.

(Kinh Hoa Nghiêm, phẩm 39. Nhập Pháp Giới)

11.38. DẠ-THẦN ĐẠI-NGUYỆN-TINH-TẤN-LỰC-CỨU-HỘ-NHỨT-THIẾT-CHÚNG-SANH - Môn Giải Thoát Bồ-Tát Giáo-Hóa Chúng-Sanh Khiến Sanh Thiện-Căn

11.38.a.Phật-lực vô-sở-trụ

Thiện-Tài đến chỗ Dạ-Thần Đại-Nguyện-Tinh-Tấn-Lực-Cứu-Hộ-Nhứt-Thiết-Chúng-Sanh. Thấy Dạ-Thần nầy hiện thân:

- Nhựt nguyệt tinh tú ảnh tượng.

- Tùy tâm chúng-sanh khiến tất cả đều thấy.

- Đồng hình tướng của tất cả chúng-sanh.

- Sắc-tướng-hải rộng lớn vô-biên.

- Tất cả oai nghi.

- Khắp mười phương.

- Điều phục khắp tất cả chúng-sanh.

- Vận thần-thông quảng đại nhanh chóng.

- Lợi ích chúng sanh chẳng dứt.

- Đi trên hư-không để làm lợi ích.

- Đảnh lễ tại chỗ tất cả Phật.

- Tu tập tất cả thiện-căn.

- Thọ-trì Phật-pháp chẳng quên.

- Thành mãn đại-nguyện bồ-tát.

- Quang-minh sung mãn mười phương.

- Pháp-đăng khắp dứt tối tăm thế-gian.

- Tịnh-trí biết pháp như huyễn.

- Pháp-tánh xa lìa trần nhiễm.

- Phổ-trí chiếu pháp rõ ràng.

- Rốt ráo không khổ không nóng.

- Kiên-cố chẳng bị ngăn trở phá hoại.

- Phật-lực vô-sở-trụ.

- Vô-phân-biệt ly nhiễm.

- Pháp-tánh bổn thanh-tịnh.

Thiện-Tài thấy Phật-sát vi-trần-số thân sai-biệt như vậy, liền nhất tâm đảnh lễ mọp đầu giây lâu mới đứng dậy chắp tay chiêm ngưỡng, nơi thiện-tri-thức phát khởi mười tâm.

(Kinh Hoa Nghiêm, phẩm 39. Nhập Pháp Giới)

11.38.b. Mười Tâm Nơi Thiện Tri Thức

1. Sanh tâm đồng với mình, vì làm cho mình siêng năng làm xong pháp trợ-đạo nhất-thiết-trí.

2. Sanh tâm thanh-tịnh tự nghiệp quả, vì thân cận cúng-dường sanh thiện căn.

3. Sanh tâm trang-nghiêm bồ-tát-hạnh, vì khiến tôi có thể mau trang-nghiêm tất cả bồ-tát-hạnh.

4. Sanh tâm thành-tựu tất cả Phật-pháp, vì dạy dỗ tôi tu hành đạo hạnh.

5. Sanh tâm năng sanh, vì có thể sanh pháp vô-thượng cho tôi.

6. Sanh tâm xuất ly, vì khiến tôi tu hành những hạnh nguyện của Phổ-Hiền Bồ-Tát mà xuất ly.

7. Sanh tâm tròn đủ tất cả phước trí, vì khiến tôi chứa nhóm những pháp lành.

8. Sanh tâm tăng trưởng, vì khiến tôi tăng trưởng nhất-thiết-trí.

9. Sanh tâm đầy đủ tất cả thiện-căn, vì khiến tôi được viên mãn chí nguyện.

10. Sanh tâm thành xong lợi ích lớn, vì khiến tôi tự-tại an trụ tất cả bồ-tát pháp, được thành đạo nhất-thiết-trí, được thành tất cả Phật pháp.

Thiện-Tài phát mười tâm nầy rồi, thời được Phật-sát vi-trần-số đồng hạnh với Dạ-Thần cùng chư Bồ-Tát.

(Kinh Hoa Nghiêm, Phẩm 39. Nhập Pháp Giới)

11.38.c. Vi trần sát đồng hạnh với dạ thần

- *Đồng niệm* vì tâm thường ghi nhớ thập phương tam thế tất cả chư Phật.

- *Đồng huệ* vì phân-biệt quyết rõ tất cả pháp-hải sai-biệt-môn.

- *Đồng xu hướng* vì có thể chuyển tất cả diệu-pháp-luân của chư Phật Như-Lai.

- *Đồng giác ngộ* vì dùng trí khắp hư-không vào khắp tất cả ba thế-gian.

- *Đồng căn* vì thành-tựu bồ-tát thanh-tịnh quang-minh trí-huệ-căn.

- *Đồng tâm* vì khéo tu tập được công-đức vô-ngại trang-nghiêm tất cả bồ-tát-đạo.

- *Đồng cảnh* vì chiếu khắp cảnh sở hành của chư Phật.

- *Đồng chứng* vì được nhất-thiết-trí chiếu thiệt-tướng-hải tịnh-quang-minh.

- *Đồng nghĩa* vì có thể dùng trí-huệ biết tánh chân thiệt của tất cả pháp.

- *Đồng dũng-mãnh* vì có thể phá hoại tất cả núi chướng-ngại. Đồng sắc-thân, vì tùy chúng-sanh tâm mà hiện thân.

- *Đồng lực* vì cầu nhất-thiết-trí chẳng thối-chuyển. Đồng

vô-úy, vì tâm thanh-tịnh như hư-không.

- *Đồng tinh-tấn* vì trong vô-lượng kiếp thật hành bồ-tát-hạnh không mỏi lười.

- *Đồng biện-tài* vì được pháp vô-ngại trí quang-minh. Đồng vô-đẳng, vì thân-tướng thanh-tịnh siêu thế-gian.

- *Đồng ái-ngữ* vì làm cho tất cả chúng-sanh đều hoan-hỉ. Đồng diệu-âm, vì diễn nói khắp tất cả pháp-môn.

- *Đồng mãn-âm* vì tất cả chúng-sanh tùy theo loài mà đều hiểu.

- Đồng tịnh-đức vì tu tập công-đức thanh-tịnh của Như-Lai. Đồng trí-địa, vì lãnh thọ pháp-luân nơi tất cả Phật.

- *Đồng phạm-hạnh* vì an-trụ cảnh-giới của tất cả Phật.

(Kinh Hoa Nghiêm, Phẩm 39. Nhập Pháp Giới)

11.38.d. Đồng trang-nghiêm vì nghiêm-tịnh tất cả cõi Phật

- *Đồng đại-từ* vì niệm niệm che khắp tất cả quốc-độ chúng-sanh hải.

- *Đồng đại-bi* vì khắp mưa pháp-vũ thấm nhuần tất cả chúng-sanh.

- *Đồng thân nghiệp* vì dùng phương-tiện hạnh giáo-hóa tất cả chúng-sanh.

- *Đồng ngữ-nghiệp* vì dùng tùy loại âm diễn nói tất cả pháp-môn.

- *Đồng ý-nghiệp* vì nhiếp khắp chúng-sanh để trong cảnh-giới nhất-thiết-trí.

- *Đồng trang-nghiêm* vì nghiêm-tịnh tất cả cõi Phật. Đồng thân-cận, vì có Phật xuất-thế đều gần-gũi.

- *Đồng khuyến thỉnh* vì thỉnh tất cả phật chuyển pháp-luân.

- *Đồng cúng-dường* vì thường thích cúng-dường tất cả Phật. Đồng giáo-hóa, vì điều phục tất cả chúng-sanh.

- *Đồng quang-minh* vì chiếu rõ tất cả pháp-môn. Đồng tam-muội, vì biết khắp tất cả tâm chúng-sanh.

- *Đồng sung mãn cùng khắp* vì dùng sức tự-tại sung mãn tất cả phật-độ tu những công hạnh

- *Đồng trụ xứ* vì an trụ đại thần-thông của chư Bồ-Tát. Đồng quyến-thuộc, vì tất cả Bồ-Tát đồng ở chung.

- *Đồng nhập xứ* vì vào khắp chỗ vi-tế của thế-giới. Đồng tâm lự, vì biết khắp tất cả những Phật-sát.

- *Đồng qua đến* vì vào khắp tất cả phật-sát-hải. Đồng phương-tiện, vì đều hiện tất cả những phật-sát.

- *Đồng siêu-thắng* vì nơi những phật-sát đều vô-tỉ. Đồng bất-thối, vì vào khắp mười phương không chướng-ngại.

- *Đồng phá ám* vì được tất cả Phật thành bồ-đề trí đại quang-minh.

(Kinh Hoa Nghiêm, Phẩm 39. Nhập Pháp Giới)

11.38.e. Đồng vô-sanh-nhẫn vì nhập tất cả phật chúng-hội-hải.

- *Đồng cùng khắp* vì cung kính cúng-dường chư Như-Lai trong bất-khả-thuyết cõi khắp tất cả những phật-sát-võng.

- *Đồng trí chứng* vì biết rõ những pháp-môn-hải. Đồng tu hành, vì thuận hành tất cả những pháp-môn.

- *Đồng mong cầu* vì nơi pháp thanh-tịnh rất thích muốn.

- *Đồng thanh-tịnh* vì họp phật-công-đức mà trang nghiêm thân khẩu ý.

- *Đồng diệu-ý* vì trí biết rõ tất cả pháp.

- *Đồng tinh-tấn* khắp vì nhóm tất cả thiện-căn. Đồng tịnh-hạnh, vì thành mãn tất cả bồ-tát-hạnh.

- *Đồng vô-ngại* vì rõ biết tất cả pháp đều vô-tướng. Đồng thiện-xảo, vì trí tự-tại trong tất cả pháp.

- *Đồng tùy-lạc* vì tâm chúng-sanh mà hiện cảnh-giới. Đồng phương-tiện, vì khéo tu tập tất cả điều nên tập.

- *Đồng hộ-niệm* vì được tất cả Phật hộ-niệm. Đồng nhập-địa, vì được vào tất cả bồ-tát-địa.

- *Đồng sở-trụ* vì an-trụ tất cả bồ-tát-vị. Đồng ký-biệt, vì tất cả chư Phật thọ ký cho.

- *Đồng tam-muội* vì trong một sát-na vào khắp tất cả môn tam-muội. Đồng kiến-lập, vì thị-hiện những phật-sự.

- *Đồng chánh-niệm* vì chánh-niệm tất cả cảnh giới-môn. Đồng tu hành, vì tận vị-lai kiếp tu hành bồ-tát-hạnh.

- *Đồng tịnh-tín* vì rất mến thích vô-lượng trí-huệ của đức Như-Lai. Đồng xả-ly, vì diệt trừ tất cả những chướng-ngại.

- *Đồng trí bất-thối* vì trí-huệ đồng với chư Như-Lai. Đồng thọ-sanh, vì ứng hiện thành thục các chúng-sanh.

- *Đồng chỗ an trụ* vì an trụ môn phương-tiện nhứt thiết-trí. Đồng cảnh-giới, vì nơi pháp-giới cảnh được tự-tại.

(Kinh Hoa Nghiêm, Phẩm 39. Nhập Pháp Giới)

11.38.f. Đồng vô-y vì dứt hẳn tâm sở-y

- *Đồng vô-y* vì dứt hẳn tâm sở-y. Đồng thuyết pháp, vì đã nhập trí bình-đẳng của các pháp.

- *Đồng siêng tu* thường được chư Phật hộ niệm.

- *Đồng thần-thông* vì khai ngộ chúng-sanh khiến tu tất cả bồ-tát-hạnh.

- *Đồng thần-lực* vì có thể nhập thập phương thế-giới-hải. Đồng đà-la-ni, vì chiếu khắp tất cả tổng-trì-hải.

- *Đồng pháp bí-mật* vì biết rõ diệu-pháp-môn trong tất cả tu-đa-la.

- *Đồng pháp thậm thâm* vì hiểu tất cả pháp như hư-không. Đồng quang-minh, vì chiếu khắp tất cả thế-giới.

- *Đồng ưa thích* vì tùy tâm chúng-sanh mà khai-thị khiến họ hoan-hỉ.

- *Đồng chấn động* vì các chúng-sanh hiện thần-thông-lực động khắp tất cả cõi mười phương.

- *Đồng chẳng luống uổng* vì thấy nghe nghĩ nhớ đều làm cho tâm được điều phục.

- *Đồng xuất ly vì* đầy đủ tất cả những đại-nguyện-hải, thành tựu mười trí-lực của Như-Lai.

(Kinh Hoa Nghiêm, Phẩm 39. Nhập Pháp giới)

11.38.g. Vô-biên sắc-thân thanh-tịnh

Dạ-Thần nói: Nầy thiện-nam-tử! *Môn giải-thoát nầy gọi là giáo-hóa chúng sanh khiến sanh thiện-căn.*

Vẫn vô sai-biệt mà hằng thị-hiện vô-lượng sắc thân những là :

- Nhiều loại sắc-thân, chẳng phải một sắc-thân
- Vô-biên sắc-thân, sắc-thân, thanh-tịnh
- Sắc-thân tất cả trang-nghiêm, sắc-thân thấy khắp
- Sắc-thân đồng tất cả chúng-sanh
- Sắc-thân hiện trước khắp tất cả chúng-sanh
- Sắc-thân quang-minh chiếu khắp
- Sắc-thân thấy không nhàm, sắc-thân tướng hảo thanh-tịnh
- Sắc-thân chói sáng rời lìa những ác tướng
- Sắc-thân thị-hiện đại dũng-mãnh, sắc-thân rất khó được
- Sắc-thân tất cả thế-gian không che chướng được
- Sắc-thân tất cả thế-gain đồng tán dương vô-tận
- Sắc-thân niệm-niệm thường quán sát
- Sắc-thân thị-hiện các thứ mây
- Sắc-thân nhiều loài hình mạo và hiển sắc
- Sắc-thân hiện vô-lượng sức tự-tại
- Sắc-thân diệu-quang-minh
- Sắc-thân tất cả tịnh diệu trang-nghiêm
- Sắc-thân tùy thuận thành thục tất cả chúng-sanh
- Sắc-thân tùy tâm mình thích hiện-tiền điều-phục
- Sắc-thân không chướng-ngại khắp chói sáng
- Sắc-thân thanh-không trược-uế

- Sắc-thân đầy đủ trang-nghiêm không hư-hoại
- Sắc-thân quang minh bất-tư-nghì pháp phương-tiện
- Tất cả sắc-thân không gì chói khuất được
- Sắc-thân không tối phá được tất cả tối
- Sắc-thân họp tất cả pháp bạch-tịnh.

(Kinh Hoa Nghiêm, Phẩm 39. Nhập Pháp Giới)

11.38.h. Sắc-thân biển công-đức đại thế-lực

- Sắc-thân biển công-đức đại thế-lực
- Sắc-thân do nhơn-hạnh cung-kính thuở quá-khứ mà sanh
- Sắc-thân do tâm thanh-tịnh như hư-không sanh ra
- Sắc-thân tối-thắng quảng-đại
- Sắc-thân vô-đoạn vô tận
- Sắc-thân biển quang-minh
- Sắc-thân nơi tất cả thế-gian đều bình-đẳng không y-tựa
- Sắc-thân khắp mười phương vô-ngại
- Sắc-thân niệm niệm hiện những sắc-tướng-hải
- Sắc-thân tăng-trưởng tâm hoan-hỉ của tất cả chúng-sanh
- Sắc-thân nhiếp thú chúng-sanh-hải
- Sắc-thân nơi mỗi lỗ lông diễn nói công-đức-hải của tất cả Phật
- Sắc-thân làm thanh-tịnh dục-giải-hải của tất cả chúng-sanh
- Sắc-thân quyết rõ tất cả pháp-nghĩa
- Sắc-thân không chướng-ngại khắp soi sáng
- Sắc-thân thanh-tịnh sáng suốt khắp hư-không
- Sắc-thân phóng tịnh quang-minh quảng đại
- Sắc-thân chiếu hiện pháp vô-cấu.

(Kinh Hoa Nghiêm, Phẩm 39. Nhập Pháp Giới)

11.38.i. Sắc-thân vô-tỉ

- Sắc-thân vô-tỉ
- Sắc-thân sai-biệt trang-nghiêm
- Sắc-thân chiếu khắp mười phương
- Sắc-thân tùy thời thị-hiện ứng chúng-sanh
- Sắc-thân tịch-tịnh
- Sắc-thân diệt tất cả phiền-não
- Sắc-thân phước-điền của tất cả chúng-sanh
- Sắc-thân tất cả chúng-sanh thấy chẳng luống uổng
- Sắc-thân sức trí-huệ dũng-mãnh, cùng khắp vô-ngại
- Sắc-thân diệu-vân hiện khắp thế-gian đều nhờ lợi ích
- Sắc-thân đầy đủ biển đại-từ
- Sắc-thân đại-phước-đức bửu-sơn-vương
- Sắc-thân phóng quang-minh chiếu khắp tất cả loài ở thế-gian
- Sắc-thân đại-trí-huệ thanh-tịnh
- Sắc-thân sanh chánh-niệm cho chúng-sanh
- Sắc-thân tất cả bửu-quang-minh
- Sắc-thân tạng sáng khắp
- Sắc-thân hiện những tướng thanh-tịnh thế-gian.

(Kinh Hoa Nghiêm, Phẩm 39. Nhập Pháp Giới)

11.38.j. Sắc-thân từ thiện-hạnh lưu xuất

- Sắc-thân cầu nhất-thiết-trí
- Sắc-thân hiện vi-tiểu khiến chúng-sanh phát khởi lòng tin thanh-tịnh
- Sắc-thân quang-minh tất cả bửu-trang-nghiêm
- Sắc-thân chẳng lấy chẳng bỏ tất cả chúng-sanh
- Sắc-thân không quyết định không rốt ráo

- Sắc-thân hiện sức gia-trì tự-tại
- Sắc-thân hiện tất cả thần-thông biến-hóa
- Sắc-thân sanh nhà Như-Lai
- Sắc-thân xa lìa những ác khắp pháp-giới hải
- Sắc-thân hiện khắp trong đạo-tràng chúng-hội của tất cả Như-Lai
- Sắc-thân đủ những sắc-hải
- Sắc-thân từ thiện-hạnh lưu xuất.

(Kinh Hoa Nghiêm, Phẩm 39. Nhập Pháp Giới)

11.38.k. Sắc-thân rải mây tạng hương bột

- Sắc-thân tùy chỗ đáng hóa độ mà thị-hiện
- Sắc-thân tất cả thế-gian nhìn xem không chán
- Sắc-thân những tịnh quang-minh
- Sắc-thân hiện tất cả tam-thế-hải
- Sắc-thân phóng tất cả quang-minh-hải
- Sắc-thân hiện vô-lượng sai-biệt quang-minh-hải
- Sắc-thân siêu thế-gian tất cả hương quang-minh
- Sắc-thân hiện bất-khả-thuyết nhựt-luân-vân
- Sắc-thân hiện quảng-đại nguyệt-luân-vân
- Sắc-thân phóng vô-lượng tu-di-sơn diệu-hoa-vân
- Sắc-thân xuất sanh những mây tràng-hoa
- Sắc-thân hiện tất cả bửu-liên-hoa-vân
- Sắc-thân nổi tất cả mây hương đốt khắp pháp-giới
- Sắc-thân rải mây tạng hương bột
- Sắc-thân hiện thân đại-nguyện của tất cả Như-Lai
- Sắc-thân hiện tất cả ngữ ngôn âm thanh diễn pháp-hải
- Sắc-thân hiện tượng Phổ-Hiền Bồ-Tát.

(Kinh Hoa Nghiêm, Phẩm 39. Nhập Pháp Giới)

11.38.l. An trụ nơi thiện-hạnh

Trong mỗi niệm hiện những sắc-tướng-thân như vậy sung mãn mười phương, khiến các chúng-sanh hoặc:

- Thấy

- Nhớ

- Nghe thuyết pháp

- Thân-cận, hoặc được khai ngộ, hoặc thấy thần-thông, hoặc thấy biến-hóa, đều tùy tâm sở thích liền được điều phục bỏ nghiệp bất-thiện, an trụ nơi thiện-hạnh.

(Kinh Hoa Nghiêm, Phẩm 39. Nhập Pháp Giới)

11.38.m. Mỗi cõi hiện vô-lượng Phật xuất thế

Ta nhập môn giải-thoát nầy biết rõ pháp-tánh không sai-khác mà có thể thị-hiện vô-lượng sắc-thân.

- Mỗi thân thị-hiện vô lượng sắc-tướng-hải.

- Mỗi tướng phóng vô-lượng quang-minh-vân.

- Mỗi quang-minh hiện vô-lượng Phật-độ.

- Mỗi cõi hiện vô-lượng Phật xuất thế.

- Mỗi Phật hiện vô-lượng thần thông-lực khai phát thiện-căn đời trước của chúng-sanh.

- Kẻ chưa gieo thời khiến họ gieo. Kẻ đã gieo thời làm cho tăng trưởng.

- Đã tăng trưởng thời làm cho thành-thục.

- Trong mỗi niệm làm cho vô-lượng chúng-sanh chẳng thối chuyển nơi vô-thượng bồ-đề.

(Kinh Hoa Nghiêm, Phẩm 39. Nhập Pháp Giới)

11.38.n. Trí-luân của Bồ-Tát không có phân-biệt

Bồ-Tát trí-luân xa rời tất cả cảnh-giới sai-biệt. Chẳng nên đem những kiếp dài ngắn rộng hẹp nhiễm tịnh nhiều ít trong sanh tử để phân-biệt hiển bày. Tại sao vậy?

Vì trí-luân của Bồ-Tát bổn-tánh thanh-tịnh, rời tất cả lưới phân-biệt, siêu tất cả núi chướng ngại. Tùy chỗ nên hóa độ mà chiếu khắp.

Ví như mặt nhựt không có ngày đêm, chỉ có lúc mọc gọi là ngày, lúc lặn gọi là đêm.

Cũng vậy, trí-luân của Bồ-Tát không có phân-biệt, cũng không tam thế, chỉ tùy tâm hiện giáo-hóa chúng-sanh, mà nói Bồ-Tát ở kiếp trước kiếp sau.

(Kinh Hoa Nghiêm, Phẩm 39. Nhập Pháp Giới)

11.38.o. Bồ-tát hạnh vô-lượng kiếp

Trí-luân của Bồ-Tát ra khỏi biển hữu-lậu, an-trụ nơi không trung, Phật-thiệt-pháp tịch-tịnh không có sở-y.

Vì muốn hóa-độ chúng-sanh nên tùy loại thọ sanh trong các loài, mà thiệt ra thời không sanh-tử, không nhiễm trước, không kiếp dài văn, không tưởng phân biệt.

Tại sao vậy?

Vì Bồ-Tát rốt ráo rời tâm tưởng kiến chấp tất cả điên-đảo, được chân thiệt-kiến thấy pháp thiệt-tánh, biết tất cả thế-gian như mộng như huyễn, không có chúng-sanh, chỉ do sức đại-bi đại nguyện mà hiện ra trước chúng-sanh để giáo-hóa điều-phục họ.

Ví như nhà lái thuyền thường dùng thuyền lớn ở trong sông, chẳng đậu bờ bên nầy, chẳng ghé bờ bên kia, chẳng dừng ở giữa dòng, nên có thể đưa mọi người không thôi nghỉ.

Cũng vậy, đại Bồ-Tát dùng thuyền ba-la-mật ở trong biển sanh tử, chẳng tấp bờ bên nầy, chẳng ghé bờ bên kia chẳng dừng ở giữa dòng nên độ được chúng-sanh không thôi dứt. Dầu tu bồ-tát hạnh vô-lượng kiếp, nhưng chưa từng phân biệt kiếp số dài ngắn.

(Kinh Hoa Nghiêm, Phẩm 39. Nhập Pháp Giới)

11.38.p. Pháp-Luân-Ấm-Hư-Không-Đăng-Vương Như-Lai

Thuở xưa, quá thế-giới vi-trần số kiếp, có kiếp tên là Thiện-Quang, thế-giới tên là Bửu-Quang. Trong kiếp đó có một vạn đức Phật xuất thế.

Đức Phật tối-sơ hiệu là Pháp-Luân-Ấm-Hư-Không-Đăng-Vương Như-Lai.

Quốc-Vương tên là Thắng-Quang. Thuở ấy *nhơn-dân thọ một vạn tuổi, trong* đó phần đông phạm nghiệp ác: sát sanh, trộm cướp, dâm-dật, nói-dối, nói thô, hai lưỡi, thêu dệt, tham-lam, giận thù, tà-kiến, bất hiếu, bất kính.

Nhà vua vì muốn sửa trị họ nên thiết lập nhà ngục, giam nhốt vô-lượng người phạm tội hành hạ khổ sở.

Thái-Tử tên là Thiện-Phục, đoan chánh đẹp lạ đủ hai mươi tám tướng đại-nhơn.

Thái-Tử ở trong cung vẳng nghe tiếng kêu khóc ở chốn ngục tù, động lòng trắc ẩn, liền đến tâu Phụ-Vương xin tha tội nhơn. Nhà Vua hội 500 quan lại để hỏi ý.

Vua nghe lời 500 vị quan tà kiến, nên truyền giết Thái-Tử và các tội-nhơn.

Vương-Hậu hay tin kinh hãi gào khóc, cùng ngàn thể-nữ chạy đến chỗ vua mọp lạy cầu vua tha tội Thái-Tử.

Vua ngó Thái-Tử mà bảo rằng: ngươi chớ cứu tội-nhơn, nếu cứu họ ta sẽ giết ngươi.

Thái-Tử vì muốn chuyên cầu nhất-thiết-trí, vì muốn lợi ích chúng-sanh, vì lòng đại-bi phổ cứu, nên trong lòng vững chắc không khiếp sợ, lại tâu rằng: xin thả tội-nhơn, con đành chịu chết.

Vua bảo tùy ý.

Vương-Hậu tâu xin cho Thái-Tử tùy ý bố-thí nửa tháng để tu phước, sau đó sẽ trị tội.

Vua liền phê chuẩn.

Phía bắc Đô-Thành có khu vườn lớn tên là Nhựt-Quang, là hội-trường bố-thí thuở xưa. Thái-Tử đến đó lập đại-thí-hội. Tất cả những đồ uống ăn, y-phục, thuốc men, hoa hương, phan cái, vàng bạc châu ngọc đều cung cấp cho người cầu xin.

Đến ngày thứ mười lăm, Vua cùng các quan, trưởng-giả, cư-sĩ, nhân-dân và các nhà ngoại-đạo đều hội họp.

Bấy giờ đức Pháp-Luân-Âm-Hư-Không-Đăng-Vương Như-Lai biết chúng-sanh đã đến lúc được điều-phục nên cùng đại-chúng câu hội.

(Kinh Hoa Nghiêm, Phẩm 39. Nhập Pháp Giới)

11.38.q. Tất cả lỗ lông phát ra mây sáng thơm

- Thái-Tử và đại-chúng thấy đức Phật sắp đến. Thân Phật đoan-nghiêm thù đặc, các căn tịch tịnh, tâm không nhơ đục như ao nước sạch trong, hiện đại thần-thông tự-tại, hiển đại oai-đức, những tướng hảo trang-nghiêm, phóng đại quang-minh chiếu khắp thế-giới, *tất cả lỗ lông phát ra mây sáng thơm, chấn động vô-lượng Phật-độ mười phương*, chỗ nào Phật đến đều mưa những đồ trang-nghiêm. Do oai-nghi và công-đức nên chúng-sanh nào thấy Phật thời tâm thanh-tịnh hoan-hỉ phiền-não tiêu-diệt.

- Đức Như-Lai biết họ đáng được hóa độ, bèn dùng âm thanh viên-mãn nói khế-kinh tên là Phổ-Chiếu-Nhơn-Luân, khiến các chúng-sanh tùy theo loài mà nhận hiểu.

(Kinh Hoa Nghiêm, Phẩm 39. Nhập Pháp Giới)

11.38.r. Vô-lượng thế-giới thoát khỏi ác-đạo

- Lúc đó có tám mươi na-do-tha chúng-sanh xa trần lìa cấu được pháp-nhãn thanh-tịnh. Vô-lượng na-do-tha chúng-sanh được bậc vô-học. Mười ngàn chúng-sanh *trụ đạo đại-thừa nhập phổ-hiền-hạnh*, thành-mãn đại-nguyện.

Đồng thời mỗi phương trong mười phương đều có trăm Phật-sát vi-trần số chúng-sanh ở trong đại-thừa tâm được điều-phục. Tất cả chúng-sanh trong vô-lượng thế-giới thoát khỏi ác-đạo sanh lên trời, cõi người.

Thái-Tử Thiện-Phục liền được ***môn giải thoát Bồ-Tát giáo-hóa chúng-sanh khiến sanh thiện-căn.***

Thái-Tử Thiện Phục xưa kia chính là thân ta, Dạ-Thần Đại-Nguyện-Tinh-Tấn-Lực-Cứu-Hộ-Nhứt-Thiết-Chúng-Sanh.

Vì thuở xưa ta phát tâm đại-bi bỏ thân mạng của cải cứu khổ chúng-sanh mở cửa đại-thí, cúng-dường đức Phật, nên được môn giải-thoát nầy.

(Kinh Hoa Nghiêm, Phẩm 39. Nhập Pháp Giới)

11.38.s. Trang-nghiêm đạo đại-thừa xuất yếu

-Thần Đại-Nguyện-Tinh-Tấn-Lực-Cứu-Hộ-Nhứt-Thiết-Chúng-Sanh phát tâm đại-bi bỏ thân mạng của cải, cứu khổ chúng-sanh mở cửa đại-thí, cúng-dường đức Phật, nên được môn giải-thoát ***Bồ-Tát giáo-hóa chúng-sanh khiến sanh thiện-căn***. Nên biết rằng thuở ấy ta chỉ vì:

- Lợi ích tất cả chúng-sanh

- Chẳng luyến tam-giới

- Chẳng cầu quả báo

- Chẳng tham danh tiếng

- Chẳng muốn tự khen mà kinh hủy người khác.

- Nơi các cảnh-giới không chút tham nhiễm không hề e sợ.

- Chỉ trang-nghiêm đạo đại-thừa xuất yếu.

- Thường thích quán-sát môn nhất thiết-trí, tu hành khổ-hạnh, nên được môn giải-thoát nầy.

(Kinh Hoa Nghiêm, Phẩm 39. Nhập Pháp Giới)

11.38.t. Đức Phật độ năm trăm đồ đảng của Đề-Bà-Đạt-Đa

Thuở xưa năm trăm quan thần muốn hại Thái-Tử Thiện-Phục, nay là năm trăm đồ đảng của Đề-Bà-Đạt-Đa.

Nhờ đức Phật giáo-hóa, sẽ được thành Phật. Đời vị-lai quá tu-di-sơn vi-trần số kiếp, có kiếp tên là Thiện-Quang thế-giới tên là Bửu-Quang, năm trăm người nầy sẽ thứ đệ thành Phật trong đó.

Dầu năm trăm đức Phật vị-lai ấy đại-bi bình-đẳng, nhưng quốc-độ, chủng-tộc, cha mẹ, thọ sanh, đản sanh, xuất gia học đạo, đến đạo-tràng, chuyển pháp-luân, nói kinh, ngữ ngôn âm thanh, quang-minh, chúng-hội, thọ-mạng, pháp trụ và danh-hiệu của các ngài đều sai khác.

(Kinh Hoa Nghiêm, Phẩm 39. Nhập Pháp Giới)

11.38.u. Thiện-căn giải-thoát

Những tội nhân được ta cứu thuở xưa ấy, nay là đức Câu-Lưu-Tôn Như-Lai và ngàn đức Phật trong Hiền-Kiếp nầy, cùng trăm vạn a-tăng-kỳ đại Bồ-Tát phát tâm vô-thượng bồ-đề nơi chỗ đức Vô-Lượng Tinh-Tấn-Lực Danh-Xưng Công-Đức-Huệ Như-Lai, hiện nay ở thập phương quốc-độ tu tập tăng trưởng bồ-tát-đạo, giáo-hóa chúng-sanh khiến sanh thiện-căn giải-thoát....

(Kinh Hoa Nghiêm, Phẩm 39. Nhập Pháp Giới)

11.38.v. Nhất-thiết-trí dũng-mãnh tinh-tấn

Thuở xưa ấy, lúc ta cứu tội-nhơn rồi, cha mẹ cho ta xuất gia học đạo với đức Phật Pháp-Luân-Âm-Hư-Không-Đăng-Vương Như-Lai.

Ta tu tịnh-hạnh trong năm trăm năm liền thành tựu trăm vạn:

- Tam muội đà-la-ni

- Thần-thông

- Pháp-tạng

- Nhất-thiết-trí dũng-mãnh tinh-tấn

- Môn kham nhẫn

- Tâm tư-duy

- Bồ-tát-lực

- Bồ-tát trí-môn

- Bát-nhã ba-la-mật môn.

(Kinh Hoa Nghiêm, Phẩm 39. Nhập Pháp Giới)

11.38.w. Thiện-đạo ác-đạo sắc tốt sắc xấu

Chư Phật, Bồ-tát đại-nguyện trong mỗi niệm:

- Mười phương đều chiếu trăm vạn Phật độ

- Tiền-tế hậu-tế đều nhớ trăm vạn chư Phật

- Biết thập-phương thế-giới trăm vạn chư Phật biến-hóa-hải

- Thấy thập phương trăm vạn thế-giới có bao nhiêu chúng-sanh, bao nhiêu loài theo nghiệp mà sanh mà tử thiện-đạo ác-đạo sắc tốt sắc xấu, những chúng-sanh ấy có bao nhiêu tâm hành, dục lạc, căn tánh, nghiệp tập, thành tựu đều biết rõ tất cả.

(Kinh Hoa Nghiêm, Phẩm 39. Nhập Pháp Giới)

11.38.x. Giáo-hóa thành-tựu vô-lượng chúng-sanh

Thuở xưa ấy, sau khi chết, ta thọ sanh trở lại tại cung vua làm chuyển-Luân-Vương.

Sau khi đức Pháp-Luân-Âm-Hư Không Đăng-Vương Như-Lai diệt độ, ta gặp đức Pháp-Không-Vương Như-Lai xuất thế, ta kính thờ cúng-dường.

Kế đó ta làm Đế-Thích, Dạ Ma...

Ở trong kiếp Nhựt-Quang đó thứ đệ có sáu mươi ức Như-Lai xuất thế.

Thuở ấy ta thường thọ nhiều loại thân, ở chỗ mỗi đức Phật ta đều thân-cận cúng-dường, giáo-hóa thành-tựu vô-lượng chúng-sanh.

Ở chỗ mỗi đức Phật ta được vô-lượng môn:

- Tam-muội

- Đà-la-ni

- Thần-thông

- Biện-tài

- Nhất-thiết-trí

- Pháp minh

- Trí-huệ

- Thập-phương-hải, nhập những Phật-sát-hải thấy chư Phật-hải, thanh-tịnh thành-tựu tăng-trưởng quảng đại.

Như ở trong kiếp Nhật-Quang đó thân-cận cúng-dường bao nhiêu đức Phật như vậy, ở tất cả xứ, tất cả thế-giới-hải vi-trần-số kiếp có bao nhiêu đức Phật xuất thế, ta đều thân cận cúng-dường, nghe pháp hộ trì cũng như vậy cả.

Ở chỗ tất cả Như-Lai như vậy, ta đều tu tập môn giải-thoát nầy, ta lại được vô-lượng phương-tiện giải-thoát.

(Kinh Hoa Nghiêm, Phẩm 39. Nhập Pháp Giới)

11.38.y. Mỗi lỗ lông xuất hiện vô-lượng mây hóa thân

Một thân thị hiện vô-lượng thân
Trong vô-lượng thân hiện một thân.

Lại ở trong mỗi mỗi lỗ lông
Đều phóng vô-số đại-quang-minh
Đều dùng nhiều thứ xảo phương-tiện
Diệt trừ chúng-sanh lửa phiền-não.

Lại ở trong mỗi mỗi lỗ lông
Xuất hiện vô-lượng mây hóa thân
Đầy khắp mười phương các thế-giới
Khắp mưa pháp vũ cứu quần-phẩm.

Mười phương tất cả những Phật-tử
Vào môn giải-thoát nan-tư nầy
Đều tận vị-lai vô-lượng kiếp
An trụ tu hành hạnh bồ-tát.

Nếu ai được môn giải-thoát nầy
Thời trụ vô-biên biển công-đức
Thí như sát-hải vi-trần số
Chẳng thể nghĩ bàn không số lượng.

(Kinh Hoa Nghiêm, Phẩm 39. Nhập Pháp Giới)

11.38.z. Giới thiệu đến Bồ-Tát Diệu-Đức-Viên-Mãn

Ta chỉ biết môn giải-thoát giáo-hóa chúng-sanh khiến sanh thiện-căn nầy.

Như chư đại Bồ-Tát:

- Siêu thế-gian hiện thân các loài

- Chẳng trụ phan-duyên không có chướng-ngại

- Thấu rõ tự-tánh của các pháp

- Khéo quán sát tất cả pháp được trí vô-ngã, chứng pháp vô-ngã

- Giáo-hóa điều-phục tất cả chúng-sanh hằng không thôi nghỉ

- Tâm thường an trụ pháp-môn vô-nhị, vào khắp tất cả biển ngôn từ. Nay ta thế nào biết được nói được biển công-đức đó, trí dũng mãnh đó, chỗ tâm hành đó, cảnh tam-muội đó, sức giải-thoát đó.

Diêm-Phù-Đề nầy có một viên lâm tên là Lâm-Tỳ-Ni. Trong vườn ấy có thần tên là Diệu-Đức-Viên-Mãn.

Ngươi đến đó hỏi Bồ-Tát thế nào tu bồ-tát-hạnh sanh nhà Như-Lai, làm ánh sáng cho đời tận kiếp vị-lai mà không nhàm mỏi?

(Kinh Hoa Nghiêm, phẩm 39. Nhập Pháp Giới)

11.39. DẠ THẦN DIỆU-ĐỨC-VIÊN-MÃN
- Môn Giải-Thoát Bồ-Tát Trong Vô-Lượng Kiếp Khắp Tất Cả Chỗ Thị Hiện Thọ Sanh Tự-Tại

Thiện-Tài đến vườn Lâm-Tỳ-Ni tìm Thần Diệu-Đức-Viên-Mãn.

Thấy Thần nầy ở trong lâu các Nhất-Thiết-Bửu-Thọ-Trang-nghiêm, ngồi trên tòa sư-tử Bửu-Liên-Hoa, có hai mươi ức na-do-tha chư Thiên cung kính vây quanh.

Thần Diệu-Đức vì chư Thiên mà nói kinh Bồ-Tát-Thọ-Sanh-Hải, khiến chư Thiên đều được sanh nhà Như-Lai, thêm lớn biển đại công-đức của Bồ-Tát.

(Kinh Hoa Nghiêm, Phẩm 39. Nhập Pháp Giới)

11.39.a. Mười Tạng Thọ Sanh

Thần Diệu-Đức Viên Mãn nói: Bồ-Tát có mười tạng thọ sanh. Nếu Bồ-Tát thành-tựu pháp nầy thời sanh nhà Như-Lai, niệm niệm tăng trưởng thiện-căn của Bồ-Tát, chẳng mỏi, chẳng lười, chẳng nhàm, chẳng thối, không dứt, không mất, rời những mê lầm, chẳng sanh lòng khiếp hèn não hối, đến nhứt-thiết-trí, nhập môn pháp-giới, phát tâm quảng-đại, tăng trưởng những ba-la-mật thành-tựu vô-thượng bồ-đề, rời thế-gian, vào bực Như-Lai, được thắng thần-thông, Phật-pháp thường hiện-tiền, thuận cảnh nhứt-thiết-trí chơn-thiệt.

1. Tạng thọ-sanh nguyện thường cúng-dường tất cả chư Phật.

2. Tạng thọ-sanh phát bồ-đề-tâm.

3. Tạng thọ-sanh quán các pháp-môn siêng tu hành.

4. Tạng thọ-sanh dùng tâm thanh-tịnh chiếu khắp tam thế.

5. Tạng thọ-sanh bình-đẳng quang-minh.

6. Tạng thọ-sanh sanh nhà Như-Lai.

7. Tạng thọ-sanh Phật-lực quang-minh.

8. Tạng thọ-sanh quán môn phổ-trí.

9. Tạng thọ-sanh khắp hiện trang-nghiêm.

10. Tạng thọ-sanh nhập Như-Lai-địa.

(Kinh Hoa Nghiêm, Phẩm 39. Nhập Pháp Giới)

11.39.b. Tạng thọ-sanh nguyện thường cúng-dường tất cả chư Phật

1) *Thế nào là tạng thọ-sanh nguyện thường cúng-dường tất cả chư Phật?*

Lúc Bồ-Tát sơ-phát-tâm phát nguyện như vầy: Tôi phải tôn trọng cung kính cúng-dường tất cả chư Phật, thấy Phật không nhàm, ở chỗ chư Phật thường mến ưa, thường tin sâu chắc, tu những công-đức không thôi nghỉ.

(Kinh Hoa Nghiêm, Phẩm 39. Nhập Pháp Giới)

11.39.c. Tạng thọ sanh phát bồ-đề-tâm

2) Thế nào là tạng thọ sanh phát bồ-đề-tâm?

Bồ-Tát nầy phát tâm vô-thượng bồ-đề, những là phát khởi tâm đại-bi vì cứu hộ tất cả chúng-sanh; phát tâm cúng-dường Phật, vì rốt ráo kính thờ; khởi tâm cầu khắp chánh pháp, vì tất cả không lẫn tiếc, khởi tâm quảng-đại xu-hướng, vì cầu nhất-thiết-trí; khởi tâm từ vô-lượng, vì nhiếp khắp chúng-sanh; khởi tâm chẳng bỏ tất cả chúng-sanh, vì mặc giáp kiên-thệ cầu nhất-thiết-trí; khởi tâm không siểm cuống, vì được như-thiệt-trí; khởi tâm làm đúng như lời, vì tu bồ-tát-đạo; khởi tâm chẳng dối chư Phật, vì thú-hộ đại thệ nguyện của Phật; khởi tâm nguyện nhất-thiết-trí, vì tận vị-lai giáo hóa chúng-sanh không thôi dứt.

Bồ-Tát dùng công-đức của Phật-sát vi-trần-số bồ-đề-tâm như vậy được sanh nhà Như-Lai.

(Kinh Hoa Nghiêm, Phẩm 39. Nhập Pháp Giới)

11.39.d. Tạng-thọ-sanh quán các pháp-môn siêng tu hành

3) Thế nào là tạng-thọ-sanh quán các pháp-môn siêng tu hành?

Đại Bồ-Tát nầy phát khởi tâm quán tất cả pháp-môn-hải, phát khởi tâm hồi-hướng nhất-thiết-trí viên-mãn đạo, phát khởi tâm chánh-niệm không nghiệp lỗi lầm, phát khởi tâm tất cả bồ-tát tam-muội-hải thanh-tịnh, phát khởi tâm tu thành công-đức của tất cả Bồ-Tát, phát khởi tâm trang-nghiêm tất cả đạo bồ-tát, phát khởi tâm cầu nhất-thiết-trí hạnh đại tinh-tấn tu các công-đức như kiếp-hỏa hẩy hừng không thôi dứt, phát khởi tâm tu hạnh phổ-hiền giáo-hóa chúng-sanh. Phát khởi tâm khéo học tất cả oai-nghi, tu công-đức của Bồ-Tát bỏ lìa tất cả sở-hữu an-trụ nơi chân-thiệt vô-sở-hữu.

(Kinh Hoa Nghiêm, Phẩm 39. Nhập Pháp Giới)

11.39.e. Tạng thọ-sanh dùng tâm thanh-tịnh chiếu khắp tam-thế

4) Thế nào là tạng thọ-sanh dùng tâm thanh-tịnh chiếu khắp tam-thế?

Đại Bồ-Tát nầy đủ tâm thanh-tịnh tăng thượng được ánh sáng bồ-đề của Như-Lai, nhập biển phương-tiện của Bồ-Tát, tâm họ kiên-cố như kim-cang trái bỏ tất cả loài sanh các cõi, thành-tựu tất cả sức tự-tại của Phật, tu hạnh thù-thắng, đủ căn bồ-tát, tâm sáng sạch, nguyện lực bất động, thường được chư Phật hộ-niệm, phá hoại tất cả núi chướng ngại, khắp vì chúng-sanh làm chỗ sở y.

(Kinh Hoa Nghiêm, Phẩm 39. Nhập Pháp Giới)

11.39.f. Tạng thọ-sanh quang-minh bình-đẳng

5) Thế nào là tạng thọ-sanh quang-minh bình-đẳng?

Đại Bồ-Tát nầy đầy đủ công-hạnh hóa độ khắp chúng-sanh, tất cả sở-hữu đều có thể bỏ, an-trụ nơi cảnh-giới-hạnh thanh-tịnh rốt ráo của Phật, đầy đủ pháp-nhẫn, thành-tựu quang-minh pháp-nhẫn của Phật, dùng đại tinh-tấn đến nhất-thiết-trí, đến nơi bỉ-ngạn, tu tập các môn thiền được phổ-môn định, tịnh trí viên-mãn, dùng trí-huệ-nhật chiếu rõ các pháp, được vô-ngại-nhãn thấy biển chư Phật, ngộ nhập tất cả pháp-tánh chân thiệt, tất cả thế-gian người thấy hoan-hỉ, khéo tu tập được pháp-môn như thiệt.

(Kinh Hoa Nghiêm, Phẩm 39. Nhập Pháp Giới)

11.39.g. Thọ sanh tạng sanh nhà Như-Lai

6) Thế nào gọi là thọ sanh tạng sanh nhà Như-Lai?

Đại Bồ-Tát nầy sanh nhà Như-Lai, theo chư Phật mà an trụ, thành-tựu tất cả pháp-môn thậm-thâm, đủ đại nguyện thanh-tịnh của tam thế chư Phật, được đồng một thiện-căn với tất cả chư Phật, cùng một thể-tánh với chư Như-Lai, đủ hạnh xuất thế pháp lành bạch tịnh, an trụ pháp-môn công-đức quảng đại, nhập những tam-muội thấy thần-lực của Phật, tùy chỗ đáng hóa độ mà tịnh trị chúng-sanh, đáp đúng lời hỏi biện-tài vô-tận.

(Kinh Hoa Nghiêm, Phẩm 39. Nhập Pháp Giới)

11.39.h. Thọ sanh tạng Phật-lực quang-minh

7) Thế nào là thọ sanh tạng Phật-lực quang-minh?

Đại Bồ-Tát nầy thâm nhập Phật-lực, du hành các Phật-độ lòng không thối chuyển, cúng-dường thừa sự chúng hội Bồ-Tát không có mỏi nhàm, rõ tất cả pháp đều như huyễn mà sanh khởi, biết các thế-gian như cảnh trong mộng, tất cả sắc tướng dường như quang ảnh, thần-thông hiện ra đều như biến hóa, tất cả thọ sanh đều như bóng, chư Phật thuyết pháp đều như tiếng vang nơi hang núi, khai thị pháp-giới đều rốt ráo.

(Kinh Hoa Nghiêm, Phẩm 39. Nhập Pháp Giới)

11.39.i. Thọ-sanh quán môn phổ-trí

8) *Thế nào tạng thọ-sanh quán môn phổ-trí?*

Đại Bồ-Tát nầy trụ đồng-chân-vị quán nhất-thiết-trí, mỗi mỗi trí môn tận vô-lượng kiếp, khai diễn sở-hành của tất cả Bồ-Tát, nơi tam-muội thậm-thâm của chư Bồ-Tát, tâm được tự-tại, niệm niệm sanh chỗ chư Như-Lai trong thế-giới mười phương, nơi cảnh có sai-biệt nhập định vô-sai-biệt, nơi pháp vô-sai-biệt hiện trí có sai-biệt, nơi vô-lượng cảnh biết không cảnh-giới, nơi cảnh-giới ít, nhập cảnh vô-lượng, thông đạt pháp-tánh rộng lớn không ngằn mé, biết các thế-gian đều là giả thi-thiết, tất cả đều là thức-tâm phát khởi.

(Kinh Hoa Nghiêm, Phẩm 39. Nhập Pháp Giới)

11.39.j. Tạng thọ-sanh khắp hiện trang-nghiêm

9) *Thế nào là tạng thọ-sanh khắp hiện trang-nghiêm?*

Đại Bồ-Tát nầy có thể nhiều cách trang-nghiêm vô-lượng cõi Phật, có thể khắp hóa hiện tất cả chúng-sanh và những thân Phật được vô-sở-úy, diễn pháp thanh-tịnh châu-lưu pháp-giới không chướng-ngại, tùy tâm sở-thích khiến thấy biết tất cả, thị-hiện những hạnh thành bồ-đề, khiến sanh đạo nhất-thiết-trí vô-ngại, việc làm như vậy chẳng lỗi thời, mà thường ở nơi tạng tam-muội tỳ-lô-giá-na trí-huệ.

(Kinh Hoa Nghiêm, Phẩm 39. Nhập Pháp Giới)

11.39.k. Tạng thọ sanh nhập như-lai-địa

10) *Thế nào là tạng thọ sanh nhập như-lai-địa?*

Đại Bồ-Tát nầy đều thọ pháp quán đảnh ở chỗ chư Phật tam thế, biết khắp tất cả cảnh-giới thứ đệ, nghĩa là biết tất cả chúng-sanh thứ đệ thọ sanh ở tiền-tế hậu tế, biết chư Bồ-Tát tu hành thứ đệ, biết tâm niệm thứ đệ của tất cả chúng-sanh, biết tam thế Như-Lai thành Phật thứ đệ, biết phương-tiện thuyết pháp thiện-xảo thứ đệ, cũng biết tất cả sơ-tế trung-tế hậu-tế có bao nhiêu kiếp hoặc thành hoặc hoại danh hiệu thứ đệ, tùy những chúng-sanh chỗ đáng hóa độ vì hiện thành đạo công-đức trang-nghiêm thần-thông thuyết pháp phương-tiện điều-phục.

(Kinh Hoa Nghiêm, Phẩm 39. Nhập Pháp Giới)

11.39.l. Trang-nghiêm

Nếu Đại Bồ-Tát nơi **Mười Tạng Thọ Sanh** nầy tu tập tăng trưởng viên-mãn thành-tựu, thời có thể ở trong một trang-nghiêm hiện nhiều thứ trang-nghiêm. Như vậy:

- Trang-nghiêm tất cả quốc-độ, khai ngộ tất cả chúng-sanh,

- Tận vị-lai kiếp không thôi dứt, diễn nói tất cả Phật-pháp

- Những cảnh-giới, những thành thục, xoay vần truyền đến vô-lượng pháp

- Hiện bất-tư-nghì Phật-tự-tại lực sung mãn tất cả hư-không pháp-giới

- Ở trong biển tâm hành của các chúng-sanh mà chuyển pháp-luân

- Thị-hiện thành Phật ở tất cả thế-giới hằng không gián-đoạn

- Dùng bất-khả-thuyết ngôn âm thanh-tịnh để nói tất cả pháp

- Trụ vô-lượng-xứ thông-đạt vô-ngại

- Dùng tất cả pháp trang-nghiêm đạo-tràng

- Tùy các chúng-sanh dục giải sai-biệt mà hiện thành Phật

- Khai thị vô-lượng pháp-tạng thậm-thâm, giáo hóa thành tựu tất cả thế-gian.

(Kinh Hoa Nghiêm, Phẩm 39. Nhập Pháp Giới)

11.39.m. Sanh nhà Như-Lai

Lâm-Tỳ-Ni Lâm-Thần muốn tuyên lại nghĩa nầy, dùng Phật thần-lực quán sát khắp mười phương mà nói kệ rằng:

Tâm thanh-tịnh ly-cấu tối-thượng

Thấy tất cả Phật không nhàm đủ
Nguyện tận vị-lai thường cúng-dường
Là tạng thọ sanh của bậc trí.

Trong tất cả tam thế quốc-độ
Có những chúng-sanh và chư Phật
Đều nguyện độ thoát, hằng kính thờ
Là tạng thọ sanh *bậc nan-tư.*

Nghe pháp không nhàm thích quán-sát
Ở khắp tam thế không chướng ngại
Thân tâm thanh-tịnh như hư-không
Là tạng thọ sanh *bậc danh-xưng.*

Tâm đó hằng trụ biển đại-bi
Cứng như kim-cang và Bửu-Sơn
Thấu tỏ tất cả những trí-môn
Là tạng thọ sanh *bậc tối-thắng.*
Đại-từ trùm khắp ở tất cả
Diệu-hạnh thường tăng biển các độ
Dùng pháp quang-minh chiếu mọi loài
Là tạng thọ sanh *bậc hùng-mãnh.*

Tỏ thấu pháp-tánh tâm vô-ngại
Sanh ở nhà chư Phật tam thế
Vào khắp biển pháp-giới mười phương
Là tạng thọ sanh *bậc minh-trí.*

Pháp thân thanh-tịnh tâm vô-ngại

Đến khắp mười phương các quốc độ

Tất cả Phật-lực đều được thành

Là tạng thọ sanh *bất-tư-nghì.*

Vào trí-huệ sâu đã tự-tại

Nơi các tam-muội cũng rốt ráo

Quán môn nhất-thiết-trí như thiệt

Là tạng thọ sanh *bậc chân-thân.*

Tịnh trị tất cả những Phật-độ

Siêng tu pháp khắp hóa chúng-sanh

Hiển hiện Như-Lai sức tự-tại

Là tạng thọ sanh *bậc đại-danh.*

Lâu đã tu hành đại trí-huệ

Mau xu nhập được bậc Như-Lai

Biết rõ pháp-giới đều vô-ngại

Là tạng thọ sanh của *Phật-Tử.*

Bồ-Tát đủ mười pháp nầy thời sanh nhà Như-Lai, làm quang-minh thanh-tịnh của tất cả thế-gian.

(Kinh Hoa Nghiêm, Phẩm 39. Nhập Pháp Giới)

11.39.n. Thọ sanh của Tỳ-lô-giá-na như-lai

Dạ Thần Diệu Đức Viên Mãn nói: Trước kia ta phát nguyện, nguyện lúc tất cả Bồ-Tát thị-hiện thọ sanh đều được thân-cận. Nguyện nhập biển vô-lượng ***thọ sanh của Tỳ-Lô-Giá-Na Như-Lai.*** Do nguyện lực thuở xưa ấy, nên nay ta sanh nơi vườn Lâm-Tỳ-Ni trong thế-giới nầy, chuyên nghĩ tưởng Bồ-Tát lúc nào hạ sanh?

(Kinh Hoa Nghiêm, Phẩm 39. Nhập Pháp Giới)

11.39.o. Vườn Lâm-tỳ-ni hiện mười thoại tướng

Qua một trăm năm quả nhiên Thế-Tôn từ Trời Đâu-Suất đản sanh tại đây.

Lúc ấy, vườn Lâm-Tỳ-Ni nầy hiện mười tướng:

1) Trong vườn nầy mặt đất bỗng nhiên bằng phẳng không còn hầm hố gò nổng.

2) Kim-cang làm đất, các báu trang-nghiêm, không có ngói sạn gai gốc.

3) Cây bửu-đa-la bày hàng giáp vòng, rễ sâu đến thủy-tế.

4) Những chồi hương mọc lên, những hương-tạng hiện ra, cây bửu-hương tàng to rậm rợp, mùi thơm đều hơn thiên-hương.

5) Những tràng hoa đẹp, đồ bửu-trang-nghiêm thành hàng đầy khắp mọi nơi.

6) Trong vườn có bao nhiêu cây đều tự-nhiên nở hoa ma-ni-bửu.

7) Trong những ao hồ đều mọc hoa đầy mặt nước.

8) Cõi sắc cõi dục của Ta-Bà Thế-Giới, tất cả hàng Thiên, Long, Bát-bộ, các Quốc-Vương đều hội đến vườn Lâm-Tỳ-Ni nầy đứng chắp tay.

9) Trong thế-giới nầy có bao nhiêu Thiên-Nữ, nhẫn đến Ma-Hầu-La-Già-Nữ đều rất hoan-hỉ tay cầm những đồ cúng dường cung kính đứng hướng về phía cây Vô-Ưu.

10) Chư Phật mười phương, nơi rốn đều phóng quang-minh tên là Bồ-Tát thọ sanh tự-tại-đăng chiếu sáng khắp khu vườn nầy. Trong mỗi quang-minh đều hiện chư Phật thọ-sanh, đản-sanh, thần-biến, và công đức thọ-sanh của tất cả Bồ-Tát. Lại phát ra những ngôn âm của chư Phật.

Trên đây là mười thoại-tướng trong vườn Lâm-Tỳ-Ni.

Lúc mười thoại-tướng nầy hiện ra, các Thiên-Vương liền biết

sẽ có Bồ-Tát Hạ sanh.

Thấy thoại-tướng, ai cũng hoan-hỉ vô-lượng.

(Kinh Hoa Nghiêm, Phẩm 39. Nhập Pháp Giới)

11.39.p. Mười Thoại Tướng Quang Minh

Lúc Ma-Gia Phu-Nhân ra khỏi thành Ca-Tỳ-La đi vào khu vườn nầy, lại hiện mười quang-minh thoại-tướng, khiến các chúng-sanh được pháp-quang-minh.

Đây là mười thoại-tướng quang-minh:

1. Quang-minh của tất cả tạng bửu-hoa.

2. Quang-minh của tạng bửu-hương.

3. Quang-minh của bửu-liên-hoa khai diễn âm-thanh vi-diệu chân thiệt.

4. Quang-minh của thập phương Bồ-Tát sơ phát tâm.

5. Quang-minh của tất cả Bồ-Tát được nhập chư địa mà hiện thần-biến.

6. Quang-minh của tất cả Bồ-Tát tu ba-la-mật viên-mãn trí.

7. Quang-minh đại nguyện trí của tất cả Bồ-Tát.

8. Quang-minh phương-tiện-trí của tất cả Bồ-Tát giáo-hóa chúng-sanh.

9. Quang-minh chân-thiệt-trí của tất cả Bồ-Tát chứng pháp-giới.

10. Quang-minh của tất cả Bồ-Tát được Phật tự-tại thọ-sanh xuất-gia thành chánh-giác.

Mười quang-minh nầy chiếu khắp tâm của vô-lượng chúng-sanh.

(Kinh Hoa Nghiêm, Phẩm 39. Nhập Pháp Giới)

11.39.q. Mười Thần Biến Của Bồ-Tát Sắp Đản-Sanh

Lúc Ma-Gia Phu-Nhân ngồi dưới cây Vô-Ưu chuẩn bị bị hạ sanh, thì bỗng hiện mười thần biến của Bồ-Tát sắp đản-sanh:

1. Lúc Bồ-Tát sắp đản sanh, chư Thiên cõi Sắc, và cõi dục; chư Thiên-Tử, Thiên-nữ, chư Long, Dạ-Xoa Càn-Thát-Bà,

A-Tu-La, Ca-Lâu-la, Khẩn-Na-La, Ma-Hầu-La-Già, cùng quyến-thuộc vì để cúng-dường nên đều vân tập.

Ma-Gia Phu-Nhơn oai-đức thù-thắng, các lỗ lông nơi thân đều phóng quang-minh chiếu khắp Đại-Thiên thế-giới không chướng-ngại, chói lấn tất cả quang-minh khác, diệt trừ tất cả phiền-não và khổ ác-đạo.

2. Lúc ấy, trong bụng của Ma-Gia Phu-Nhơn đều hiện tất cả hình tượng của Đại-Thiên Thế-giới, trong trăm ức Diêm-Phù-Đề những đô ấp, vườn rừng, danh hiệu riêng khác đều có Ma-Gia Phu-Nhơn ở và Thiên-Chúng vây quanh, đều hiển hiện tướng thần-biến bất-tư-nghì của Bồ-Tát sắp đản-sanh.

3. Tất cả lỗ lông nơi thân của Ma-Gia Phu-Nhơn đều hiện cảnh tượng thuở xưa lúc Bồ-Tát tu hành công hạnh cúng-dường cung-kính chư Phật và nghe tiếng nói pháp của chư Phật như ảnh tượng hiện rõ trong gương sáng.

4. Lại trong mỗi lỗ lông nơi thân của Ma-Gia Phu-Nhơn đều hiện thuở xưa lúc Bồ-Tát tu bồ-tát-hạnh, ở thế-giới, thành ấp, tụ lạc, núi rừng, sông biển, chúng-sanh, kiếp số, gặp Phật xuất thế, nhập tịnh quốc-độ, y-chỉ thiện-tri-thức, tu hành pháp lành, thọ mạng dài vắn, Ma-Gia Phu-Nhơn thường là sanh-mẫu của Bồ-Tát.

5. Lại trong mỗi lỗ lông của Ma-Gia Phu-Nhơn hiển hiện thuở xưa lúc Bồ-Tát tu bồ-tát-hạnh, tùy sanh tại xứ nào, hình mạo sắc tướng, y phục ăn uống, những sự khổ vui đều hiện rõ ràng.

6. Lại trong mỗI lỗ lông của Ma-Gia Phu-Nhơn đều hiện thuở xưa lúc Bồ-Tát tu hạnh bố-thí, xả thí cả những vật khó xả như đầu, mắt, tai, mũi, môi, lưỡi, răng, tay, chân, máu, thịt, gân, xương, vợ, con, thành ấp, cung điện, y-phục, anh-lạc, vàng bạc, châu báu. Cũng thấy hình mạo của những người thọ thí và chỗ nơi của họ.

7. Lúc Ma-Gia Phu-Nhơn đi vào khu vườn nầy, thời khu vườn nầy hiện khắp tất cả chư Phật quá khứ lúc nhập mẫu-thai,

cõi nước nơi chỗ, y phục, tràng hoa, hương thoa, hương bột, phan cái, đồ trang-nghiêm, kỹ nhạc ca ngâm âm thanh thượng diệu, làm cho chúng-sanh đều được nghe thấy.

8. Lúc Ma-Gia Phu-Nhơn vào vườn nầy, từ nơi thân của Phu-Nhơn xuất hiện cung điện lâu các Ma-Ni-Vương hơn hẳn tất cả cung điện của Thiên, Long, Bát-Bộ và cung-điện của Nhơn-Vương. Cung-điện Ma-Ni-Vương nầy có lưới báu giăng phía trên, hương thơm ngào ngạt, các báu trang-nghiêm, trong ngoài nghiêm-tịnh, chẳng tạp loạn, bao khắp cả vườn Lâm-Tỳ-Ni.

9. Lúc Ma-Gia Phu-Nhơn vào vườn nầy, từ nơi thân của Phu-Nhơn xuất hiện mười bất-khả-thuyết trăm ngàn ức na-do-tha Phật-sát vi-trần-số Bồ-Tát. Những Bồ-Tát nầy, thân hình dung mạo, tướng hảo quang-minh, oai-nghi đi đứng, thần-thông, quyến thuộc đều đồng như Tỳ-Lô-Giá-Na Bồ-Tát, tất cả đồng thời tán thán Như-Lai.

10. Lúc Ma-Gia Phu-Nhơn sắp đản-sanh Bồ-Tát, ở trước mặt Phu-Nhơn bỗng từ kim-cang-tế mọc lên hoa sen lớn tên là Nhất-Thiết-Bửu-Trang-Nghiêm-Tạng, kim-cang làm cọng, các báu làm tua, như-ý châu-vương làm đài, có Phật-sát vi-trần-số cánh, tất cả đều bằng châu ma-ni. Lưới báu, lọng báu che phía trên. Tất cả Thiên-Vương cầm giữ. Tất cả Long-Vương mưa hương-vũ. Tất cả Dạ-Xoa-Vương cung kính rải thiên hoa. Tất cả Càn-Thát-Bà-Vương dùng âm thanh vi-diệu ca ngợi công-đức của Bồ-Tát thuở xưa cúng-dường chư Phật. Tất cả A-Tu-La Vương bỏ tâm kiêu mạn mà cúi đầu kính lễ. Tất cả Ca-Lâu-La Vương thòng phan báu khắp hư-không. Tất cả Khẩn-Na-La-Vương hoan-hỉ chiêm-ngưỡng ca ngâm khen ngợi công-đức của Bồ-Tát. Tất cả Ma-Hầu-La-Già Vương đều hoan-hỉ tán thán mưa tất cả mây bửu trang-nghiêm.

Nầy Thiện-nam-tử! Vườn Lam-Tỳ-Ni thị hiện mười thần-biến như vậy rồi, sau đó Bồ-Tát đản-sanh, như mặt nhựt hiện ra nơi hư-không. Như mây lành hiện ở đảnh núi cao. Như làn chớp sáng giữa cụm mây dầy. Như ngọn đuốc sáng lớn giữa đêm tối.

Bấy giờ Bồ-Tát từ hông bên hữu của Phu-Nhơn mà đản-sanh, thân tướng quang-minh đủ các tướng hảo.

Nầy Thiện-nam-tử! Lúc đó dầu hiện sơ sinh, nhưng Bồ-Tát đã tỏ thấu tất cả pháp như mộng, như huyễn, như ảnh, như tượng, không đến không đi, chẳng sanh chẳng diệt.

Đồng thời ta cũng thấy đức Bồ-Tát ở vô-lượng cõi Phật trong mỗi vi-trần của Đại-Thiện thế-giới, cũng thấy đức Bồ-Tát ở vô-lượng cõi Phật trong mỗi vi-trần của trăm thế-giới, ngàn thế-giới, nhẫn đến tất cả thế-giới mười phương thị-hiện sơ sanh những sự thần biến giống như hiện thấy tại vườn Lam-Tỳ-Ni nầy, niệm niệm thường không gián đoạn.

(Kinh Hoa Nghiêm, Phẩm 39. Nhập Pháp Giới)

11.39.r. Bồ-tát thọ-sanh-hải thần-lực tự-tại điều-phục chúng-sanh

Thiện-Tài thưa: Bạch đức Thánh! Ngài được môn giải-thoát nầy được bao lâu?

Lâm-Thần nói: Thuở xưa quá ức Phật-sát vi-trần-số kiếp, có kiếp tên là Duyệt-Lạc, thế-giới tên là Phổ-Bửu. Có tám mươi na-do-tha Phật xuất hiện trong đó.

Hỉ-Quang Phu-Nhơn là sinh-mẫu của đức Tự-Tại-Công-Đức-Tràng Như-Lai.

Lúc Phu-Nhơn sắp đản-sanh Bồ-Tát, cùng hai mươi ức na-do-tha thể-nữ đến vườn Kim-Hoa.

Phu-Nhơn Hỉ-Quang vói vịn nhánh cây Nhất-Thiết-Trí mà đản-sanh Bồ-Tát tức đức Tự-Tại-Công-Đức-Tràng Như-Lai.

Chư Thiên-Vương đem nước thơm đến tắm gội Bồ-Tát. Tắm xong, chư Thiên-Vương trao Bồ-Tát cho nhũ-mẫu Tịnh-Quang.

Nhũ-mẫu lãnh bồng Bồ-Tát, lòng rất hoan-hỉ liền được *bồ-tát-phổ-nhãn tam-muội.*

Nhũ mẫu Tịnh-Quang chính là thân ta (Dạ Thần Diệu Đức Viên Mãn) đây.

Từ đó đến nay, niệm niệm ta thường thấy ***đức Tỳ-Lô-Giá-Na Phật thị-hiện Bồ-Tát thọ-sanh-hải, thần-lực tự-tại điều-phục chúng-sanh***. Nhẫn đến tất cả chư Phật ở trong vi-trần của tất cả thế-giới khắp mười phương thị hiện Bồ-Tát thọ sanh thần-biến, ta đều niệm niệm thấy cả, và đều cung kính phụng thờ cúng dường nghe thuyết pháp, như thuyết tu hành.

(Kinh Hoa Nghiêm, Phẩm 39. Nhập Pháp Giới)

11.39.s. Một niệm thấy ức cõi vi-trần số bồ-tát

Một niệm thấy ức cõi

vi-trần số Bồ-Tát

Xuất gia đến đạo-tràng

Thị hiện cảnh-giới Phật.

Ta thấy trong sát-trần

Vô-lượng Phật thành đạo

Đều hiện những phương-tiện

Độ thoát khổ chúng-sanh.

Trong mỗi mỗi vi-trần

Chư Phật chuyển pháp-luân

Đều dùng tiếng vô-tận

Khắp mưa pháp cam-lộ.

Ức cõi vi-trần-số

Trong mỗi một sát-trần

Đều thấy chư Như-Lai

Thị hiện nhập niết-bàn.

Vô-lượng cõi như vậy

Như-Lai hiện đản-sanh

Khắp nơi ta phân-thân

Hiện tiền cúng dường Phật.

Bất-tư-nghì sát-hải

Vô-lượng loài sai khác

Ta đều hiện trong đó

Khắp mưa đại pháp-vũ.

Phật-Tử! Ta biết môn

Nan-tư giải-thoát nầy

Trong vô-lượng ức kiếp

Tán dương không hết được.

(Kinh Hoa Nghiêm, Phẩm 39. Nhập Pháp Giới)

11.39.t. Giới thiệu đến Bồ-Tát Thích Nữ Cù-Ba

Nầy Thiện-nam-tử! Ta chỉ biết môn *Giải-thoát Bồ-Tát trong vô-lượng kiếp khắp tất cả chỗ thị hiện thọ sanh tự-tại* nầy.

Như chư đại Bồ-Tát có thể:

- Đem một niệm làm những kiếp tạng

- Quán tất cả pháp

- Dùng phương tiện khéo mà hiện thọ sanh

- Cúng-dường cùng khắp tất cả chư Phật

- Thông đạt rốt ráo tất cả Phật-pháp

- Nơi tất cả loài đều hiện thọ sanh

- Ngồi tòa liên-hoa ở trước tất cả Phật

- Biết các chúng-sanh lúc đáng được độ

- Vì hiện thọ sanh phương-tiện điều-phục

- Ở tất cả cõi hiện những thần-biến, dường như ảnh

tượng đều hiện ra trước họ. Ta thế nào biết được nói được công-đức hạnh đó.

Thành Ca-Tỳ-La nầy có cô gái họ Thích tên là Cù-Ba. Ngươi đến đó hỏi: Bồ-Tát thế nào ở trong sanh tử giáo hóa-chúng-sanh.

(Kinh Hoa Nghiêm, Phẩm 39. Nhập Pháp Giới)

11.40. THÍCH NỮ CÙ BÀ
- Giải-Thoát Quán-Sát Nhất-Thiết Bồ-Tát Tam-Muội-Hải

Bấy giờ Thiện-Tài Đồng-Tử hướng về phía thành Ca-Tỳ-La, đến giảng-đường Bồ-Tát Tập-Hội Phổ-Hiện Pháp-Giới Quang-Minh.

Trong giảng đường nầy có thần hiệu Vô-Ưu-Đức cùng một vạn Chủ-Cung-Điện Thần và tám vạn bốn ngàn thể-nữ vây quanh.

Nàng Cù-Ba nói: Nay ngươi có thể hỏi những việc làm của đại Bồ-Tát như vậy. Người tu tập những hạnh nguyện Phổ-Hiền mới có thể hỏi như vậy.

Ngươi lắng nghe và khéo suy gẫm ghi nhớ. Ta sẽ thừa thần-lực của Phật mà nói cho ngươi.

Nầy Thiện-nam-tử! Nếu các Bồ-Tát thành-tựu mười pháp thời có thể viên-mãn hạnh bồ-tát nhơn đà-la-võng phổ-trí quang-minh.

(Kinh Hoa Nghiêm, Phẩm 39. Nhập Pháp Giới)

11.40.a. Mười pháp viên-mãn hạnh bồ-tát
nhơn đà-la-võng phổ-trí quang-minh

1. Vì nương thiện-tri-thức.

2. Vì được thắng-giải quảng đại.

3. Vì được dục lạc thanh-tịnh.

4. Vì nhóm tất cả phước trí.

5. Vì nghe chánh-pháp nơi chư Phật.

6. Vì tâm hằng chẳng bỏ tam thế Phật.

7. Vì đồng với tất cả bồ-tát hạnh.

8. Vì được tất cả Như-Lai hộ-niệm.

9. Vì đại bi diệu-nguyện đều thanh-tịnh.

10. Vì có thể dùng trí-lực khắp dứt tất cả những sanh tử.

Nếu thân-cận thiện-trí-thức thời Bồ-Tát có thể tinh-tấn bất thối tu tập xuất sanh vô-tận Phật pháp.

(Kinh Hoa Nghiêm, Phẩm 39. Nhập Pháp Giới)

11.40.b. Mười pháp thừa sự thiện-tri-thức

1. Không đoái tiếc thân mạng mình.

2. Lòng chẳng tham cầu sự vui thế-gian.

3. Biết tất cả pháp-tánh đều bình-đẳng.

4. Trọn chẳng lui bỏ nguyện nhất-thiết-trí.

5. Quán sát thiệt-tướng pháp giới.

6. Tâm hằng bỏ rời tất cả biển hữu-lậu.

7. Biết pháp như không, tâm không chỗ nương.

8. Thành-tựu tất cả đại-nguyện bồ-tát.

9. Thường có thể thị-hiện tất cả sát-hải.

10. Tịnh tu trí-luận vô-ngại của Bồ-Tát.

Nên dùng pháp nầy để kính thờ tất cả thiện-tri-thức không ttrái nghịch.

(Kinh Hoa Nghiêm, Phẩm 39. Nhập Pháp Giới)

11.40.c. Thiện-căn nhiếp lấy bất-thiện-căn

Ta đã thành-tựu môn *Giải-thoát quán-sát nhất-thiết Bồ-Tát tam-muội-hải*.

Ta nhập môn giải-thoát nầy, biết trong cõi Ta-Bà, trải qua Phật-sát vi-trần-số kiếp có bao nhiêu chúng-sanh:

- Ở trong các loài chết đây sanh kia, làm lành làm dữ, chịu những quả báo, - - Có cầu xuất ly, chẳng cầu xuất ly

- Chánh-định tà-định và bất-định

- Thiện-căn có phiền-não, thiện-căn không phiền-não

- Thiện-căn đầy đủ, thiện-căn không đầy đủ

- Bất-thiện-căn nhiếp lấy thiện-căn, thiện-căn nhiếp lấy bất-thiện-căn

- Có bao nhiêu đức Phật danh hiệu thử đệ ta đều biết rõ.

- Chư Phật Thế-Tôn ấy từ sơ-phát-tâm, dùng phương-tiện cầu nhất-thiết-trí xuất sanh tất cả những biển đại-nguyện, cúng-dường chư Phật tu hạnh bồ-tát, thành đẳng chánh-giác, chuyển diệu pháp-luân, hiện đại thần-thông hóa độ chúng-sanh, ta đều biết rõ.

- Ta cũng biết chúng-hội sai biệt của chư Phật ấy.

- Bồ-Tát trong mỗi niệm nhập tam-muội-hải, được quang-minh nhất-thiết-trí.

- *Cõi Ta-Bà nầy, tận thuở vị-lai có những kiếp-hải xoay vần chẳng dứt*

- *Vi-trần-số tất cả thế-giới trong cõi Ta-Bà, ta cũng biết những thế-giới trong vi-trần của cõi Ta-Bà, cũng biết mười phương thế-giới ở ngoài cõi Ta-Bà, cũng biết những thế-giới của Ta-Bà thế-giới-chủng sở-nhiếp, cũng biết những thế-giới của thập phương vô-lượng thế-giới chủng sở-nhiếp trong Hoa-Tạng Thế-giới-Hải nầy.*

(Kinh Hoa Nghiêm, Phẩm 39. Nhập Pháp Giới)

11.40.d. Hoa tạng thế giới hải

- Thế-giới rộng-rãi

- Thế-giới an lập

- Thế-giới luận

- Thế-giới-tràng

- Thế-giới sai biệt

- Thế-giới chuyển

- Thế-giới liên-hoa

- Thế-giới tu-di

- Thế-giới danh hiệu. Tất cả những thế-giới trong thế-giới-hải nầy, do bổn-***nguyện-lực của Tỳ-Lô-Giá-Na Thế-Tôn nên*** ta đều biết rõ và ghi nhớ cả.

Ta cũng nhớ những nhơn-duyên-hải thuở xưa của đức Như-Lai như:

- Tu tập phương-tiện của tất cả thừa

- Trụ bồ-tát-hạnh trong vô-lượng kiếp

- Tịnh Phật quộc-độ, giáo-hóa chúng-sanh

- Kính thờ chư Phật, tạo lập trụ xứ, nghe pháp

- Được tam-muội, được tự-tại, tu đàn-ba-la-mật

- Nhập Phật công-đức, trì giới khổ hạnh, đầy đủ nhẫn lực

- Dũng mãnh tinh-tấn, thành-tựu thiền-định, viên-mãn tịnh-huệ

- Thị hiện thọ sanh khắp mọi nơi, *hạnh nguyện Phổ-Hiền thảy đều thanh-tịnh*

- Vào khắp các cõi, tịnh khắp Phật-độ, vào khắp Phật-trí.

(Kinh Hoa Nghiêm, Phẩm 39. Nhập Pháp Giới)

11.40.d. Môn giải thoát quán sát nhất thiết Bồ-Tát tam muội hải

Thiện-Tài thưa: Ngài được môn giải-thoát quán sát nhất thiết Bồ-Tát tam muội hải nầy đã bao lâu?

Thích Nữ Cù-Ba nói: Thuở xưa, quá Phật-sát cực-vi-trần số kiếp, có kiếp tên là Thắng-hạnh, thế-giới tên là Vô-Úy, trong thế-giới ấy có tứ thiên-hạ tên là An-Ổn. Trong Diêm-Phù- Đề có thành vua tên là Cao-Thắng-Thọ.

(Kinh Hoa Nghiêm, Phẩm 39. Nhập Pháp Giới)

11.40.e. Thái-Tử tên là Oai-Đức-Chủ, thân tướng đầy đủ đoan chính xinh đẹp như:

- Dưới bàn chân bằng đầy, đủ luân-tướng

- Lưng bàn chân vun cao, ngón tay ngón chân đều có màn mỏng

- Gót chân ngay bằng tay chân dịu mềm, bắp chân lộc-vương

- Bảy chỗ viên-mãn, âm-tàng ẩn kín, phần trên của thân mình như sư-tử-vương

- Hai vai bằng đầy, hai tay suông dài, thân tướng ngay thẳng

- Cổ ba ngấn, má như sư-tử, đủ bốn mươi cái răng tất cả đều bằng kín

- Bốn răng nanh trắng bóng, lưỡi dài rộng vang phạm âm thanh, tròng mắt xanh biếc

- Lông mắt như ngưu-vương, chặng mày có bạch-hào

- Trên đỉnh đầu có nhục-kế, da thứa mịn nhuyễn màu chơn kim

- Lông trên thân đều xoắn lên trên, tóc màu đế-thanh

- Thân tròn đầy ngay thẳng như cây ni-câu-đà.

Lúc đó Thái-Tử tuân lịnh Phụ-Vương cùng một ngàn thể-nữ vào vườn Hương-nha du ngoạn.

(Kinh Hoa Nghiêm, Phẩm 39. Nhập Pháp Giới)

11.40.f. Đồng-nữ Cụ-Túc-Diệu-Đức dung nhan đoan chánh cảm mến Thái-Tử Oai-Đức-Chủ (tiền thân của Công nương Gia-du-đà-la)

Bấy giờ có bà mẹ tên là Thiện-Hiện dắt một Đồng-nữ tên là *Cụ-Túc-Diệu-Đức*. Đồng-nữ nầy dung nhan đoan chánh.

Đồng-nữ ấy thấy Thái-Tử Oai-Đức-Chủ bèn sanh lòng yêu mến, nói với mẹ rằng nàng muốn kính thờ người nầy, nếu không toại nguyện quyết sẽ tự vẫn.

Mẹ bảo chớ có vọng niệm. Đây là Thái-Tử đủ tướng Luân-Vương. Sau đây lên ngôi sẽ làm Chuyển-Luân-Vương, có Bửu-Nữ xuất hiện, bay trên không tự tại. Chúng ta là hàng ti-tiện chớ sanh vọng niệm, vì sự ấy khó đạt thành.

Bên cạnh khu vườn Hương-Nha có một đạo-tràng tên là Pháp-Vân Quang-Minh. Có đức Như-Lai hiệu là Thắng-Nhựt-Thân, đủ mười hiệu, xuất hiện trong đó đã được bảy ngày.

Đồng-Nữ Diệu-Đức ngủ gật mộng thấy Phật. Khi thức dậy, trên không có Thiên-Thần bảo Đồng-Nữ rằng Thắng-Nhựt-Thân

Như-Lai thành Đẳng-Chánh-Giác nơi đạo-tràng Pháp-Vân Quang-Minh đã được bảy ngày, chúng Bồ-Tát vây quanh, chư Thiên, Long, bát-bộ, cùng chư Thần vì muốn thấy Phật nên đều tập hội.

Đồng-Nữ Diệu-Đức do mộng thấy Phật, lại nghe công đức của Phật, nên lòng nàng an-ổn không khiếp sợ.

(Kinh Hoa Nghiêm, Phẩm 39. Nhập Pháp Giới)

11.40.g. Thái-Tử Oai-Đức-Chủ cầu vô-thượng bồ-đề
(tiền thân của Thái tử Sĩ Đạt Đà)

Vào vườn Hương-Nha, Thái-Tử Oai-Đức-Chủ bảo Đồng-Nữ Diệu-Đức và bà Thiện-Hiện rằng: Ta cầu vô-thượng bồ-đề:

- Tột vô-lượng kiếp thuở vị-lai chứa nhóm pháp trợ-đạo nhất-thiết-trí

- Tu tập vô-biên bồ-tát-hạnh, tịnh tất cả ba-la-mật

- Cúng-dường tất cả Như-Lai, hộ trì tất cả Phật-giáo

- Nghiêm tịnh tất cả Phật-độ, sẽ làm cho Phật-chủng của tất cả Như-Lai chẳng mất

- Sẽ theo chủng-tánh của tất cả chúng-sanh để thành-thục họ

- Sẽ diệt khổ sanh tử cho chúng-sanh được ở chỗ rốt ráo an lạc

- Sẽ tịnh tri mắt trí-huệ cho tất cả chúng-sanh

- Sẽ tu tập tất cả công-hạnh của Bồ-Tát

- Sẽ an trụ nơi tâm bình-đẳng của tất cả Bồ-Tát

- Sẽ thành-tựu hành-địa của tất cả Bồ-Tát

- Sẽ làm cho tất cả chúng-sanh đều hoan-hỉ

- Sẽ xả thí tất cả vật để thật hành đàn ba-la-mật tột thuở vị-lai

- Làm cho tất cả chúng-sanh đều được đầy đủ, những vật uống ăn, y phục, vợ con đến đầu mặt tay chân ta đều sẽ xả thí không hề tiếc.

Lúc đó nàng sẽ cản trở ta, lúc thí của cải nàng sẽ lẫn tiếc, lúc thí con cái nàng sẽ buồn khổ, lúc cắt tay chân nàng sẽ sầu muộn, lúc bỏ nàng để xuất gia lòng nàng sẽ hối hận. Nếu nàng hứa không cản trở và hoan hỉ cho hạnh bố thí ba-la-mật thì chúng ta sẽ kết tóc se tơ, nên nghĩa vợ chồng.

(Kinh Hoa Nghiêm, Phẩm 39. Nhập Pháp Giới)

11.40.h. Tam-muội-hải

Đức Phật *thuyết kinh Phổ-Nhãn-Đăng-Môn*. Thái-Tử nghe xong, ở trong tất cả pháp được tam-muội-Hải như là:

- Phổ-chiếu-nhứt-thiết-Phật-nguyện-hải tam-muội

- Phổ-chiếu tam-thế-tạng tam-muội

- Hiện-kiến-nhứt-thiết-Phật-đạo-tràng tam-muội

- Phổ-chiếu-nhứt-thiết-chúng-sanh tam-muội

- Phổ-chiếu-nhứt-thiết-thế-gian-trí-đăng tam-muội

- Phổ-chiếu-nhứt-thiết-chúng-sanh-căn-trí-đăng tam-muội

- Cứu-hộ-nhứt-thiết-chúng-sanh-quang-minh-vân tam-muội

- Phổ-chiếu-nhứt-thiết-chúng-sanh-đại-minh-đăng tam-muội

- Diễn-nhất-thiết-Phật-pháp-luân tam-muội

- Cụ-túc-phổ-hiền-thanh-tịnh-hạnh tam-muội.

Nàng Diệu-Đức được nan-thắng-hải-tạng tam-muội, trọn chẳng thối-chuyển nơi vô-thượng bồ-đề.

(Kinh Hoa Nghiêm, Phẩm 39. Nhập Pháp Giới)

11.40.i. Quốc-vương tài-chủ
cùng một vạn quyến thuộc đồng xuất gia

Khi nghe Thái tử và nàng Cụ Túc đến đảnh lễ cúng dường Đức Phật. Phụ-Vương hoan hỉ vô-lượng như người nghèo được của báu. Nhà vua tự nghĩ:

- Đức Phật là vô-thượng-bửu khó được gặp.

- Nếu được thấy Phật thời dứt hẳn sự sợ ác-đạo.

- Đức Phật như Y-Vương trị lành tất cả bịnh phiền-não.

- Có thể cứu tất cả khổ lớn sanh-tử.

- Đức Phật như Đạo-Sư, có thể làm cho chúng-sanh đến nơi

an-ổn rốt ráo.

Nhà vua suy nghĩ xong, liền hội chư tiểu-vương, các quan, quyến thuộc và các sát-đế-lợi, bà-la-môn cùng tất cả quốc-dân. Nhà vua tuyên bố thối vị, nhường ngôi cho Thái-Tử.

- Lúc đó đức Như-Lai hiện thân siêu xuất tất cả thế-gian, dùng viên-mãn-âm vì khắp đại chúng mà nói đà-la-ni tên là *nhất thiết-pháp-nghĩa-ly-ám-đăng*, có Phật-sát vi-trần-số đà-la-ni làm quyến-thuộc.

Quốc-Vương nghe xong liền được đại-trí quang-minh.

Trong chúng-hội có diêm-phù-đề vi-trần số Bồ-Tát đồng thời chứng được môn đà-la-ni nầy.

Sáu mươi vạn na-do-tha người, sạch hữu-lậu tâm được giải-thoát.

Mười ngàn chúng-sanh xa lìa trần cấu được pháp-nhãn tịnh.

Vô-lượng chúng-sanh phát tâm bồ-đề.

Đức Phật lại hiện thần-biến khắp mười phương vô-lượng thế-giới diễn pháp tam-thừa hóa độ chúng-sanh.

Quốc-Vương tự nghĩ: Nếu tại-gia, ta chẳng thể chứng được diệu-pháp như vậy. Nếu ta xuất-gia tu học bên Phật thời sẽ được thành-tựu. Suy nghĩ xong, quốc-vương đến bạch Phật xin xuất gia. Đức Phật hứa khả.

Quốc-Vương Tài-Chủ cùng một vạn quyến thuộc đồng xuất gia. Không bao lâu, nhà vua và quyến-thuộc đồng thành-tựu nhất-thiết-pháp-nghĩa-lý-ám đăng đà-la-ni, và các môn tam-muội như trên, lại được Bồ-Tát mười môn thần-thông, lại được Bồ-Tát vô biên biện-tài, lại được Bồ-Tát vô-ngại tịnh-thân đến chỗ chư Phật mười phương để nghe pháp, làm đại pháp-sư diễn nói diệu-pháp.

(Kinh Hoa Nghiêm, Phẩm 39. Nhập Pháp Giới)

11.40.j. Thái-tử Oai-đức-chủ nay chính là đức thích-ca-mâu-ni thế-tôn hiện nay

Nàng Cù-Ba bảo Thiện-Tài rằng: Nầy Thiện-nam-tử! Xưa kia, *Thái-Tử Oai-Đức-Chủ được ngôi Chuyển-Luân-Vương* cúng-dường đức Phật Thắng-Nhựt-Thân Như-Lai chính là *đức Thích-*

Ca-Mâu-Ni Thế-Tôn hiện nay.

Quốc-Vương Tài-Chủ thuở xưa, nay *là đức Bửu-Hoa-Phật hiện ngự đạo-tràng Hiện-Nhất-Thiết-Thế-Chủ-Thâ*n ở Thế-giới Viên-Mãn-Quang trong thế-giới-chủng Phổ-Hiện-Tam-Thế-Ảnh-Ma-Ni-Vương tại thế-giới-hải Hiện-Pháp-Giới-Hư-Không-Ảnh-Tượng-Vân cách đây về phương đông quá thế-giới-hải vi-trần-số cõi Phật. Có bất-khả-thuyết Phật-sát vi-trần-số chúng Bồ-Tát vây quanh nghe pháp.

Lúc Bửu-Hoa Như-Lai tu bồ-tát-hạnh, đức Phật nghiêm-tịnh thế-giới-hải nầy. Nơi đây chư Phật quá-khứ, hiện-tại, vị-lai xuất thế, đều là những vị do Bửu-Hoa Như-Lai, lúc còn làm Bồ-Tát, giáo-hóa khiến phát tâm vô-thượng bồ-đề.

Bà Thiện-Hiện, thân-mẫu của Đồng-Nữ Diệu-Đức, nay là thân-mẫu của ta (Thích Nữ Cù Bà), bà Thiện-Mục đấy.

Quyến thuộc của nhà vua xưa kia, nay là chúng-hội của đức Như-Lai, đều tu hành đủ những hạnh Phổ-hiền, thành-mãn đại nguyện. Dầu hằng ở tại đạo-tràng của đức Thích-Ca Mâu-Ni Thế-Tôn, mà có thể hiện khắp tất cả thế-gian, trụ bồ-tát bình-đẳng tam-muội, thường được hiện thấy tất cả chư Phật, đều nghe lãnh được pháp-luân của tất cả Như-Lai, đều được tự-tại nơi tất cả pháp, tiếng đồn khắp các Phật-độ, đến chỗ tất cả đạo-tràng, hiện trước tất cả chúng-sanh, tùy nghi giáo hóa điều phục, tu bồ-tát-đạo tận vị-lai kiếp không gián đoạn, thành mãn những thệ nguyện quảng đại của Phổ-Hiền.

(Kinh Hoa Nghiêm, Phẩm 39. Nhập Pháp Giới)

11.40.k. Công nương Diệu Đức là nàng Cù Bà trong kiếp này

Nầy Thiện-nam-tử! Nàng Diệu-Đức xưa kia, chính là thân ta (*Thích Nữ Cù Bà*) ngày nay.

Đức Thắng-Nhựt-Thân Như-Lai diệt độ, sau đó, trong thế-giới ấy có sáu mươi ức trăm ngàn na-do-tha đức Phật xuất thế, ta cùng Luân-Vương đều kính thờ cúng-dường.

Vào thời, đức Phật Quảng-Đại-Giải vào thành giáo-hóa, ta làm Vương-Phi, cùng Quốc-Vương kính lễ Phật, đem những diệu-vật dâng lên cúng-dường, nghe đức Phật nói pháp-môn xuất-sanh-nhật-thiết-như-lai-đăng ta liền chứng được *môn giải-thoát quán-sát-nhất-thiết-bồ-tát-tam-muội-hải-cảnh-giới.*

Khi ta đã được môn giải-thoát nầy, cùng với Bồ-Tát trong Phật-sát vi-trần-số kiếp siêng năng tu tập, kính thờ cúng-dường vô-lượng chư Phật. Hoặc trong một kiếp kính thờ một đức Phật, hoặc hai, hoặc ba, hoặc bất-khả-thuyết đức Phật, hoặc gặp Phật-sát vi-trần-số đức Phật, ta đều thân cận kính thờ cúng-dường, mà chưa biết được thân hình sắc mạo thân-nghiệp tâm-hành trí-huệ cảnh-giới tam-muội của Bồ-Tát.

Nếu có chúng-sanh được thấy Bồ-Tát tu hạnh bồ-đề, hoặc nghi, hoặc tin, Bồ-Tát đều dùng những phương-tiện thế-gian xuất-thế-gian để nhiếp thủ họ, dùng họ làm quyến-thuộc, khiến họ không thối-chuyển nơi vô-thượng bồ-đề.

(Kinh Hoa Nghiêm, Phẩm 39. Nhập Pháp Giới)

11.40.l. Môn giải thoát quán sát nhất thiết Bồ-Tát tam muội bản cảnh giới

Nơi đức Phật Quảng-Đại-Giải sau khi được môn giải-thoát *quán-sát-nhất-thiết-bồ-tát-tam-muội-hải-cảnh-giới* nầy, ta cùng Bồ-Tát chung tu tập trong thời gian trăm Phật-sát vi-trần-số kiếp, trong những kiếp ấy có bao nhiêu đức Phật xuất thế, ta đều thân cận kính thờ cúng dường, nghe Phật thuyết pháp đọc tụng thọ trì. Ở chỗ chư Như-Lai đó, ta được những môn giải-thoát nầy

- Biết những tam-thế

- Nhập những sát-hải

- Thấy chư Phật thành Đẳng-Chánh-Giác

- Vào những chúng hội, phát những đại nguyện của Bồ-Tát

- Tu những diệu-hạnh của Bồ-Tát, được những giải-thoát của Bồ-Tát, nhưng chưa biết được môn Phổ-hiền giải-thoát mà Bồ-Tát đã được.

(Kinh Hoa Nghiêm, Phẩm 39. Nhập Pháp Giới)

11.40.m. Môn Phổ-Hiền Giải-Thoát Của Bồ-Tát

Vì môn Phổ-hiền giải-thoát của Bồ-Tát như:

- Thái-hư-không

- Tên của chúng-sanh

- Tam-thế-hải

- Thập-phương-hải

- Pháp-giới-hải, vô-lượng vô-biên.

Môn Phổ-hiền giải-thoát của Bồ-Tát đồng với cảnh giới của Như-Lai.

(Kinh Hoa Nghiêm, Phẩm 39. Nhập Pháp Giới)

11.40.n. Nơi Mỗi Lỗ Chân Lông

Trong Phật-sát vi-trần-số kiếp ta quán thân Bồ-Tát không biết nhàm. Như người đa dục nam nữ hội họp ái-nhiễm nhau sanh vô-lượng vọng-tưởng, cũng vậy, ta quán thân của Bồ-Tát

- *Nơi mỗi lỗ chân lông,* mỗi niệm thấy vô-lượng vô-biên thế-giới rộng lớn, những sự an-trụ, trang-nghiêm, hình trạng, những núi, đất, mây, danh hiệu, Phật xuất thế, những đạo-tràng, chúng-hội, diễn thuyết những khế-kinh, những sự quán-đảnh, các thừa, những phương tiện, những thanh-tịnh.

(Kinh Hoa Nghiêm, Phẩm 39. Nhập Pháp Giới)

11.40.o. Mỗi niệm nơi mỗi lỗ lông của Bồ-Tát thường thấy vô-biên Phật-hải

- Lại mỗi niệm *nơi mỗi lỗ lông* của Bồ-Tát thường thấy vô-biên Phật-hải, những sự ngồi đạo-tràng, những thần-biến, thuyết pháp, thuyết kinh hằng không gián đoạn.

(Kinh Hoa Nghiêm, Phẩm 39. Nhập Pháp Giới)

11.40.p. Nơi mỗi lỗ chân lông của Bồ-Tát thấy vô-biên công-hạnh của tam-thế Bồ-Tát

- Lại *nơi mỗi lỗ chân lông* của Bồ-Tát thấy vô-biên chúng-sanh-hải: những trụ-xứ, hình mạo, tác nghiệp, căn tánh.

- Lại *nơi mỗi lỗ chân lông* của Bồ-Tát thấy vô-biên công-hạnh của tam-thế Bồ-Tát: vô-biên nguyện quảng đại vô-biên bậc sai biệt, vô biên ba-la-mật, vô-biên sự thuở xưa, vô-biên môn đại-từ, vô-biên mây đại-bi, vô-biên tâm đại-hỉ, vô-biên phương-tiện nhiếp thủ chúng-sanh.

(Kinh Hoa Nghiêm, Phẩm 39. Nhập Pháp Giới)

11.40.q.Vi-trần-số kiếp mỗi niệm xem thấy *nơi mỗi chân lông* của Bồ-Tát

Trong Phật-sát vi-trần-số kiếp mỗi niệm xem thấy *nơi mỗi chân lông* của Bồ-Tát như vậy, chỗ đã đến không còn lại đến, chỗ đã thấy không còn lại thấy, tìm biên-tế đó trọn không thể được. Nhẫn đến thấy Thái-Tử Tất-Đạt ở trong hoàng-cung, thể-nữ vây quanh, ta dùng sức giải-thoát xem nơi mỗi chân lông của Bồ-Tát, thấy tất cả sự trong tam-thế pháp-giới.

(Kinh Hoa Nghiêm, Phẩm 39. Nhập Pháp Giới)

11.40.r.Rốt ráo vô-lượng những phương-tiện-hải

Ta chỉ được *môn giải-thoát quán-sát bồ-tát tam-muội-hải* nầy. Như chư đại Bồ-Tát rốt ráo vô-lượng những phương-tiện-hải vì tất cả chúng-sanh mà:

- Hiện tùy-loại-thân

- Nói tùy-lạc-hạnh

- Nơi mỗi chân lông hiện vô-biên sắc-tướng-hải

- Biết các pháp-tánh lấy vô-tánh làm tánh

- Biết tánh chúng-sanh đồng tướng hư-không

- Chẳng có phân-biệt, biết thần-lực của Phật đồng với như-như

- Khắp tất cả chỗ thị-hiện vô-biên cảnh-giới giải-thoát. Trong một niệm có thể tự-tại nhập pháp-giới quảng đại, du hí tất cả pháp-môn của các bậc Bồ-Tát.

Ta thế nào biết được nói được công-đức-hạnh đó.

(Kinh Hoa Nghiêm, Phẩm 39. Nhập Pháp Giới)

11.40.s. Tu Bồ-tát-nghiệp trọn chẳng thối chuyển

Trong thế-giới nầy có Phật-Mẫu Ma Gia. Người đến đó hỏi Bồ-Tát thế nào học bồ-tát-hạnh ở trong thế-gian không nhiễm trước.

- Cúng-dường chư Phật không thôi nghỉ.

- Tu Bồ-tát-nghiệp trọn chẳng thối chuyển.

- Lìa tất cả chướng ngại, nhập Bồ-tát giải-thoát.

- Chẳng do người khác mà trụ tất cả Bồ-tát-đạo.

- Đến chỗ tất cả Như-Lai.

- Nhiếp tất cả chúng-sanh-giới. Tận kiếp vị-lai tu bồ-tát-hạnh, phát đại-thừa-nguyện. Tăng trưởng thiện-căn cho tất cả chúng-sanh thường không thôi nghỉ.

Thiện-Tài Đồng-Tử đảnh lễ chân nàng Thích-Ca Cù-Ba, hữu nhiễu vô-số vòng, từ tạ mà đi.

(Kinh Hoa Nghiêm, Phẩm 39. Nhập Pháp Giới)

11.41. PHẬT MẪU MA YA PHU NHÂN
- Môn Giải-Thoát Bồ-Tát-Đại-Nguyện-Trí-Huyễn

11.41.a. Trí quán Phật-cảnh-giới

Thiện-Tài nhất tâm muốn đến chỗ Ma-Gia Phu-Nhơn, Tức thời chứng được trí quán Phật-cảnh-giới.

Thiện-Tài tự nghĩ rằng: Thiện-tri-thức nầy:

- Xa lìa thế-gian an-trụ nơi vô-sở-trụ

- Siêu quá sáu trần

- Lìa tất cả chấp trước, biết đạo vô-ngại

- Đủ pháp thân thanh-tịnh, dùng nghiệp như-huyễn mà hiện hóa-thân

- Dùng trí như-huyễn mà quán thế-gian

- Dùng nguyện như-huyễn mà gìn giữ thân Phật

- Theo thân ý-thân, không thân sanh diệt, không thân lai khứ, chẳng phải thân hư thiệt, thân chẳng biến hoại, thân không khởi tận.

- Có bao nhiêu tướng đều là thân một tướng, thân rời hai bên, thân không chỗ tựa nương, thân vô cùng tận, thân như ảnh hiện rời phân biệt.

- Biết thân như mộng, như tượng trong gương. Thân như tịnh-nhựt, thân hoá-hiện khắp mười phương.

- Thân ở tam thế không đổi khác.

- Thân chẳng phải thân tâm, dường như hư-không chỗ đi vô-ngại, siêu thế-gian-nhãn, chỉ tịnh-nhãn của Phổ-Hiền mới thấy được.

(Kinh Hoa Nghiêm, Phẩm 39. Nhập Pháp Giới)

11.41.b. Tâm thành

Bấy giờ có Chủ-Thành-Thần tên là Bửu-Nhãn, quyến-thuộc vây quanh hiện thân trên không-trung, tay cầm những bửu-hoa nhiều màu rải trên mình Thiện-Tài mà bảo rằng:

Phải giữ-gìn tâm-thành, nghĩa là chẳng tham tất cả cảnh-giới.

Phải trang-nghiêm tâm-thành, nghĩa là chuyên ý xu cầu Phật thập-lực.

Phải tịnh-trị tâm thành, nghĩa là dứt hẳn bỏn-sẻn, ganh ghét, dua bợ, phỉnh dối.

Phải thanh-lương tâm-thành, nghĩa là tư-duy thiệt-tánh của tất cả pháp.

Phải tăng-trưởng tâm thành, nghĩa là làm xong tất cả pháp trợ đạo.

Phải nghiêm-sức tâm-thành, nghĩa là tạo lập cung-điện thiền-định giải-thoát.

Phải chiếu-diệu tâm-thành, nghĩa là vào khắp tất cả Phật đạo-tràng nghe lãnh pháp Bát-nhã-ba-la-mật.

Phải tăng-ích tâm-thành, nghĩa là nhiếp khắp tất cả Phật phương-tiện-đạo.

Phải kiên-cố tâm-thành, nghĩa là hằng siêng tu tập hạnh

nguyện Phổ-Hiền.

Phải phòng-hộ tâm-thành, nghĩa là thường chuyên ngăn ngừa ác-hữu và ma-quân.

Phải rỗng suốt tâm-thành, nghĩa là khai dẫn tất cả ánh sáng Phật-trí.

Phải khéo bồi bổ tâm-thành, nghĩa là nghe lãnh tất cả Phật-pháp.

(Kinh Hoa Nghiêm, Phẩm 39. Nhập Pháp Giới)

11.41.c. Thâm-tín tất cả Phật-công-đức-hải

Phải phò trợ tâm-thành, nghĩa là thâm-tín tất cả Phật-công-đức-hải.

Phải quảng đại tâm-thành, nghĩa là đại-từ đến khắp tất cả thế-gian.

Phải khéo che đậy tâm-thành, nghĩa là tích tập những thiện-pháp để đậy trên tâm.

Phải rộng-rãi tâm-thành, nghĩa là đại-bi thương xót tất cả chúng-sanh.

Phải mở cửa tâm-thành, nghĩa là đem tất cả sở-hữu tùy nghi bố-thí giúp đỡ.

Phải giữ kín tâm-thành, nghĩa là phòng những ác-dục chẳng cho vào.

Phải nghiêm-túc tâm-thành, nghĩa là đuổi những pháp ác chẳng cho ở chung.

Phải quyết định tâm-thành, nghĩa là tích tập tất cả pháp trợ-đạo hằng không thối chuyển.

(Kinh Hoa Nghiêm, Phẩm 39. Nhập Pháp Giới)

11.41.d. Tâm-thành nhiếp khắp tất cả thập phương pháp-giới

Phải an lập tâm-thành, nghĩa là chánh-niệm cảnh-giới của tam-thế tất cả Như-Lai.

Phải sáng bóng tâm-thành, nghĩa là thông suốt tất cả những pháp-môn, những duyên-khởi trong khế-kinh của chư Phật đã tuyên thuyết.

Phải bộ phận tâm-thành, nghĩa là hiểu thị khắp tất cả chúng-sanh cho họ được thấy đạo nhất-thiết-trí.

Phải trụ-trì tâm-thành, nghĩa là phát những đại-nguyện-hải của tất cả tam-thế chư Như-Lai.

Phải phú-quý tâm-thành, nghĩa là chứa nhóm tất cả phước-đức lớn cùng khắp pháp-giới.

Phải làm cho tâm-thành sáng rõ, nghĩa là biết khắp những pháp căn dục của chúng-sanh.

Phải làm cho tâm-thành tự-tại, nghĩa là nhiếp khắp tất cả thập phương pháp-giới.

(Kinh Hoa Nghiêm, Phẩm 39. Nhập Pháp Giới)

11.41.e. Tâm-thành tích tập tất cả thiện-pháp

Phải làm cho tâm-thành thanh-tịnh, nghĩa là chánh-niệm tất cả chư Phật Như-Lai.

Phải biết tự-tánh của tâm-thành, nghĩa là biết tất cả pháp đều không tự-tánh.

Phải biết tâm-thành như huyễn, nghĩa là dùng nhất-thiết-trí biết rõ những pháp-tánh.

Nầy Thiện-nam-tử! Đại Bồ-Tát nếu có thể tịnh tu tâm-thành như vậy thời có thể tích tập tất cả thiện-pháp.

Tại sao vậy? Vì trừ bỏ tất cả những chướng nạn: những là chướng thấy Phật, chướng nghe pháp, chướng cúng-dường Như-Lai, chướng nhiếp chúng-sanh, chướng tịnh Phật-độ.

Nầy Thiện-nam-tử! Đại Bồ-Tát do lìa những chướng nạn như vậy, nếu phát tâm mong cầu thiện-tri-thức, chẳng cần dùng công-lực, bèn được thấy. Nhẫn đến rốt ráo tất sẽ thành Phật.

Bấy giờ có Thân-Chúng-Thần tên là Liên-Hoa-Pháp-Đức và Diệu-Hoa-Quang-Minh, vô-lượng chư thần vây quanh sau trước, ra khỏi đạo-tràng dừng ở không-trung trước mặt Thiện-Tài dùng diệu-âm-thanh ca ngợi.

Ma-Gia phu-nhơn, từ bông tai phóng lưới quang-minh vô-lượng sắc tướng chiếu khắp vô-biên thế-giới mười phương, cho Thiện-Tài thấy tất cả chư Phật.

(Kinh Hoa Nghiêm, Phẩm 39. Nhập Pháp Giới)

11.41.f. Lưới quang-minh chiếu đỉnh đầu và vào khắp lỗ lông trên thân Thiện-Tài

Lưới quang-minh đó hữu nhiễu thế-gian giáp một vòng rồi xoay về chiếu đỉnh đầu Thiện-Tài và vào khắp lỗ lông trên thân Thiện-Tài.

Liền đó Thiện-Tài chứng được tịnh-quang-minh-nhãn, vì lìa hẳn tất cả tối ngu-si. Được ly-ế-nhãn, vì có thể rõ tánh của tất cả chúng-sanh. Được ly-cấu-nhãn, vì có thể quán tất cả môn pháp-tánh. Được tịnh-huệ-nhãn, vì có thể quán tánh tất cả Phật-độ. Được tỳ-lô-giá-na-nhãn, vì thấy pháp-thân-Phật. Được phổ-quang-minh-nhãn, vì thấy thân Phật bình-đẳng bất-tư-nghì. Được vô-ngại-quang-nhãn, vì quán-sát tất cả sát-hải thành hoại. Được phổ-chiếu-nhãn, vì thấy thập phương Phật khởi đại phương-tiện chuyển chánh-pháp-luân. Được phổ-cảnh-giới nhãn, vì thấy vô-lượng Phật dùng sức tự-tại điều-phục chúng-sanh. Được phổ-kiến-nhãn, vì thấy tất cả cõi chư Phật xuất thế.

(Kinh Hoa Nghiêm, Phẩm 39. Nhập Pháp Giới)

11.41.g. Mười Pháp Thân Cận Thiện Tri Thức

Bấy giờ có La-Sát Quỷ-Vương thủ hộ pháp-đường của Bồ-Tát, tên là Thiện-Nhãn, cùng quyến thuộc một vạn La-Sát câu hội, ở không trung dùng những hoa đẹp rải trên mình Thiện-Tài mà nói rằng:

Nầy Thiện-nam-tử! Bồ-Tát thành tựu mười pháp thời được thân cận chư thiện-trí-thức.

1. Tâm thanh-tịnh rời những dua bợ phỉnh dối.

2. Đại-bi bình-đẳng nhiếp khắp chúng-sanh, biết các chúng-sanh không có thiệt.

3. Xu hướng nhất-thiết-trí tâm không thối chuyển.

4. Dùng sức tín-giải vào khắp tất cả Phật đạo tràng.

5. Được tịnh-huệ-nhãn rõ các pháp tánh.

6. Đại-từ bình-đẳng che chở khắp chúng-sanh.

7. Dùng trí quang-minh chiếu rỗng những vọng cảnh.

8. Dùng mưa cam-lộ xối sanh tử nóng.

9. Dùng mắt quảng đại soi suốt các pháp.

10. Tâm thường tùy thuận chư thiện-tri-thức.

(Kinh Hoa Nghiêm, Phẩm 39. Nhập Pháp Giới)

11.41.h. Mười Môn Thanh Tịnh

Bồ-Tát thành-tựu mười môn tam-muội thời thường hiện thấy chư thiện-tri-thức.

1. Thanh-tịnh luân pháp-không tam-muội.

2. Quán-sát thập phương hải tam muội.

3. Nơi tất cả cảnh-giới chẳng rời bỏ chẳng tổn giảm tam-muội.

4. Thấy khắp tất cả Phật xuất thế tam-muội.

5. Nhóm tất cả tạng công-đức tam-muội.

6. Tâm hằng chẳng bỏ thiện-tri-thức tam-muội.

7. Thường thấy tất cả thiện-tri-thức sanh Phật công-đức tam-muội.

8. Thường chẳng rời tất cả thiện-tri-thức tam-muội.

9. Thường cúng-dường tất cả thiện-tri-thức tam-muội.

10. Thường không lỗi lầm ở chỗ tất cả thiện-tri-thức tam-muội.

Nầy Thiện-nam-tử! Bồ-Tát thành tựu mười môn tam-muội nầy thời thường được thân cận chư thiện-tri-thức.

Lại được môn tam-muội thiện-tri-thức chuyển tất cả Phật-pháp-luân. Được môn tam-muội nầy rồi thời đều biết chư Phật thể tánh bình-đẳng, gặp thiện-tri-thức mọi nơi.

(Kinh Hoa Nghiêm, Phẩm 39. Nhập Pháp Giới)

11.41.i. Cầu Thiện Tri Thức

Thiện-Tài ngước nhìn không-trung mà thưa rằng: Lành thay, lành thay! Ngài vì thương xót nhiếp thọ tôi mà phương-tiện dạy cho tôi pháp thấy thiện-tri-thức? Thế nào đến chỗ thiện-tri-thức? Tìm thiện-tri-thức ở chỗ nào?

La-Sát-Vương nói: Nầy Thiện-nam-tử!

- Ngươi nên đảnh lễ khắp mười phương để cầu thiện-tri-thức.

- Nên chánh-niệm tư-duy tất cả cảnh-giới để cầu thiện-thi-thức.

- Nên dũng-mãnh tự-tại du hành khắp mười phương để cầu thiện-tri-thức.

- Nên quán thân, quán tâm như mộng như ảnh để cầu thiện-tri-thức.

(Kinh Hoa Nghiêm, Phẩm 39. Nhập Pháp Giới)

11.41.j. Đại Bửu Liên Hoa

Thiện-Tài y lời làm theo, tức thời thấy đại-bửu-liên-hoa từ đất vọt lên:

- Cọng đài liên hoa làm bằng kim-cang, diệu-bửu làm tạng, mi-ni làm cánh, quang-minh bửu-vương làm đài, hương báu nhiều màu làm tua, vô-số lưới báu giăng che phía trên.

- Trên đài sen báu ấy có lâu các đẹp lạ tên là Phổ-Nạp-Thập-Phương-Pháp-Giới-Tạng trang-nghiêm.

Nền bằng kim-cang, ngàn cột ngay hàng đều bằng ma-ni-bửu. Vách bằng vàng Diêm-Phù-Đàn. Bốn mặt thòng những chuỗi ngọc. Thềm bực lan-can trang-nghiêm giáp vòng.

- Trong lâu các có tòa như-ý bửu-liên-hoa nghiêm-sức với những châu báu, bửu-lan bửu-y xen lẫn, bửu-trướng bửu-võng che phía trên. Những phan lụa báu thòng rủ bốn phía.

- Gió nhẹ thổi lay phóng ánh sáng phát âm vang. Trong tràng bửu-hoa tuôn những hoa đẹp. Trong lục-lạc báu phát âm-thanh tốt. Trong cửa báu thòng những chuỗi ngọc. Trong thân ma-ni chảy nước thơm. Trong miệng tượng-bửu xuất hiện lưới liên-hoa.

- Trong miệng bửu sư-tử thổi mây diệu-hương. Bửu-luân phạm-hình phát tiếng vui dạ-linh, kim-cang-bửu phát tiếng bồ-tát đại-nguyện.

- Trong tràng bửu-nguyệt xuất hiện hình Phật-hóa. Tịnh-tạng bửu-vương hiện tam-thế Phật thứ đệ thọ sanh. Nhựt-tạng ma-ni phóng đại quang-minh chiếu khắp tất cả quốc-độ mười phương. Ma-Ni bửu-vương phóng quang-minh viên-mãn của tất cả chư Phật.

(Kinh Hoa Nghiêm, Phẩm 39. Nhập Pháp Giới)

11.41.k. Công-đức vi-diệu bất-tư-nghì của đức Như-Lai

Vì thiên căn của đức Như Lai bất tư nghì.

Vì bạch pháp của đức Như Lai bất tư nghì.

Vì oai lực của đức Như Lai bất tư nghì.

Vì đức Như Lai có thể dùng một thân tự tại biến hóa khắp tất cả thế giới bất tư nghì. Vì đức Như Lai có thể dùng thần lực làm cho tất cả Phật và Phật quốc trang nghiêm đều nhập vào thân mình bất tư nghì.

Vì đức Như Lai có thể ở trong một vi trần hiện khắp ảnh tượng tất cả pháp giới bất tư nghì.

Vì đức Như Lai có thể ở trong một lỗ lông thì hiện quá khứ tất cả chư Phật bất tư nghì.

Vì đức Như Lai tùy phóng mỗi một quang minh đều có thể chiếu khắp tất cả thế giới bất tư nghì.

Vì đức Như Lai có thể ở trong một lỗ lông phát ra tất cả Phật sát vi trần số biến hóa vân đầy khắp tất cả chư Phật quốc độ bất tư nghì.

Vì đức Như Lai có thể ở trong một lỗ lông hiện khắp tất cả thế giới mười phương, thành trụ hoại kiếp bất tư nghì.

11.41.l. Tỳ-Lô-Giá-Na ma-ni bửu-vương nổi mây đồ cúng để dâng hiến tất cả chư Phật Như-Lai.

- Như-ý châu-vương niệm niệm thị hiện phổ-hiền thần-biến sung-mãn pháp-giới.

- Tu-di bửu-vương xuất hiện thiên-cung-điện, trong đây chư thiên-nữ dùng diệu âm ca tụng công-đức vi-diệu bất-tư-nghì của đức Như-Lai.

Xung quanh bửu-tòa nầy lại có vô-lượng bửu-tòa.

(Kinh Hoa Nghiêm, Phẩm 39. Nhập Pháp Giới)

11.41.m.Tịnh Sắc Thân Của Phật Mẫu Ma Gia Phu Nhân

Phật mẫu Ma-Gia Phu-Nhơn hiện tịnh-sắc-thân ngồi trên đại bửu-tòa ấy như là:

- Sắc-thân siêu tam-giới, vì đã thoát tất cả loài hữu-lậu.

- Sắc-thân tùy tâm sở-thích, vì với tất cả thế-gian không chấp trước.

- Sắc-thân cùng khắp, vì bằng số tất cả chúng-sanh.

- Sắc-thân không gì sánh bằng, vì làm cho tất cả chúng-sanh diệt trừ kiến chấp điên đảo.

- Sắc-thân vô-lượng thứ, vì tùy tâm của chúng-sanh mà thị-hiện.

- Sắc-thân vô-biên tướng, vì hiện khắp những hình tướng. Sắc-thân đối hiện khắp nơi, vì dùng đại tự-tại để thị-hiện.

- Sắc-thân giáo hóa tất cả, vì tùy nghi mà thị-hiện.

- Sắc-thân hằng thi-hiện, vì tận chúng-sanh-giới mà vẫn vô-tận.

- Sắc-thân vô-khứ, vì nơi tất cả loài vẫn không diệt. Sắc-thân vô-lai, vì nơi tất cả thế-gian vẫn không sanh.

(Kinh Hoa Nghiêm, Phẩm 39. Nhập Pháp Giới)

11.41.n. Tánh tịnh như hư-không

- Sắc-thân bất-sanh, vì không sanh khởi. Sắc-thân bất-diệt vì rời nghữ ngôn.

- Sắc-thân chẳng phải thiệt, vì được như thiệt. Sắc-thân chẳng phải hư, vì tùy thế-gian mà hiện.

- Sắc-thân vô-động, vì lìa hẳn sanh diệt. Sắc-thân bất hoại, vì pháp-tánh bất hoại.

- Sắc-thân vô-tướng, vì dứt đường ngôn ngữ. Sắc-thân một tướng, vì lấy vô-tướng làm tướng.

- Sắc-thân như tượng, vì tùy tâm ứng-hiện. Sắc-thân như huyễn, vì huyễn-trí sanh ra.

- Sắc-thân như diệm, vì chỉ do tưởng mà còn. Sắc-thân như ảnh, vì tùy nguyện hiện sanh.

- Sắc-thân như mộng, vì tùy tâm mà hiện. Sắc-thân pháp-giới, vì tánh tịnh như hư-không.

- Sắc thân đại-bi, vì thường cứu hộ chúng-sanh. Sắc-thân vô-ngại, vì niệm niệm cùng khắp pháp-giới.

- Sắc-thân vô-biên, vì tịnh khắp tất cả chúng-sanh. Sắc-thân vô-lượng, vì siêu xuất tất cả ngữ ngôn.

(Kinh Hoa Nghiêm, Phẩm 39. Nhập Pháp Giới)

11.41.o. Thành-tựu thân tịch-diệt

- Sắc-thân vô-trụ, vì nguyện độ tất cả thế-gian. Sắc-thân vô-xứ, vì hằng hóa độ chúng-sanh không thôi dứt.

- Sắc-thân vô-sanh, vì huyễn-nguyện làm thành. Sắc-thân vô-thắng, vì siêu các thế-gian.

- Sắc-thân như-thật, vì định-tâm hiện ra. Sắc-thân chẳng sanh, vì tùy nghiệp của chúng-sanh mà xuất-hiện.

- Sắc-thân châu như-ý, vì khắp thỏa mãn tất cả nguyện cầu của chúng-sanh.

- Sắc-thân vô-phân-biệt, vì chỉ tùy theo chúng-sanh phân-biệt mà khởi.

- Sắc-thân rời phân-biệt, vì tất cả chúng-sanh chẳng biết được.

- Sắc-thân vô-tận, vì tận sanh-tử-tế của các chúng-sanh. Sắc-thân thanh-tịnh, vì đồng vô-phân-biệt với Như-Lai.

- Thân như vậy chẳng phải sắc, vì bao nhiêu sắc-tướng như ảnh tượng cả.

- Chẳng phải thọ, vì đã diệt hẳn khổ-thọ của thế-gian.

- Chẳng phải tưởng, vì chỉ tùy theo chúng-sanh tưởng mà hiện.

- Chẳng phải hành, vì nương theo nghiệp như-huyễn mà thành-tựu.

- Chẳng phải thức, vì là nguyện-trí không vô-tánh của Bồ-Tát, vì ngữ ngôn của tất cả chúng-sanh đều dứt, vì đã thành-tựu thân tịch-diệt.

(Kinh Hoa Nghiêm, Phẩm 39. Nhập Pháp Giới)

11.41.p.Sắc Thân Siêu Dục Giới Và Sắc Giới Của Phật Mẫu Ma Gia Phu Nhân

Bấy giờ Thiện-Tài lại thấy Ma-Gia Phu-Nhơn tùy theo tâm sở-thích của các chúng-sanh mà hiện sắc-thân siêu quá tất cả thế-gian như thân của:

- Thiên-nữ nơi trời Tha-Hóa Tự-Tại

- Thiên-nữ nơi trời Tứ-Thiên-Vương

- Long-nữ

- Nhơn-nữ

Hiện vô-lượng sắc-thân như vậy để lợi ích chúng-sanh, nhóm họp pháp trợ-đạo nhất-thiết-trí.

Thường thích quán-sát tất cả Bồ-Tát từ sơ-phát-tâm nhẫn đến thành tựu đạo bồ-tát, thường siêng thủ hộ tất cả chúng-sanh, thường thích tán dương công-đức của chư Phật, nguyện làm mẹ của tất cả Bồ-Tát.

Thiện-Tài thấy Ma-Gia Phu-Nhơn hiện diêm-phù-đề vi-trần-số môn phương-tiện như vậy. Đúng như số thân của Ma-Gia Phu-Nhơn đã hiện, Thiện-Tài cũng tự hiện bao nhiêu thân ở trước tất cả Ma-Gia Phu-Nhơn mà cung kính lễ bái.

(Kinh Hoa Nghiêm, Phẩm 39. Nhập Pháp Giới)

11.41.q. Maya Phu Nhân làm mẹ của Bồ-Tát

Thiện-Tài chứng được *vô-lượng vô-số môn tam-muội, phân biệt quan-sát tu hành chứng nhập.*

Sau khi xuất định, Thiện-Tài hữu nhiễu Phu-Nhơn và quyến-thuộc của Phu-Nhơn, đứng chắp tay cung kính thưa rằng: Bạch Đại-thánh! Văn-Thù-Sư-Lợi Bồ-Tát dạy tôi phát tâm vô-thượng bồ-đề, cầu thiện-tri-thức để thân cận cúng-dường. Ở chỗ mỗi vị thiện-tri-thức tôi đều đến kính thờ không bỏ luống, lần lượt đến đây. Xin Dại-Thánh vì tôi mà dạy bảo Bồ-Tát thế nào học Bồ-tát hạnh mà được thành-tựu?

Ma-Gia Phu-Nhơn nói: Nầy Thiện-nam-tử! Ta đã *thành-tựu môn giải-thoát bồ-tát-đại-nguyện-trí-huyễn, do đây ta thường làm mẹ của Bồ-Tát.*

(Kinh Hoa Nghiêm, Phẩm 39. Nhập Pháp Giới)

11.41.r. Tất cả Tỳ-Lô-Giá-Na Như-Lai đều vào thân ta mà thị-hiện đản-sanh tự-tại thần-biến

Nầy Thiện-nam-tử! Như ta ở tại cung vua Tịnh-Phạn nơi thành Ca-Tỳ-La nầy, từ hông bên hữu sanh Thái-Tử Tất-Đạt hiện bất-tư-nghì thần-biến tự-tại.

Như vậy nhẫn đến tận thế-giới hải nầy, *tất cả Tỳ-Lô-Giá-Na Như-Lai đều vào thân ta mà thị-hiện đản-sanh tự-tại thần-biến.*

(Kinh Hoa Nghiêm, Phẩm 39. Nhập Pháp Giới)

11.41.s. Thân của Bồ-Tát mỗi mỗi lỗ lông đều phóng quang-minh

Lại nầy Thiện-nam-tử! Lúc ta ở cung vua Tịnh-Phạn, lúc Bồ-Tát sắp hạ sanh, ta thấy thân của Bồ-Tát mỗi mỗi lỗ lông đều phóng quang-minh tên là Nhất-Thiết-Như-Lai-Thọ-Sanh-Công-Đức-Luân. Mỗi lỗ lông đều hiện bất-khả-thuyết bất-khả-thuyết Phật sát vi-trần-số Bồ-Tát thọ sanh trang-nghiêm. Những quang-minh đó thảy đều chiếu khắp tất cả thế-giới, rồi nhập vào đảnh của ta và khắp các chân lông.

Lại trong quang-minh ấy hiện khắp tất cả danh-hiệu của Bồ-Tát, cùng thọ-sanh, thần-biến, cung-điện, quyến-thuộc, ngũ dục tự vui của Bồ-Tát.

Trong quang-minh lại thấy Bồ-Tát xuất-gia, đến đạo-tràng thành Đẳng-Chánh-Giác, ngồi tòa sư-tử, Bồ-Tát vây quanh, các vua chúa cúng-dường, vì đại-chúng mà chuyển pháp-luân.

(Kinh Hoa Nghiêm, Phẩm 39. Nhập Pháp Giới)

11.41.t. Thân của ta lượng đồng hư-không

Lại thấy đức Như-Lai thuở xưa lúc tu hành Bồ-tát-đạo, cung kính cúng-dường chư Phật, phát tâm bồ-đề, nghiêm-tịnh Phật-độ, niêm niệm thị-hiện vô-lượng hóa-thân khắp thập phương thế-giới, nhẫn đến rốt sau nhập niết-bàn. Tất cả những sự như vậy đều thấy rõ cả.

Nầy Thiện-nam-tử! Lúc diệu-quang-minh ấy vào thân của ta, hình lượng của thân ta dầu chẳng hơn trước, nhưng thật ra *thời đã siêu thế-gian.*

Tại sao vậy? Vì lúc đó *thân của ta lượng đồng hư-không*, đều có thể dung thọ những cung-điện trang-nghiêm của thập phương Bồ-Tát thọ sanh.

Lúc Bồ-Tát từ cung trời Đâu-Suất sắp giáng thần, có mười Phật-sát vi-trần-số Bồ-Tát:

- Đồng nguyện

- Đồng hạnh

- Đồng thiện-căn

- Đồng trang nghiêm

- Đồng giải-thoát

- Đồng trí-huệ

- Trí-lực

- Pháp-thân, sắc-thân, nhẫn đến Phổ-hiền thần-thông hạnh nguyện thảy đều đồng với Bồ-Tát.

- Vi-trần-số Bố-Tát nầy cùng vây quanh.

Lại có tám vạn Long-Vương và tất cả Thế-Chủ thừa cung-điện của mình đều đến cúng-dường.

(Kinh Hoa Nghiêm, Phẩm 39. Nhập Pháp Giới)

11.41.u. Cách Thọ Sanh

Bấy giờ Bồ-Tát dùng sức thần-thông cùng chư Bồ-Tát quyến-thuộc hiện khắp tất cả Đâu-Suất Thiên-Cung.

Mỗi mỗi Thiên-Cung đều hiện hình tượng thọ sanh trong tất cả Diêm-Phù-Đề ở thập phương thế-giới, phương-tiện giáo hóa vô-lượng chúng-sanh, khiến chư Bồ-Tát rời giải-đãi, không chấp trước.

Lại dùng thần-lực phóng đại quang-minh chiếu khắp thế-gian phá những tối tăm diệt những khổ não, làm cho các chúng-sanh đều biết những hành nghiệp đã có từ đời trước, hầu thoát hẳn ác-đạo.

Lại vì cứu hộ tất cả chúng-sanh mà hiện ra trước họ, để hiện những thần-biến.

Bồ-Tát thị hiện những sự kỳ-đặc như vậy rồi cùng quyến-thuộc đến nhập vào thân của ta.

Chư Bồ-Tát ấy ở trong bụng ta du hành tự-tại: hoặc dùng Đại-Thiên thế giới làm một bước, nhẫn đến hoặc dùng bất-khả-thuyết bất-khả-thuyết Phật-sát vi-trần-số thế giới làm một bước.

Lại trong mỗi niệm, chúng hội Bồ-Tát ở chỗ chư Phật Như-Lai nơi bất-khả-thuyết bất-khả-thuyết tất cả thế-giới mười phương, cùng dục-giới sắc-giới chư Thiên-Vương chư Phạm-Vương vì muốn thấy thần-biến của Bồ-Tát ở trong thai mẹ để cung kính cúng-dường nghe lãnh chánh pháp nên *đều đến vào thân của ta.*

11.41.v. Bồ tát Maya làm mẹ trong tất cả trăm ức Diêm-Phù-Đề khắp Đại-Thiên thế-giới

Dầu trong bụng của ta đều có thể dung thọ tất cả chúng-hội như vậy, mà thân ta vẫn không lớn thêm, cũng chẳng chật hẹp. Chư Bồ-Tát và chúng-hội đều tự thấy mình ở đạo-tràng thanh-tịnh nghiêm-sức.

Nầy Thiện-nam-tử! Như trong Diêm-Phù-Đề nầy Bồ-Tát thọ sanh, ta làm mẹ, trong tất cả trăm ức Diêm-Phù-Đề khắp Đại-Thiên thế-giới cũng như vậy. Nhưng thân của ta đây bổn lai không hai, chẳng phải ở một xứ, chẳng phải ở nhiều xứ.

Tại sao vậy? Vì ta tu môn giải-thoát bồ-tát đại-nguyện trí-huyễn trang-nghiêm.

(Kinh Hoa Nghiêm, Phẩm 39. Nhập Pháp Giới)

11.41.w. Maya phu nhân từng làm Phật mẫu cho vô số chư Phật

Nầy Thiện-nam-tử! *Như đức Thế-Tôn hiện nay, ta làm mẹ của Ngài, bao nhiêu chư Phật thuở xưa ta cũng làm mẹ như vậy.*

- Thuở xưa, ta từng làm *Thần ao sen*. Bấy giờ có Bồ-Tát bỗng nhiên hóa sanh nơi *liên-hoa-tạng*, ta liền bồng ẵm săn sóc nuôi nắng. Thế-gian gọi ta là mẹ của Bồ-Tát.

- Lại thuở xưa, ta từng làm *Thần bồ-đề-tràng*. Bấy giờ có Bồ-Tát bỗng nhiên hóa-sanh trong lòng của ta. Người đời ấy cũng gọi ta là mẹ của Bồ-Tát.

Nầy Thiện-nam-tử! Có vô-lượng tối-hậu-thân Bồ-Tát phương-tiện thị-hiện thọ sanh nơi thế-giới nầy, ta đều làm mẹ của các Ngài.

Nầy Thiện-nam-từ! Như ở thế-giới Ta-Bà nầy, trong kiếp Hiền, quá khứ đức Câu-Lưu-Tôn Phật, đức Câu-Na-Hàm-Mâu-Ni-Phật, đức Ca-Diếp Phật và đức Thích-Ca-Mâu-Ni Phật, hiện nay thị hiện thọ sanh, ta đều làm mẹ, đời vị-lai, Di-Lặc Bồ-Tát từ Thiên-Cung Đâu-Suất lúc sắp giáng thần phóng đại quang-minh chiếu khắp pháp-giới thị-hiện thần-biến thọ sanh cùng chúng Bồ-Tát, ta cũng sẽ làm mẹ.

Kế đó theo thứ tự, có Sư-Tử Phật, ...nhẫn đến đức Lâu-Chí Như-Lai, tất cả là một ngàn đức Phật đã và sẽ thành Phật trong Hiền-Kiếp nơi Ta-Bà thế-giới nầy, ta đều *làm mẹ của các Ngài.*

Cũng như ở cõi Đại-Thiên nầy, vô-lượng thế-giới ở mười phương, trong tất cả kiếp, những bực tu hành hạnh nguyện Phổ-Hiền để hóa độ chúng-sanh, ta đều tự thấy thân mình làm mẹ của các Ngài.

(Kinh Hoa Nghiêm, Phẩm 39. Nhập Pháp Giới)

11.41.x. Maya Phu Nhân Đã Được Môn Môn Giải-Thoát Bồ Đề Đại Nguyện Trí Huyễn Từ Thuở Lâu Xa Bất Tư Nghì Kiếp Số

Thiện-Tài bạch rằng: Đại-Thánh được môn giải-thoát Bồ Đề Đại Nguyện Trí Huyễn nầy tính đến nay là bao nhiêu thời-gian?

Ma-Gia Phu-Nhơn nói: Nầy Thiện-nam-tử! Thuở xưa, quá bất-tư-nghì kiếp số, chẳng phải đạo-nhãn của bực tối-hậu-thân Bồ-Tát biết được, có kiếp tên là Tịnh-Quang, thế-giới tên là Tu-Di-Đức, dầu là *năm loài ở lộn lạo*, nhưng *cõi đó bằng những chất báu thanh-tịnh trang-nghiêm không có sự nhơ uế xấu xí*. Cõi đó có ngàn ức Tứ-Thiên-Hạ.

Bấy giờ có Bồ-Tát tên là Ly-Cấu-Tràng ngồi nơi đạo-tràng nầy thành Đẳng-Chánh-Giác.

Có một ác-ma tên là Kim-Sắc-Quang cùng quyến thuộc vô-lượng chúng câu hội đến chỗ Bồ-Tát.

Chuyển-Luân-Vương Đại-Oai-Đức đã được bồ-tát thần-thông tự-tại, biến hóa binh chúng đông hơn quân ma bao vây đạo-tràng. Quân ma sợ hãi tự tan rã. Do đó Bồ-Tát Ly-Cấu-Tràng thành Vô-Thượng Chánh-Giác.

Thần đạo-tràng tên Từ Đức thấy sự việc trên đây, lòng hoan hỉ vô-lượng, với Chuyển-Luân-Vương tưởng là con trai của mình, đối trước Phật pháp nguyện rằng: Chuyển-Luân-Vương nầy chẳng luận sanh chỗ nào, nguyện tôi đều làm mẹ của Vương, nhẫn đến đời Vương thành Phật cũng vậy.

Sau khi phát nguyện, nơi đạo-tràng ấy, Thần lại từng cúng dường mười na-do-tha đức Phật.

Thần đạo-tràng tên Từ-Đức chính là tiền thân của ta (Ma Ya phu nhân).

Chuyển-Luân-Vương Đại-Oai-Đức là tiền thân của *đức Tỳ-Lô-Giá-Na Như-Lai.*

Từ lúc ta phát nguyện thuở xưa ấy, *đức Tỳ-Lô-Giá-Na Như-Lai* phàm thọ sanh ở xứ nào cõi nào:

- Tu bồ-tát hạnh gieo thiện-căn giáo-hóa chúng-sanh, nhẫn đến thị-hiện tối-hậu-thân

- Mỗi niệm khắp tất cả thế-giới, thị-hiện thần-biến Bồ-tát thọ sanh, thường làm con trai của ta, ta thường làm mẹ của Ngài.

Quá-khứ và hiện-tại thập phương thế-giới, vô-lượng chư Phật

lúc sắp thành Đẳng-Chánh-Giác, đều từ nơi rốn phóng đại-quang-minh chiếu đến thân ta và cung-diện của ta ở tối-hậu-thân của các Ngài, ta đều làm mẹ.

(Kinh Hoa Nghiêm, Phẩm 39. Nhập Pháp Giới)

11.41.y. Giới thiệu đến môn giải-thoát bồ-tát đại-nguyện-trí-huyễn

Ta chỉ biết *môn giải-thoát bồ-tát đại-nguyện-trí-huyễn* nầy, trong khi chư đại Bồ-Tát có đủ:

- Tạng đại-bi giáo-hóa chúng-sanh thường không nhàm đủ

- Dùng sức tự-tại mỗi mỗi lỗ lông thị-hiện thần-biến của vô lượng chư Phật. - Ta thế nào biết được nói được công-đức-hạnh ấy.

Ở thế-giới nầy, nơi Đao-Lợi-Thiên, có Thiên-Vương tên là Chánh-Niệm. Thiên-Vương có người con gái tên là Thiên Chủ-Quang.

Ngươi đến đó hỏi Bồ-Tát học bồ-tát-hạnh, tu bồ-tát-đạo.

(Kinh Hoa Nghiêm, Phẩm 39. Nhập Pháp Giới)

11.42. THIÊN-NỮ THIÊN-CHỦ-QUANG – Môn Vô-Ngại-Niệm Thanh-Tịnh Trang-Nghiêm

Thiện-Tài đến Thiên-Cung Đao-Lợi, đảnh lễ Thiên-Nữ Thiên-Chủ-Quang.

11.42.a. Túc mạng thông ghi nhớ rõ không sai sót

Thiên-Nữ Thiên-Chủ-Quang nói: Nầy Thiện-nam-tử! Ta được bồ-tát giải-thoát-môn tên là *vô-ngại-niệm thanh-tịnh trang-nghiêm.*

- Quá-khứ có một kiếp tên là thanh-liên-hoa. Trong kiếp đó, ta cúng-dường hằng-hà-sa-số chư Phật Như-Lai.

Chư Như-Lai ấy từ khi mới xuất gia, ta đều săn sóc kính thờ kiến tạo tăng-già-lam, sắm sửa vật dụng.

Lại lúc chư Phật ấy làm *Bồ-Tát ở thai mẹ, lúc đản-sanh, lúc đi bảy bước, lúc đại sư-tử-hống, lúc làm đồng-tử ở tại cung, lúc đến cội bồ-đề thành Đẳng-Chánh-Giác, lúc chuyển pháp-luân hiện thần-biến giáo-hóa điều phục chúng-sanh, tất cả sự việc nhẫn đến pháp-tận*, ta đều ghi nhớ rõ không sai sót.

(Kinh Hoa Nghiêm, Phẩm 39. Nhập Pháp Giới)

11.42.b. Nhiều kiếp quá-khứ từng cúng dường

Ta lại nhớ trong nhiều kiếp quá-khứ ta từng cúng dường như:

- Trong kiếp Thiện-Địa, ta cúng-dường mười hằng-hà-sa-số chư Phật Như-Lai.

- Trong kiếp Diệu-Đức, ta cúng-dường một Phật-sát vi-trần-số chư Phật Như-Lai.

- Trong kiếp Vô-Sở-Đắc, ta cúng-dường tám mươi bốn ức trăm ngàn na-do-tha chư Phật Như-Lai.

- Trong kiếp Thiện-Quang, ta cúng-dường diêm-phù-đề vi-trần-số chư Phật Như-Lai.

- Trong kiếp Vô-Lượng-Quang, ta cúng-dường hai mươi hằng-hà-sa-số chư Phật Như-Lai.

- Trong kiếp Tối-Thắng-Đức, ta cúng-dường một hằng-hà-sa-số chư Phật Như-Lai.

- Trong kiếp Thiện-Bi, ta cúng-dường tám mươi hằng-hà-sa-số chư Phật Như-Lai.

- Trong kiếp Thắng-Du, ta cúng-dường sáu mươi hằng-hà-sa-số chư Phật Như-Lai.

- Trong kiếp Diệu-Nguyệt, ta cúng-dường bảy mươi hằng-hà-sa-số chư Phật Như-Lai.

(Kinh Hoa Nghiêm, Phẩm 39. Nhập Pháp Giới)

11.42.c. Giải-thoát thanh-tịnh trang-nghiêm

Ghi nhớ quá-khứ hằng-hà-sa-số kiếp như vậy, ta thường chẳng bỏ rời chư Phật Như-Lai Chánh-Đẳng-Giác.

Ở chỗ chư Như-Lai như vậy ta nghe *môn giải-thoát bồ-tát vô-ngại-niệm thanh-tịnh trang-nghiêm nầy thọ trì tu hành hằng chẳng quên mất.*

Những kiếp trước như vậy có bao nhiêu đức Như-Lai từ sơ Bồ-Tát nhẫn đến pháp tận, tất cả sự việc của chư Phật đã làm, ta dùng sức giải-thoát thanh-tịnh trang-nghiêm, đều ghi nhớ rõ ràng như hiện trước mắt, và ta giữ gìn tùy thuận tuân hành từng không bỏ phế.

Nầy Thiện-nam-tử! Ta chỉ biết môn giải-thoát vô-ngại-niệm thanh-tịnh trang-nghiêm nầy, trong khi chư đại Bồ-Tát:

- Ra khỏi đêm sanh tử, sáng suốt rời hẳn si tối

- Chưa từng mê ngủ, tâm không bị che chướng

- Thân luôn khinh an, thanh tịnh biết rõ các pháp-tánh

- Thành tựu thập-lực khai ngộ quần sanh.

(Kinh Hoa Nghiêm, Phẩm 39. Nhập Pháp Giới)

11.42.d. Giới thiệu đến Đồng Tử Sư Biến-Hữu

Ta thế nào biết được nói được công-đức-hạnh đó.

Thành Ca-Tỳ-La có Đồng-Tử-Sư tên là Biến-Hữu. Ngươi đến đó hỏi Bồ-Tát thế nào học bồ-tát-hạnh, tu bồ-tát-đạo.

(Kinh Hoa Nghiêm, Phẩm 39. Nhập Pháp Giới)

11.43. ĐỒNG TỬ SƯ BIẾN HỮU
– Không Học Pháp Môn Nào

Thiện-Tài từ Thiên-Cung xuống đi lần đến *thành Ca-Tỳ-La* chỗ của *Đồng Tử Sư Biến-Hữu* đảnh lễ hữu-nhiễu, đứng chắp tay cung kính thưa rằng: Đại-Thánh! Tôi đã phát tâm vô-thượng bồ-đề, mà chưa biết Bồ-Tát thế nào học bồ-tát-hạnh, thế nào tu bồ-tát-đạo? Tôi nghe Đại-Thánh khéo dạy bảo, xin chỉ dạy cho.

(Kinh Hoa Nghiêm, Phẩm 39. Nhập Pháp Giới)

11.43.a. Giới thiệu đến Bồ-Tát Thiện-Tri-Chúng-Nghệ-Học-Bồ-Tát-Tự-Trí

Biến-Hữu nói: Nầy Thiện-nam-tử! Nơi đây có Đồng-Tử tên là Thiện-Tri-Chúng-Nghệ-Học-Bồ-Tát-Tự-Trí, ngươi nên đến hỏi.

(Kinh Hoa Nghiêm, Phẩm 39. Nhập Pháp Giới)

11.44. THIỆN TRI CHÚNG NGHỆ ĐỒNG TỬ
- Pháp Môn Bát Nhã Ba-La-Mật Qua Sự Trì Các Chữ Mẫu Tự

-Thiện-Tài vâng lời đến đảnh lễ đồng-tử, cung kính thưa rằng:

11.44.a. Trì các chữ mẫu tự

Đồng-Tử Thiện Tri Chúng Nghệ Đồng Tử nói:

Ta được bồ-tát giải-thoát-môn tên là thiện-tri-chúng-nghệ do nhập *bốn mươi hai môn bát-nhã ba-la-mật với vô-lượng vô-số môn bát-nhã ba-la-mật* bằng cách hằng xướng trì những tự-mẫu nầy:

- Lúc xướng chữ A, thời nhập bát-nhã ba-la-mật-môn tên là Bồ-tát-oai-lực nhập vô-sai-biệt cảnh-giới.

- Lúc xướng chữ ĐA, thời nhập bát-nhã ba-la-mật-môn tên là vô-biên-sai-biệt-môn.

- Lúc xướng chữ BA, thời nhập bát-nhã ba-la-mật-môn tên là phổ-chiếu-pháp-giới.

- Lúc xướng chữ GIẢ, thời nhập bát-nhã ba-la-mật-môn tên là phổ-luân-đoạn-sai-biệt.

- Lúc xướng chữ NA, thời nhập bát-nhã ba-la-mật-môn tên là đắc-vô-y-vô-thượng.

- Lúc xướng chữ LÃ, thời nhập bát-nhã ba-la-mật-môn tên là y-chỉ-vô-cấu.

- Lúc xướng chữ ĐẢ, thời nhập bát-nhã ba-la-mật-môn tên là bất-thối-chuyển-phương-tiện.

- Lúc xướng chữ BÀ, thời nhập bát-nhã ba-la-mật-môn tên là kim-cang-tràng.

- Lúc xướng chữ ĐỒ, thời nhập bát-nhã ba-la-mật-môn tên là nhật-phổ-luân.

- Lúc xướng chữ SA, thời nhập bát-nhã ba-la-mật-môn tên là hải-tạng.

- Lúc xướng chữ PHƯỢC, thời nhập bát-nhã ba-la-mật-môn tên là phổ-sanh-an-trụ.

- Lúc xướng chữ ĐÁ, thời nhập bát-nhã ba-la-mật-môn tên là viên-mãn-quang.

- Lúc xướng chữ DÃ, thời nhập bát-nhã ba-la-mật-môn tên là sai-biệt-tích-tụ.

- Lúc xướng chữ SẮC-TRA, thời nhập bát-nhã ba-la-mật-môn tên là phổ-quang-minh-tức-phiền-não.

- Lúc xướng chữ CA, thời nhập bát-nhã ba-la-mật-môn tên là Vô-sai-biệt-vân.

- Lúc xướng chữ TA, thời nhập bát-nhã ba-la-mật-môn tên là giáng-chú-đại-vũ.

- Lúc xướng chữ MẠ, thời nhập bát-nhã ba-la-mật-môn tên là đại-lưu-thoan-khích-chúng-phong-tề-trĩ.

- Lúc xướng chữ GIÀ, thời nhập môn bát-nhã ba-la-mật tên là phổ-an-lập.

- Lúc xướng chữ THA, thời nhập môn bát-nhã ba-la-mật tên là chơn-như-bình-đẳng-tạng.

- Lúc xướng chữ XÃ, thời nhập môn bát-nhã ba-la-mật tên là nhập-thế-gian-hải-thanh-tịnh.

- Lúc xướng chữ TOẢ, thời nhập môn bát-nhã ba-la-mật tên là niệm-nhứt-thiết-Phật-trang-nghiêm.

- Lúc xướng chữ ĐÀ, thời nhập môn bát-nhã ba-la-mật tên là quán-sát-giản-trạch-nhất-thiết-pháp-tụ.

- Lúc xướng chữ XA, thời nhập môn bát-nhã ba-la-mật tên là tùy-thuận-nhất-thiết-Phật-giáo-luân-quang-minh.

- Lúc xướng chữ KHƯ, thời nhập môn bát-nhã ba-la-mật tên là tu-nhơn-địa-trí-huệ-tạng.

- Lúc xướng chữ XOA, thời nhập môn bát-nhã ba-la-mật tên là tức-chư-nghiệp-hải-tạng.

- Lúc xướng chữ TA-ĐA, thời nhập môn bát-nhã ba-la-mật tên là quyên-chư-hoặc-chướng-khai-tịnh-quang-minh.

- Lúc xướng chữ NHƯƠNG, thời nhập môn bát-nhã ba-la-mật tên là tác-thế-gian-trí-huệ-môn.

- Lúc xướng chữ HẠT-LÃ-ĐA, thời nhập môn bát-nhã ba-la-mật tên là sanh-tử-cảnh-giới-trí-huệ-luân.

- Lúc xướng chữ BÀ, thời nhập môn bát-nhã ba-la-mật tên là nhất-thiết-trí-cung-điện-viên-mãn-trang-nghiêm.

- Lúc xướng chữ XA, thời nhập môn bát-nhã ba-la-mật tên là tu-hành-phương-tiện-tạng-các-biệt-viên-mãn.

- Lúc xướng chữ TA-MẠ, thời nhập môn bát-nhã ba-la-mật tên là tùy-thập-phương-hiện-kiến-chư-Phật.

- Lúc xướng chữ HA-BÀ, thời nhập môn bát-nhã ba-la-mật tên là quán-sát nhất-thiết vô-duyên chúng-sanh phương-tiện nhiếp-thọ linh xuất-sanh vô-ngại-lực.

- Lúc xướng chữ THA, thời nhập môn bát-nhã ba-la-mật tên là tu-hành-xu-nhập-nhất-thiết-công-đức-hải.

- Lúc xướng chữ GIÀ, thời nhập môn bát-nhã ba-la-mật tên là trì-nhất thiết-pháp-vân-kiên-cố-hải-tạng.

- Lúc xướng chữ TRA, thời nhập môn bát-nhã ba-la-mật tên là tùy-nguyện-phổ-kiến-thập-phương-chư-Phật.

- Lúc xướng chữ NÃ, thời nhập môn bát-nhã ba-la-mật tên là quán-sát tự-luân hữu vô-tận chư ức tự.

- Lúc xướng chữ TA-PHÃ, thời nhập môn bát-nhã ba-la-mật tên là hóa-chúng-sanh-cứu-cánh-xứ.

- Lúc xướng chữ TA-CA, thời nhập môn bát-nhã ba-la-mật tên là quảng-đại-tạng-vô-ngại-biện-quang-minh-luân-biến-chiếu.

- Lúc xướng chữ DÃ-TA, thời nhập môn bát-nhã ba-la-mật tên là tuyên-thuyết nhất-thiết-Phật-pháp cảnh-giới.

- Lúc xướng chữ THẤT, thời nhập môn bát-nhã ba-la-mật tên là nhất-thiết chúng-sanh-giới pháp-lôi biến-hống.

- Lúc xướng chữ SÁ, thời nhập môn bát-nhã ba-la-mật tên là dĩ vô-ngã-pháp khai-hiểu chúng-sanh.

- Lúc xướng chữ ĐÀ, thời nhập môn bát-nhã ba-la-mật tên là nhất-thiết pháp-luân sai-biệt-tạng.

Nầy Thiện-nam-tử! Lúc ta xướng những tự-mẫu như vậy, *thời trước tiên ta nhập bốn mươi hai môn bát-nhã ba-la-mật đây cùng với vô-lượng vô-số môn bát-nhã ba-la-mật.*

(Kinh Hoa Nghiêm, Phẩm 39. Nhập Pháp Giới)

11.44.b. Diệu hạnh thiện xảo của chư Bồ-Tát

Ta chỉ biết *môn giải-thoát bồ-tát thiện tri chúng nghệ nầy* trong khi chư đại Bồ-Tát có thể đối với:

- Pháp thiện-xảo thế-gian và xuất-thế-gian dùng trí thông đạt đến bỉ-ngạn.

- Những phương-pháp lạ, những nghề nghiệp khéo đều thấu đáo không sót.

- Hiểu rành những văn tự toán số, Y-phương, chú-thật, trị lành bịnh tật.

- Lại biết rành những chỗ sản xuất vàng, bạc, châu, ngọc, san-hô, lưu-ly, ma-ni, xa-cừ, tất cả kho tàng bửu-vật, những phẩm-loại, những giá-trị.

- Những xóm làng thành ấp, cung điện vườn tược, núi, rừng, suối, ao phàm những chỗ ở của tất cả nhơn chúng, Bồ-Tát đều có thể phương-tiện nhiếp thọ.

- Khéo quán-sát thiên-văn, địa-lý, tướng người tốt xấu, tiếng của chim thú, mây ráng khí hậu, trúng mùa, thất thu, quốc độ an nguy, tất cả kỹ nghệ thế-gian Bồ-Tát đều rành rẽ tận nguyên bổn tất cả.

- Phân biệt pháp xuất thế, chánh-danh biện-nghĩa quán-sát thể tướng, tùy thuận tu hành, trí nhập trong đó, không nghi ngại, không ngu tối, không ngoan độn, không ưu-não, không trầm một, đều hiện chứng tất cả. Ta thế nào biết được, nói được công-đức-hạnh đó.

(Kinh Hoa Nghiêm, Phẩm 39. Nhập Pháp Giới)

11.44.c. Giới thiệu đến Bồ-Tát ưu-bà-di Hiền-thắng

Nước Ma-Kiệt-Đề có một tụ-lạc, trong đó có thành Bà-Đát-Na. Trong thành ấy có một ưu-bà-di tên là *Hiền-thắng*. Ngươi đến đó học bồ-tát-hạnh, tu bồ-tát-đạo.

(Kinh Hoa Nghiêm, Phẩm 39. Nhập Pháp Giới)

11.45. ƯU BÀ DI HIỀN THẮNG
- Môn Bồ-Tát Giải-Thoát Vô-Y-Xứ Đạo-Tràng

- Thiện-Tài đến thành Bà-Đát-Na đảnh lễ Hiền-Thắng, hữu-nhiễu cung kính, chắp tay thưa rằng: Bạch đức Thánh! Tôi đã phát tâm vô-thượng bồ-đề, mà chưa biết Bồ-Tát thế nào học bồ-tát-hạnh, thế nào tu bồ-tát-đạo.

Tôi nghe đức Thánh khéo dạy bảo, xin chỉ dạy cho.

11.45.a. Xuất sanh vô-tận tam-muội

Ưu-bà-di Hiền-Thắng nói: Nầy Thiện-nam-tử! Ta được ***môn bồ-tát giải-thoát tên là vô-y-xứ đạo-tràng***. Nơi môn giải-thoát nầy, ta đã thông đạt và đem dạy người.

Ta lại được môn vô-tận tam-muội, vì có thể xuất sanh:

- Nhất-thiết-trí-tánh nhãn vô-tận
- Nhĩ vô-tận
- Tỷ vô-tận
- Thiệt vô-tận
- Thân vô-tận
- Ý vô-tận
- Công-đức vô-tận
- Trí-huệ vô-tận
- Thần-thông vô-tận.

11.45.b. Giới thiệu đến Trưởng-giả Kiên-Cố-Giải-Thoát

Ta chỉ biết môn Bồ-tát giải-thoát vô-y-xứ đạo-tràng nầy, trong khi chư đại Bồ-Tát tất cả công-đức-hạnh không chắp trước, ta thế nào biết được nói được.

Phương nam có thành Ốc-Điền. Trong thành ấy có trưởng-giả Kiên-Cố-Giải-Thoát.

Ngươi nên đến đó học Bồ-tát-hạnh và tu Bồ-tát-đạo.

(Kinh Hoa Nghiêm, Phẩm 39. Nhập Pháp Giới)

11.46. TRƯỞNG-GIẢ KIÊN-CỐ-GIẢI-THOÁT
– Môn Vô-Trước-Niệm-Thanh-Tịnh-Trang-Nghiêm

- Thiện-Tài đi qua hướng nam đến chỗ trưởng-giả đảnh lễ Kiên-Cố-Giải-Thoát.

11.46.a. Siêng cầu chánh-pháp nơi thập phương chư Phật không thôi dứt

Trưởng-giả Kiên-Cố-Giải-Thoát nói: Ta được môn ***bồ-tát-giải-thoát tên là vô-trước-niệm-thanh-tịnh-trang-nghiêm***, nên ta siêng cầu chánh-pháp nơi thập phương chư Phật không thôi dứt.

Như chư đại Bồ-Tát được vô-úy sư-tử-hống, an trụ nơi phước trí quảng-đại, mà ta thế nào biết được, nói được công-đức hạnh ấy.

(Kinh Hoa Nghiêm, Phẩm 39. Nhập Pháp Giới)

11.46.b. Giới thiệu đến Bồ-Tát Diệu-Nguyệt

Nầy Thiện-nam-tử! Chính trong thành nầy có một trưởng-giả tên là *Diệu-Nguyệt,* nhà ông thường có quang-minh.

Ngươi đến đó học Bồ-tát-hạnh và tu Bồ-tát-đạo.

(Kinh Hoa Nghiêm, Phẩm 39. Nhập Pháp Giới)

11.47. TRƯỞNG-GIẢ DIỆU-NGUYỆT
– Môn Tịnh-Trí-Quang-Minh
11.47.a. Tịnh-trí-quang-minh

- Bạch đức Thánh! Tôi đã phát tâm vô-thượng bồ-đề mà chưa biết Bồ-Tát thế nào học bồ-tát-hạnh, thế nào tu bồ-tát-đạo.

Tôi nghe đức Thánh khéo dạy bảo, xin chỉ dạy cho.

Trưởng-giả Diệu-Nguyệt nói: Nầy Thiện-nam-tử! Ta được ***Bồ-tát giải-thoát tên là tịnh-trí-quang-minh.***

(Kinh Hoa Nghiêm, Phẩm 39. Nhập Pháp Giới)

11.47.b. Giới thiệu đến Bồ-Tát Vô-Thắng-Quân

Ta chỉ biết môn giải-thoát nầy. Như chư đại Bồ-Tát chứng được vô-lượng môn giải-thoát. Ta thế nào biết được nói được công-đức hạnh ấy.

Nầy Thiện-nam-tử! Phương nam có thành *Xuất-Sanh*. Nơi đó có trưởng-giả tên là Vô-Thắng-Quân.

Ngươi đến đó học Bồ-tát-hạnh và tu Bồ-tát-đạo.

(Kinh Hoa Nghiêm, Phẩm 39. Nhập Pháp Giới)

11.48. TRƯỞNG-GIẢ VÔ-THẮNG-QUÂN
- Bồ-Tát Giải-Thoát Vô-Tận-Tướng

- Bạch đức Thánh! Tôi đã phát tâm vô-thượng bồ-đề, mà chưa biết Bồ-Tát thế nào học bồ-tát-hạnh, thế nào tu bồ-tát-đạo. Tôi nghe đức Thánh khéo dạy bảo, xin chỉ dạy cho.

(Kinh Hoa Nghiêm, Phẩm 39. Nhập Pháp Giới)

11.48.a. Vô-tận-tướng

Trưởng-giả Vô-Thắng-Quân nói: Nầy Thiện-nam-tử! Ta được ***bồ-tát giải-thoát tên là vô-tận-tướng.***

Ta do chứng môn bồ-tát giải-thoát nầy nên thấy vô-lượng chư Phật, được vô-tận-tạng.

Ta chỉ biết môn giải-thoát vô-tận-tướng nầy, như chư đại Bồ-Tát được vô hạng trí, được vô ngại biện tài ta làm sao biết được nói được công đức hạnh ấy.

(Kinh Hoa Nghiêm, Phẩm 39. Nhập Pháp Giới)

11.48.b. Giới thiệu đến Bồ-Tát Tối Tịch Tịnh

Này thiện nam tử! Thành Nam này có tụ lạc Chi vi pháp, trong đó có một Bà la môn tên là Tối Tịch Tịnh, ngươi đến đó học Bồ-Tát hạnh và tu Bồ-Tát đạo.

(Kinh Hoa Nghiêm, Phẩm 39. Nhập Pháp Giới)

11.49. BÀ LA MÔN TỐI TỊCH TỊNH
– Môn Bồ-Tát Giải Thoát Thành Nguyện Ngữ

11.49.a. Xuất sanh vông lượng cộng đức

Bà la môn Tối Tịch Tịnh nói với Thiện Tài: Ta được môn ***Bồ-Tát giải thoát tên là Thành nguyện ngữ,*** chư Bồ-Tát quá khứ, hiện tại và vị lai, do dùng lời nói chân thành này nên được không thối chuyển nơi đạo bồ đề; không đã thối, không hiện thối, không sẽ thối; do ta trụ nơi lời nói thành nguyện nên làm điều chi cũng được toại ý.

Ta chỉ biết môn giải thoát Thành nguyện ngữ này, như chư đại Bồ-Tát:

- Đi đứng đều chẳng trái với Thành nguyện ngữ

- Lời nói ra quyết là chân thành chưa bao giờ hư vọng

- Do đây xuất sanh vông lượng cộng đức, ta làm sao biết được nói được công đức hạnh đó.

(Kinh Hoa Nghiêm, Phẩm 39. Nhập Pháp Giới)

11.49.b. Giới thiệu đến Bồ-Tát Đức Sanh và Hữu Đức

Phương Nam đây có thành tên là Diệu ý quang môn, nơi đó có đồng tử tên là Đức Sanh lại có đồng nữ tên là Hữu Đức, ngươi đến đó học Bồ-Tát hạnh và tu Bồ-Tát đạo.

(Kinh Hoa Nghiêm, Phẩm 39. Nhập Pháp Giới)

11.50. ĐỒNG TỬ ĐỨC SANH VÀ ĐỒNG NỮ HỮU ĐỨC
– Môn Giải Thoát Huyễn Trụ

Thiện Tài đi lần đến thành Diệu ý quang môn

11.50.a. Huyễn-Cảnh Tự-Tánh Bất-Tư-Nghì

Đức Sanh và Hữu Đức nói với Thiện Tài Đồng Tử: Này thiện nam tử! Chúng ta chứng ***được Bồ-Tát giải thoát tên là Huyễn trụ,*** vì được môn giải thoát này nên;

- Thấy tất cả thế giới đều là huyễn trụ, do nhân duyên mà sanh khởi

- Tất cả chúng sanh đều là huyễn trụ do nghiệp phiền não mà khởi

- Tất cả chúng sanh đều là huyễn trụ do nghiệp phiền não mà sanh khởi

- Tất cả thế gian đều là huyễn trụ do vô minh hữu ái, xoay vần là duyên sanh khởi

- Tất cả pháp đều là huyễn trụ, do những huyễn duyên ngã kiến v.v… sanh khởi

- Tất cả tam thế đều là nhuyễn trụ, do những điên đảo trí ngã kiến sanh khởi

- Tất cả chúng sanh, sanh diệt, sanh lão bịnh tử, ưu bi khổ não đều là huyễn trụ do hư vọng phân biệt sanh khởi

- Tất cả quốc độ đều là huyễn trụ do tưởng đảo, tâm đảo, kiến đảo và vô minh hiện khởi

- Tất cả Thanh văn và Bích chi Phật đều là huyễn trụ do trí đoạn phân biệt mà thành

- Tất cả Bồ-Tát đều là huyễn trụ, do những hạnh nguyện hay tự điều phục và giáo-hóa chúng-sanh mà thành.

Tất cả Phật Bồ-Tát chúng-hội biến-hoá điều-phục, những công-hạnh đều là huyễn-trụ, do nguyện-trí-huyễn mà thành.

Nầy Thiện-nam-tử! Huyễn-cảnh tự-tánh bất-tư-nghì. Chúng ta chỉ biết môn giải-thoát huyễn-trụ nầy.

Như *chư đại Bồ-Tát khéo nhập vô-biên sự huyễn.* Chúng ta thế nào biết được nói được công-đức-hạnh đó.

(Kinh Hoa Nghiêm, Phẩm 39. Nhập Pháp Giới)

11.50.b. Tỳ-Lô-Giá-Na-Trang-Nghiêm Tạng

Đồng-Tử và Đồng-Nữ nói môn giải-thoát của mình đã chứng xong, dùng sức thiện-căn bất-tư-nghì làm cho thân Thiện-Tài được nhu nhuyến bóng sáng, mà nói rằng:

Nầy Thiện-nam-tử! Phương nam đây có nước Hải-Ngạn. Trong nước ấy có khu vườn Đại-Trang-Nghiêm. Trong vườn có một tòa lâu các rộng lớn tên là *Tỳ-Lô-Giá-Na-Trang-Nghiêm Tạng*.

Lâu các nầy có ra là do Bồ-tát thiện-căn quả báo, do Bồ-tát niệm-lực, nguyện-lực, tự-tại-lực, thần thông-lực, do Bồ-tát thiện-xảo phương-tiện, do Bồ-tát phước-đức trí tuệ.

(Kinh Hoa Nghiêm, Phẩm 39. Nhập Pháp Giới)

11.50.c. Di Lặc Bồ-Tát

Nầy Thiện-nam-tử! Bồ-Tát trụ bất-tư-nghì giải-thoát dùng tâm đại-bi vì các chúng-sanh mà hiện cảnh-giới như vậy, chứa họp những trang-nghiêm như vậy.

Di-Lặc đại Bồ-Tát ở trong lâu các ấy để nhiếp thọ phụ mẫu quyến-thuộc và nhơn-dân làm cho họ được thành-thục.

- Lại muốn cho những chúng-sanh đồng thọ-sanh, đồng tu-hành ở trong đại-thừa được kiên-cố.

- Lại muốn cho tất cả chúng-sanh ấy, tùy bậc tùy thiện-căn, đều được thành-tựu.

- Lại cũng muốn vì ngươi mà hiển-thị môn bồ-tát giải-thoát

- Hiển thị Bồ-Tát khắp tất cả chỗ thọ-sanh tự-tại

- Hiển-thị Bồ-Tát dùng nhiều thân hiện khắp nơi thường giáo hóa chúng-sanh

- Hiển-thị Bồ-Tát dùng sức đại-bi nhiếp tất cả tài sản thế-gian mà chẳng nhàm, hiển-thị tu đủ tất cả công-hạnh biết rõ tất cả hạnh lìa các tướng, hiển-thị Bồ-Tát thọ sanh khắp nơi vì biết rõ tất cả sanh đều vô-tướng.

(Kinh Hoa Nghiêm, Phẩm 39. Nhập Pháp Giới)

11.50.d. Thờ Bồ-Tát thiện tri thức

Đức Sanh và Hữu Đức nói với Thiện Tài Đồng Tử đến Bồ-Tát Di Lặc hỏi:

- Thế nào thật hành bồ-tát-hạnh?
- Thế nào tu bồ-tát-đạo?
- Thế nào học bồ-tát-giới?
- Thế nào tịnh bồ-tát-tâm?
- Thế nào phát bồ-tát-nguyện?
- Thế nào chứa nhóm bồ-tát trợ-đạo?
- Thế nào nhập bậc bồ-tát?
- Thế nào thành-mãn bồ-tát ba-la-mật?
- Thế nào được bồ-tát vô-sanh-nhẫn?
- Thế nào đủ bồ-tát công-đức?
- Thế nào thờ bồ-tát thiện-tri-thức?

Nầy Thiện-nam-tử! Di-Lặc Bồ-Tát thông đạt tất cả bồ-tát-hạnh, biết rõ tâm chúng-sanh, thường hiện thân trước họ để giáo hóa điều phục.

(Kinh Hoa Nghiêm, Phẩm 39. Nhập Pháp Giới)

11.50.e. Viên Mãn Các Ba La Mật

Di-Lặc Bồ-Tát đã viên-mãn tất cả ba-la-mật, đã ở tất cả bậc bồ-tát:

- Chứng tất cả bồ-tát-nhẫn
- Nhập tất cả bồ-tát-vị
- Được Phật thọ ký
- Vào du tất cả cảnh bồ-tát
- Được thần-lực của tất cả Phật
- Được đức Như-Lai đem pháp-thủy cam-lộ nhất-thiết-trí quán đảnh.

(Kinh Hoa Nghiêm, Phẩm 39. Nhập Pháp Giới)

11.50.f. Khả Năng Của Di Lặc Bồ-Tát

Nầy Thiện-nam-tử! Di-Lặc Bồ-Tát có thể:

- Nhuận trạch thiện-căn của ngươi
- Tăng trưởng tâm bồ-đề của ngươi
- Có thể kiên-cố chí của ngươi
- Có thể thêm pháp lành cho ngươi
- Có thể lớn căn bồ-tát cho ngươi
- Có thể chỉ bày pháp vô-ngại cho ngươi
- Có thể làm cho ngươi vào bậc Phổ-hiền
- Có thể nói nguyện bồ-tát cho ngươi
- *Có thể nói hạnh Phổ-hiền cho ngươi*
- Có thể vì ngươi mà nói tất cả bồ-tát-hạnh-nguyện làm thành công-đức.

(Kinh Hoa Nghiêm, Phẩm 39. Nhập Pháp Giới)

Không đem hạn lượng mà thật hành lục-độ

Nầy Thiện-nam-tử! Ngươi chẳng nên:

- Tu một điều lành
- Chiếu một pháp
- Hành một hạnh
- Phát một nguyện
- Được một thọ-ký
- Trụ một nhẫn mà cho là rốt ráo.

Ngươi chớ nên đem tâm có hạn lượng mà thật hành lục-độ, trụ nơi thập-địa, tịnh Phật-độ, thờ thiện-tri-thức.

(Kinh Hoa Nghiêm, Phẩm 39. Nhập Pháp Giới)

11.50.g. Bồ-Tát Gieo Vô Lượng Diệu Hạnh

- Bồ-Tát gieo vô-lượng thiện-căn
- Chứa vô-lượng bồ-đề-cụ

- Tu vô-lượng bồ-đề nhơn
- Học vô-lượng xảo hồi-hướng
- Giáo hóa vô-lượng chúng-sanh-giới
- Vô-lượng chúng-sanh-tâm
- Vô-lượng chúng-sanh-căn
- Vô-lượng chúng-sanh-giải.

(Kinh Hoa Nghiêm, Phẩm 39. Nhập Pháp Giới)

11.50.h. Chuyển hóa vô-lượng tham dục

- Quán vô-lượng chúng-sanh-hạnh
- Điều-phục vô-lượng chúng-sanh
- Đoạn vô-lượng phiền-não
- Tịnh vô-lượng nghiệp tập
- Diệt vô-lượng tà kiến
- Trừ vô-lượng tâm tạp nhiễm
- Phát vô-lượng tâm thanh-tịnh
- Nhổ vô-lượng tên độc khổ
- Cạn vô-lượng biển ái dục
- Phá vô-lượng tối vô-minh
- Xô vô-lượng núi ngã mạn
- Bức đứt vô-lượng dây sanh tử
- Khởi vô-lượng giòng hữu-lậu
- Khô vô-lượng biển thọ sanh
- Vô-lượng chúng-sanh ra khỏi bùn lầy ngũ-dục
- Vô-lượng chúng-sanh lìa ngục tù tam-giới
- Vô-lượng chúng-sanh ở trong thánh-đạo
- Tiêu diệt vô-lượng hạnh tham dục
- Trừ sạch vô-lượng hạnh sân hận

- Phá trừ vô-lượng hạnh ngu-si.

(Kinh Hoa Nghiêm, Phẩm 39. Nhập Pháp Giới)

11.50.i. Vô-lượng sức tam-muội

- Siêu vô-lượng lưới ma
- Lìa vô-lượng nghiệp ma
- Rửa sạch bồ-tát vô-lượng dục lạc
- Tăng trưởng bồ-tát vô-lượng phương-tiện
- Xuất sanh bồ-tát vô-lượng căn tăng-thượng
- Sáng sạch bồ-tát vô-lượng quyết-định-giải
- Xu nhập bồ-tát vô-lượng bình-đẳng
- Thanh-tịnh bồ-tát vô-lượng công-đức
- Tu tập bồ-tát vô-lượng công-hạnh
- Thị-hiện bồ-tát vô-lượng hạnh tùy thuận thế-gian
- Sanh vô-lượng sức tịnh tín
- Trụ vô-lượng sức tinh-tấn
- Thanh-tịnh vô-lượng sức chánh-niệm
- Thành-mãn vô-lượng sức tam-muội.

(Kinh Hoa Nghiêm, Phẩm 39. Nhập Pháp Giới)

11.50.j. Sanh vô-lượng pháp quang-minh

- Khởi vô-lượng sức tịnh-huệ
- Kiên-cố vô-lượng sức thắng-giải
- Tích tập vô-lượng sức phước-đức
- Lớn vô-lượng sức trí-huệ
- Phát khởi vô-lượng sức bồ-tát
- Viên-mãn vô-lượng sức Như-Lai
- Phân-biệt vô-lượng pháp-môn
- Rõ biết vô-lượng pháp-môn

- Thanh-tịnh vô-lượng pháp-môn
- Sanh vô-lượng pháp quang-minh.
- Làm vô-lượng pháp chiếu-diệu
- Chiếu vô-lượng phẩm loại-căn
- Vô-lượng phiền-não bịnh
- Chứa vô-lượng diệu-pháp-dược
- Chữa vô-lượng bịnh của chúng-sanh
- Sắm sửa vô-lượng đồ cúng cam-lộ.

(Kinh Hoa Nghiêm, Phẩm 39. Nhập Pháp Giới)

11.50.k. Tu vô-lượng môn tổng-trì

- Đến vô-lượng Phật-độ
- Cúng-dường vô-lượng Như-Lai
- Vào vô-lượng bồ-tát-hội
- Thọ vô-lượng Phật-giáo
- Nhẫn vô-lượng tội chúng-sanh
- Diệt vô-lượng nạn ác-đạo
- Khiến vô-lượng chúng-sanh sanh về thiện-đạo
- Dùng pháp tứ-nhiếp để nhiếp vô-lượng chúng-sanh
- Tu vô-lượng môn tổng-trì.

(Kinh Hoa Nghiêm, Phẩm 39. Nhập Pháp Giới)

11.50.l. Biết cảnh-giới khó biết của Bồ-Tát

- Sanh vô-lượng môn đại-nguyện
- Tu vô-lượng sức đại-từ đại-nguyện
- Siêng cầu vô-lượng Phật-pháp thường không thôi dứt
- Khởi vô-lượng sức tư-duy
- Khởi vô-lượng sự thần-thông

- Tịnh vô-lượng trí quang-minh
- Đến vô-lượng loài chúng-sanh
- Thọ vô-lượng đời trong các cõi
- Hiện vô-lượng thân sai-biệt
- Vô-lượng pháp ngôn-từ
- Nhập vô-lượng tâm sai-biệt
- Biết bồ-tát đại cảnh-giới
- Trụ bồ-tát đại cung-điện
- Quán bồ-tát thậm-thâm diệu-pháp
- Biết cảnh-giới khó biết của Bồ-Tát.

(Kinh Hoa Nghiêm, Phẩm 39. Nhập Pháp Giới)

11.50.m. Tu vô-lượng địa-vị của Bồ-Tát

- Thật-hành những hạnh khó làm của Bồ-Tát
- Đầy đủ oai-đức tôn trọng của Bồ-Tát
- Đi theo chánh-vị khó nhập của bồ-Tát
- Biết những hạnh của Bồ-Tát
- Hiện thần-lực phổ-biến của Bồ-Tát
- Thọ pháp-vân bình-đẳng của Bồ-Tát
- Làm rộng vô-biên hạnh của Bồ-Tát
- Viên-mãn vô-biên ba-la-mật của Bồ-Tát
- Thọ vô-lượng ký-biệt của Bồ-Tát
- Nhập vô-lượng nhẫn-môn của Bồ-Tát
- Tu vô-lượng địa-vị của Bồ-Tát
- Thanh-tịnh vô-lượng pháp-môn của Bồ-Tát
- Đồng với chư Bồ-Tát, trụ vô-biên kiếp cúng-dường vô-lượng Phật, nghiêm-tịnh bất-khả-thuyết Phật-độ, xuất sanh bất-khả-thuyết bồ-tát nguyện.

(Kinh Hoa Nghiêm, Phẩm 39. Nhập Pháp Giới)

11.50.n. Khắp mãn tất cả nguyện

- Tu bồ-tát-hạnh
- Giáo-hóa chúng-sanh-giới
- Vào tất cả kiếp
- Khắp sanh tất cả xứ
- Khắp biết tất cả thế
- Khắp thật hành tất cả pháp
- Khắp tịnh tất cả cõi
- Khắp mãn tất cả nguyện
- Khắp cúng tất cả Phật
- Khắp đồng tất cả bồ-tát nguyện
- Khắp thờ tất cả thiện-tri-thức.

(Kinh Hoa Nghiêm, Phẩm 39. Nhập Pháp Giới)

11.50.o. Cầu Thiện Tri Thức

- Ngươi cầu thiện-tri-thức chẳng nên nhàm mỏi.
- Ngươi thỉnh hỏi thiện-trí-thức chớ sợ khổ nhọc.
- Ngươi gần gũi thiện-tri-thức chớ có thối chuyển.
- Ngươi cúng-dường thiện-tri-thức chớ có thôi nghỉ.
- Ngươi lãnh thọ lời dạy của thiện-tri-thức chớ có lầm lộn.
- Ngươi học hạnh của thiện-tri-thức chớ có nghi hoặc.
- Ngươi nghe thiện-tri-thức diễn nói môn xuất ly chẳng nên dụ dự.
- Thấy thiện-tri-thức tùy phiền-não hành chớ có hiềm lạ.
- Ở chỗ thiện-chi-trức phải sanh lòng thâm tín tôn kính chẳng nên biến đổi.

(Kinh Hoa Nghiêm, Phẩm 39. Nhập Pháp Giới)

11.50.p. Bồ-Tát Do Nơi Thiện-Tri-Thức Mà Được

- Nghe tất cả bồ-tát-hạnh

- Thành-tựu tất cả bồ-tát công-đức
- Xuất sanh tất cả bồ-tát đại-nguyện
- Dẫn phát tất cả bồ-tát thiện-căn
- Tích tập tất cả bồ-tát trợ-đạo
- Khai phát tất cả bồ-tát pháp-quang-minh
- Hiển thị tất cả bồ-tát xuất-ly-môn
- Tu học tất cả bồ-tát thanh-tịnh-giới
- An-trụ tất cả bồ-tát công-đức-pháp
- Thanh-tịnh tất cả bồ-tát quảng-đại-chí
- Tăng trưởng tất cả bồ-tát kiên-cố-tâm
- Đầy đủ tất cả bồ-tát đà-la-ni biện-tài môn
- Được tất cả bồ-tát thanh-tịnh-tạng
- Sanh tất cả bồ-tát định-quang-minh.

(Kinh Hoa Nghiêm, Phẩm 39. Nhập Pháp Giới)

11.50.q. Bồ-tát thù-thắng-nguyện

- Được tất cả bồ-tát thù-thắng-nguyện
- Cùng tất cả Bồ-Tát đồng một nguyện
- Nghe tất cả bồ-tát thù-thắng-pháp
- Được tất cả bồ-tát bí-mật-xứ
- Đến tất cả bồ-tát pháp bửu sở
- Thêm tất cả bồ-tát mầm thiện-căn
- Lớn tất cả bồ-tát thân trí-huệ
- Hộ tất cả bồ-tát tạng thâm-mật
- Trì tất cả bồ-tát phước-đức-tụ
- Tịnh tất cả bồ-tát thọ-sanh-đạo
- Thọ tất cả bồ-tát chánh-pháp-vân
- Nhập tất cả bồ-tát đại-nguyện-lộ

- Đến tất cả như-lai bồ-đề-quả.

  (Kinh Hoa Nghiêm, Phẩm 39. Nhập Pháp Giới)

11.50.r. Nhiếp tất cả bồ-tát thắng tự-tại-lực

- Nhiếp thủ tất cả bồ-tát diệu-hạnh

- Khai thị tất cả bồ-tát công-đức

- Qua tất cả phương thính thọ diệu-pháp

- Khen tất cả bồ-tát oai-đức quảng đại

- Sanh tất cả bồ-tát đại-từ-bi-lực

- Nhiếp tất cả bồ-tát thắng tự-tại-lực

- Sanh tất cả bồ-tát bồ-đề phần

- Làm tất cả bồ-tát lợi-ích-sự.

  (Kinh Hoa Nghiêm, Phẩm 39. Nhập Pháp Giới)

11.50.s. Lợi Ích Khi Có Thiện Tri Thức

- Bồ-Tát do thiện-tri-thức nhiệm trì nên chẳng đọa ác-đạo

- Do thiện-tri-thức nhiếp thọ mà chẳng thối đại-thừa

- Do thiện-tri-thức hộ-niệm mà chẳng phạm bồ-tát-giới

- Do thiện-tri-thức thủ-hộ mà chẳng theo ác-tri-thức

- Do thiện-tri-thức dưỡng-dục mà chẳng khuyết bồ-tát-pháp

- Do thiện-tri-thức nhiếp thủ mà siêu-việt hạng phàm-phu

- Do thiện-tri-thức giáo hối mà siêu-việt bực nhị thừa

- Do thiện-tri-thức dìu-dắt mà được ra khỏi thế-gian

- Do thiện-tri-thức trưởng-dưỡng mà có thể chẳng nhiễm thế-pháp

- Do kính thờ thiện-tri-thức mà tu tất cả bồ-tát-hạnh

- Do cúng-dường thiện-tri-thức mà đủ tất cả pháp trợ-đạo

- Do thân-cận thiện-tri-thức mà chẳng bị nghiệp hoặc nhiếp phục

- Do nương dựa thiện-tri-thức mà thế-lực kiên-cố chẳng sợ

ma-chúng

- Do y chỉ thiện-tri-thức mà tăng-trưởng tất cả pháp bồ-đề-phần.

    (Kinh Hoa Nghiêm, Phẩm 39. Nhập Pháp Giới)

11.50.t. Khả Năng Của Thiện Tri Thức

Vì thiện-tri-thức có khả năng có thể:

- Trừ sạch các điều chướng ngại

- Chuyển hóa các lỗi

- Dứt các nạn

- Ngăn các ác

- Phá đêm dài tối tăm vô-minh

- Làm sập đổ lao ngục kiên cố kiến-chấp

- Thoát khỏi thành sanh tử

- Bỏ nhà thế-tục

- Cắt lưới ma

- Nhổ tên khổ

- Lìa chỗ hiểm nạn vô-trí

- Ra khỏi đồng hoang rộng lớn tà-kiến

- Qua khỏi dòng hữu-lậu

- Lìa những tà-đạo

- Chỉ đường bồ-đề

- Dạy pháp bồ-tát

- Khiến an trụ bồ-tát-hạnh.

- Khiến xu-hướng nhất-thiết-trí

- Tịnh mắt trí-huệ

- Lớn tâm bồ-đề

- Sanh đại-bi

- Diễn diệu-hạnh

- Nói ba-la-mật
- Tẩn ác tri-thức
- Trụ các bậc
- Khiến được các nhẫn.

(Kinh Hoa Nghiêm, Phẩm 39. Nhập Pháp Giới)

11.50.u. Thiện Tri Thức giúp lớn tâm Bồ đề

- Khiến tu tập các thiện-căn
- Khiến thành xong tất cả đạo-cụ
- Thí cho tất cả công-đức lớn
- Khiến đến ngôi nhất-thiết-chủng-trí
- Khiến hoan hỉ nhóm công-đức
- Khiến hớn hở tu các công hạnh
- Khiến xu-nhập nghĩa thậm-thâm
- Khiến khai thị môn xuất ly
- Khiến trừ tuyệt các ác-đạo
- Dùng pháp-quang chiếu diệu
- Dùng pháp-vũ nhuận trạch
- Khiến tiêu diệt tất cả phiền-não
- Khiến bỏ lìa tất cả kiến chấp
- Khiến tăng-trưởng tất cả Phật-trí-huệ
- Khiến an-trụ tất cả Phật pháp-môn.

(Kinh Hoa Nghiêm, Phẩm 39. Nhập Pháp Giới)

11.50.v. Thiện Tri Thức Như Lương Y

- Thiện-tri-thức như từ-mẫu, vì xuất sanh Phật-chủng.
- Như từ-phụ, vì lợi ích rộng lớn.
- Như nhũ-mẫu vì thủ hộ chẳng cho làm ác.
- Như giáo-sư, vì dạy sở-học của Bồ-Tát.

- Như đạo-sư, vì hay chỉ đường ba-la-mật.
- Như lương-y, vì hay chữa bịnh phiền-não.
- Như Tuyết-Sơn, vì tăng-trưởng thuốc nhất-thiết-trí.
- Như dũng-tướng, vì dẹp trừ tất cả sự bố-úy.
- Như người đưa đò, vì làm cho ra khỏi dòng sanh-tử.
- Như lái thuyền, vì khiến đến bửu-sở-trí-huệ.

Nầy Thiện-nam-tử! Thường phải chánh-niệm suy nghĩ thiện-tri-thức là như vậy.

(Kinh Hoa Nghiêm, Phẩm 39. Nhập Pháp Giới)

11.50.w. Phát Tâm Kính Thờ Thiện Tri Thức

- Ngươi kính thờ tất cả thiện-tri-thức phải phát tâm như đại-địa, vì gánh vác trọng-nhiệm không mỏi nhọc.
- Phát tâm như kim-cang vì chí nguyện kiên-cố chẳng hư hoại.
- Phát tâm như núi Thiết-vi vì tất cả các sự khổ không lay động.
- Phát tâm như người hầu hạ, vì đều tùy thuận theo lời dạy.
- Phát tâm như đệ-tử, vì không chống trái lời dạy bảo.
- Phát tâm như tôi tớ, vì tất cả lao vụ không nhàm.
- Phát tâm như dưỡng-mẫu, vì chịu những sự cần khổ không biết nhọc.
- Phát tâm như người làm thuê, vì không trái chỗ sai bảo.
- Phát tâm như người hốt phân, vì lìa kiêu-mạn.
- Phát tâm như cây lúa đã chín, vì có thể hạ thấp.
- Phát tâm như lương-mã, vì lìa ác-tánh.
- Phát tâm như xe lớn, vì có thể chở nặng.
- Phát tâm như voi điều thuận, vì hằng phục tùng.
- Phát tâm như núi Tu-Di, vì chẳng khuynh động.
- Phải phát tâm như lương-khuyển, vì chẳng phản hại chủ.

- Phát tâm như chiên-đà-la, vì lìa kiêu-mạn.

- Phát tâm như kiện-ngưu, vì không hung giận.

- Phát tâm như ghe thuyền, vì qua lại chẳng mỏi.

- Phát tâm như cầu đò, vì tế độ không biết nhọc.

- Phát tâm như hiếu-tử, vì thừ thuận nhan sắc.

- Phát tâm như vương-tử, vì tuân hành giáo-mạng.

(Kinh Hoa Nghiêm, Phẩm 39. Nhập Pháp Giới)

11.50.x. Quán Tưởng Về Thiện Tri Thức

- Với tự-thân, phải tưởng là bịnh khổ.

- Với thiện-tri-thức, ngươi phải tưởng là y-vương.

- Với pháp của thiện-tri-thức dạy, phải tưởng là lương-dược. Với chỗ tu hành, tưởng trừ được bịnh.

- Lại phải ở nơi tự-thân, tưởng là đi xa. Nơi thiện-tri-thức, tưởng là đạo-sư.

- Nơi pháp của thiện-tri-thức dạy, tưởng là con đường chánh.

- Nơi chỗ tu hành, tưởng là đến được xa.

- Lại phải ở nơi tự thân, tưởng cầu được độ.

- Nơi thiện-tri-thức, tưởng là người lái thuyền.

- Nơi pháp của thiện-tri-thức dạy, tưởng là thuyền, là chèo.

- Nơi chỗ tu hành, tưởng là đến bờ kia.

- Nơi tự-thân, tưởng là lúa mạ. Nơi thiện-tri-thức tưởng là Long-Vương.

- Nơi pháp của thiện-tri-thức dạy, tưởng là mưa đúng thời tiết.

- Nơi chỗ tu hành tưởng là có thể thành thục.

- Nơi tự-thân, tưởng là nghèo cùng. Nơi thiện-tri-thức tưởng là Tỳ-Sa-Môn Thiên-Vương

- Nơi pháp của thiện-tri-thức dạy, tưởng là của cải châu báu.

- Nơi chỗ tu hành, tưởng là giàu có.

- Nơi tự-thân, tưởng là đệ-tử. Nơi thiện-tri-thức, tưởng là thợ khéo.

- Nơi pháp của thiện-tri-thức dạy, tưởng là nghề khéo. Nơi chỗ tu hành, tưởng là biết rõ.

- Nơi tự-thân, tưởng là chỗ đáng sợ hãi. Nơi thiện-tri-thức, tưởng là người dũng kiện.

- Nơi pháp của thiện-tri-thức dạy, tưởng là dao gậy. Nơi chỗ tu hành, tưởng là dẹp trừ được kẻ oán địch.

- Nơi tự-thân, tưởng là người đi buôn. Nơi thiện-tri-thức, tưởng là đạo-sư.

- Nơi pháp của thiện-tri-thức dạy, tưởng là trân-bửu. Nơi chỗ tu hành, tưởng là lượm châu báu.

- Nơi tự-thân, tưởng là con cái. Nơi thiện-tri-thức, tưởng là cha mẹ.

- Nơi pháp của thiện-tri-thức dạy, tưởng là gia nghiệp.

- Nơi chỗ tu hành, tưởng là nối nghiệp nhà.

- Nơi tự-thân, tưởng là vương-tử. Nơi thiện-tri-thức, tưởng là đại-thần.

- Nơi pháp của thiện-tri-thức dạy, tưởng là lịnh của vua. Nơi chỗ tu hành, tưởng là đội mão vua, mặc áo vua, cột đai vua, ngồi điện vua.

Nầy Thiện-nam-tử! Ngươi phải phát tâm như vậy, suy nghĩ như vậy để gần thiện-tri-thức.

Tại sao vậy? Vì có tâm như vậy để gần thiện-tri-thức thời chí nguyện trọn được thanh-tịnh.

(Kinh Hoa Nghiêm, Phẩm 39. Nhập Pháp Giới)

11.50.y. Thiện Tri Thức Là Pháp Khí Của Phật

- Thiện-tri-thức làm lớn các thiện-căn, như núi Tuyết sanh lớn các dược-thảo.

- Thiện-tri-thức là pháp-khí của Phật, như đại-hải nhận thọ các dòng nước.

- Thiện-tri-thức là chỗ công-đức, như đại-hải xuất sanh các châu báu.

- Thiện-tri-thức thanh-tịnh tâm bồ-đề, như lửa hừng luyện chơn-kim.

- Thiện-tri-thức vượt hơn thế-pháp như núi Tu-Di vọt lên mặt đại-hải.

- Thiện-tri-thức chẳng nhiễm thế-pháp, như hoa sen chẳng dính nước.

- Thiện-tri-thức chẳng thọ các điều ác, như đại-hải chẳng chứa tử-thi.

- Thiện-tri-thức tăng trưởng pháp lành, như trăng tròn quang sắc viên-mãn.

- Thiện-tri-thức soi sáng pháp-giới, như mặt nhựt chiếu khắp thế-gian.

- Thiện-tri-thức làm lớn thân Bồ-Tát, như cha mẹ nuôi nấng con cái.

(Kinh Hoa Nghiêm, Phẩm 39. Nhập Pháp Giới)

11.50.z. Tùy Thuận Lời Dạy Của Thiện Tri Thức

Bồ-Tát nếu có thể tùy thuận lời dạy của thiện-tri-thức, thời được:

- Tăng trưởng mười bất-khả-thuyết trăm ngàn ức na-do-tha công-đức.

- Thanh-tịnh mười bất-khả-thuyết trăm ngàn ức na-do-tha thâm-tâm.

- Lớn mười bất-khả-thuyết trăm ngàn ức na-no-tha bồ-tát-căn.

- Thành mười bất-khả-thuyết trăm ngàn ức na-do-tha bồ-tát lực.

- Dứt mười bất-khả-thuyết trăm ngàn ức a-tăng-kỳ-chướng.

- Siêu mười bất-khả-thuyết trăm ngàn ức a-tăng-kỳ ma-cảnh.

- Nhập mười bất-khả-thuyết trăm ngàn ức a-tăng-kỳ pháp-môn.

- Mãn mười bất-khả-thuyết trăm ngàn ức a-tăng-kỳ trợ-đạo.

- Tu mười bất-khả-thuyết trăm ngàn ức a-tăng-kỳ diệu-hạnh.

- Phát mười bất-khả-thuyết trăm ngàn ức a-tăng-kỳ đại-nguyện.

(Kinh Hoa Nghiêm, Phẩm 39. Nhập Pháp Giới)

11.50.aa. Bồ-Tát Tổng Trì Và Thiện Tri Thức

- Bồ-tát-hạnh
- Bồ-tát ba-la-mật
- Bồ-tát địa
- Bồ-tát-nhẫn
- Bồ-tát tổng-trì-môn
- Bồ-tát tam-muội-môn
- Bồ-tát thần-thông-trí
- Bồ-tát hồi-hướng
- Bồ-tát nguyện
- Bồ-tát thành-tựu Phật-pháp đều do sức của thiện-tri-thức.
- Đều dùng thiện-tri-thức làm căn-bổn.
- Đều nương thiện-tri-thức mà sanh.
- Đều nương thiện-tri-thức mà ra.
- Đều nương thiện-tri-thức mà lớn.
- Đều nương thiện-tri-thức mà trụ.
- Đều do thiện-tri-thức làm nhân-duyên.
- Đều do thiện-tri-thức hay phát khởi.

Bấy giờ Thiện-Tài Đồng-Tử nghe thiện-tri-thức có công-đức như vậy, có thể khai-thị vô-lượng diệu-hạnh bồ-tát, có thể thành-tựu Phật-pháp quảng đại, nên vui mừng hớn hở đảnh lễ và lui ra.

(Kinh Hoa Nghiêm, Phẩm 39. Nhập Pháp Giới)

11.50.ab. Nhớ Kiếp Trước Thiếu Tu Nên Kiếp Này Tinh Tấn

Thiện-Tài được nghe lời thiện-tri-thức dạy nhuận trạch tâm mình, chánh-niệm tư-duy công-hạnh của Bồ-Tát.

- Tự nhớ đời trước chẳng tu hạnh lễ kính, tức thời phát tâm cố gắng tiến bước.

- Đời trước thân tâm chẳng thanh-tịnh, tức thời phát tâm chuyên tự sửa sạch.

- Đời trước làm những ác-nghiệp, tức thời phát ý chuyên tự phòng ngừa và dứt diệt.

- Đời trước khởi những vọng-tưởng, tức thời phát ý hằng suy gẫm chơn chánh.

- Đời trước tu tập chỉ vì tự-thân, tức thời phát ý khiến tâm quảng-đại lợi khắp chúng-sanh.

- Đời trước theo cầu cảnh dục thường tự tổn hao không chút lợi ích, tức thời phát ý tu hành Phật-pháp nuôi lớn các căn để tự an-ổn.

- Đời trước khởi tà tư-niệm điên-đảo, tức thời phát ý sanh tâm chánh-kiến khởi nguyện bồ-tát.

- Đời trước ngày đêm siêng nhọc làm những sự ác, tức thời phát ý khởi đại tinh-tấn thành-tựu Phật-pháp.

- Đời trước thọ sanh ngũ-thú, thân mình thân người đều không lợi ích, tức thời phát ý nguyện đem thân mình nhiêu ích chúng-sanh thành-tựu Phật-pháp kính thờ tất cả thiện-tri-thức.

Suy nghĩ như trên đây rồi trong lòng rất hoan-hỉ.

(Kinh Hoa Nghiêm, Phẩm 39. Nhập Pháp Giới)

11.50.ac. Phát nguyện

Thiện-Tài Đồng Tử lại quán thân nầy là nhà khổ sanh lão bịnh tử. Nguyện tận kiếp vị-lai:

- Tu bồ-tát-đạo giáo-hóa chúng-sanh,

- Gặp chư Như-Lai thành tựu Phật-pháp

- Du hành tất cả cõi Phật

- Kính thờ tất cả pháp-sư

- Trụ-trì tất cả Phật-giáo
- Tìm cầu tất cả pháp-lữ
- Thấy tất cả thiện-tri-thức
- Chứa họp tất cả những Phật-pháp
- Làm nhơn-duyên cho tất cả bồ-tát nguyện-trí-thân.

(Kinh Hoa Nghiêm, Phẩm 39. Nhập Pháp Giới)

11.50.ad. Sanh con mắt thấy khắp thế-gian của tất cả Bồ-Tát

Lúc nghĩ như vậy, Thiện-Tài được thêm lớn vô-lượng thiện-căn. Liền ở nơi tất cả Bồ-Tát thâm tín tôn trọng,

- Tưởng là hi-hữu, tưởng là đại-sư
- Các căn thanh-tịnh, pháp lành càng thêm
- Khởi tất cả bồ-tát cung kính cúng-dường
- Làm tất cả bồ-tát cúi mình chắp tay, sanh con mắt thấy khắp thế-gian của tất cả Bồ-Tát
- Khởi lòng nhớ khắp chúng-sanh của tất cả Bồ-Tát
- Hiện vô-lượng thân nguyện-hóa của tất cả Bồ-Tát
- Xuất âm-thanh nói khen thanh-tịnh của tất cả Bồ-Tát
- Thấy tất cả chư Phật và Bồ-Tát quá-khứ, hiện-tại, thị-hiện thành đạo và thần-thông biến-hóa ở khắp mọi nơi. Nhẫn đến không có một chỗ nhỏ nào bằng đầu sợi lông mà chẳng châu biến.

Thiện-Tài lại được trí-nhãn quang-minh thanh-tịnh, thấy cảnh-giới sở-hành của tất cả Bồ-Tát, Tâm vào khắp thập phương sát-võng, nguyện rộng khắp hư-không pháp-giới, tam thế bình-đẳng không thôi nghỉ.

Tất cả những sự lợi ích lớn mà Thiện-Tài đã được, đều do tin thọ lời dạy của thiện-tri-thức cả.

(Kinh Hoa Nghiêm, Phẩm 39. Nhập Pháp Giới)

11.50.af. Giới thiệu đến Di Lặc đại Bồ-Tát

Phương nam đây có nước Hải Ngạn. Trong nước ấy có khu vườn Đại Trang Nghiêm. Trong vườn có một tòa lâu các rộng lớn tên là Tỳ-Lô-Giá-Na Trang Nghiêm Tạng. Di Lặc đại Bồ-Tát ở trong lâu các ấy để nhiếp thọ phụ mẫu quyến thuộc và nhơn dân, làm cho họ được thành thục.

Ngươi đến đó hỏi: Bồ-Tát thế nào thực hành Bồ-Tát hạnh, thế nào tu Bồ-Tát đạo, thế nào học Bồ-Tát giới, thế nào tịnh Bồ-Tát tâm, thế nào phát Bồ-Tát nguyện, thế nào chứa nhóm Bồ-Tát trợ đạo, thế nào nhập bực Bồ-Tát, thế nào thành mãn Bồ-Tát ba la mật, thế nào được Bồ-Tát Vô sanh nhẫn, thế nào đủ Bồ-Tát công đức, thế nào thờ Bồ-Tát thiện tri thức?

Nầy thiện nam tử! Di Lặc Bồ-Tát thông đạt tất cả Bồ-Tát hạnh, biết rõ tâm chúng sanh, thường hiện thân trước họ để giáo hóa điều phục.

(Kinh Hoa Nghiêm, Phẩm 39. Nhập Pháp Giới)

11.51. DI LẶC BỒ-TÁT – Môn Tạng Trí Trang-Nghiêm Nhập Tất Cả Cảnh-Giới Ba Đời Chẳng Quên Mất

11.51.a. Thiện Tài Dùng Vô-Lượng Pháp Xưng Tán Để Tán Dương Chư Bồ-Tát Ở Trong Đại Lâu-Các Tỳ-Lô-Giá-Na-Trang-Nghiêm (chỗ của Đức Phật Di Lặc)

Đến nước Hải-Ngạn, Thiện-Tài đứng trước đại lâu-các Tỳ-*Lô-Giá-Na Trang-Nghiêm-Tạng gieo* năm vóc đảnh lễ, nhiếp niệm tư duy quán-sát dùng vô lượng pháp xưng tán công đức chư Bồ-Tát.

Vì sức đại-nguyện tín giải sâu *nên nhập môn trí-huệ-thân bình-đẳng khắp tất cả xứ.*

Hiện thân mình ở khắp trước chư Như-Lai, chư Bồ-Tát, chư thiện-tri-thức, chư Phật tháp miếu, chư Phật hình tượng, ở trước tất cả chỗ ở của chư Phật chư Bồ-Tát, tất cả pháp-bửu, tất cả Thanh-Văn, Bích-Chi-Phật và tháp miếu của chư vị ấy.

Hiện thân ở trước tất cả Thánh-Chúng, tất cả phụ-mẫu, tất cả chúng-sanh. Tất cả chỗ, Thiện-Tài đều tôn trọng lễ tán suốt vị-lai-tế không thôi nghỉ:

- *Khắp hư-không vì chẳng có biên-lượng*
- *Khắp pháp-giới vì không chướng-ngại*
- Khắp thiệt-tế vì khắp tất cả
- Khắp Như-Lai vì vô phân-biệt
- Dường như bóng vì tùy trí hiện
- Dường như mộng vì từ tư-duy khởi
- Giống như tượng vì thị hiện tất cả
- Dường như vang vì theo duyên mà phát, không có sanh vì xoay vần khởi diệt, không có tánh vì theo duyên mà chuyển.

Thiện-Tài Đồng-Tử nhập quán-trí như vậy, đoan tâm khiết niệm, ở trước lầu các mọp lạy sát đất, bất-tư-nghì thiện-căn lưu chú thân tâm mát mẻ thơ-thời. Rồi đứng dậy chiêm ngưỡng, mắt không tạm rời, chắp tay hữu nhiễu vô-lượng vòng.

(Kinh Hoa Nghiêm, Phẩm 39. Nhập Pháp Giới)

11.51.b. Đại Lâu-Các Tỳ-Lô-Giá-Na-Trang-Nghiêm Là Chỗ Ở Của Chư Phật (chỗ của Đức Phật Di Lặc)

Thiện Tài Đồng Tử tự nghĩ rằng: Đại-Lâu-Các-Tỳ-Lô-Giá-Na-Trang-Nghiêm nầy là chỗ ở của:

- Bậc đạt không, vô-tướng, vô-nguyện.
- Bậc nhất-thiết-pháp vô-phân-biệt.
- Bậc rõ pháp-giới vô-sai-biệt.
- Bậc biết tất cả chúng-sanh bất-khả-đắc.
- Bậc biết tất cả pháp vô-sanh.
- Bậc chẳng tham chấp tất cả thế-gian.
- Bậc chẳng tham chấp tất cả nhà của.
- Bậc chẳng thích tất cả tụ-lạc.

- Bậc chẳng dựa tất cả cảnh-giới.

- Bậc lìa tất cả tưởng.

- Bậc biết tất cả pháp không tự-tánh.

- Bậc dứt tất cả nghiệp phân-biệt.

- Bậc lìa tất cả tưởng, tâm, ý, thức.

- Bậc chẳng xuất, chẳng nhập tất cả đạo.

- Bậc nhập thậm-thâm bát-nhã ba-la-mật.

- Bậc hay dùng phương-tiện trụ phổ-môn pháp-giới.

- Bậc tắt dứt tất cả lửa phiền não.

- Bậc dùng tăng-thượng huệ dứt trừ tất cả kiến, ái, mạn.

- Bậc xuất sanh tất cả thiền, giải-thoát, tam-muội, thông-sáng và du-hí trong đó.

- Bậc cảnh-giới tam-muội của tất cả Bồ-Tát. Là chỗ ở của bậc an-trụ chỗ của tất cả Như-Lai.

- Bậc đem một kiếp vào tất cả kiếp, đem tất cả kiếp vào một kiếp mà không hư tướng thời-gian.

- Bậc đem một thế-giới vào tất cả thế-giới, đem tất cả thế-giới vào một thế-giới mà chẳng hoại tướng không-gian.

- Bậc đem một pháp vào tất cả pháp, đem tất cả pháp vào một pháp mà chẳng hư hoại tướng của pháp.

- Bậc đem một chúng-sanh vào tất cả chúng-sanh, đem tất cả chúng-sanh vào một chúng-sanh, mà không hư tướng chúng-sanh.

- Bậc đem một Phật vào tất cả Phật, đem tất cả Phật vào một Phật, mà chẳng hoại tướng Phật.

- Bậc ở trong một niệm mà biết tất cả tam-thế.

- Bậc trong khoảng một niệm qua đến tất cả quốc-độ.

- Bậc hiện thân mình ra trước tất cả chúng-sanh.

- Bậc tâm thường lợi ích tất cả thế-gian. Là chỗ ở của bậc

hay đến khắp tất cả chỗ.

- Bậc dầu đã thoát ly tất cả thế-gian, nhưng vì hóa độ chúng-sanh nên hằng hiện thân ở trong-thế-gian.

- Bậc chẳng chấp lấy tất cả cõi, nhưng vì cúng-dường chư Phật mà du hành tất cả cõi.

- Bậc chẳng động bổn-xứ, mà có thể đến khắp tất cả Phật-độ để trang-nghiêm.

- Bậc thân cận tất cả Phật mà chẳng khởi Phật-tưởng.

- Bậc y chỉ tất cả thiện-tri-thức mà chẳng khởi thiện-tri-thức tưởng.

- Bậc ở tất cả ma-cung mà chẳng đắm nhiễm cảnh dục.

- Bậc rời hẳn tất cả tâm tưởng.

- Bậc dầu hiện thân trong tất cả chúng-sanh mà không có quan niệm mình người riêng khác.

- Bậc hay vào khắp tất cả thế-giới, mà đối với pháp-giới không có tưởng sai biệt.

- Bậc nguyên trụ tất cả kiếp vị-lai, nhưng đối với kiếp số không có quan-niệm thời-gian dài vắn.

- Bậc chẳng rời chỗ một đầu sợi lông mà hiện thân khắp tất cả thế-giới.

- Bậc hay diễn thuyết những pháp khó được gặp, được nghe.

- Bậc hay trụ pháp khó biết, pháp thậm thâm, pháp không hai, pháp vô-tướng, pháp không đối-trị, pháp vô-sở-đắc, pháp không hí-luận.

- Bậc trụ đại-từ đại-bi.

- Bậc đã vượt hẳn trí nhị-thừa, đã siêu cảnh-giới ma, đã không nhiễm thế-pháp, đã đến bờ của Bồ-Tát đã đến, đã trụ nơi chỗ trụ của Như-Lai.

- Bậc dầu rời tất cả tướng mà chẳng nhập chánh-vị của Thanh-Văn, dầu rõ tất cả pháp vô-sanh mà cũng chẳng trụ pháp-tánh vô-sanh.

- Bậc dầu quán bất-tịnh mà chẳng chứng pháp ly-tham cũng chẳng cùng chung với tham-dục, dầu tu hạnh từ mà chẳng chứng pháp ly-sân cũng chẳng cùng chung với sân hận, dầu quán duyên-khởi mà chẳng chứng pháp ly-si cũng chẳng cùng chung với si hoặc.

- Bậc dầu trụ tứ-thiền mà chẳng tùy thiền sanh, dầu tu hành tứ-vô-lượng-tâm nhưng vì hóa độ chúng-sanh nên chẳng sanh cõi sắc, dầu tu vô-sắc-định nhưng vì đại-bi nên chẳng trụ cõi vô-sắc.

- Bậc dầu siêng tu chỉ quán nhưng vì hóa độ chúng-sanh nên chẳng chứng quả giải thoát, dầu thật hành hạnh xả mà chẳng bỏ sự hóa độ chúng-sanh.

- Bậc dầu quán không mà chẳng khởi không-kiến, dầu hành vô-tướng mà thường giáo-hóa chúng-sanh chấp tướng, dầu hành vô-nguyện mà chẳng bỏ hạnh nguyện vô-thượng bồ-đề.

- Bậc dầu ở trong tất cả nghiệp phiền-não mà vẫn tự-tại, vì để hóa độ chúng-sanh nên tùy-thuân các nghiệp phiền-não, dầu không sanh tử mà vì hóa độ chúng-sanh nên thị hiện thọ sanh tử, dầu đã rời tất cả loài mà vì hóa độ chúng-sanh nên thị hiện vào các loài.

- Bậc dầu thật hành hạnh từ mà không ái luyến chúng-sanh, dầu thật hành hạnh bi mà không chấp trước chúng-sanh, dầu thật hành hạnh hỉ mà thường ai mẫn chúng-sanh khổ, dầu thật hành hạnh xả mà chẳng bỏ sự lợi ích cho người khác.

- Bậc dầu hành cửu thứ-đệ-định mà chẳng nhàm lìa thọ sanh dục-giới, dầu biết tất cả pháp vô sanh vô diệt mà chẳng tác chứng nơi thiệt-tế, dầu nhập ba môn giải-thoát mà chẳng lấy quả giải-thoát của Thanh-Văn, dầu quán tứ thánh-đế mà chẳng trụ quả tiểu-thừa, dầu quán duyên khởi thậm-thâm mà chẳng trụ rốt ráo tịch-diệt, dầu tu bát thánh-đạo mà chẳng cầu thoát hẳn thế-gian, dầu siêu phàm-phu-địa mà chẳng sa Thanh-Văn Bích-Chi-Phật-Địa, dầu quán ngũ-thủ-uẩn mà chẳng diệt hẳn các uẩn, dầu siêu-xuất tứ ma mà chẳng phân biệt các ma, dầu chẳng chấp lục xứ mà chẳng dứt hẳn lục xứ, dầu an-trụ chân-như mà chẳng đọa thiệt-tế, dầu nói tất cả thừa mà chẳng bỏ đại-thừa.

(Kinh Hoa Nghiêm, Phẩm 39. Nhập Pháp Giới)

11.51.c. Lầu-Các Tỳ-Lô-Giá-Na-Trang-Nghiêm Nơi Bồ-Tát Di Lặc An Trú

Lâu các đây là chỗ ở của

Đức Từ-Thị lợi ích thế-gian

Quán-đảnh đại-bi thanh-tịnh-trí

Pháp-Vương-Tử nhập Như-Lai cảnh.

Tất cả Phật-tử có tiếng tăm

Đã nhập môn giải-thoát đại thừa

Du hành pháp-giới tâm không nhiễm

Bậc vô-đẳng ở lâu các nầy.

Thí, giới, nhẫn, tấn, thiền, trí, huệ,

Phương-tiện, nguyện, lực và thần thông

Những bậc đầy đủ đại-thừa-hạnh

Mười ba-la-mật ở lầu nầy.

Trí-huệ rộng lớn như hư-không

Khắp biết tam thế tất cả pháp

Vô-ngại, vô-y, không chấp lấy

Biết rõ các cõi ở lầu nầy.

Khéo biết rõ được tất cả pháp

Không tánh, không sanh, không sở-y
Như chim bay không, được tự-tại
Bậc có đại-trí ở lầu nầy.
(Kinh Hoa Nghiêm, Phẩm 39. Nhập Pháp Giới)

11.51.d. Lầu-Các Tỳ-Lô-Giá-Na-Trang-Nghiêm Là Nơi Bậc Tịnh Huệ Ở

Bồ-Tát bắt đầu sơ-phát-tâm
Tu hành đầy đủ tất cả hạnh
Hoá-thân vô-lượng khắp pháp-giới
Lầu nầy của bậc thần-lực ở.

Một niệm thành-tựu đạo bồ-đề
Làm khắp vô-biên hạnh trí-huệ
Thế-tình suy toán rối loạn tâm
Lầu nầy của bậc nan-lượng ở.

Thành-tựu thần-thông không chướng-ngại
Du hành pháp-giới đều cùng khắp
Nơi tâm chưa từng có sở-đắc
Lầu nầy của bậc tịnh-huệ ở.

Bồ-Tát tu hành huệ vô-ngại
Vào các quốc-độ không nhiễm trước
Dùng trí vô-nhị chiếu khắp nơi
Lầu nầy của bậc vô-ngã ở.
Biết rõ các pháp không y-chỉ
Bổn-tánh tịch-diệt đồng hư-không
Thường đi trong cảnh-giới như vậy

Lầu nầy của bậc ly-cấu ở.

(Kinh Hoa Nghiêm, Phẩm 39. Nhập Pháp Giới)

11.51.e. Lầu-Các Tỳ-Lô-Giá-Na-Trang-Nghiêm Nơi Phật Tử Trú

Như trong một vi-trần

Tất cả trần cũng vậy

Các thứ đều đầy đủ

Xứ xứ đều vô-ngại.

Phật-Tử trụ ở đây

Quán khắp tất cả pháp

Chúng-sanh, cõi và đời

không sanh, không sở-hữu.

Quán-sát những chúng-sanh

Chánh-pháp và Như-Lai

Quốc-độ cùng chí-nguyện

Tam-thế đều bình-đẳng.

Phật-Tử ở lầu nầy

Giáo-hóa các quần-sanh

Cúng-dường chư Như-Lai

Tư-duy các pháp-tánh.

Vô-lượng ngàn muôn kiếp

Tu tập nguyện, trí, hạnh

Rộng lớn chẳng thể lường

Tán dương chẳng thể hết.

Các bậc đại dũng-mãnh

Chỗ làm không chướng-ngại

An trụ ở trong đây

Tôi chắp tay kính lễ.

Trưởng-Tử của chư Phật

Đức Di-Lặc Bồ-Tát

Nay tôi cung kính lễ

Cúi xin thương tưởng tôi.

(Kinh Hoa Nghiêm, Phẩm 39. Nhập Pháp Giới)

11.51.f. Bồ-Tát Di Lặc Đến

Sau khi dùng vô-lượng pháp xưng tán để tán dương chư Bồ-Tát ở trong đại lâu-các Tỳ-Lô-Giá-Na-Trang-Nghiêm,

Thiện-Tài cung kính đảnh lễ nhất-tâm nguyện *thấy Di-Lặc Bồ-Tát để thân-cận cúng-dường, bèn thấy đức Di-Lặc Bồ-Tát từ chỗ khác đến, vô-lượng Thiên, Long, Bát-Bộ, Đế-Thích, Phạm-Vương, Tứ-Thiện-Vương cùng vô-lượng thân-quyến và vô-số chúng-sanh theo Di-Lặc Bồ-Tát.*

Thiện-Tài vui mừng hớn hở, gieo mình mọp lạy.

(Kinh Hoa Nghiêm, Phẩm 39. Nhập Pháp Giới)

11.51.g. Di Lặc Tán Thán Công Đức Của Thiện Tài Đồng Tử

Di-Lặc Bồ-Tát quan-sát Thiện-Tài, chỉ-thị với đại-chúng về công-đức của Thiện-Tài mà nói kệ rằng:

Đại-chúng xem Thiện-Tài

Tâm trí-huệ thanh-tịnh

Vì cầu hạnh bồ-đề

Nên đến lầu của ta.

Lành thay viên-mãn-từ!

Lành thay thanh-tịnh-bi!

Lành thay tịch-tịch-nhãn!

Tu hành không lười mỏi.

Lành thay thanh-tịnh ý!

Lành thay quảng-đại-tâm!

Lành thay bất-thối-căn!

Tu hành không lười mỏi.

Lành thay bất-động-hạnh!

Thường cầu thiện-tri-thức

Thấu rõ tất cả pháp

Điều phục các quần-sanh.

Lành thay hành diệu-đạo!

Lành thay trụ công-đức!

Lành thay xu Phật-quả!

Chưa từng có mỏi nhọc.

Lành thay đức làm thể

Lành thay pháp tư nhuận

Lành thay vô-biên-hạnh

Thế-gian khó được thấy...

(Kinh Hoa Nghiêm, Phẩm 39. Nhập Pháp Giới)

11.51.h. Lý Do Thiện Tài Đến Gặp Di Lặc Bồ-Tát

Ngươi xem thiện-tri-thức

Dường như tướng dũng-mãnh

Cũng như chủ thương-gia

Lại như đại đạo-sư.

Hay dựng tràng chánh-pháp,
Hay bày Phật công-đức,
Hay diệt các ác-đạo,
Hay mở cửa đường lành.

Hay hiển thân chư Phật,
Hay gìn tạng chư Phật,
Hay giữ pháp chư Phật,
Nên ngươi nguyện kính thờ.

Muốn đủ trí thanh-tịnh
Muốn đầy thân đoan-chánh
Muốn sanh nhà tôn-quý
Nay ngươi đến gặp ta.

Đại-chúng xem người nầy
Gần-gũi thiện-tri-thức
Chỗ người nầy tu học
Tất cả phải thuận hành.
(Kinh Hoa Nghiêm, Phẩm 39. Nhập Pháp Giới)

11.51.i. Vì Cầu Kim Cang Trí Mà Thiện Tài Đến Gặp Di Lặc

Do phước-duyên thuở trước
Văn-Thù khiến phát tâm
Tùy thuận không trái nghịch

Tu hành chẳng mỏi nhọc.

Cha mẹ cùng thân thuộc
Cung-điện và tài sản
Tất cả đều bỏ lìa
Khiêm hạ cầu tri-thức.

Tịnh trị ý như vậy
Rời hẳn thân thế-gian
Thường sanh cõi nước Phật
Hưởng quả báo thù thắng.

Thiện-Tài thấy chúng-sanh
Khổ sanh, già, bệnh, chết
Vì phát ý đại-bi
Siêng tu đạo vô-thượng.

Thiện-Tài thấy chúng-sanh
Ngũ-thú thường lưu chuyển
Vì cầu kim-cang-trí
Để phá những khổ-luân.

Thiện-Tài thấy chúng-sanh
Tâm-điền rất hoang dơ
Vì trừ gai tam độc
Chuyên cầu cày trí bén.
(Kinh Hoa Nghiêm, Phẩm 39. Nhập Pháp Giới)

11.51.j. Thiện Tài Thắp Đèn Pháp

Chúng-sanh ở si tối
Đui mù mất chánh-đạo
Thiện-Tài làm đạo-sư
Chỉ cho chỗ an ổn.

Giáp nhẫn, xe giải-thoát,
Trí-huệ làm gươm bén
Hay ở trong ba cõi
Phá các giặc phiền-não.

Thiện-Tài lái thuyền pháp
Tế độ khắp hàm-thức
Vượt qua biển lửa dữ
Mau đến xứ tịnh-bửu.

Thiện-Tài mặt nhật sáng
Vầng trí-quang đại-nguyện
Đi khắp pháp-giới-không
Chiếu khắp nhà quần-mê.

Thiện-Tài mặt nguyệt sáng
Pháp lành đều viên-mãn
Từ tam-muội thanh-lương
Chiếu khắp tâm chúng-sanh.
Thiện-Tài biển thắng-trí
An-trụ nơi trực-tâm

Hạnh bồ-đề lần sâu
Xuất sanh những pháp-bửu.

Thiện-Tài rồng đại-tâm
Bay lên pháp-giới-không
Nổi mây tuôn mưa ngọt
Sanh thành tất cả quả.

Thiện-Tài thắp đèn pháp
Tim: tin, dầu: từ bi,
Bình: niệm, sáng: công-đức
Diệt trừ tối tam độc...
(Kinh Hoa Nghiêm, Phẩm 39. Nhập Pháp Giới)

11.51.k. Di Lặc Khuyên Thiện Tài Đến Gặp Phổ Hiền

Ngươi sẽ gìn Phật-chủng
Ngươi sẽ tịnh pháp-chủng
Ngươi hay họp tăng-chủng
Tam-thế đều cùng khắp.

Sẽ cắt những lưới ái
Se xé những lưới chấp
Sẽ cứu những lưới khổ
Sẽ thành những lưới nguyện.

Sẽ độ chúng-sanh-giới
Sẽ tịnh quốc-độ-giới
Sẽ chứa trí-tuệ-giới

Sẽ thành tâm-nguyện-giới.

Sẽ làm chúng-sanh-mừng
Sẽ làm Bồ-Tát mừng
Sẽ làm chư Phật mừng
Sẽ thành sự vui mừng.

Sẽ thấy tất cả loài
Sẽ thấy tất cả cõi
Sẽ thấy tất cả pháp
Sẽ thành thấy của Phật.

Sẽ phóng sáng phá tối
Sẽ phóng sáng dứt nóng
Sẽ phóng sáng diệt ác
Trừ sạch khổ ba cõi.

Sẽ mở cửa thiên-đạo
Sẽ mở cửa Phật-đạo
Sẽ chỉ cửa giải-thoát
Sẽ bảo chúng-sanh vào.

Sẽ chỉ cho chánh-đạo
Sẽ dứt hết tà-đạo
Như vậy siêng tu hành
Thành-tựu bồ-đề đạo.

Sẽ tu công-đức-hải
Sẽ độ tam-hữu-hải
Khiến khắp chúng-sanh-hải
Thoát khỏi những khổ-hải.

Phải nơi chúng-sanh-hải
Tiêu diệt phiền-não-hải
Khiến tu những hạnh-hải
Mau vào đại-trí-hải.

Ngươi sẽ thêm trí-hải
Ngươi sẽ tu hạnh-hải
Ngươi sẽ đều đầy đủ
Chư Phật đại-nguyện-hải.

Ngươi sẽ nhập sát-hải
Ngươi sẽ quán chúng-hải
Ngươi sẽ dùng trí-lực
Uống tất cả pháp-hải.

Sẽ thấy chư-Phật-vân
Sẽ khởi cúng-dường-vân
Sẽ nghe diệu-pháp-vân
Sẽ nổi những nguyện vân.

Đi khắp nhà ba cõi
Phá khắp nhà phiền-não

Vào khắp nhà Như-Lai

Sẽ hành đạo như vậy.

Vào khắp môn tam-muội

Dạo khắp môn giải-thoát

Trụ khắp môn thần-thông

Đi khắp trong pháp-giới.

Ngươi nên mau đến chỗ

Của Đại-Trí Văn-Thù

Ngài sẽ khiến ngươi được

Hạnh thâm-diệu Phổ-Hiền.

(Kinh Hoa Nghiêm, Phẩm 39. Nhập Pháp Giới)

11.51.l. Thiện Tài Tri Ân Văn Thù Và Di Lặc Bồ-Tát

Thiện-Tài nghe Di-Lặc Bồ-Tát ở trước đại-chúng tán dương công-đức tạng quảng-đại của mình, liền vui mừng hớn hở, toàn thân rởn ốc, rơi lệ nghẹn ngào, đứng dậy chắp tay cung kính hữu nhiễu vô-lượng vòng.

Do sức tưởng niệm đức Văn-Thù nên bất giác những hoa anh-lạc và diệu-bửu bỗng nhiên đầy cả hai tay. Thiện-Tài liền rải lên cúng-dường Di-Lặc Bồ-Tát.

Bấy giờ Di-Lặc Bồ-Tát xoa đầu Thiện-Tài mà nói kệ rằng:

Lành thay, lành thay chơn Phật-Tử!

Tinh tấn các căn không lười mỏi

Chẳng lâu sẽ đủ các công-đức

Giống như Văn-Thù và Di-Lặc.

Thiện-Tài nói kệ kính thưa:

Tôi nghĩ thiện-tri-thức
Ức kiếp khó được gặp
Nay đều được thân-cận
Và đến gặp được Ngài.

Tôi nhờ đức Văn-Thù
Được thấy người khó thấy
Bậc đại công-đức kia
Nguyện sớm về thờ kính.

(Kinh Hoa Nghiêm, Phẩm 39. Nhập Pháp Giới)

11.51.m. Như-Lai Thọ Ký Bồ-Tát Di Lặc Một Đời Sẽ Thành Phật

Thiện Tài Đồng Tử bạch với Bồ-Tát Di Lặc:

Bạch Đại-Thánh! Con đã phát tâm vô-thượng bồ-đề, mà chưa biết Bồ-Tát thế nào học bồ-tát-hạnh, thế nào tu bồ-tát-đạo? Đức Như-Lai thọ ký cho Đại-Thánh một đời sẽ chứng quả vô-thượng chánh-giác.

Nếu là một đời sẽ được vô-thượng chánh-giác thời là đã:

- Siêu-việt tất cả chỗ sở-trụ của Bồ-Tát.

- Xuất quá tất cả bậc ly sanh của Bồ-Tát.

- Viên-mãn tất cả ba-la-mật.

- Thâm nhập tất cả nhẫn-môn.

- Đầy đủ bồ-tát-địa.

- Du-hí tất cả giải-thoát-môn.

- Thành-tựu tất cả pháp tam-muội.

- Thông đạt tất cả bồ-tát-hạnh.

- Chứng được tất cả đà-la-ni biện-tài.

- Ở trong tất cả bồ-tát tự-tại mà được tự-tại.

- Chứa nhóm tất cả pháp trợ-đạo của Bồ-Tát.

- Du-hí trí-huệ phương-tiện.

- Xuất sanh trí đại thần-thông.

- Thành-tựu tất cả học-xứ.

- Viên mãn tất cả diệu-hạnh.

- Đầy đủ tất cả đại-nguyện.

- Lãnh thọ tất cả ký-biệt của Phật.

- Biết rõ tất cả các thừa-môn.

- Kham thọ chỗ hộ-niệm của tất cả chư Phật.

- Nhiếp tất cả Phật bồ-đề.

- Trì pháp-tạng của tất cả Phật.

- Trì tạng bí-mật của tất cả chư Phật và Bồ-Tát.

- Làm thượng-thủ trong tất cả chúng Bồ-Tát.

- -Thời đã có thể làm đại-mãnh-tướng phá phiền-não ma-quân.

- Đại-đạo-sư ra khỏi đồng-hoang sanh-tử.

- Đại y-vương trị những bệnh nặng phiền-não.

- Bậc tối-thắng trong tất cả chúng-sanh.

- Tự-tại ở trong tất cả Thế-Chủ.

- Tối-đệ-nhứt trong tất cả Thánh.

- Tối-tăng-thượng trong tất cả Thanh-Văn và Bích-Chi-Phật.

- Lái thuyền trong biển sanh tử.

- Bủa lưới điều phục tất cả chúng-sanh.

- Quán căn của tất cả chúng-sanh.

- Nhiếp tất cả chúng-sanh giới.

- Thủ hộ tất cả chúng Bồ-Tát.

- Luận nghị tất cả Bồ-tát-sự, thời đã có thể qua đến tất cả chỗ Như-Lai.

- Ở trong hội của tất cả Như-Lai.

- Hiện thân ở trước tất cả chúng-sanh.

- Không nhiễm trước tất cả thế-pháp.

- Siêu-việt tất cả cảnh-giới ma.

- An-trụ tất cả cảnh-giới Phật.

- Đến cảnh vô-ngại của tất cả Bồ-Tát.

- Tinh-cần cúng-dường tất cả chư Phật.

- Đồng thể-tánh với tất cả Phật-pháp.

- Cột lụa diệu-pháp, đã thọ Phật quán đảnh, đã trụ nhất-thiết-trí, đã có thể khắp sanh tất cả Phật-pháp, đã có thể mau lên bậc nhất-thiết-trí.

(Kinh Hoa Nghiêm, Phẩm 39. Nhập Pháp Giới)

11.51.n. Thiện Tài Thỉnh Pháp Nơi Bồ-Tát Di Lặc

Bạch Đại-Thánh! Bồ-Tát thế nào học bồ-tát-hạnh?

- Thế nào tu bồ-tát-đạo?

- Thế nào tùy chỗ tu học mau được đầy đủ tất cả Phật-pháp?

- Có thể độ thoát chúng-sanh

- Có thể thành mãn những đại-nguyện đã phát

- Có thể khắp rốt ráo những hạnh đã khởi

- Có thể an-ủi tất cả thiên nhơn, chẳng phụ tự-thân

- Chẳng dứt Tam-Bảo, chẳng hư tất cả Phật-chủng bồ-tát-chủng

- Có thể gìn pháp-nhãn của tất cả chư Phật?

Những sự trên đây xin Đại-Thánh chỉ dạy cho.

(Kinh Hoa Nghiêm, Phẩm 39. Nhập Pháp Giới)

11.51.o. Di Lặc Khen Thiện Tài Đồng Tử

Di-Lặc Bồ-Tát nói với đại chúng: Thiện Tài Đồng-Tử nầy

- Dũng-mãnh tinh-tấn, chí nguyện không tạp

- Thâm tâm kiên-cố hằng chẳng thối-chuyển

- Đủ những hi-vọng thù-thắng như chữa dầu cháy không hề nhàm đủ

- Mến chư thiện-tri-thức thân-cận cúng-dường

- Tìm cầu khắp nơi để kính thờ thỉnh pháp.

Trước đây, Đồng-Tử nầy thọ giáo nơi đức Văn-Thù, rồi lần lượt đi qua phương nam cầu thiện-tri-thức. ***Trải qua một trăm mười vị thiện-tri-thức, nay mới đến đây gặp tôi.*** Đồng-Tử nầy chưa từng có một niệm lười mỏi.

Đồng-Tử nầy rất là khó có.

Đồng-Tử nầy xu hướng đại-thừa, đi nơi đại-huệ, phát đại dũng-mãnh, choàng giáp đại-bi, dùng tâm đại-từ cứu hộ chúng-sanh, khởi đại hạnh đại-tinh-tấn ba-la-mật, làm đại thương-chủ hộ trợ các chúng-sanh, làm thuyền pháp lớn vượt qua biển hữu-lậu, trụ ở đại-đạo, chứa họp pháp-bửu lớn, tu những pháp trợ-đạo rộng lớn. Người như thế rất khó được nghe, rất khó được thấy, rất khó được gần-gũi, cùng ở cùng đi.

Tại sao vậy? Vì Đồng-Tử nầy phát tâm cứu hộ tất cả chúng-sanh, làm cho tất cả chúng-sanh thoát khổ, khỏi ác-thú, rời hiểm nạn, phá vô-minh, khỏi sanh tử, dứt các loài, khỏi cảnh ma, chẳng nhiễm thế-pháp, ra khỏi ái dục, dứt tham, hết kiến chấp, phá tưởng, tuyệt mê, xô kiêu mạn, trừ phiền-não, triệt ngủ nghỉ, xé lưới ái, diệt vô-minh, qua khỏi dòng hữu-lậu, lìa siểm nịnh, tịnh tâm-cấu ra khỏi sanh tử.

Đồng-Tử nầy vì những người bị bốn dòng hữu lậu cuốn trôi mà tạo thuyền đại-pháp. Vì những người bị sình lầy kiến chấp lún chìm mà lập cầu đại-pháp. Vì những người bị si tối làm hôn mê mà thắp đèn đại-trí. Vì những người đi trong đồng-hoang sanh tử mà khai thị thánh-đạo. Vì những người mang bệnh nặng phiền-não mà điều hòa pháp-dược. Cho người bị khổ sanh lão tử uống cam-lộ để được an-ổn. Vì người vào trong lửa tham sân si mà tưới định-thủy cho họ được thanh-lương.

Với người nhiều lo sầu thời an-ủi cho họ được an. Với người

bị nhốt trong ngục hữu-lậu thời khuyên bảo họ thoát ra. Với người vào lưới kiến chấp thời mở lưới bằng kiếm trí-huệ. Với người ở trong thành tam-giới thời chỉ cửa giải-thoát. Với người ở chỗ hiểm nạn thời dắt họ đến chỗ an-ổn. Với người sợ giặc kiết-sử thời cho họ pháp vô-úy. Với người đọa ác-đạo thời trao cho họ tay từ-bi. Với người bị hại về ngũ uẩn thời chỉ cho họ thành niết-bàn. Với người bị ràng buộc trong thập-bát-giới thời dùng thánh-đạo để mở. Với người đắm nơi trong tụ lạc lục-xứ trống rỗng thời dùng ánh sáng trí-huệ để dẫn họ ra. Người ở nơi đạo tà thời dùng chánh-đạo cứu-họ. Người gần ác-hữu thời chỉ thiện-hữu cho họ. Người ưa phàm-pháp thời dạy cho thánh-pháp. Người ham sanh tử thời làm cho họ xu hướng thành nhất-thiết-trí.

Đồng-Tử nầy hằng dùng những công-hạnh như vậy để cứu hộ chúng-sanh, phát bồ-đề-tâm chưa từng thôi dứt, cầu đại-thừa-đạo chưa từng lười mỏi, uống những pháp-thủy không lòng nhàm đủ, hằng siêng chứa nhóm hạnh trợ-đạo, thường thích tịnh tu tất cả pháp-môn, tu hạnh Bồ-Tát chẳng bỏ tinh-tấn, thành mãn đại-nguyện, khéo thật hành phương-tiện, luôn muốn được thấy thiện-tri-thức, kính thờ thiện-tri-thức thân không lười mỏi, nghe thiện-trí-thức dạy bảo thời luôn tùy thuận thật hành chưa từng trái nghịch.

Nầy đại-chúng! Nếu chúng-sanh nào có thể phát tâm vô-thượng bồ-đề thời là rất hi-hữu. Nếu đã phát tâm lại có thể tinh-tấn phương-tiện chứa nhóm những Phật-pháp như vậy thời lại càng hi-hữu hơn.

Lại có thể cầu bồ-tát-đạo như vậy, tịnh bồ-tát-hạnh như vậy, thờ thiện-tri-thức như vậy, như chữa dầu cháy như vậy, thuận theo lời dạy của thiện-tri-thức như vậy. kiên-cố tu hành như vậy, chứa nhóm bồ-đề-phần như vậy, chẳng cầu tiếng tăm lợi dưỡng như vậy, chẳng bỏ tâm bồ-tát thuần nhứt như vậy, chẳng thích nhà cửa như vậy, chẳng ham dục lạc, chẳng luyến cha mẹ thân-thích tri-thức, chẳng thích theo cầu Bồ-tát bạn-lữ, lại có thể chẳng đoái đến thân mạng mà chỉ nguyện siêng tu đạo nhứt-thiết-trí như vậy, thời nên biết đó là lần lượt càng khó hơn.

(Kinh Hoa Nghiêm, Phẩm 39. Nhập Pháp Giới)

11.51.p. Công Đức Của Thiện Tài Đồng Tử

Chư Bồ-Tát khác trải qua vô-lượng trăm ngàn muôn ức na-do-tha kiếp mới có thể đầy đủ Bồ-tát hạnh nguyện, mới có thể gần Phật bồ-đề.

Thiện Tài Đồng-Tử nầy trong một đời có thể:

- Tịnh Phật độ

- Hóa chúng-sanh

- Trí-huệ thâm-nhập pháp-giới

- Thành-tựu các môn ba-la-mật

- Thêm rộng tất cả hạnh

- Viên-mãn tất cả đại-nguyện

- Siêu xuất tất cả ma-nghiệp

- Thừa sự tất cả thiện-hữu

- Thanh-tịnh Bồ-tát-đạo

- Đầy đủ những hạnh Phổ-Hiền.

Di-Lặc Bồ-Tát khen ngợi công-đức của Thiện-Tài làm cho vô-lượng trăm ngàn chúng-sanh phát tâm-bồ-đề, rồi bảo Thiện-Tài rằng:

Lành thay! Lành thay! Nầy Thiện-nam-tử! Ngươi vì lợi ích tất cả thế-gian, vì cứu hộ tất cả chúng-sanh, vì siêng cầu tất cả Phật-pháp, nên phát tâm vô-thượng bồ-đề.

Thiện Tài được lợi lành, khéo được thân người, khéo trụ thọ-mạng, khéo gặp đức Như-Lai xuất hiện, khéo thấy Văn-Thù Sư-Lợi đại thiện-tri-thức, thân của ngươi là thiện-khí được những thiện-căn đượm nhuần, được pháp lành nuôi lớn, bao nhiêu giải-dục đều được thanh-tịnh, đã được chư Phật đồng hộ-niệm, đã được thiện-hữu nhiếp thọ.

(Kinh Hoa Nghiêm, Phẩm 39. Nhập Pháp Giới)

11.51.q. Bồ Đề Tâm Như Đại Địa

Bồ-đề tâm như chủng-tử, vì có thể sanh tất cả Phật-pháp.

Bồ-đề-tâm như ruộng tốt, vì có thể sanh trưởng bạch-tịnh-pháp cho tất cả chúng-sanh.

Bồ-đề-tâm như đại-địa, vì có thể giữ gìn tất cả thế-gian. Bồ-đề-tâm như tịnh thủy, vì có thể rửa sạch phiền-não nhơ nhớp.

Bồ-đề-tâm như gió lớn, vì vô-ngại khắp ở thế-gian. Bồ-đề-tâm như lửa mạnh, vì có thể đốt tiêu củi kiến chấp.

Bồ-đề-tâm như tịnh-nhật, vì chiếu khắp tất cả thế-gian.

Bồ-đề-tâm như mặt nguyệt sáng, vì những pháp bạch-tịnh đều viên-mãn. - - Bồ-đề-tâm như đèn sáng, vì có thể phóng những pháp quang-minh.

Bồ-đề-tâm như mắt sáng, vì thấy khắp tất cả chỗ an nguy.

Bồ-đề-tâm dường như con đường lớn, vì dẫn vào thành đại-trí.

Bồ-đề-tâm như con đường chánh, vì làm cho rời khỏi tà-pháp.

Bồ-đề-tâm như cỗ xe lớn, vì có thể chuyên chở chư Bồ-Tát.

Bồ-đề-tâm như cửa nẻo, vì khai thị tất cả hạnh Bồ-tát.

Bồ-đề-tâm như cung-điện, vì an-trụ tu tập pháp tam-muội.

Bồ-đề-tâm như khu vườn vì, ở trong đó dạo chơi hưởng pháp-lạc.

Bồ-đề-tâm như nhà cửa vì an-ổn tất cả chúng-sanh.

Bồ-đề-tâm là chỗ về, vì lợi ích tất cả thế-gian.

Bồ-đề-tâm là chỗ dựa, vì là dựa nương của những bồ-tát-hạnh.

Bồ-đề-tâm như từ-phụ, vì dạy dỗ tất cả chư Bồ-Tát.

Bồ-đề-tâm như từ-mẫu, vì sanh trưởng tất cả Bồ-Tát.

Bồ-đề-tâm như nhũ-mẫu, vì dưỡng dục tất cả chư Bồ-Tát.

Bồ-đề-tâm như thiện-hữu, vì thành tựu lợi ích cho chư Bồ-Tát.

Bồ-đề-tâm như vua chúa, vì vượt hơn tất cả hàng nhị-thừa.

Bồ-đề-tâm như đế-vương, vì được tự-tại trong tất cả nguyện.

Bồ-đề-tâm như đại-hải, vì tất cả công-đức đều vào trong đó.

Bồ-đề-tâm như núi Tu-Di, vì-bình-đẳng nơi tâm các chúng-sinh.

Bồ-đề-tâm như Thiết-Vi vì nhiếp trì tất cả thế-gian.

Bồ-đề-tâm như Tuyết-Sơn, vì sanh lớn tất cả cây thuốc trí-huệ.

Bồ-đề-tâm như Hương-Sơn, vì xuất sanh tất cả hương công-đức.

Bồ-đề-tâm như hư-không, vì những diệu công-đức rộng vô-biên.

Bồ-đề-tâm như liên-hoa, vì chẳng nhiễm tất cả pháp thế-gian.

Bồ-đề-tâm như voi thông-minh thuần thục, vì tâm ấy thuận lành chẳng ngang trái.

Bồ-đề-tâm như ngựa hiền hay, vì xa lìa tất cả những tánh ác.

Bồ-đề-tâm như điều-ngự-sư, vì thủ hộ tất cả pháp đại-thừa.

Bồ-đề-tâm như thuốc hay, vì trị được tất cả bệnh phiền-não.

Bồ-đề-tâm như hố sâu, vì có thể làm sụp đổ tất cả những ác-pháp.

Bồ-đề-tâm như kim-cang, vì đều có thể xuyên thấu tất cả các pháp.

Bồ-đề-tâm như thấp hương, vì có thể đựng tất cả hương công-đức.

Bồ-đề-tâm như diệu-hoa, vì tất cả thế-gian đều ưa thấy.

Bồ-đề-tâm như bạch-chiên-đàn, vì trừ những nóng tham dục làm cho mát-mẻ.

Bồ-đề-tâm như hắc-trầm-hương, vì có thể xong khắp pháp-giới.

Bồ-đề-tâm như Thiên-Kiến dược-vương, vì phá được tất cả bệnh phiền-não.

Bồ-đề-tâm như thuốc tỳ-cấp-ma, vì nhổ được tất cả hoặc-tiễn.

Bồ-đề-tâm như Đế-Thích, vì là tối tôn trong tất cả vua chúa.

Bồ-đề-tâm như Tỳ-Sa-Môn, vì dứt được tất cả khổ nghèo cùng.

Bồ-đề-tâm như Công-Đức-Thiên, vì trang-nghiêm với tất cả công đức.

Bồ-đề-tâm như đồ trang-nghiêm, vì trang-nghiêm tất cả chư Bồ-Tát.

Bồ-đề-tâm như kiếp-hỏa đốt cháy, vì có thể cháy tiêu tất cả hữu-vi.

Bồ-đề-tâm như thuốc vô-sanh-căn, vì trưởng-dưỡng tất cả

Phật-pháp.

Bồ-đề-tâm như long-châu, vì tiêu được tất cả độc phiền-não.

Bồ-đề-tâm như thủy-thanh-châu, vì có thể thanh tất cả phiền-não-trược.

Bồ-đề-tâm như châu như-ý, vì châu cấp cho tất cả kẻ nghèo thiếu.

Bồ-đề-tâm như bình công-đức, vì làm cho tâm chúng-sanh được thoả-mãn. - Bồ-đề-tâm như cây như-ý, vì có thể mưa tất cả đồ trang-nghiêm.

Bồ-đề-tâm như áo lông ngỗng, vì chẳng dính bụi sanh-tử.

Bồ-đề-tâm như chỉ bạch điệp, vì bổn lai tánh thanh-tịnh.

Bồ-đề-tâm như lưỡi cày bén, vì có thể dọn tất cả ruộng chúng-sanh.

Bồ-đề-tâm như na-la-diên, vì có thể dẹp tất cả kẻ địch ngã-kiến.

Bồ-đề-tâm như mũi tên đi mau, vì phá được tất cả đích khổ.

Bồ-đề-tâm như ngọn mâu nhọn, vì có thể xuyên thủng giáp phiền-não.

Bồ-đề-tâm như giáp cứng, vì có thể hộ tâm như-lý.

Bồ-đề-tâm như dao bén, vì có thể chặt tất cả đầu phiền-não.

Bồ-đề-tâm như gươm bén, vì có thể chặt đức tất cả giáp kiêu-mạn.

Bồ-đề-tâm như dũng-tướng-tràng, vì có thể dẹp phục tất cả ma-quân.

Bồ-đề-tâm như cưa bén, vì có thể cưa đứt tất cả cây vô-minh.

Bồ-đề-tâm như búa bén, vì có thể chặt những cây khổ.

Bồ-đề-tâm như binh-khí, vì có thể đề phòng nạn khổ.

Bồ-đề-tâm như cánh tay giỏi, vì phòng hộ tất cả những pháp độ than.

Bồ-đề-tâm như đôi chân tốt, vì an lập tất cả những công-đức.

Bồ-đề-tâm như thuốc chữa mắt, vì diệt trừ tất cả bệnh lòa vô-minh.

Bồ-đề-tâm như kìm nhiếp, vì có thể nhổ tất cả gai thân-kiến.

Bồ-đề-tâm như ngọa-cụ, vì dứt trừ những lao khổ sanh-tử.

Bồ-đề-tâm như thiện-tri-thức, vì có thể mở tất cả dây trói sanh-tử.

Bồ-đề-tâm như tài-bửu, vì trừ tất cả sự nghèo cùng.

Bồ-đề-tâm như đại đạo-sư, vì khéo biết đạo xuất yếu của Bồ-Tát.

Bồ-đề-tâm như phục-tạng, vì xuất sanh của công-đức không thiếu.

Bồ-đề-tâm như nước suối trào, vì sanh nước trí-huệ không cùng tận.

Bồ-đề-tâm như gương sáng, vì hiện khắp tất cả tượng pháp-môn.

Bồ-đề-tâm dường như liên-hoa, vì chẳng nhiễm tất cả tội cấu.

Bồ-đề-tâm như sông lớn, vì chảy dẫn ra tất cả nhiếp-pháp độ-pháp.

Bồ-đề-tâm như đại Long-Vương, vì có thể mưa tất cả diệu-pháp.

Bồ-đề-tâm dường như mạng-căn, vì nhậm trì thân đại-bi của Bồ-Tát.

Bồ-đề-tâm như cam-lộ, vì có thể làm cho an-trụ nơi cõi bất-tử.

Bồ-đề-tâm như tấm lưới lớn, vì nhiếp khắp tất cả những chúng-sanh.

Bồ-đề-tâm như lưới chài, vì nhiếp lấy tất cả kẻ đáng được hóa-độ.

Bồ-đề-tâm như câu mồi, vì bắt những kẻ ở trong vực hữu-lậu.

Bồ-đề-tâm như thuốc a-già-đà, vì có thể làm cho người vô-bệnh vĩnh-viễn được an-ổn.

Bồ-đề-tâm như thuốc trừ độc, vì có thể tiêu hết độc tham ái.

Bồ-đề-tâm như người trì chú giỏi, vì có thể trừ tất cả độc điên-đảo.

Bồ-đề-tâm như gió mạnh, vì có thể thổi cuốn tất cả sương mù che chướng. - Bồ-đề-tâm như xứ châu bửu, vì xuất sanh tất cả báu giác-phần.

Bồ-đề-tâm như chủng-tánh tốt, vì xuất sanh tất cả pháp bạch-tịnh.

Bồ-đề-tâm như nhà ở, vì là chỗ ở của những pháp công-đức.

Bồ-đề-tâm như trị-tứ, vì là chỗ đổi chác của thương-gia Bồ-Tát.

Bồ-đề-tâm như thuốc luyện vàng, vì có thể trị tất cả căn phiền-não.

Bồ-đề-tâm như mật tốt, vì viên-mãn tất cả vị công-đức.

Bồ-đề-tâm như chánh-đạo, vì khiến chư Bồ-Tát vào trí-thành.

Bồ-đề-tâm như chậu tốt, vì có thể đựng tất cả pháp bạch-tịnh.

Bồ-đề-tâm như mưa phải thời, vì có thể trừ tất cả bụi phiền-não.

Bồ-đề-tâm là chỗ ở, vì là chỗ ở của tất cả Bồ-Tát.

Bồ-đề-tâm là hạnh vô-tận, vì chẳng chứng lấy quả giải-thoát của Thanh-Văn.

Bồ-đề-tâm như tịnh lưu-ly, vì tự-tánh sáng sạch không nhơ.

Bồ-đề-tâm như châu Đế-thanh, vì hơn hẳn trí của thế-gian và nhị-thừa.

Bồ-đề-tâm như tiếng trống tan canh, vì đánh thức chúng-sanh say ngủ bởi phiền-não.

Bồ-đề-tâm như nước trong sạch, vì tánh vốn thuần sạch không nhơ đục.

Bồ-đề-tâm như vàng diêm-phù-đàn, vì che chói tất cả pháp lành hữu-vi.

Bồ-đề-tâm như đại-sơn-vương, vì siêu xuất tất cả thế-gian.

Bồ-đề-tâm là chỗ về, vì chẳng chối từ tất cả ai trở về.

Bồ-đề-tâm là nghĩa lợi, vì có thể trừ tất cả sự suy não.

Bồ-đề-tâm là diệu-bửu, vì có thể làm cho tất cả tâm sanh hoan-hỉ.

Bồ-đề-tâm chư hội đại-thí, vì sung-mãn tất cả tâm chúng-sanh.

Bồ-đề-tâm là tôn-thắng, vì tâm chúng-sanh không tâm nào bằng.

Bồ-đề-tâm như phục-tạng, vì có thể nhiếp tất cả Phật-pháp.

Bồ-đề-tâm như lưới nhơn-đà-la, vì có thể phục a-tu-la phiền-não.

Bồ-đề-tâm như gió bà-lâu-na, vì có thể chấn động những kẻ đáng được hóa-độ.

Bồ-đề-tâm như lửa nhân-đà-la, vì có thể đốt cháy tất cả hoặc-tập.

Bồ-đề-tâm như Phật-chi-đề, vì tất cả thế-gian nên cúng-dường.

Nầy Thiện-nam tử! Bồ-đề-tâm thành-tựu vô-lượng công đức như vậy.

Tóm lại, phải biết bồ-đề-tâm đồng với công-đức của tất cả Phật-pháp.

Tại sao vậy? Vì nhân nơi bồ-đề-tâm mà xuất sanh tất cả bồ-tát-hạnh. Tam-thế Như-Lai từ bồ-đề-tâm mà xuất sanh.

Vì thế nên nếu có ai phát tâm vô-thượng bồ-đề thời là đã xuất sanh vô-lượng công-đức, có thể nhiếp thủ khắp nhất-thiết-trí-đạo.

(Kinh Hoa Nghiêm, Phẩm 39. Nhập Pháp Giới)

11.51.r. Năm Lửa Không Đốt Được Bồ Đề Tâm

Như có người được thuốc vô-úy thời rời năm điều lo sợ như lửa không cháy được, độc không hại được, gươm dao không đứt được, nước không làm trôi chìm được và khói không xông ngộp được.

Cũng vậy, đại Bồ-Tát được thuốc nhất-thiết-trí bồ-đề-tâm, thời lửa tham không cháy, độc sân chẳng hại, dao hoặc chẳng đứt, dòng hữu-lậu chẳng cuốn trôi, khói giác quán không thể xông hại.

Ví như có người được thuốc giải thoát, thời vĩnh viễn không hoạn nạn. Cũng vậy, đại Bồ-Tát được thuốc giải-thoát-trí bồ-đề-tâm, thời lìa hẳn sanh tử hoạn nạn.

(Kinh Hoa Nghiêm, Phẩm 39. Nhập Pháp Giới)

11.51.s. Thiện Tài Bước Vào Lầu Các Tỳ-Lô-Giá-Na-Đại

Nầy Thiện-nam-tử! Như ngươi hỏi Bồ-Tát thế nào học bồ-tát-hạnh, thế nào tu bồ-tát-đạo?

Ngươi nên vào trong **lâu các Tỳ-Lô-Giá-Na-Đại-Trang-Nghiêm** nầy, ngươi quán-sát khắp nơi thời có thể biết rõ học bồ-tát-hạnh, học rồi thời thành-tựu vô-lượng công-đức.

Thiện-Tài Đồng-Tử cung kính hữu-nhiễu Di-Lặc Bồ-Tát, rồi thưa rằng:

Xin Đại-Thánh mở cửa lâu các cho tôi được vào.

Lúc ấy Di-Lặc Bồ-Tát đến trước cửa lâu các đàn chỉ ra tiếng, cửa liền mở. Bồ-Tát bảo Thiện-Tài vào.

Thiện-Tài rất hoan-hỷ đi vào trong lâu các, cửa liền đóng lại.

Thiện-Tài thấy trong lâu các:

- Rộng vô-lượng đồng như hư-không.

- Vô-số chất báu làm đất.

- -Vô-số ma-ni-bửu phóng đại quang-minh.

- Lại thấy trong đó có vô-lượng trăm ngàn lâu các đẹp, đều nghiêm-sức như trên. Mỗi mỗi lâu các đều rộng rãi nghiêm-lệ, *đồng như hư-không chẳng ngại nhau cũng chẳng tạp loạn nhau.*

- Thiện-Tài ở *một chỗ thấy tất cả chỗ. Nơi tất cả chỗ đều thấy như vậy.*

- Lâu các Tỳ-Lô-Giá-Na-Trang-Nghiêm-Tạng có bất-tư-nghì cảnh-giới tự-tại như vậy, lòng rất vui mừng hớn hở vô-lượng, thân tâm nhu nhuyến, rời tất cả tưởng, trừ tất cả chướng, diệt tất cả hoặc, chỗ thấy chẳng quên, chỗ nghe đều nhớ, chỗ nghĩ chẳng tạp, chứng nhập môn vô-ngại giải-thoát, vận dụng tâm cùng khắp, thấy cùng khắp, kính lễ cùng khắp.

(Kinh Hoa Nghiêm, Phẩm 39. Nhập Pháp Giới)

11.51.t. Thiện tài thấy cảnh giới bất khả tư nghì của Di-lặc Bồ-tát

- Vừa mới cúi đầu, do thần-lực của Di-Lặc Bồ-Tát, Thiện-Tài tự thấy thân của mình ở khắp trong tất cả lâu các, thấy đủ những cảnh-giới tự-tại bất-tư-nghì:

- Những là thấy Di-Lặc Bồ-Tát lúc mới phát tâm tên hiệu như vậy, chủng-tộc như vậy, thiện-hữu khai ngộ khiến gieo trồng căn lành như vậy, thọ mạng như vậy, ở kiếp như vậy, gặp Phật tại quốc-độ như vậy, tu hành như vậy, phát nguyện như vậy. Chư Phật Như-Lai ấy, những chúng-hội, thọ-mạng, thân-cận cúng-dường đều thấy rõ cả.

- Di-Lặc Bồ-Tát tối-sơ chứng được từ-tâm tam-muội, từ đó đến nay hiệu là từ-thị.

- Di-Lặc Bồ-Tát tu những diệu-hạnh, thành mãn tất cả môn ba-la-mật.

- Di-Lặc Bồ-Tát đắc nhẫn, trụ địa, thành-tựu quốc-độ thanh-tịnh, hô-trì Phật-pháp, làm đại Pháp-Sư, được vô-sanh-nhẫn.

- Hoặc thấy thời-gian ấy, tại xứ ấy, Đức Phật ấy thọ ký thành Phật cho Di-Lặc Bồ-Tát.

- Di-Lặc Bồ-Tát làm Chuyển-Luân-Vương khuyên các chúng-sanh an trụ nơi thập-thiện-đạo.

- Di-Lặc Bồ-Tát làm Hộ-Thế lợi ích chúng sanh.

- Di-Lặc Bồ-Tát ở xứ Diêm-La cứu khổ địa-ngục, hoặc thấy ở xứ ngạ-quỷ bố-thí đồ uống ăn cứu sự đói khát, hoặc thấy ở đạo súc-sanh dùng những phương-tiện điều-phục chúng-sanh.

- Di-Lặc Bồ-Tát vì chúng hội Hộ-Thế Thiên-Vương mà thuyết pháp.

(Kinh Hoa Nghiêm, Phẩm 39. Nhập Pháp Giới)

11.51.u. Di-Lặc Bồ-Tát tán thán sơ-địa nhẫn đến thập-địa

- Di-Lặc Bồ-Tát khen nói những công đức của sơ-địa nhẫn đến thập-địa.

- Khen tất cả ba-la-mật.

- Pháp môn nhập các nhẫn.

- Những môn đại tam-muội.

- Những môn giải-thoát thậm-thâm.

- Những tam-muội thần-thông.

- Những bồ-tát-hạnh.

- Những thệ nguyện lớn.

- Phương-tiện lợi ích chúng-sanh.

- Cùng với chư Bồ-Tát nhất-sanh bổ-xứ khen nói tất cả môn Phật quán đảnh.

- Di-Lặc Bồ-Tát trong trăm ngàn năm kinh hành, đọc tụng, thơ tả kinh quyển, siêng cầu quán sát vì đại-chúng mà thuyết pháp.

- Nhập tứ-thiền, tứ vô-lượng tâm. Hoặc nhập biến-xứ và những giải-thoát.

- -Nhập tam-muội dùng sức phương-tiện hiện những thần-biến.

(Kinh Hoa Nghiêm, Phẩm 39. Nhập Pháp Giới)

11.51.v. Mỗi lỗ lông trên thân hiện ra tất cả biến-hóa thân-vân

- Di-Lặc Bồ-Tát nhập biến-hóa tam-muội, *nơi mỗi lỗ lông trên thân hiện ra tất cả biến-hóa thân-vân*. Hoặc hiện ra thiên-chúng thân-vân. Hoặc hiện ra long-chúng thân-vân. hoặc hiện ra bát-bộ-chúng thân-vân...

- Hiện ra tất cả chúng-sanh thân-vân. Hoặc phát ra tiếng vi-diệu khen những pháp-môn của chư Bồ-Tát.

- Môn công-đức của đàn-ba-la-mật nhẫn đến công-đức của trí-ba-la-mật.

- Nhiếp pháp, các thiền, các vô-lượng-tâm, các tam-muội chánh-quán.

- *Ở trong những lỗ lông ấy lại thấy chư Như-Lai có đại-chúng vây quanh.* Cũng thấy chư Phật nầy: chỗ sanh, chủng-tánh, thân hình, thọ-mạng, quốc-độ, kiếp-số, danh-hiệu, thuyết pháp lợi ích, chánh-pháp ở đời mau hay lâu, nhẫn đến đạo-tràng chúng-hội đều thấy rõ cả.

(Kinh Hoa Nghiêm, Phẩm 39. Nhập Pháp Giới)

11.51.w. Di-Lặc Bồ-Tát giáng thần đản-sanh

Lại ở nơi những lâu các trong phạm-vi Trang-Nghiêm-Tạng nầy, mỗi lâu các đều cao rộng trang-nghiêm tối thượng, trong đó *đều thấy Đại-Thiên thế-giới, trăm ức Tứ-Thiên-Hạ, trăm ức Đâu-Suất-Thiên.*

- Mỗi mỗi đều có Di-Lặc Bồ-Tát giáng thần đản-sanh. Thích, Phạm và Thiên-Vương ẫm bồng cung kính.

- Bồ-Tát sơ sanh kinh hành bảy bước, nhìn xem mười phương, tuyên bố độc tôn, làm đồng-tử, ở cung-điện, dạo chơi viên-uyển, vì cầu nhất-thiết-trí mà xuất-gia khổ-hạnh, thị hiện thọ cháo sữa, đến ngồi đạo-tràng hàng phục ma-quân, thành Đẳng-Chánh-Giác, quán-sát bồ-đề-thọ. Phạm-Vương thỉnh chuyển pháp-luân.

Lên cung trời mà thuyết pháp. Kiếp số thọ-lượng, chúng-hội trang-nghiêm, nghiêm tịnh quốc-độ, thật hành hạnh nguyện, phương-tiện giáo-hóa thành-thục chúng-sanh, phân chia xá-lợi, trụ-trì giáo-pháp, những sự việc chẳng đồng như vậy thảy đều thấy rõ.

(Kinh Hoa Nghiêm, Phẩm 39. Nhập Pháp Giới)

11.51.ax. Nhớ rõ tất cả Phật-sự và thông đạt vô-ngại

- Thiện-Tài lại thấy thân mình ở tại chỗ chư Phật Như-Lai ấy, cũng dự trong *chúng-hội ấy, đều nhớ rõ tất cả Phật-sự và thông đạt vô-ngại.*

Lại nghe tất cả lưới, linh, nhạc-khí trong tất cả lâu-các ấy đều diễn sướng bất-tư-nghì pháp-âm vi-diệu: hoặc nói Bồ-Tát phát bồ-đề-tâm, hoặc nói tu hành các môn ba-la-mật, hoặc nói các nguyện, các địa, hoặc nói cung kính cúng-dường Như-Lai, hoặc nói trang-nghiêm Phật-độ, hoặc nói chư Phật thuyết pháp sai biệt.

Thiện-Tài nghe bất-tư-nghì vi-diệu pháp-âm như vậy, thân tâm hoan-hỉ nhu-nguyến liền được vô-lượng môn tổng-trì, vô-lượng môn biện-tài, các thiền, các nhẫn, các nguyện, các độ, các thông, các minh và các giải-thoát, các môn tam-muội.

Lành thay Đồng-Tử! Ngươi nhìn xem những sự bất-tư-nghì của Di-Lặc Bồ-Tát chớ có nhàm mỏi.

(Kinh Hoa Nghiêm, Phẩm 39. Nhập Pháp Giới)

11.51.y. Thiện Tài Thấy Rõ Trong Lâu Các

Trong lâu các nầy, Thiện-Tài thấy khắp tất cả cảnh-giới trang-nghiêm, nhiều thứ sai khác chẳng tạp loạn nhau.

- Như Tỳ-Kheo nhập biến-xứ-định, khi đi đứng ngồi nằm, tùy theo định đã nhập, cảnh-giới ấy hiện tiền.

- Như có người ở không-trung thấy thành Càn-Thát-Bà đủ sự trang-nghiêm đều thấy biết rõ không chướng ngại.

- Như cung-điện của thần Dạ-Xoa cùng cung-điện của người đồng ở một chỗ mà chẳng tạp loạn nhau, đều tùy theo nghiệp nên chỗ thấy chẳng đồng.

- Như nơi đại-hải, tất cả sắc tượng của thế-giới đều hiện trong đó.

- Như nhà ảo-thuật, dùng ảo-lực hiện những ảo-sự.

Cũng vậy, do sức oai-thần của Di-Lặc Bồ-Tát, do sức huyễn-trí bất-tư-nghì, do có thể dùng huyễn-trí biết các pháp, do được sức tự-tại của Bồ-Tát, nên Thiện-Tài thấy tất cả cảnh giới tự-tại trang-nghiêm trong lâu các.

(Kinh Hoa Nghiêm, Phẩm 39. Nhập Pháp Giới)

11.51.z. Nghe tiếng đàn-chỉ, Thiện-Tài liền xuất tam-muội

Bấy giờ Di-Lặc Bồ-Tát nhiếp thần-lực vào trong lâu-các, *đàn-chỉ ra tiếng* bảo Thiện-Tài rằng:

Thiện-nam-tử dậy! Pháp-tánh như vậy. Đây là những tướng của trí biết các pháp của Bồ-Tát làm nhơn-duyên tụ tập mà hiện ra. Tự-tánh như vậy, như huyễn, như mộng, như-ảnh, như tượng, đều chẳng thành-tựu.

Nghe tiếng đàn-chỉ, Thiện-Tài liền từ tam-muội dậy.

(Kinh Hoa Nghiêm, Phẩm 39. Nhập Pháp Giới)

11.51.aa. Tạng Trí Trang-Nghiêm Nhập Tất Cả Cảnh-Giới Ba Đời Chẳng Quên Mất

Di-Lặc Bồ-Tát nói: Nầy Thiện-nam-tử! Người ở trong giải-thoát tự-tại bất-tư-nghì của Bồ-Tát thọ những hỉ-lạc tam-muội của Bồ-Tát, có thể thấy cung-điện trang-nghiêm của Bồ-Tát thần-lực gia-trì, của trợ-đạo lưu xuất, của nguyện-trí hiển hiện. Người thấy bồ-tát-hạnh, nghe bồ-tát-pháp, biết bồ-tát-đức, rõ như-lai nguyện.

Thiện-Tài thưa: Bạch Đại-Thánh! Đây là sức oai-thần gia hộ ghi nhớ của thiện-tri-thức.

Bạch Đại-Thánh! Môn giải-thoát nầy tên là gì?

Di-Lặc Bồ-Tát nói: Nầy Thiện-nam-tử! Môn giải-thoát nầy tên là ***tạng trí trang-nghiêm nhập tất cả cảnh-giới ba đời chẳng quên mất.***

Nầy Thiện-nam-tử! Trong môn giải-thoát nầy có bất-khả-thuyết bất khả-thuyết môn giải-thoát, là chỗ chứng đắc của Bồ-Tát nhất-sanh bổ-xứ.

Thiện-Tài hỏi: Sự trang-nghiêm nầy đi về đâu?

Di-Lặc Bồ-Tát nói: Đi về nơi chỗ đến.

Thiện-Tài hỏi: Từ chỗ nào đến?

Di-Lặc Bồ-Tát nói:

- Từ trong trí-huệ thần-lực của Bồ-Tát mà đến

- Nương thần-lực của Bồ-Tát mà an-trụ

- Không có chỗ đi, cũng không có chỗ trụ

- Chẳng phải tích tập, chẳng phải thường hằng, xa rời tất cả.

(Kinh Hoa Nghiêm, Phẩm 39. Nhập Pháp Giới)

11.51.ab.Cảnh-giới chẳng thể nghĩ bàn

1. Như Long-Vương làm mưa: chẳng từ thân ra, chẳng từ tâm ra, chẳng có tích tập, mà chẳng phải là chẳng thấy. Chỉ do sức tâm-niệm của Long-Vương mà mưa tuôn khắp thiên-hạ.

Cảnh-giới như vậy chẳng thể nghĩ bàn.

Cũng vậy, những sự trang-nghiêm trong lâu-các nầy chẳng ở trong cũng chẳng ở ngoài, mà chẳng phải là không thấy. Chỉ do thần-lực của Bồ-Tát và sức thiện-căn của ngươi, mà ngươi được thấy như vậy.

2. Như nhà ảo-thuật làm những ảo-sự: không từ đâu lại, không đi đến đâu. Dầu không lại không đi, nhưng do ảo-lực mà thấy rõ ràng.

Cũng vậy, sự trang-nghiêm nầy không từ đâu lại, cũng không chỗ đi. Dầu không lại không đi, nhưng do quen tập sức huyễn-trí bất-tư-nghì và do sức đại-nguyện thuở xưa mà hiển- hiện như vậy.

(Kinh Hoa Nghiêm, Phẩm 39. Nhập Pháp Giới)

11.51.ac. Bồ-Tát Từ Đại Bi Mà Đến

Thiện-Tài thưa: Đại-Thánh Di Lặc từ xứ nào đến đây?

Di-Lặc Bồ-Tát nói: Nầy Thiện-nam-tử!

- Chư Bồ-Tát không đến không đi, như vậy mà đến.

- Không đi không ở, như vậy mà đến.

- Không chỗ, không chấp, không mất, không sanh.

- Chẳng ở, chẳng dời, chẳng động, chẳng khởi.

- Không luyến, không nhiễm, không nghiệp, không báo.

- Chẳng khởi, chẳng diệt, chẳng đoạn, chẳng thường, như vậy mà đến.

(Kinh Hoa Nghiêm, Phẩm 39. Nhập Pháp Giới)

11.51.ad. Từ chỗ không lay động mà đến

Nầy Thiện-nam-tử! Bồ-Tát từ chỗ đại-bi mà đến, vì muốn điều phục các chúng-sanh.

- Từ chỗ đại-từ mà đến, vì muốn cứu hộ các chúng-sanh.

- Từ chỗ tịnh-giới mà đến, vì tùy sở-thích mà thọ sanh.

- Từ chỗ đại-nguyện mà đến, vì nguyện-lực thuở xưa gia-trì.

- Từ chỗ thần-thông mà đến, vì nơi tất cả xứ, tùy thích mà hiện.

- Từ chỗ không lay động mà đến, vì hằng chẳng bỏ rời tất cả Phật.

- Từ chỗ không thủ xả mà đến, vì chẳng bắt buộc thân tâm phải qua lại.

- Từ chỗ phương-tiện trí-huệ mà đến, vì tùy thuận tất cả chúng-sanh.

- Từ chỗ thị-hiện biến-hóa mà đến, vì dường như ảnh tượng mà hóa hiện.

(Kinh Hoa Nghiêm, Phẩm 39. Nhập Pháp Giới)

1. Bồ-đề-tâm là sanh-xứ của Bồ-Tát, vì là nhà sanh ra Bồ-Tát.

2. Thâm-tâm là sanh-xứ của Bồ-Tát, vì là nhà sanh thiện-tri-thức.

3. Chư-địa là sanh-xứ của Bồ-Tát, vì là nhà sanh các môn ba-la-mật.

4. Đại-nguyện là sanh-xứ của Bồ-Tát, vì là nhà sanh diệu-hạnh.

5. Đại-bi là sanh-xứ của Bồ-Tát, vì là nhà sanh tứ-nhiếp-pháp.

6. Quán-sát đúng lý là sanh-xứ của Bồ-Tát, vì là nhà sanh bát-nhã ba-la-mật.

7. Đại-thừa là sanh-xứ của Bồ-Tát, vì là nhà sanh thiện-xảo phương-tiện.

8. Giáo-hóa chúng-sanh là sanh-xứ của Bồ-Tát, vì là nhà sanh chư Phật.

9. Trí-huệ phương-tiện là sanh-xứ của Bồ-Tát, vì là nhà sanh vô-sanh pháp-nhẫn.

10. Tu hành tất cả pháp là sanh-xứ của Bồ-Tát, vì là nhà sanh tam thế tất cả Như-Lai.

(Kinh Hoa Nghiêm, Phẩm 39. Nhập Pháp Giới)

11.51.af. Ngôi Nhà Ba-La-Mật Của Bồ-Tát

Đại Bồ-Tát dùng Bát-nhã ba-la-mật làm mẹ

- Phương-tiện thiện-xảo làm cha
- Thí-ba-la-mật làm nhũ-mẫu
- Giới-ba-la-mật làm dưỡng-mẫu
- Nhẫn-ba-la-mật làm đồ-trang-nghiêm
- Tinh-tấn ba-la-mật làm ông già dưỡng-dục
- Thiền ba-la-mật làm người rửa giặt
- Thiện-tri-thức làm thầy dạy
- Tất cả phần bồ-đề làm bạn
- Tất cả pháp lành làm quyến-thuộc
- Tất cả Bồ-Tát làm huynh đệ
- Bồ-đề-tâm làm nhà
- Tu hành đúng lý làm gia-pháp
- Chư địa làm gia-xứ
- Chư nhẫn làm gia-tộc
- Đại-nguyện làm gia-giáo
- Đầy đủ các hạnh làm thuận gia-pháp
- Khuyên phát đại-thừa làm nối gia-nghiệp
- Pháp-thủy rưới đầu nhất-sanh bổ-xứ Bồ-Tát làm Thái-Tử, thành-tựu bồ-đề là hay tịnh gia-tộc.

Bồ-Tát siêu phàm-phu-địa, nhập bồ-tát-vị, sanh nhà Như-Lai, trụ chủng-tánh Phật như vậy, có thể tu các hạnh chẳng dứt Tam-Bảo, khéo giữ được chủng-tộc Bồ-Tát, tịnh bồ-tát-chủng, chỗ sanh tôn-thắng, không lỗi ác, tất cả thế-gian, thiên, nhơn, ma, phạm, sa-môn, bà-la-môn cung-kính ngợi khen.

(Kinh Hoa Nghiêm, Phẩm 39. Nhập Pháp Giới)

11.51.ag. Thọ Sanh Không Nhàm Mỏi

- Đại Bồ-Tát sanh nhà tôn-thắng, vì biết tất cả pháp như ảnh tượng nên đối với thế-gian không ghét chê.

- Vì biết tất cả pháp như biến-hóa nên không nhiễm trước các cõi hữu-lậu.

- Vì biết tất cả pháp không có ngã nên giáo-hóa chúng-sanh *lòng không nhàm mỏi.*

- Vì dùng đại-từ-bi làm thể tánh nên nhiếp thọ chúng-sanh chẳng biết lao khổ.

- Vì liễu đạt sanh tử dường như mộng nên trải qua tất cả kiếp mà không e sợ.

- Vì biết rõ các uẩn đều như huyễn nên thị hiện thọ sanh mà không nhàm mỏi.

- Vì biết các giới, xứ, đồng pháp-giới nên nơi các cảnh-giới không bị hoại diệt.

- Vì biết tất cả tưởng như dương-diệm nên vào trong các loài mà chẳng sanh điên-đảo mê hoặc.

- Vì đạt tất cả pháp đều như huyễn nên vào cảnh-giới ma chẳng sanh nhiễm trước.

- Vì biết pháp-thân nên tất cả phiền-não chẳng khi dối được. Vì được tự-tại nên nơi tất cả loài đều thông đạt vô-ngại.

(Kinh Hoa Nghiêm, Phẩm 39. Nhập Pháp Giới)

11.51.ah. Thân Bồ-Tát Khắp Pháp Giới

Thân ta sanh khắp tất cả pháp-giới:

- Đồng sắc tướng sai-biệt với tất cả chúng-sanh.

- Đồng ngôn âm sai khác với tất cả chúng-sanh.

- Đồng những danh hiệu với tất cả chúng-sanh.

- Đồng những cử chỉ sở thích của tất cả chúng-sanh để tùy thuận thế-gian giáo-hóa điều-phục, thị-hiện thọ sanh đồng với tất cả chúng-sanh thanh-tịnh, những sự nghiệp làm ra đồng với tất cả phàm-phu chúng-sanh.

- Đồng với tâm tưởng của tất cả chúng-sanh

- Đồng thệ nguyện với tất cả Bồ-Tát mà hiện thân mình đầy khắp pháp-giới.

Nầy Thiện-nam-tử! Ta vì hóa độ những người thuở xưa cùng ta đồng tu công-hạnh mà nay thối thất tâm bồ-đề. Cũng vì giáo-hóa cha mẹ thân thuộc. Cũng vì giáo-hóa các Bà-La-Môn khiến họ bỏ tánh kiêu-mạn để được sanh trong chủng-tánh Như-Lai, nên ta sanh tại nhà bà-la-môn nơi tụ-lạc Phòng-Xá trong nước Ma-La-Đề ở Diêm-Phù-Đề nầy.

Ta ở trong đại-lâu-các nầy tùy tâm sở-thích của các chúng-sanh dùng nhiều phương-tiện để giáo-hóa đều-phục.

Ta vì tùy thuận tâm chúng-sanh, ta vì thành-thục chư Thiên đồng hành nơi cung Đâu-Suất, ta vì thị-hiện bồ-tát phước trí biến-hóa trang-nghiêm siêu quá tất cả dục-giới cho họ bỏ rời những dục lạc, vì cho họ biết hữu-vi đều vô-thường, vì cho họ biết chư Thiên hễ thạnh tất có suy, vì muốn thị-hiện lúc sắp giáng sanh dùng đại-trí pháp-môn cùng chư Bồ-Tát nhất-sanh bổ-xứ cùng nhau đàm luận, vì muốn nhiếp hóa những người đồng hành, vì muốn giáo-hóa những kẻ mà đức Thích-Ca Như-Lai để sót lại cho họ đều được khai ngộ như hoa sen nở, nên khi mạng chung ta sẽ sanh lên trời Đâu-Suất.

Lúc ta viên-mãn bổn-nguyện thành nhất-thiết-trí, *chứng vô-thượng bồ-đề, thời ngươi và Văn-Thù Sư-Lợi đều được thấy ta.*

Ngươi nên qua đến chỗ Văn-Thù Sư-Lợi thiện-tri-thức mà hỏi rằng: Bồ-Tát thế nào học bồ-tát-hạnh, thế nào nhập Phổ-Hiền hạnh-môn, thế nào thành-tựu, thế nào quảng đại, thế nào tùy thuận, thế nào thanh-tịnh, thế nào viên-mãn? Văn-Thù Sư-Lợi sẽ vì ngươi mà phân-biệt diễn nói.

Tại sao vậy? Vì những đại-nguyện của Văn-Thù Sư-Lợi, chẳng phải vô-lượng trăm ngàn ức na-do-tha Bồ-Tát khác có được.

(Kinh Hoa Nghiêm, Phẩm 39. Nhập Pháp Giới)

11.51.ai. Bồ-Tát Di Lặc Khen Hạnh Của Bồ-Tát Văn Thù

Nầy Thiện-nam-tử! Văn-Thù Sư-Lợi có hạnh quảng đại, nguyện vô-biên, xuất sanh tất cả Bồ-Tát công-đức không thôi dứt.

Văn-Thù Sư-Lợi thường làm:

- Mẹ của vô-lượng trăm ngàn ức na-do-tha chư Phật.

- Thầy của vô-lương trăm ngàn ức na-do-tha Bồ-Tát.

- Giáo hóa thành-tựu vô-lượng chúng-sanh.

- Tiếng khen vang khắp mười phương thế-giới.

- Thường làm Thuyết-Pháp-Sư trong tất cả chúng hội của chư Phật.

- Được tất cả Như-Lai khen ngợi.

- Trụ nơi trí thậm-thâm, có thể thấy tất cả pháp như thiệt.

- Thông đạt tất cả cảnh-giới giải-thoát, rốt ráo những hạnh của Phổ-Hiền.

(Kinh Hoa Nghiêm, Phẩm 39. Nhập Pháp Giới)

11.51.aj. Giới thiệu đến Bồ-Tát Văn Thù

Bồ-Tát Di Lặc nói với Thiện Tài Đồng Tử rằng:

- Văn-Thù Sư-Lợi là thiện-tri-thức của ngươi.

- Làm cho ngươi được sanh nhà Như-Lai.

- Trưởng dưỡng tất cả thiện-căn, phát khởi tất cả pháp trợ-đạo.

- Gặp thiện-tri-thức chơn thiệt khiến người tu tất cả công-đức.

- Nhập tất cả nguyện võng, trụ tất cả đại-nguyện, vì ngươi mà nói tất cả pháp bí-mật của Bồ-Tát.

- Hiện tất cả hạnh bất-tư-nghì của bồ-tát, thuở xưa cùng người đồng sanh đồng hành.

- Vì thế nên ngươi phải đến chỗ Văn-Thù Sư-Lợi chớ có nhàm mỏi.

Văn-Thù Sư-Lợi sẽ vì ngươi mà nói tất cả công-đức. Tại sao vậy? Vì trước kia ngươi thấy thiện-tri-thức, nghe bồ-tát-hạnh, nhập môn giải-thoát, đầy đủ đại-nguyện, đều do thần-lực của Văn-Thù Sư-Lợi.

Văn-Thù Sư-Lợi đều được rốt ráo tất cả xứ.

(Kinh Hoa Nghiêm, Phẩm 39. Nhập Pháp Giới)

11.52. VĂN-THÙ SƯ-LỢI BỒ-TÁT
– Thành Tựu Căn Bản Trí

Thiện-Tài đi qua hơn một trăm mười thành đến nước Phổ-Môn, thành Tô-Ma-Na.

11.52.a.Tín căn

Bây giờ Văn-Thù Sư-Lợi Bồ-Tát từ xa đưa tay hữu qua khỏi một trăm mười do-tuần áp trên đầu Thiện-Tài mà nói rằng:

Lành thay! Lành thay! Nầy Thiện-nam-tử! Nếu rời *tín-căn*:

* Thời tâm yếu kém.

* Lo sợ ăn-năn công-hạnh chẳng tròn đủ.

* Thối thất tinh-cần.

* Nơi một thiện-căn sanh lòng trụ trước.

* Với chút ít công-đức đã cho là đủ.

* Chẳng thể phát khởi hạnh nguyện.

* Chẳng được thiện-tri-thức nhiếp thọ.

* Chẳng được Như-Lai ức niệm.

* Chẳng biết được pháp-tánh như vậy, lý-thú như vậy, pháp-môn như vậy, công-hạnh như vậy, cảnh-giới như vậy.

* Không thể biết khắp, biết nhiều, tột nguồn đáy, hiểu rõ, xu nhập giải-thoát, phân-biệt, chứng biết, chứng đắc, tất cả điều trên đây đều không thể được.

(Kinh Hoa Nghiêm, Phẩm 39. Nhập Pháp Giới)

11.52.b. Giới thiệu đến Bồ-Tát Phổ Hiền

Văn-Thù Sư-Lợi Bồ-Tát tuyên nói pháp ấy cho Thiện-Tài:

* Được lợi ích hoan-hỷ thành-tựu vô-số pháp-môn

* Đầy đủ vô-lượng đại-trí quang-minh

- Khiến được Bồ-Tát vô-biên-tế đà-la-ni

- Vô-biên-tế nguyện, vô-biên-tế tam-muội, vô-biên-tế thần-thông, vô-biên-tế trí, khiến vào đạo-tràng Phổ-hiền-hạnh.

Lại để Thiện-Tài ở tại chỗ cũ, Văn-Thù Sư-Lợi Bồ-Tát nhiếp thần-lực chẳng hiện.

(Kinh Hoa Nghiêm, Phẩm 39. Nhập Pháp Giới)

11.52.c. Thiện-Tài Quán-Sát Cảnh-Giới Giải-Thoát Của Phổ-Hiền

Thiện-Tài tư-duy quán-sát nhất-tâm nguyện thấy Văn-Thù Sư-Lợi Bồ-Tát, và muốn thấy:

- *Đại-Thiên thế-giới vi-trần-số thiện-tri-thức* để gần-gũi cung-kính phụng thờ tuân hành giáo-pháp không chống trái.

- Tăng trưởng xu cầu tất cả trí-huệ, làm rộng biển đại-bi, thêm mây đại-từ, quán-sát khắp mọi loài sanh lòng hoan-hỷ.

- An-trụ pháp-môn tịch-tịnh của Bồ-Tát, duyên khắp tất cả cảnh-giới quảng-đại, học tất cả công-đức quảng đại của Phật.

- Nhập tất cả tri-kiến quyết định của Phật.

- Thêm pháp trợ-đạo cho nhất-thiết-trí

- Khéo tu thâm-tâm của tất cả Bồ-Tát

- Biết tam-thế Phật thứ đệ xuất thế

- Vào biển nhất-thiết-pháp

- Chuyển xe nhất-thiết-pháp

- Sanh trong tất cả thế-gian

- Nhập nơi tất cả bồ-tát nguyện-hải, trụ tất cả kiếp tu bồ-tát-hạnh

- Chiếu rõ tất cả cảnh-giới Như-Lai, trưởng dưỡng chư

căn của tất cả Bồ-Tát

- Được quang-minh thanh-tịnh của nhất-thiết-trí, chiếu khắp mười phương

- Trừ hết tôi tăm chướng-ngại, biết khắp pháp-giới

- Hiện thân mình khắp tất cả cõi, tất cả loài, dẹp tất cả chướng

- Vào khắp vô-ngại, trụ nơi bực pháp-giới bình-đẳng

- Quán-sát cảnh-giới giải-thoát của Phổ-Hiền

- Được nghe danh tự hạnh nguyện của Phổ-Hiền đại Bồ-Tát

- Nghe trợ-đạo, chánh-đạo, bậc chư địa, phương-tiện-địa, nhập-địa, thắng-tấn-địa, trụ-địa, tu-tập-địa, cảnh-giới-địa, oai-lực-địa, đồng-trụ khát ngưỡng.

(Kinh Hoa Nghiêm, Phẩm 39. Nhập Pháp Giới)

11.53. PHỔ HIỀN BỒ-TÁT
- Môn Phật-Sát Vi-Trần-Số Chánh-Giác Thân-Vân Và Pháp Đại-Thừa Thành Nhất-Thiết-Trí

11.53.a. Tâm minh-liễu quán-sát đạo-tràng trang-nghiêm

Thiện-Tài muốn thấy Phổ-Hiền Bồ-Tát, liền ở trước tòa sư-tử của *Tỳ-Lô-Giá-Na Như-Lai* nơi Kim-Cang-Tạng Bồ-Đề-Tràng

- Trên tòa Bửu-Liên-Hoa-Tạng, phát tâm rộng lớn như hư-không-giới.

- Khởi tâm vô-ngại, bỏ tất cả cõi, rời tất cả chấp, tâm vô-ngại đi trong tất cả pháp vô-ngại.

- Tâm vô-ngại vào khắp tất cả thập phương, tâm thanh-tịnh vào cảnh-giới của nhất-thiết-trí.

- Tâm minh-liễu quán-sát đạo-tràng trang-nghiêm, tâm quảng-đại nhập tất cả Phật-pháp-hải, tâm châu-biến hóa-độ tất cả chúng-sanh-giới, tâm vô-lượng tịnh tất cả Phật-độ, tâm vô-tận trụ tất cả kiếp, tâm cứu-cánh xu hướng Như-Lai thập-lực.

(Kinh Hoa Nghiêm, Phẩm 39. Nhập Pháp Giới)

11.53.b. Mười Thoại Tướng

Lúc Thiện-Tài phát khởi những tâm như vậy, do sức thiện-căn của mình, được sức-gia-hộ của tất cả Như-Lai, do sức đồng thiện-căn của Phổ-Hiền Bồ-Tát, nên Thiện-Tài thấy mười thứ thoại-tướng, như là:

1. Thấy tất cả Phật-độ thanh-tịnh, tất cả Như-Lai thành đẳng-chánh-giác.

2. Thấy tất cả Phật-độ thanh-tịnh không các ác-đạo.

3. Thấy tất cả Phật-độ thanh-tịnh nghiêm-sức với những diệu-liên-hoa.

4. Thấy tất cả Phật-độ thanh-tịnh, tất cả chúng-sanh thân tâm thanh-tịnh.

5. Thấy tất cả Phật-độ thanh-tịnh, trang-nghiêm với những châu bửu.

6. Thấy tất cả Phật-độ thanh-tịnh, tất cả chúng-sanh tướng tốt nghiêm thân.

7. Thấy tất cả Phật-độ thanh-tịnh, những mây trang-nghiêm che phía trên.

8. Thấy tất cả Phật-độ thanh-tịnh, tất cả chúng-sanh mến yêu nhau, giúp ích nhau, chẳng hại nhau.

9. Thấy tất cả Phật-độ thanh-tịnh, đạo-tràng trang-nghiêm.

10. Thấy tất cả Phật-độ thanh-tịnh, tất cả chúng-sanh tâm thường niệm Phật.

(Kinh Hoa Nghiêm, Phẩm 39. Nhập Pháp Giới)

11.53.c. Mười Tướng Quang Minh Của Thế Giới Vi Trần

Thiện-Tài thấy mười tướng quang-minh trong mỗi mỗi thế giới vi trần, như là:

1. Thấy bao nhiêu vi-trần của tất cả thế-giới, trong mỗi mỗi vi-trần xuất-sanh tất cả thế-giới vi-trần-số Phật-quang-minh võng-vân chiếu sáng khắp nơi.

2. Trong mỗi mỗi vi-trần xuất sanh tất cả thế-giới vi-trần-số Phật quang-minh luân-vân nhiều thứ sắc-tướng cùng khắp pháp-giới.

3. Trong mỗi mỗi vi-trần xuất sanh tất cả thế-giới vi-trần-số Phật sắc-tượng bửu-vân cùng khắp pháp-giới.

4. Trong mỗi mỗi vi-trần xuất sanh tất cả thế-giới vi-trần-số Phật-quang-diệm luân-vân cùng khắp pháp-giới.

5. Trong mỗi mỗi vi-trần xuất sanh tất cả thế-giới vi-trần-số những diệu-hương-vân cùng khắp mười phương khen ngợi tất cả hạnh nguyện đại công-đức-hải của Phổ-Hiền.

6. Trong mỗi mỗi vi-trần xuất sanh tất cả thế-giới vi-trấn-số nhựt nguyệt tinh tú vân, đều phóng quang-minh của Phổ-Hiền Bồ-Tát chiếu khắp pháp-giới.

7. Trong mỗi mỗi vi-trần xuất sanh tất cả thế-giới vi-trần-số tất cả chúng-sanh thân sắc tượng vân phóng Phật-quang-minh chiếu khắp pháp-giới.

8. Trong mỗi mỗi vi-trần xuất sanh tất cả thế-giới vi-trần-số tất cả Phật-sắc-tượng ma-ni-vân cùng khắp pháp-giới.

9. Trong mỗi mỗi vi-trần xuất sanh tất cả thế giới vi-trần-số Bồ-Tát thân sắc-tượng-vân đầy khắp pháp-giới, khiến tất cả chúng-sanh đều được xuất ly, đều mãn sở-nguyện.

10. Trong mỗi mỗi vi-trần xuất sanh tất cả thế-giới vi-trần-số Như-Lai thân sắc-tượng-vân, nói thệ nguyện quảng đại của tất cả Phật cùng khắp pháp-giới.

(Kinh Hoa Nghiêm, Phẩm 39. Nhập Pháp Giới)

11.53.d. Nguyện tận vị-lai thường được theo Phổ-Hiền

Thiện-Tài thấy mười thứ quang-minh nầy rồi, nghĩ rằng nay tôi sẽ được:

• Thấy Phổ-Hiền Bồ-Tát thêm lớn thiện-căn.

• Thấy tất cả Phật, nơi tất cả Bồ-Tát sanh tri giải quyết định, được nhất-thiết-trí.

Thiện-Tài nhiếp khắp thiện-căn, nhứt tâm *cầu thấy Phổ-Hiền Bồ-Tát*, khởi đại tinh-tấn tâm không thối chuyển, liền dùng *phổ-nhãn quán-sát mười phương tất cả chư Phật và chúng Bồ-Tát. Bao nhiêu cảnh-giới đã thấy đều tưởng là được thấy Phổ-Hiền Bồ-Tát.*

- Dùng trí-huệ-nhãn quán-sát Phổ-hiền đạo.

- Tâm quảng-đại dường như hư-không, đại-bi kiên-cố như Kim-Cang.

- Nguyện tận vị-lai thường *được theo Phổ-Hiền*

- Niệm niệm tùy thuận tu phổ-hiền-hạnh, thành-tựu trí-huệ

- Nhập như-lai-cảnh, trụ phổ-hiền-địa.

(Kinh Hoa Nghiêm, Phẩm 39. Nhập Pháp Giới)

11.53.e. Mỗi Lỗ Lông Của Phổ Hiền Xuất Sanh Vi Trần Thế Giới

Bấy giờ Thiện-Tài Đồng-Tử liền thấy *Phổ-Hiền Bồ-Tát ở trong chúng-hội trước đức Như-Lai, ngồi tòa sư-tử Bửu-Liên-Hoa,* chúng Bồ-Tát vây quanh rất là tôn nghiêm, thế-gian không sánh được, cảnh-giới trí-huệ vô-lượng vô-biên khó lường khó nghĩ, đồng tam-thế Phật, tất cả Bồ-Tát không quán-sát được.

(Kinh Hoa Nghiêm, Phẩm 39. Nhập Pháp Giới)

11.53.f. Thấy thân Phổ-Hiền, mỗi mỗi lỗ lông xuất sanh tất cả thế-giới vi-trần-số quang-minh-vân

- Khắp pháp-giới hư-không-giới tất cả thế-giới, trừ diệt tất cả chúng-sanh khổ hoạn, khiến các Bồ-Tát sanh đại hoan-hỷ.

- Thấy mỗi mỗi lỗ lông xuất sanh tất cả Phật-sát vi-trần-số những sắc-hương-diệm-vân, khắp pháp-giới hư-không-giới tất cả chư Phật chúng-hội đạo-tràng, để huân tập tất cả.

- Thấy mỗi mỗi lỗ lông xuất sanh tất cả Phật-sát vi-trần-số tạp-hoa-vân, khắp pháp-giới hư-không-giới tất cả chư Phật chúng-hội đạo-tràng mưa những diệu-hoa.

- Thấy mỗi mỗi lỗ lông xuất sanh tất cả Phật-sát vi-trần-số hương thọ vân, khắp pháp-giới hư-không-giới tất cả chư

Phật chúng-hội đạo-tràng mưa những diệu hương.

- Thấy mỗi mỗi lỗ lông xuất sanh tất cả Phật-sát vi-trần-số diệu-y vân, khắp pháp-giới hư-không-giới chư Phật chúng-hội đạo tràng mưa những diệu-y.

- Thấy mỗi mỗi lỗ lông xuất sanh tất cả Phật-sát vi-trần-số bửu-thọ-vân, khắp pháp-giới hư-không-giới tất cả chư Phật chúng-hội đạo tràng, mưa ma ni bửu.

(Kinh Hoa Nghiêm, Phẩm 39. Nhập Pháp Giới)

11.53.g. Mỗi lỗ lông xuất sanh khen ngợi bồ-đề-tâm

- Thấy mỗi mỗi lỗ lông xuất sanh tất cả Phật-sát vi-trần-số sắc-giới thiên-thân-vân sung-mãn pháp-giới, khen ngợi bồ-đề-tâm.

- Thấy mỗi mỗi lỗ lông xuất sanh tất cả Phật-sát vi-trần-số phạm-thiên thân vân, khuyến thỉnh chư Như-Lai chuyển diệu pháp luân.

- Thấy mỗi mỗi lỗ lông xuất sanh tất cả Phật-sát vi-trần-số dục-giới thiên vương thân vân, hộ trì pháp-luân của tất cả như-lai.

- Thấy mỗi mỗi lỗ lông, trong mỗi niệm xuất sanh tất cả Phật-sát vi-trần-số tam-thế Phật-sát-vân, khắp pháp-giới hư-không-giới vì các chúng-sanh, những người không chỗ về nương mà làm chỗ về nương, những người không chỗ che chở mà làm chỗ che chở, những người không chỗ y-chỉ mà làm chỗ y chỉ.

- Thấy mỗi mỗi lỗ lông, trong mỗi niệm xuất sanh tất cả Phật-sát vi-trần-số thanh-tịnh Phật-sát-vân khắp pháp-giới hư-không-giới tất cả chư Phật xuất thế trong đó, chúng hội Bồ-Tát thảy đều sung-mãn.

- Thấy mỗi mỗi lỗ lông, trong mỗi niệm xuất sanh tất cả Phật-sát vi-trần-số tịnh bất-tịnh Phật-sát-vân khắp pháp-giới hư-không-giới, khiến tạp nhiễm chúng-sanh đều được thanh-tịnh.

- Thấy mỗi mỗi lỗ lông, trong mỗi niệm xuất sanh tất cả Phật-sát vi-trần-số bất tịnh-tịnh Phật-sát-vân khắp pháp-giới hư-không-giới, khiến tạp nhiễm chúng-sanh đều được thanh-tịnh.

- Thấy mỗi mỗi lỗ lông, trong mỗi niệm xuất sanh tất cả Phật-sát vi-trần-số bất-tịnh Phật-sát-vân khắp pháp-giới hư-không-giới, khiến thuần nhiễm chúng-sanh đều được thanh-tịnh.

(Kinh Hoa Nghiêm, Phẩm 39. Nhập Pháp Giới)

11.53.h. Mỗi lỗ lông tán thán những những thiện-căn

- Thấy mỗi mỗi lỗ lông, trong mỗi niệm xuất sanh tất cả Phật-sát vi-trần-số chúng-sanh thân-vân khắp pháp-giới hư-không-giới, tùy sở nghi giáo hóa chúng-sanh đều khiến phát tâm vô-thượng bồ-đề.

- Thấy mỗi mỗi lỗ lông, trong mỗi niệm xuất sanh tất cả Phật-sát vi-trần-số bồ-tát thân-vân biến pháp-giới hư-không-giới tán dương những danh hiệu của chư Phật làm cho chúng-sanh tăng trưởng thiện-căn.

- Thấy mỗi mỗi lỗ lông, trong mỗi niệm xuất sanh tất cả Phật-sát vi-trần-số bồ-tát thân-vân khắp pháp-giới hư-không-giới tất cả Phật-sát tuyên dương tất cả chư Phật Bồ-Tát, những thiện-căn sanh khởi từ khi sơ phát tâm.

- Thấy mỗi mỗi lỗ lông, trong mỗi niệm xuất sanh tất cả Phật-sát vi-trần-số bồ-tát thân-vân khắp pháp-giới hư-không-giới, trong mỗi Phật-sát nơi tất cả Phật-sát tuyên dương tất cả bồ-tát nguyện-hải và thanh-tịnh diệu-hạnh của Phổ-Hiền Bồ-Tát.

- Thấy mỗi mỗi lỗ lông, trong mỗi niệm xuất sanh Phổ-Hiền Bồ-Tát hạnh-vân khiến tâm tất cả chúng-sanh được mãn túc, tu tập đầy đủ đạo nhất-thiết-trí.

- Thấy mỗi mỗi lỗ lông xuất sanh tất cả Phật-sát vi-trần-số chánh-giác thân-vân, nơi tất cả Phật-sát hiện thành chánh-giác, khiến các Bồ-Tát thêm lớn pháp đại-thừa thành nhất-thiết-trí.

Thiện-Tài thấy cảnh-giới thần-thông tự-tại của Phổ-Hiền Bồ-Tát như vậy, thân tâm hoan hỉ, hớn hở vô-lượng.

(Kinh Hoa Nghiêm, Phẩm 39. Nhập Pháp Giới)

11.53.i.Đầu sợi lông của Phổ Hiền ngậm chứa tứ luân và sơn hà đại địa

Lại thấy mỗi mỗi thân phần, mỗi mỗi lỗ chân lông của Phổ-Hiền đều có:

- Đại-Thiên thế-giới

- Phong-luân

- Thủy-luân

- Địa-luân

- Hỏa-luân

- Đại-hải

- Giang-hà

- Những Bửu-Sơn

- Tu-Di

- Thiết-vi

- Thành ấp

- Cung điện

- Viên lâm

- Địa-ngục

- Ngạ-quỷ

- Súc-sanh

- Diêm-La-Vương

- Những cung điện của Thiên, Long, Bát-Bộ, nhân và phi-nhân, cõi Dục, cõi Sắc, cõi Vô-Sắc

- Nhật, nguyệt, tinh-tú, gió, mây, sấm, chớp, ngày, đêm, tháng, giờ đến năm, kiếp, chư Phật xuất thế, chúng hội Bồ-

Tát, đạo-tràng trang-nghiêm, những sự như vậy đều thấy rõ cả.

- *Như thấy rõ tại thế-giới nầy, tất cả thế-giới ở mười phương đều thấy rõ cả.*

- *Như thấy thập phương thế-giới hiện-tại, tất cả thế-giới tiền-tế hậu-tế cũng thấy như vậy, nhưng vẫn chẳng tạp loạn nhau.*

- Như ở chỗ Tỳ-Lô-Giá-Na-Như-Lai thị-hiện sức thần-thông như vậy, tại Liên-Hoa-Đức thế-giới, chỗ của Hiền-Thủ Phật, hiện sức thần-thông cũng như vậy.

- Nhẫn đến tại tất cả thế-giới mười phương, chỗ của tất cả chư Phật Như-Lai, cũng hiện sức thần-thông như vậy.

- Mười phương tất cả thế-giới trong mỗi mỗi vi-trần đều có pháp-giới chư Phật chúng-hội.

- Chỗ mỗi đức Phật, Phổ-Hiền Bồ-Tát ngồi trên tòa Bửu-Liên-Hoa Sư-Tử hiện sức thần-thông cũng đều như vậy.

- Trong thân của mỗi mỗi Phổ-Hiền đều hiện tất cả cảnh-giới tam-thế, tất cả cõi Phật, tất cả chúng-sanh, tất cả Phật xuất-hiện, tất cả bồ-tát-chúng, nghe ngôn âm của tất cả chúng-sanh, ngôn âm của tất cả Phật, pháp-luân của tất cả Như-Lai chuyển. Lại thấy công-hạnh của tất cả Bồ-Tát, thần-thông du-hí của tất cả Như-Lai.

(Kinh Hoa Nghiêm, Phẩm 39. Nhập Pháp Giới)

11.53.j. Mười Trí Ba-La-Mật

Thiện-Tài thấy vô-lượng đại-thần-thông-lực bất-tư-nghì của Phổ-Hiền Bồ-Tát như vậy, liền được mười thứ trí ba-la-mật. Như là:

1. Trí ba-la-mật trong mỗi niệm đều có thể đi khắp tất cả cõi Phật.

2. Trí ba-la-mật trong mỗi niệm đều có thể qua đến tất cả chỗ Phật.

3. Trí ba-la-mật trong mỗi niệm đều có thể cúng-dường tất cả Như-Lai.

4. Trí ba-la-mật trong mỗi niệm ở khắp chỗ của tất cả Như-Lai để nghe pháp và thọ trì.

5. Trí ba-la-mật trong mỗi niệm tư-duy pháp-luân của tất cả Như-Lai.

6. Trí ba-la-mật trong mỗi niệm biết sự đại thần-thông bất-tư-nghì của tất cả Phật.

7. Trí ba-la-mật trong mỗi niệm nói một câu pháp tột thuở vị-lai biện-tài vô-tận.

8. Trí ba-la-mật trong mỗi niệm dùng thân bát-nhã quán tất cả pháp.

9. Trí ba-la-mật trong mỗi niệm nhập tất cả pháp-giới thiệt-tướng-hải.

10. Trí ba-la-mật trong mỗi niệm biết tâm của tất cả chúng-sinh.

Trí ba-la-mật trong mỗi niệm huệ hạnh của Phổ-Hiền đều hiện-tiền.

(Kinh Hoa Nghiêm, Phẩm 39. Nhập Pháp Giới)

11.53.k. Vi Trần Số Tam Muội

Thiện-Tài đã được mười trí ba-la-mật nầy rồi, Phổ-Hiền Bồ-Tát liền giơ tay hữu xoa đầu Thiện-Tài.

Được xoa đầu, Thiện-Tài liền được *tất cả Phật-sát vi-trần-số môn tam-muội, mỗi tam-muội lại dùng Phật-sát vi-trần-số tam-muội làm quyến-thuộc.*

- Mỗi mỗi tam-muội đều thấy tất cả Phật-sát vi-trần-số Phật-đại-hải mà từ xưa chưa thấy

- Tích tập tất cả Phật-sát vi-trần-số nhất-thiết-trí trợ-đạo

- Sanh đủ tất cả Phật-sát vi-trần-số nhất-thiết-trí thượng-diệu-pháp

- Phát tất cả Phật-sát vi-trần-số nhất-thiết-trí đại-thệ-nguyện

- Nhập tất cả Phật-sát vi-trần-số đại-nguyện-hải

- Trụ tất cả Phật-sát vi-trần-số nhất-thiết-trí xuất-yếu-đạo

- Tu tất cả Phật-sát vi-trần-số bồ-tát-hạnh

- Khởi tất cả Phật-sát vi-trần-số nhất-thiết-trí đại-tinh-tấn

- Được tất cả Phật-sát vi-trần-số nhất-thiết-trí tịnh-quang-minh.

Như ở Ta-Bà thế-giới chỗ của Tỳ-Lô-Giá-Na Phật nầy, Phổ-Hiền Bồ-Tát xoa đầu Thiện-Tài Đồng-Tử, khắp mười phương thế-giới, trong mỗi vi-trần nơi những thế-giới ấy, tất cả thế-giới, tất cả chỗ Phật, Phổ-Hiền Bồ-Tát cũng xoa đầu Thiện-Tài như vậy, những pháp-môn tam-muội chứng được cũng đồng.

(Kinh Hoa Nghiêm, Phẩm 39. Nhập Pháp Giới)

11.53.l.Thần Thông Quảng Đại Bất Khả Tư Nghì

Bấy giờ Phổ-Hiền Bồ-Tát bảo Thiện-Tài rằng: Nầy Thiện-nam-tử! Ngươi thấy thần-lực của ta chăng?

Thiện-Tài thưa: Bạch vâng! Những sự thần thông quảng đại bất-tư-nghì nầy chỉ đức Như-Lai mới biết được.

Phổ-Hiền Bồ-Tát nói: Nầy Thiện-nam-tử! Thuở quá-khứ bất-khả-thuyết bất-khả-thuyết Phật-sát vi-trần-số kiếp, *ta thật hành bồ-tát-hạnh cầu nhất-thiết-trí.* Trong mỗi mỗi kiếp:

- Vì muốn thanh-tịnh bồ-đề-tâm, nên kính thờ bất-khả-thuyết bất-khả-thuyết Phật-sát vi-trần-số Phật.

- Vì tích tập nhất-thiết-trí phước đức nên thiết lập bất-khả-thuyết bất-khả-thuyết Phật-sát vi-trần-số thí-hội quảng đại, khiến tất cả thế-gian đều nghe biết, phàm ai đến cầu xin thời đều làm cho họ đầy đủ cả.

- Vì cầu pháp nhất-thiết-trí nên ta đem bất-khả-thuyết bất-khả-thuyết Phật-sát vi-trần-số tài vật bố-thí.

- Vì cầu Phật-trí, nên ta đem bất-kha-thuyết bất-khả-thuyết Phật-sát vi-trần-số thành ấp, tụ lạc, quốc độ, vương vị, thê tử, quyến thuộc, mắt tai mũi lưỡi, thân thịt tay chân đến cả mạng sống để bố thí.

- Vì cầu nhất-thiết-trí-thủ, nên ta đem bất-khả-thuyết bất-khả-thuyết Phật-sát vi-trần-số đầu để bố-thí.

- Vì cầu nhất-thiết-trí, nên ở chỗ bất-khả-thuyết bất-khả-thuyết Phật-sát vi-trần-số Như-Lai, ta cung kính tôn trọng, kính thờ cúng-dường, rồi xuất-gia học đạo, trong Phật-pháp tu hành hộ giáo.

(Kinh Hoa Nghiêm, Phẩm 39. Nhập Pháp Giới)

11.53.m. Chưa Từng Xa Rời Tâm Bồ Đề

Phổ-Hiền Bồ-Tát bảo Thiện-Tài rằng: Nầy Thiện-nam-tử! Ta ở trong những số kiếp như vậy, tự nhớ chưa từng có:

- Một niệm chẳng thuận Phật-giáo

- Một niệm sanh lòng sân hại

- Một niệm sanh tâm ngã ngã-sở

- Tâm mình người sai biệt

- Tâm xa rời bồ-đề

- Tâm nhàm mỏi sanh tử

- Tâm lười biếng

- Tâm chướng ngại, tâm mê hoặc. Mà ta chỉ an trụ tâm đại bồ-đề vô-thượng chẳng thể trở hoại tích tập pháp trợ-đạo nhất-thiết-trí.

(Kinh Hoa Nghiêm, Phẩm 39. Nhập Pháp Giới)

11.53.n.Bất-Khả-Thuyết Phật-Sát
Vi-Trần-Số Kiếp-Hải Nói Không Hết Được

Phổ-Hiền Bồ-Tát bảo Thiện-Tài rằng:

- - Nầy Thiện-nam-tử! Ta trang-nghiêm Phật-độ, dùng tâm đại-bi cứu hộ chúng-sanh, giáo-hóa thành-tựu, cúng-dường chư Phật, thờ thiện-tri-thức, vì cầu chánh-pháp nên hoằng tuyên hộ-trì, trong thân ngoài vật đều có thể xả tất cả, đến mạng sống cũng không tiếc.

- *Nếu dùng thời-gian kiếp-hải để nói nhơn-duyên đó, kiếp-*

hải còn có thể hết chớ nhơn duyên đó không cùng tận.

- *Trong pháp-hải của ta, không có một chữ không có một câu,* Chẳng phải thí xả ngôi Chuyển-Luân-Vương mà cầu được. Chẳng phải thí xả tất cả sở-hữu mà cầu được.

- Pháp của ta cầu đều vì cứu hộ tất cả chúng-sanh. Một lòng suy nghĩ mong cho chúng-sanh được nghe pháp nầy. Nguyện dùng trí-quang chiếu khắp thế-gian. Nguyện vì chúng-sanh mà khai thị trí xuất-thế-gian. Nguyện cho chúng-sanh đều được an lạc. Nguyện khắp tán dương những công-đức của chư Phật.

Thuở xưa, nhơn-duyên của ta như vậy, trong bất-khả-thuyết bất-khả-thuyết Phật-sát vi-trần-số kiếp-hải nói không hết được.

(Kinh Hoa Nghiêm, Phẩm 39. Nhập Pháp Giới)

11.53.o. Sức Trợ Đạo Pháp

Phổ-Hiền Bồ-Tát bảo Thiện-Tài rằng:

Nầy Thiện-nam-tử! Vì thế nên ta dùng sức trợ đạo pháp như vậy:

- Những sức thiện-căn

- Sức đại chí-nguyện

- Sức tu công-đức

- Sức như thiệt tư-duy tất cả pháp

- Sức trí-huệ-nhãn

- Sức Phật-oai-thần

- Sức đại-từ-bi

- Sức tịnh-thần-thông

- Sức thiện-tri-thức như vậy nên ta được pháp-thân thanh-tịnh tam thế bình-đẳng rốt ráo nầy.

Ta lại được sắc-thân thanh-tịnh vô-thượng siêu các thế-gian, tùy sở thích của tâm chúng-sanh mà hiện hình vào tất cả cõi khắp tất cả xứ, nơi các thế-giới rộng hiện thần-thông, làm cho người thấy đều vui mừng.

(Kinh Hoa Nghiêm, Phẩm 39. Nhập Pháp Giới)

11.53.p. Sắc Thân của Phổ Hiền

Phổ-Hiền Bồ-Tát bảo Thiện-Tài rằng:

Nầy Thiện-nam-tử! Ngươi quan-sát sắc-thân của ta như vậy.

- Sắc-thân của ta đây đã thành-tựu từ vô-biên kiếp hải. Vô-lượng ngàn ức na-do-tha kiếp khó thấy khó nghe.

- Nếu có chúng-sanh chưa gieo thiện-căn và gieo ít thiện-căn, Thanh-Văn, Bồ-Tát thời còn chẳng được nghe danh hiệu của ta huống là thấy được thân ta.

- Nếu có chúng-sanh được nghe danh hiệu của ta thời không còn thối chuyển nơi vô-thượng bồ-đề. Nếu ai hoặc thấy, hoặc chạm, hoặc rước, hoặc đưa, hoặc tạm theo dõi, nhẫn đến trong mộng được thấy nghe ta, thời đều cũng được bất thối chuyển cả.

- Hoặc có chúng-sanh một ngày một đêm nhớ nghĩ đến ta thời liền được thành-thục.

- Hoặc bảy ngày bảy đêm, nửa tháng, một tháng, nửa năm, một năm, trăm năm, ngàn năm, một kiếp, trăm kiếp, nhẫn đến bất-khả-thuyết bất-khả-thuyết Phật-sát vi-trần-số kiếp nghĩ nhớ đến ta mà được thành-thục.

- Hoặc một đời, hoặc trăm đời, nhẫn đến bất-khả-thuyết bất-khả-thuyết Phật-sát vi-trần-số đời nghĩ nhớ đến ta mà thành-thục.

- Hoặc thấy ta phóng đại quang-minh, hoặc thấy ta chấn động cõi Phật, hoặc sanh e sợ, hoặc sanh hoan-hỉ thảy đều thanh-thục.

(Kinh Hoa Nghiêm, Phẩm 39. Nhập Pháp Giới)

11.53.q. Một Lỗ Lông Của Phổ-Hiền (hay nhất)

Phổ-Hiền Bồ-Tát bảo Thiện-Tài rằng:

Nầy Thiện-nam-tử! Ta dùng Phật-sát vi-trần-số môn phương-tiện như vậy, làm cho các chúng-sanh chẳng thối chuyển nơi vô-thượng bồ-đề.

- Nếu có chúng-sanh nào thấy nghe cõi thanh-tịnh của ta thời tất được sanh trong cõi thanh-tịnh nầy.

- Nếu có chúng-sanh nào thấy nghe thân thanh-tịnh của ta thời tất được sanh trong thân thanh-tịnh của ta.

- Ngươi nên quan-sát thân thanh-tịnh của ta đây.

- Thiện-Tài *quán-sát tướng-hảo chi tiết nơi thân Phổ-Hiền Bồ-Tát.*

- *Trong mỗi mỗi lỗ lông đều có bất-khả-thuyết bất-khả-thuyết Phật-sát-hải. Mỗi mỗi sát-hải đều có chư Phật xuất thế và chúng-hội Bồ-Tát.*

- Và lại thấy tất cả sát-hải đó: những kiến lập, những hình trạng, những trang-nghiêm, những đại-sơn bao quanh, những sắc mây che trùm hư-không, những Phật Như-Lai xuất thế thuyết những pháp-luân.

- Lại thấy ở trong mỗi mỗi thế-giới hải, Phổ-Hiền xuất hiện tất cả Phật-sát vi-trần-số Phật-hóa thân-vân, cùng khắp thập phương tất cả thế-giới giáo hóa chúng-sanh khiến hướng về vô-thượng bồ-đề.

- Bấy giờ Thiện-Tài lại thấy tự thân ở trong thân Phổ-Hiền giáo-hóa chúng-sanh trong mười phương tất cả thế-giới.

- Bao nhiêu thiện-căn trí-huệ quang-minh của Thiện-Tài đã được, khi thân cận Phật-sát vi-trần-số chư thiện-tri-thức, sánh với thiện-căn khi thấy Phổ-Hiền Bồ-Tát mà được, thời không bằng một phần trăm, một phần ngàn, một phần trăm ngàn, một phần trăm ngàn ức, nhẫn đến không bằng một phần toán-số thí-dụ.

- Trong một niệm mà hiện nay *Thiện-Tài nhập sát-hải của chư Phật ở trong một lỗ lông của Phổ-Hiền, sánh với thời-gian từ sơ phát tâm đến nay đã nhập sát-hải, thời nhiều hơn đến số bất-khả-thuyết bất-khả-thuyết Phật-sát vi-trần. Như nơi một lỗ lông, tất cả lỗ lông cũng đều như vậy.*

- -Trong lỗ lông của Phổ-Hiền Bồ-Tát, Thiện-Tài bước một bước qua khỏi bất-khả-thuyết bất-khả-thuyết Phật-sát vi-trần-số thế-giới, đi mãi như vậy tột thuở vi-lai vẫn còn chẳng biết được thứ đệ sát-hải của trong một lỗ long,

- Cũng chẳng biết ngằn mé của *sát-hải-tạng, sát-hải sai-biệt, sát-hải phổ-nhập, sát-hải-thành, sát-hải-hoại, sát-hải trang-nghiêm. Cũng chẳng biết được ngằn mé của Phật-hải thứ đệ, Phật-hải tạng, Phật-hải sai-biệt, Phật-hải phổ nhập, Phật-hải sanh, Phật-hải-diệt.*

- Cũng chẳng biết được ngằn mé của bồ-tát-chúng-hải thứ đệ, bồ-tát-chúng-hải tạng, bồ-tát chúng-hải sai-biệt, bồ-tát chúng-hải phổ nhập, bồ-tát chúng-hải tập, bồ-tát chúng-hai tán.

- Cũng chẳng thể biết ngằn mé của trí nhập chúng-sanh-giới, biết căn chúng sanh, giáo-hóa điều-phục chúng-sanh, chỗ trụ thậm-thâm tự-tại của Bồ-Tát những địa những đạo của Bồ-Tát nhập.

- Nơi sát hải trong lỗ lông của Phổ-Hiền Bồ-Tát, Thiện-Tài đi như vậy hoặc nơi một cõi trải qua một kiếp, nhẫn đến hoặc trải qua bất-khả-thuyết bất-khả-thuyệt Phật-sát vi-trần-số kiếp mà đi như vậy.

- Cũng chẳng mất nơi đây mà hiện nơi kia. *Mỗi niệm Thiện-Tài cùng khắp vô-biên sát-hải giáo-hóa chúng-sanh khiến họ hướng về vô-thượng bồ-đề.*

  (Kinh Hoa Nghiêm, Phẩm 39. Nhập Pháp Giới)

11.53.r. Thiện Tài Thứ Đệ Đồng Với Nguyện Hạnh Phổ Hiền

- Đương lúc đó, *Thiện-Tài thứ đệ được những hạnh-nguyện-hải của Phổ-Hiền Bồ-Tát, đồng với Phổ-Hiền, đồng với chư Phật một thân sung-mãn tất cả thế-giới;*

- Đồng quốc-độ

- Đồng hạnh

- Đồng chánh-giác

- Đồng thần-thông
- Đồng pháp-luân
- Đồng biện-tài
- Đồng ngôn từ
- Đồng âm thanh
- Đồng lực vô-úy
- Đồng Phật-sở-trụ
- Đồng đại từ-bi
- Bất-tư-nghì giải-thoát tự-tại đều đồng.

(Kinh Hoa Nghiêm, Phẩm 39. Nhập Pháp Giới)

11.53.s. Phổ-Hiền Bồ-Tát Nói Kệ

Phật-trí rộng lớn đồng hư-không
Khắp cùng tất cả tâm chúng-sanh
Đều rõ thế-gian những vọng-tưởng
Chẳng khởi những phân-biệt sai khác.

Một niệm đều biết pháp tam thế
Cũng rõ tất cả căn chúng-sanh
Ví như nhà ảo-thuật thiện-xảo
Mỗi niệm thị-hiện vô-biên sự.

Tùy tâm chúng-sanh hiện những hạnh
Thuở xưa các nghiệp, sức thệ nguyện
Khiến họ thấy biết đều chẳng đồng
Mà Phật bổn-lai không động niệm.

Hoặc có xứ xứ thấy Phật ngồi

Sung mãn thập phương các thế-giới,
Hoặc có chúng-sanh tâm bất tịnh
Trong vô lượng kiếp chẳng thấy Phật.

Hoặc có tín giải rời kiêu mạn
Phát ý liền được thấy Như-Lai,
Hoặc kẻ siểm cuống tâm bất-tịnh
Ức kiếp tìm cầu chẳng thấy Phật.

Hoặc người mọi xứ nghe tiếng Phật
Âm thanh mỹ Diệu làm tâm vui,
Hoặc kẻ trăm ngàn muôn ức kiếp
Vì tâm bất tịnh chẳng được nghe.

Hoặc thấy thanh-tịnh Đại Bồ-Tát
Đầy khắp Tam-thiên đại-thiên giới
Đều đã đầy đủ hạnh Phổ-Hiền
Trong đó Như-Lai nghiễm nhiên tọa.

Hoặc thấy cõi nầy diệu vô-tỷ
Phật vô-lượng kiếp đã nghiêm tịnh
Tỳ-Lô-Giá-Na Tối-Thắng-Tôn
Trong đây đại ngộ thành Chánh-Giác.

Hoặc-thấy Liên-Hoa cõi thắng-diệu
Hiền-Thủ Như-Lai ở trong đó
Vô-lượng Bồ-Tát chúng vi-nhiễu

Thảy đều siêng tu hạnh Phổ-Hiền.

Hoặc có thấy Phật Vô-lượng-thọ
Quan Âm Thế-Chí hầu hai bên
Đều bậc quán-Đảnh Bổ-xứ cả
Sung mãn mười phương các quốc độ.

Hoặc có thấy cõi Đại-Thiên nầy
Thanh-tịnh trang-nghiêm như Diệu-Hỉ
A-Súc Như-Lai ngự tại đây
Chúng đại Bồ-Tát bao quanh Phật.

Hoặc thấy Nguyệt-Giác Danh-Xưng Phật
Cùng Kim-Cang-Tràng chư Bồ-Tát
Ở cõi Viên-Cảnh Diệu-Trang-Nghiêm
Khắp đến mười phương các quốc-độ.

Hoặc thấy Nhựt-Tạng Phật Thế-Tôn
Ở cõi thanh-tịnh Thiện-Quang-Minh
Cùng với quán-đảnh chư Bồ-Tát
Sung mãn mười phương mà thuyết pháp.

Hoặc thấy Kim-Cang-Đại-Diệm Phật
Câu hội với Trí-Tràng Bồ-Tát
Châu hành tất cả cõi quảng đại
Thuyết pháp diệt trừ chúng-sanh-mê.

Mỗi mỗi đầu lông bất-khả-thuyết
Chư Phật tướng hảo ba mươi hai
Bồ-Tát quyến-thuộc đồng vây quanh
Vì độ chúng-sanh luôn thuyết pháp.

Hoặc có xem thấy một lỗ lông
Đầy đủ cõi trang-nghiêm quảng đại
Vô-lượng Như-Lai đều ở trong
Thanh-tịnh Phật-tử đều sung-mãn.

Hoặc có thấy trong một vi-trần
Có đủ hằng-sa Phật quốc-độ
Vô-lượng Bồ-Tát đều sung-mãn
Bất-khả-thuyết kiếp tu các hạnh.

Hoặc có thấy chỗ một đầu lông
Vô-lượng trần-sa những sát-hải
Bao nhiêu nghiệp khởi đều sai khác
Tỳ-Lô-Giá-Na chuyển pháp-luân.

Hoặc thấy thế-giới chẳng thanh-tịnh
Hoặc thấy thanh-tịnh báu làm thành
Như-Lai trụ thọ lâu vô-lượng
Nhẫn đến niết-bàn đều hiện đủ.

Cùng khắp mười phương các thế-giới
Thị hiện nhiều thứ bất-tư-nghì

Tùy các chúng-sanh tâm trí nghiệp
Thảy đều hóa độ khiến thanh-tịnh...
Hư-không, chơn-như và thiệt-tế,
Niết-bàn, pháp-tánh, tịch-diệt thảy
Chỉ có những pháp chơn thiệt nầy
Khả dĩ hiển thị được Như-Lai.

Sát-trần tâm niệm đếm biết được,
Nước trong đại-hải uống hết được,
Hư-không lường được, gió buộc được,
Không thể nói hết công-đức Phật.
(Kinh Hoa Nghiêm, Phẩm 39. Nhập Pháp Giới)

Phẩm 40.

1. MƯỜI NGUYỆN PHỔ HIỀN

Lúc bấy giờ ngài Phổ Hiền đại Bồ-Tát khen ngợi công đức thù thắng của đức Như-Lai rồi, bèn bảo các vị Bồ-Tát và Thiện Tài rằng: "Này Thiện Nam Tử! Công đức của Như-Lai, giả sử cho tất cả các đức Phật ở mười phương, *trải qua số kiếp nhiều như cực vi trần trong bất khả thuyết bất khả thuyết cõi Phật diễn nói không ngừng, cũng không thể trọn hết được.*

Nếu ai muốn trọn nên công đức của Phật, thời phải tu mười điều hạnh nguyện rộng lớn. Những gì là mười điều?

Một là kính lễ các đức Phật.

Hai là khen ngợi đức Như-Lai.

Ba là rộng sắm đồ cúng dường.

Bốn là sám hối các nghiệp chướng.

Năm là tùy hỉ các công đức.

Sáu là thỉnh đức Phật thuyết pháp.

Bảy là thỉnh đức Phật ở lại đời.

Tám là thường học tập theo Phật.

Chín là hằng thuận lợi chúng sanh.

Mười là hồi hướng khắp tất cả.

(Kinh Hoa Nghiêm, Phẩm 40. Phổ Hiền Hạnh Nguyện)

1.1. LỄ KÍNH CÁC ĐỨC PHẬT

Bao nhiêu các đức Phật Thế Tôn nhiều như số cực vi trần trong cõi Phật khắp pháp giới hư không giới mười phương ba đời, tôi do nơi hạnh nguyện của Phổ Hiền thâm tâm tín giải như đối trước mắt, đều dùng thân, khẩu, ý ba nghiệp thanh tịnh thường tu hạnh lễ kính.

Nơi mỗi đức Phật đều hóa hiện thân nhiều như số cực vi trần trong bất khả thuyết cõi Phật.

Mỗi thân đều khắp lễ kính các đức Phật nhiều như số cực vi

trần trong bất khả thuyết bất khả thuyết cõi Phật.

Cõi hư không kia hết, sự lễ kính của tôi mới hết. Nhưng cõi hư không chẳng cùng tận nên sự lễ kính của tôi cũng không cùng tận.

Nhẫn đến cõi chúng sanh hết, nghiệp chúng sanh hết, phiền não chúng sanh hết, sự lễ kính của tôi mới dứt. Nhưng cõi chúng sanh cho đến phiền não chẳng hết, nên sự lễ kính của tôi cũng không cùng tận, niệm niệm nối luôn không hở, ba nghiệp thân, khẩu, ý không hề nhàm mỏi.

(Kinh Hoa Nghiêm, Phẩm 40. Phổ Hiền Hạnh Nguyện)

1.2. KHEN NGỢI ĐỨC NHƯ-LAI

Bao nhiêu số cực vi trần trong cõi nước khắp cùng hư không pháp giới mười phương ba đời, trong mỗi cực vi đều có các đức Phật nhiều như số cực vi trong tất cả thế gian.

Nơi mỗi đức Phật, đều có rất đông Bồ-Tát vây quanh nhóm họp. Tôi phải trọn dùng sức thậm thâm thắng giải tri kiến hiện tiền, đều dùng lưỡi vi diệu hơn Biện Tài Thiên Nữ.

Mỗi lưỡi phát xuất vô tận âm thinh hải. Mỗi âm thinh phát xuất tất cả ngôn từ hải, khen ngợi các công đức hải của tất cả đức Như-Lai, ca ngợi đến tột đời vị lai nối luôn không dứt, khắp cả pháp giới, không sót chỗ nào.

Như vậy hư không giới, chúng sanh giới, chúng sanh nghiệp, chúng sanh phiền não đều hết, thời sự khen ngợi công đức chư Phật của tôi đây mới cùng tận. Nhưng cõi hư không kia cho đến phiền não của chúng sanh chẳng cùng tận, nên sự khen ngợi của tôi cũng không cùng tận, nên sự khen ngợi của tôi cũng không cùng tận, niệm niệm nối luôn không hở, ba nghiệp thân, khẩu, ý không hề nhàm mỏi.

(Kinh Hoa Nghiêm, Phẩm 40. Phổ Hiền Hạnh Nguyện)

1.3. RỘNG TU CÚNG DƯỜNG

Bao nhiêu số vi trần trong khắp cõi Phật cùng hư không pháp

giới mười phương ba đời, trong mỗi cực vi trần đều có chư Phật như số cực vi trong tất cả thế giới, nơi mỗi đức Phật có vô số Bồ-Tát vây quanh nhóm họp. Tôi dùng sức hạnh nguyện của Ngài Phổ Hiền mà khởi lòng tín giải rất sâu và hiện tiền tri kiến, đều đem đồ cúng dường thượng diệu mà cúng dường pháp hội của Phật. Như là mây hoa, mây tràng hoa, mây âm nhạc cõi trời, mây tàn lọng cõi trời, mây y phục cõi trời, các thứ hương trời: hương xoa, hương đốt, hương bột. Các thứ mây trên đây thảy đều nhiều lớn như núi Tu Di.

Lại thắp các thứ đèn, đèn tô lạc, đèn dầu, các thứ đèn dầu thơm mỗi tim đèn lớn như núi Tu Di, dầu trong đèn như nước bể cả. Đem các thứ đồ cúng dường như trên để thường cúng dường.

Trong các thứ cúng dường, pháp cúng dường là hơn hết.

(Kinh Hoa Nghiêm, Phẩm 40. Phổ Hiền Hạnh Nguyện)

1.3.1.Pháp Cúng Dường

Pháp cúng dường là: Tu hành đúng theo lời Phật dạy để cúng dường, làm lợi ích cho chúng sanh để cúng dường, chịu khổ thế cho chúng sanh để cúng dường, nhiếp thọ chúng sanh để cúng dường, siêng năng tu tập căn lành để cúng dường, không bỏ hạnh Bồ-Tát để cúng dường, chẳng rời tâm Bồ Đề để cúng dường.

(Kinh Hoa Nghiêm, Phẩm 40. Phổ Hiền Hạnh Nguyện)

1.3.2.Pháp Cúng Dường Sanh Ra Chư Phật

Thiện nam tử! Như vô lượng công đức sự cúng dường của tài thí sánh với một niệm công đức của pháp cúng dường, thời không bằng một phần trăm, không bằng một phần ngàn, không bằng một phần trăm ngàn, cu chi na do tha, một phần ca la, một phần toán, một phần số, một phần dụ, cũng chẳng bằng một phần ưu ba ni sa đà.

Vì sao? Vì các đức Như-Lai tôn trọng chánh Pháp. Vì theo đúng như lời Phật dạy mà tu hành thì **sanh ra các đức Phật**.

Nếu các Bồ-Tát thật hành pháp cúng dường, thì trọn nên sự cúng dường Phật. Tu hành như vậy mới thật là sự cúng dường.

Nên Pháp cúng dường là sự cúng dường rộng lớn hơn tất cả.

Cõi hư không cùng tận cõi chúng sanh cùng tận, nghiệp chúng sanh cùng tận, phiền não chúng sanh cùng tận, sự cúng dường của tôi mới cùng tận, nhưng cõi hư không cho đến phiền não chẳng cùng tận nên sự cúng dường của tôi cũng không cùng tận, niệm niệm nối luôn không hở, thân, khẩu, ý nghiệp không hề nhàm mỏi.

(Kinh Hoa Nghiêm, Phẩm 40. Phổ Hiền Hạnh Nguyện)

1.4. SÁM HỐI NGHIỆP CHƯỚNG

Bồ-Tát tự nghĩ rằng: Tôi từ vô thỉ kiếp về qúa khứ, do lòng tham lam, giận dữ, ngu si khiến thân, khẩu, ý tạo vô lượng vô biên nghiệp ác. *Nếu các nghiệp ác này có hình tướng, thì khắp cõi hư không cũng chẳng thể đựng chứa hết được.*

Nay tôi đem trọn cả ba nghiệp trong sạch đối trước các đức Phật và chúng Bồ-Tát khắp cực vi trần cõi nước trong Pháp giới, thành tâm sám hối, về sau không tái phạm nữa, thường an trụ nơi giới pháp trong sạch đầy đủ công đức lành.

Như vậy hư không giới cùng tận, chúng sanh giới cùng tận, chúng sanh nghiệp cùng tận, chúng sanh phiền não cùng tận, thì sự sám hối của tôi mới cùng tận, nhưng hư không giới cho đến chúng sanh phiền não chẳng cùng tận, nên sự sám hối của tôi đây cũng không cùng tận, niệm niệm nối luôn không hở thân, khẩu, ý ba nghiệp không hề nhàm mỏi.

(Kinh Hoa Nghiêm, Phẩm 40. Phổ Hiền Hạnh Nguyện)

1.5. TÙY HỈ CÔNG ĐỨC

Bao nhiêu đức Phật như số vi trần trong tất cả cõi Phật khắp hư không pháp giới mười phương ba đời, từ khi mới phát tâm vì muốn chúng sanh Nhứt thiết trí mà siêng tu cội phước chẳng tiếc thân mạng, trải qua số kiếp như số cực vi trần trong bất khả thuyết bất khả thuyết cõi Phật.

Mỗi kiếp đều thí xả đầu, mắt, tay, chân v.v...nhiều như số cực vi trong bất khả thuyết bất khả thuyết cõi Phật, làm tất cả những hạnh khó làm như vậy, đầy đủ các món ba la mật, chứng nhập các trí địa của Bồ-Tát, trọn nên qủa Vô Thượng Bồ Đề của chư Phật, cho đến nhập Niết Bàn phân chia xá lợi. *Bao nhiêu căn lành ấy tôi đều tùy hỷ cả.*

Đến các loài lục thú, tứ sanh trong tất cả mười phương thế giới kia có bao nhiều công đức, dầu nhỏ như mảy trần, tôi đều tùy hỷ. Mười phương ba đời tất cả các vị Thanh Văn, Bích Chi Phật, hữu học và vô học có bao nhiêu công đức tôi đều tùy hỷ.

Tất cả chư Bồ-Tát tu hạnh cần khổ khó làm, chí cầu qủa Vô Thượng Chánh Đẳng Bồ Đề công đức rộng lớn, tôi đều tùy hỷ. Như vậy, hư không giới cùng tận, chúng sanh giới cùng tận, chúng sanh nghiệp cùng tận, chúng sanh phiền não cùng tận, sự tùy hỷ của tôi đây không có cùng tận, niệm niệm nối luôn không hở, ba nghiệp thân, khẩu, ý không hề nhàm mỏi.

(Kinh Hoa Nghiêm, Phẩm 40. Phổ Hiền Hạnh Nguyện)

1. 6. THỈNH PHẬT THUYẾT PHÁP

Trong số cực vi khắp hư không pháp giới mười phương ba đời tất cả cõi Phật.

Mỗi cực vi đều có cõi Phật rộng lớn nhiều như số cực vi trong bất khả thuyết bất khả thuyết cõi Phật.

Mỗi cõi trong một niệm đều có tất cả chư Phật thành Chánh Đẳng Chánh Giác số đông như số cực vi trong bất khả thuyết bất khả thuyết cõi Phật, tất cả chúng Bồ-Tát nhóm họp vây quanh.

Tôi đều đem thân, khẩu, ý ba nghiệp dùng những phương tiện ân cần khuyên mời tất cả Phật nói pháp nhiệm mầu.

Như vậy, hư không giới cùng tận, chúng sanh nghiệp cùng tận, chúng sanh phiền não cùng tận, tôi luôn khuyên mời tất cả các đức Phật chuyển pháp luân chơn chánh không cùng tận, niệm niệm nối ý luôn không hở, ba nghiệp thân, khẩu, ý không hề nhàm mỏi.

(Kinh Hoa Nghiêm, Phẩm 40. Phổ Hiền Hạnh Nguyện)

1.7. THỈNH PHẬT Ở LẠI ĐỜI

Các đức Như-Lai như số cực vi trong tất cả cõi Phật khắp hư không pháp giới mười phương ba đờitoan muốn thị hiện nhập Niết Bàn, cùng các Bồ-Tát, Thinh Văn, Duyên Giác, hữu học, vô học, cho đếntất cả các bậc thiện tri thức, tôi đều khuyên mời xin đừng nhập Niết Bàn, xin ở lại đời trải qua số kiếp như vi trần trong tất cả cõi Phật, vì muốn cho tất cả chúng sanh được lợi lạc.

Như vậy, cõi hư không cùng tận, cõi chúng sanh cùng tận, nghiệp chúng sanh cùng tận, phiền não chúng sanh cùng tận, sự khuyên mời của tôi đây vẫn không cùng tận, niệm niệm nối luôn không hở, ba nghiệp thân, khẩu, ý không hề nhàm mỏi.

(Kinh Hoa Nghiêm, Phẩm 40. Phổ Hiền Hạnh Nguyện)

1.8. THƯỜNG THEO PHẬT HỌC

Như ***đấng Tỳ-Lô-Giá-Na Phật ở cõi Ta Bà*** đây, từ khi mới phát tâm tinh tấn không trễ lui, đem bất khả thuyết bất khả thuyết thân mạng ra mà bố thí.

Lột da làm giấy, chẻ xương làm viết, chích máu làm mực, dùng biên chép kinh điển chất cao như núi Tu Di, vì tôn trọng chánh pháp nên Phật không tiếc thân mạng, huống là ngôi vua, thành ấp, cung điện, vườn, rừng v.v..

Cùng thật hành bao nhiêu hạnh khó làm khác, nhẫn đến ngồi dưới cây thành quả đại Bồ Đề, thị hiện các thứ thần thông, khởi các sự biến hóa, hiện các thân Phật ở trong những chúng hội. Ở trong các chúng hội như vậy, dùng tiếng viên mãn như đại lôi chấn, tùy theo căn tánh của mỗi loại mà giáo hóa cho chúng sanh đều được thành thục. Nhẫn đến thị hiện nhập Niết Bàn. Cả thảy hạnh đức như thế tôi đều học tập theo.

(Kinh Hoa Nghiêm, Phẩm 40. Phổ Hiền Hạnh Nguyện)

1.8.1. Như ***đức Thế Tôn Tỳ-Lô-Giá-Na hiện nay,*** các đức Phật Như-Lai như số vi trần trong tất cả cõi Phật khắp hư không pháp giới mười phương ba đời cũng như thế ấy, trong mỗi niệm tôi đều học tập theo.

Như vậy, *cõi hư không cùng tận, cõi chúng sanh cùng tận, nghiệp chúng sanh cùng tận, phiền não chúng sanh cùng tận, sự tùy học của tôi đây vẫn không cùng tận niệm niệm nối luôn không hở, ba nghiệp thân, khẩu, ý không hề nhàm mỏi.*

(Kinh Hoa Nghiêm, Phẩm 40. Phổ Hiền Hạnh Nguyện)

1.9. HẰNG THUẬN LỢI CHÚNG SANH

Hằng thuận lợi chúng sanh là bao nhiêu chúng sanh sai khác trong tất cả cõi ở mười phương pháp giới, hư không giới, chính là những loài noãn sanh, thai sanh, thấp sanh, hóa sanh, các loài nương nơi chất tứ đại mà sanh, có giống nương nơi hư không cùng cây cỏ mà sanh.

Các loài như vậy tôi đều tùy thuận tất cả mà thật hành các sự vâng thờ, cúng dường, như kính cha mẹ, như thờ bậc thầy, cùng A La Hán, nhẫn đến như đức Như-Lai đồng nhau không khác. Trong các loài ấy

- Nếu là kẻ có bịnh thì tôi vì họ mà làm lương y

- Nếu ai bị lạc đường thì tôi vì họ mà chỉ cho con đường chánh

- Nơi đêm tối tôi vì họ mà làm ngọn đuốc sáng

- Người nghèo thiếu tôi làm cho được của báu.

Bồ-Tát bình đẳng lợi ích cho chúng sanh như vậy.

Vì sao thế? Vì Bồ-Tát nếu có thể:

1.9.1. Tùy thuận chúng sanh, thì chính là tùy thuận cúng dường các đức Phật.

(Kinh Hoa Nghiêm, Phẩm 40. Phổ Hiền Hạnh Nguyện)

- Tôn trọng và thừa sự chúng sanh thì chính là tôn trọng và thừa sự các đức Như-Lai.

-Nếu làm cho chúng sanh vui mừng thì chính là làm cho tất cả đức Như-Lai vui mừng. Vì sao thế?

Vì các đức Như-Lai dùng tâm đại bi mà làm thể. Nhơn nơi chúng sanh mà sanh lòng đại bi, nhơn lòng đại bi mà phát tâm bồ đề, nhơn vì nơi tâm bồ đề mà thành bậc Vô Thượng Chánh Đẳng Chánh Giác.

(Kinh Hoa Nghiêm, Phẩm 40. Phổ Hiền Hạnh Nguyện)

1. 10. HỒI HƯỚNG KHẮP TẤT CẢ

Hồi hướng khắp tất cả là từ sự lễ kính ban đầu nhẫn đến tùy thuận có bao nhiêu công đức, thảy đều đem hồi hướng cho tất cả chúng sanh khắp trong hư không pháp giới.

Nguyện cho tất cả chúng sanh thường được an lạc, không các bịnh khổ, muốn thật hành pháp ác thảy đều không thành, còn tu nghiệp lành thì đều mau thành tựu.

Đóng chặt cửa của tất cả các ác thú, mở bày đường chánh Nhơn Thiên Niết Bàn. Nếu các chúng sanh nhơn vì trước kia chứa nhóm các nghiệp ác nên chiêu cảm tất cả quả rất khổ, tôi đều chịu thế cho, khiến chúng sanh đều được giải thoát, rốt ráo thành tựu quả Vô Thượng Bồ Đề. Bồ-Tát tu hạnh hồi hướng như vậy.

Cõi hư không cùng tận, cõi chúng sanh cùng tận, nghiệp chúng sanh cùng tận, phiền não chúng sanh cùng tận, sự hồi hướng của tôi vẫn không cùng tận, niệm niệm nối luôn không hở, thân khẩu, ý ba nghiệp không hề nhàm mỏi.

Đó là mười điều nguyện lớn đầy đủ viên mãn của đại Bồ-Tát.

Nếu các vị Bồ-Tát ở nơi mười điều nguyện lớn này mà tùy thuận tu hành, thì có thể thuần phục tất cả chúng sanh, thì có thể tùy thuận đạo Vô Thượng Chánh Đẳng Chánh Giác, thì có thể trọn đủ các hạnh nguyện hải của ngài Phổ Hiền Bồ-Tát.

(Kinh Hoa Nghiêm, Phẩm 40. Phổ Hiền Hạnh Nguyện)

2. CÔNG ĐỨC TIN VÀO MƯỜI ĐIỀU NGUYỆN VƯƠNG PHỔ HIỀN

* Nếu có thiện nam tử, thiện nữ nhơn dùng bảy món báu thượng diệu và đồ ăn lạc tối thắng của Nhơn Thiên bố thí:

- Chúng sanh trong ngần ấy thế giới

- Cúng dường cả cho các đức Phật cùng Bồ-Tát trong ngần ấy thế giới trải qua vô số kiếp như số cực vi trong ngần ấy cõi Phật nối luôn không dứt, cúng dường bố thí như vậy được bao nhiêu công đức, đem sánh với công đức của người một phen nghe mười điều nguyện vương này, thì công đức trước không bằng một phần trăm, không bằng một phần ngàn, nhẫn đến cũng không bằng một phần ưu ba ni sa đàcủa công đức nghe kinh này.

Nếu có người dùng lòng tin sâu chắc ở nơi mười điều nguyện rộng lớn này thọ trì đọc tụng, cho đến biên chép một bài kệ bốn câu, thì sớm có thể dứt trừ được năm nghiệp vô gián, cả thảy thân bệnh, tâm bệnh, khổ não trong thế gian, cho đến tất cả các ác nghiệp nhiều như số cực vi trong cõi Phật đều được tiêu trừ, tất cả các quân ma, quỷ Dạ Xoa, Quỷ La Sát, hoặc quỷ Cưu Bàn Trà, Tỳ Xá Xà, Bộ Đa v.v.. các quỷ thần hung ác uống máu ăn thịt thảy đều lánh xa. Hoặc là có gần đến thì là hạng phát tâm theo hộ trì.

Nếu người trì tụng nguyện Mười Nguyện Phổ Hiền này, sẽ được:

- Đi trong thế gian không bị chướng ngại, như mặt trăng giữa lừng ra khỏi mây mù, các đức Phật, Bồ-Tát đều khen ngợi, tất cả hành Nhơn Thiên đều nên lễ kính, tất cả chúng sanh đều nên cúng dường.

Người thiện nam tử này trọn được thân người, đầy đủ bao nhiêu công đức của ngài Phổ Hiền, chẳng bao lâu sẽ như:

- - Phổ Hiền Bồ-Tát mau được thành tựu sắc thân vi diệu, đủ ba mươi hai tướng đại trượng phu

- Nếu sanh ở cõi người hay trời thì thường ở dòng cao quý, trọn có thể phá hoại tất cả đường ác, trọn có thể xa lìa tất cả bạn dữ, trọn có thể chế phục tất cả ngoại đạo, trọn có thể giải thoát tất cả phiền não, như sư tử vương dẹp phục bầy thú.

- Kham lãnh thọ sự cúng dường của tất cả chúng sanh.

- Lại người này lúc lâm chung, phút cuối cùng, tất cả căn

thân đều hư hoại, tất cả thân thuộc đều phải bỏ lìa, tất cả oai thế đều bị thối thất, cho đến các quan phụ tướng đại thần, cung thành trong ngoài, voi ngựa xe cộ, trân bảo kho đụn v.v... tất cả đều không đem một món nào theo được.

- Chỉ có mười nguyện vương này chẳng rời người mà thôi. Trong tất cả thời gian nó thường ở trước dẫn đường, trong khoảnh khắc liền sanh về cõi Cực Lạc.

- Đến Cực Lạc rồi liền thấy đức A Di Đà Phật cùng các ngài Văn Thù Sư Lợi Bồ-Tát, Phổ Hiền Bồ-Tát, Quán Tự Tại Bồ-Tát, Di Lặc Bồ-Tát, v.v... các vị Bồ-Tát này sắc tướng đoan nghiêm, công đức đầy đủ chung cùng vây quanh.

- Lúc bấy giờ người ấy tự thấy mình gá sanh nơi hoa sen báu, được đức Phật xoa đầu thọ ký.

- Sau khi được thọ ký rồi, trải qua vô số trăm ngàn muôn ức na do tha kiếp, khắp cả mười phương bất khả thuyết bất khả thuyết thế giới, dùng sức trí huệ tùy theo tâm của chúng sanh mà làm lợi ích. Chẳng bao lâu sẽ ngồi nơi Bồ Đề đạo tràng hàng phục quân ma, thành bực Chánh Đẳng Chánh Giác giảng nói pháp mầu vì diệu.

Có thể làm cho chúng sanh trong những cõi Phật như số cực vi trần của chúng sanh mà dạy dỗ cho thành thục, nhẫn đến cùng tận kiếp hải, có thể làm lợi ích tất cả chúng sanh một cách rộng lớn.

- Các chúng sanh kia hoặc nghe, hoặc tin nơi nguyện vương rộng lớn này, rồi thọ trì đọc tụng và giảng nói cho người nghe. Công đức của chúng sanh kia chỉ có đức Phật Thế Tôn biết, ngoài ra không ai hiểu thấu. Vì thế nên những người được nghe mười điều nguyện vương này chớ sanh lòng nghi ngờ, nên phải lãnh thọ, thọ rồi nên đọc, đọc rồi có thể tụng thuộc, tụng thuộc rồi nên gìn nhớ luôn, cho đến biên chép vì người mà giảng nói. Những người như vậy, trong một niệm tất cả hạnh nguyện đều được thành tựu, được phước vô lượng vô biên.

Có thể ở trong biển khổ phiền não cứu vớt chúng sanh, khiến

chúng được giải thoát, đều được vãng sanh về thế giới Cực Lạc của đức Phật A Di Đà.

(Kinh Hoa Nghiêm, Phẩm 40. Phổ Hiền Hạnh Nguyện)

3. KỆ PHỔ HỀN NGUYỆN VƯƠNG THANH TỊNH

Tất cả chư Phật trong ba đời
Ở nơi thế giới khắp mười phương
Tôi đem thân ngữ ý trong sạch
Khắp lạy chư Phật không hề sót.

Sức oai thần hạnh nguyện Phổ Hiền
Phân thân hiện khắp trước Như-Lai
Một thân lại hiện sát trần thân
Mỗi thân lạy khắp sát trần Phật.

Sát trần Phật ở trong một trần
Đều ngồi giữa chúng hội Bồ-Tát
Vô tận pháp giới cũng như vậy
Sâu tin chư Phật đều đầy đủ….

Nếu người ở nơi mười nguyện này
Đọc, tụng, thọ trì và diễn nói
Quả báo chỉ Phật mới biết được
Quyết định sẽ được đạo Bồ Đề.

Nếu người tụng nguyện Phổ Hiền này
Tôi nói chút ít phần căn lành:
Trong một niệm thảy đều viên mãn

Thành tựu chúng sanh nguyện thanh tịnh.

Hạnh Phổ Hiền thù thắng của tôi

Phước lớn vô biên đều hồi hướng

Khắp nguyện chúng sanh đang chìm đắm

Mau sanh cõi Phật Vô Lượng Quang.

(Kinh Hoa Nghiêm, Phẩm 40. Phổ Hiền Hạnh Nguyện)

4. ĐẠI CHÚNG HOAN HỈ NGHE PHÁP MƯỜI HẠNH NGUYỆN PHỔ HIỀN

Lúc ngài Phổ Hiền đại Bồ-Tát ở trước đức Như-Lai nói bài kệ hạnh nguyện thanh tịnh rộng lớn rồi.

Thiện Tài đồng tử vui mừng vô lượng, các Bồ-Tát cùng đều hoan hỷ, đức Như-Lai khen rằng: "Lành thay! Lành thay!".

Bấy giờ, lúc đức Thế Tôn cùng hàng Thánh Chúng đại Bồ-Tát diễn nói pháp môn thù thắng cảnh giới giải thoát bất khả tư nghì như vậy, ngài Văn Thù Sư Lợi Bồ-Tát làm bậc thượng thủ trong các vị đại Bồ-Tát và sáu ngàn thầy Tỳ Kheo của Ngài giáo hóa. Đức Di Lặc Bồ-Tát làm thượng thủ trong các vị đại Bồ-Tát ở Hiền Kiếp. Đức Vô Cấu Phổ Hiền Bồ-Tát đứng đầu các bậc nhất sanh trụ quán đảnh vị Bồ-Tát, cùng các vị Đại Bồ-Tát đông như số vi trần trong các thế giới ở mười phương khắp đồng đến nhóm hội. Trong hàng đại Thanh Văn thì có ngài Đại Trí Xá Lợi Phất, ngài Đại Mục Kiền Liên v.v... làm thượng thủ. Cùng những hàng Trời, Người, các bậc chúa tể trong đời, Bát Bộ, Thiên Long, Dạ Xoa, Càn Thát Bà, A Tu La, Ca Lâu La, Khẩn Na La, Ma Hầu La Dà, Nhơn, Phi Nhơn, v.v... tất cả đại chúng nghe Phật thuyết pháp đều rất vui mừng, đồng tín thọ phụng hành.

Nam Mô Đại Phương Quảng Phật Hoa Nghiêm Kinh

NGUỒN THAM KHẢO

1. Kinh Đại Phương Quảng Phật Hoa Nghiêm Kinh. Hán dịch: Đại Sư Phật Xoa Nan Đà. Việt dịch HT Thích Trí Tịnh. 4 tập. Tái bản lần thứ 12. Nhà xuất bản Tôn Giáo. Pl 2563. DL 2019.

2. Lược Giải Kinh Hoa Nghiêm, Tác giả: HT. Thích Trí Quảng, Nhà xuất bản Thành Phố HCM, 2013.

    http://www.chuahuenghiem.net/thu-vien/sach/luoc-giai-kinh-hoa-nghiem/nbspnbsp-nbspii-lich-su-truyen-thua-va-phat-trien-kinh-hoa-nghiem/

3. Đại Phương Quảng Phật Hoa Nghiêm Kinh Yếu Chỉ, Hòa thượng Duy Lực trích giảng https://duylucthien.wordpress.com

4. Yếu chỉ Đại Phương Quảng Phật Hoa Nghiêm kinh do Duy tắc Thiền sư dịch và biên soạn

    https://www.chuatulam.net/p133a230/ye-u-chi-kinh-hoa-nghiem

5. Khái Luận Triết Lý Kinh Hoa Nghiêm, Thích Đức Nhuận, Viện Triết Lý Việt Nam & Triết Học Thế Giới California, USA Xuất bản 2000

    https://thuvienhoasen.org/a1211/phan-01-noi-dung-triet-ly-kinh-hoa-nghiem

6. Hoa Nghiêm Kinh Yếu Giải – Đại Sư Giới Hoàn

    https://www.niemphat.net/Kinh/hoanghiemyeugiai.htm

7. Kinh Hoa Nghiêm Đại Phương Quảng Phật Giảng Giải, Hòa Thượng Tuyên Hóa, Chùa Kim Quang, France. 25 tập.

http://chuakimquang.com/vn/news-and-event/details/thinh-kinh-sach-ht-tuyen-hoa-giang-giai-7823.aspx

8. Kinh Hoa Nghiêm: Lý tưởng Bồ-Tát và Phật, Daisetz Teitaro Suzuki. Thích Tuệ Sỹ

https://www.daophatngaynay.com/vn/phatgiao-vn/22127-kinh-hoa-nghiem-ly-tuong-bo-tat-va-phat.html

9. Mười hạnh Phổ Hiền trong Kinh Hoa Nghiêm, Thích Chí giác Châu.

https://www.chuahoangphap.com.vn/thu-vien-kinh-sach/chi-tiet-muoi-hanh-pho-hien-trong-kinh-hoa-nghiem-26/index-1484/

10. Kinh Hoa Nghiêm, phẩm Tịnh Hạnh, số 11. Do CE dịch và lược giải Hoa Nghiêm xuất bản

11. Bản đồ Đại Phương Quảng Phật Hoa Nghiêm Kinh. Thanh Lương Quốc Sư Sớ Sao. Soạn dịch và toát yếu: Ni trưởng Hải Triều Âm.

http://www.chuaduocsu.org

12. Luận Hoa Nghiêm Niệm Phật Tam Muội, Bành Tế Thanh luận, dịch Việt: Hải Triều Âm

13. Luận Hoa Nghiêm Niệm Phật Tam Muội của Thanh Bành Tế Thanh Thuật, dịch Việt: Định Huệ

https://www.chuahoangphap.com.vn/thu-vien-kinh-sach/chi-tiet-luan-hoa-nghiem-niem-phat-tam-muoi-40/index-1639/

14. Các tông phái Phật Giáo, Đoàn Trung Còn

15. https://thuvienhoasen.org/a13583/hoa-nghiem-tong

16. Tìm Hiểu Kinh Hoa Nghiêm - Nhân Tử Nguyễn Văn Thọ

17. Kinh Hoa Nghiêm, phẩm Tịnh Hạnh, CE biên soạn. 2000.

18. Kinh Hoa Nghiêm phẩm Hiền Thủ, Thích Hằng Trường.

19. Triết Học Phật Giáo Hoa Nghiêm Tông, Garma C.C.Chang. Chuyển ngữ: Thanh Lương Thích Thiện Sáng. NXB Tôn

giáo. 2003.

20. Lười trời Đế Thích. Thanh Lương Thích Thiện Sáng. NXB Tôn giáo. 2003.

21. Phật Giáo Hoa Nghiêm Tông. Thanh Lương Thích Thiện Sáng. NXB Tôn giáo. 2003.

22. Kinh Hoa Nghiêm, Đại cương quyển 1, CE biên soạn, Bảo Phật Thánh Hội 2000.

23. Bước Đầu vào đạo: Tu Hoa Nghiêm Thập Tín. CE biên soạn, Bảo Phật Thánh Hội. 2000.

24. Tìm hiểu Kinh Hoa Nghiêm, Minh Lạc Vũ Văn Phương, Tóm lược Triết Lý Kinh Hoa Nghiêm và Bồ-Tát Đạo, Minh Đức Thanh Lương, Hội Phật Giáo Việt Nam Washington. Chùa Việt Nam Seatle. 1985.

25. Tóm lược Triết Lý Kinh Hoa Nghiêm và Bồ-Tát Đạo, Minh Đức Thanh Lương, Hội Phật Giáo Việt Nam Washington. Chùa Việt Nam Seatle. 1986.

26. Hoa Nghiêm Yếu Lược, Pháp Liên. 2014.

TỦ SÁCH BẢO ANH LẠC
Do Ni sư Tiến sĩ TN Giới Hương biên soạn

SÁCH TIẾNG VIỆT

1. *Bồ-tát và Tánh Không Trong Kinh Tạng Pali và Đại Thừa* (Boddhisattva and Sunyata in the Early and Developed Buddhist Traditions).

2. *Ban Mai Xứ Ấn* (The Dawn in India), (3 tập).

3. *Vườn Nai – Chiếc Nôi* (Phật Giáo Deer Park–The Cradle of Buddhism).

4. *Quy Y Tam Bảo và Năm Giới* (Take Refuge in Three Gems and Keep the Five Precepts).

5. *Vòng Luân Hồi* (The Cycle of Life).

6. *Hoa Tuyết Milwaukee* (Snowflake in Milwaukee).

7. *Luân Hồi trong Lăng Kính Lăng Nghiêm* (The Rebirth in *Śūrangama* Sūtra).

8. *Nghi Thức Hộ Niệm, Cầu Siêu* (The Ritual for the Deceased).

9. *Quan Âm Quảng Trần* (The Commentary of Avalokiteśvara Bodhisattva).

10. *Nữ Tu và Tù Nhân Hoa Kỳ* (A Nun and American Inmates).

11. *Nếp Sống Tỉnh Thức của Đức Đạt Lai Lạt Ma Thứ XIV* (The Awakened Mind of the 14th Dalai Lama).

12. *A-Hàm: Mưa pháp chuyển hóa phiền não* (*Agama – A Dharma Rain transforms the Defilement*), 2 tập.

13. *Góp Từng Hạt Nắng Perris* (Collection of Sunlight in Perris).

14. *Pháp Ngữ của Kinh Kim Cang* (The Key Words of

Vajracchedikā-Prajñāpāramitā-Sūtra).

15. *Tập Thơ Nhạc Nắng Lăng Nghiêm* (Songs and Poems of Śuraṅgama Sunlight).

16. *Nét Bút Bên Song Cửa* (Reflections at the Temple Window).

17. *Máy Nghe MP3 Hương Sen* (Hương Sen Digital Mp3 Radio Speaker): Các Bài Giảng, Sách, Bài viết và Thơ Nhạc của Thích Nữ Giới Hương (383/201 bài).

18. *DVD Giới Thiệu về Chùa Hương Sen*, USA (Introduction on Huong Sen Temple).

19. *Ni Giới Việt Nam Hoằng Pháp tại Hoa Kỳ* (Sharing the Dharma - Vietnamese Buddhist Nuns in the United States).

20. *Tuyển Tập 40 Năm Tu Học & Hoằng Pháp của Ni sư Giới Hương* (Forty Years in the Dharma: A Life of Study and Service—Venerable Bhikkhuni Giới Hương), Thích Nữ Viên Quang, TN Viên Nhuận, TN Viên Tiến, and TN Viên Khuông.

21. *Tập Thơ Nhạc Lối Về Sen Nở* (*Songs and Poems of Lotus Blooming on the Way*).

22. *Nghi Thức Công Phu Khuya – Thần Chú Thủ Lăng Nghiêm* (Śuraṅgama Mantra).

23. *Nghi Thức Cầu An – Kinh Phổ Môn* (The Universal Door Sūtra).

24. *Nghi Thức Cầu An – Kinh Dược Sư* (The Medicine Buddha Sūtra).

25. *Nghi Thức Sám Hối Hồng Danh* (The Sūtra of Confession at many Buddha Titles).

26. *Nghi Thức Công Phu Chiều – Mông Sơn Thí Thực* (The Ritual Donating Food to Hungry Ghosts).

27. *Khóa Tịnh Độ – Kinh A Di Đà* (The Amitabha Buddha Sūtra).

28. *Nghi Thức Cúng Linh và Cầu Siêu* (The Rite for Deceased and Funeral Home).

29. *Nghi Lễ Hàng Ngày - 50 Kinh Tụng và các Lễ Vía trong Năm*

(The Daily Chanting Rituals and Annual Ceremonies).

30. *Hương Đạo Trong Đời 2022* (Tuyển tập 60 Bài Thi trong Cuộc Thi Viết Văn Ứng Dụng Phật Pháp 2022 - A Collection of Writings on the Practicing of Buddhism in Daily Life in the Writing Contest 2022).

31. *Hương Pháp 2022* (Tuyển Tập Các Bài Thi Trúng Giải Cuộc Thi Viết Văn Ứng Dụng Phật Pháp 2022 - A Collection of the Winning Writings on the Practicing of Buddhism in Daily Life in the Writing Contest 2022).

32. *Giới Hương - Thơm Ngược Gió Ngàn*, Nguyên Hà.

33. *Pháp Ngữ Kinh Hoa Nghiêm* (2 tập). Thích Nữ Giới Hương.

34. *Tinh Hoa Kinh Hoa Nghiêm*. Thích Nữ Giới Hương. NXB Hương Sen.

35. *Phật Giáo và Đại Dịch Coronavirus Covid-19*. Thích Nữ Giới Hương.

36. *Phật Giáo – Tầm Nhìn Lịch Sử Và Thực Hành*. Hiệu đính: Thích Hạnh Chánh và Thích Nữ Giới Hương

SÁCH TIẾNG ANH

1. Boddhisattva and Sunyata in the Early and Developed Buddhist Traditions.

2. *Rebirth Views in the Śūraṅgama Sūtra.*

3. *Commentary of Avalokiteśvara Bodhisattva.*

4. *The Key Words in Vajracchedikā Sūtra.*

5. *Sārnātha-The Cradle of Buddhism in the Archeological View.*

6. *Take Refuge in the Three Gems and Keep the Five Precepts.*

7. *Cycle of Life.*

8. *Forty Years in the Dharma: A Life of Study and Service—Venerable Bhikkhuni Giới Hương.*

9. *Sharing the Dharma -Vietnamese Buddhist Nuns in the United*

States.

10. A Vietnamese Buddhist Nun and American Inmates.

11. Daily Monastic Chanting.

12. Weekly Buddhist Discourse Chanting.

13. Practice Meditation and Pure Land.

14. The Ceremony for Peace.

15. The Lunch Offering Ritual.

16. The Ritual Offering Food to Hungry Ghosts.

17. The Pureland Course of Amitabha Sutra.

18. The Medicine Buddha Sutra.

19. The New Year Ceremony.

20. The Great Parinirvana Ceremony.

21. The Buddha's Birthday Ceremony.

22. The Ullambana Festival (Parents' Day).

23. The Marriage Ceremony.

24. The Blessing Ceremony for The Deceased.

25. The Ceremony Praising Ancestral Masters.

26. The Enlightened Buddha Ceremony.

27. The Uposatha Ceremony (Reciting Precepts).

28. Buddhism: A Historical And Practical Vision. Edited by Dr. Ven. Thich Hanh Chanh and Dr. Ven. Bhikṣuṇī TN Gioi Huong

SÁCH SONG NGỮ (VIETNAMESE-ENGLISH)

*1. Bản Tin Hương Sen: Xuân, Phật Đản, Vu Lan (*Hương Sen Newsletter: Spring, Buddha Birthday and Vu Lan, annual/ Mỗi Năm).

2. Danh Ngôn Nuôi Dưỡng Nhân Cách - Good Sentences Nurture a Good Manner.

3. *Văn Hóa Đặc Sắc của Nước Nhật Bản-Exploring the Unique Culture of Japan.*

4. *Sống An Lạc dù Đời không Đẹp như Mơ - Live Peacefully though Life is not Beautiful as a Dream.*

5. *Hãy Nói Lời Yêu Thương-Words of Love and Understanding.*

6. *Văn Hóa Cổ Kim qua Hành Hương Chiêm Bái -The Ancient-Present Culture in Pilgrim.*

7. *Nghệ Thuật Biết Sống - Art of Living.*

SÁCH CHUYỂN NGỮ

1. *Xá Lợi Của Đức Phật* (Relics of the Buddha), Tham Weng Yew.

2. *Sen Nở Nơi Chốn Tử Tù* (Lotus in Prison), many authors.

3. *Chùa Việt Nam Hải Ngoại* (Overseas Vietnamese Buddhist Temples).

4. *Việt Nam Danh Lam Cổ Tự* (The Famous Ancient Buddhist Temples in Vietnam).

5. *Hương Sen, Thơ và Nhạc* – (Lotus Fragrance, Poem and Music).

6. *Phật Giáo-Một Bậc Đạo Sư, Nhiều Truyền Thống* (Buddhism: One Teacher – Many Traditions), Đức Đạt Lai Lạt Ma 14th & Ni Sư Thubten Chodren.

7. *Cách Chuẩn Bị Chết và Giúp Người Sắp Chết-Quan Điểm Phật Giáo* (Preparing for Death and Helping the Dying – A Buddhist Perspective).

ALBUMS NHẠC

8. Từ Thơ Thích Nữ Giới Hương

9. Đào *Xuân Lộng Ý Kinh* (The Buddha's Teachings Reflected in Cherry Flowers).

10. *Niềm Tin Tam Bảo* (Trust in the Three Gems).

11. *Trăng Tròn Nghìn Năm Đón Chờ Ai* (Who Is the Full Moon Waiting for for Over a Thousand Years?).

12. *Ánh Trăng Phật Pháp* (Moonlight of Dharma-Buddha).

13. *Bình Minh Tỉnh Thức* (Awakened Mind at the Dawn) (*Piano Variations for Meditation*).

14. *Tiếng Hát Già Lam* (Song from Temple).

15. *Cảnh Đẹp Chùa Xưa* (The Magnificent, Ancient Buddhist Temple).

16. *Karaoke Hoa Ưu Đàm Đã Nở* (An Udumbara Flower Is Blooming).

17. *Hương Sen Ca* (Hương Sen's Songs)

18. *Về Chùa Vui Tu* (Happily Go to Temple for Spiritual Practices)

19. *Gọi Nắng Xuân Về* (Call the Spring Sunlight).

Quý vị có thể xem Tủ Sách Bảo Anh Lạc tại website:

http://huongsentemple.com/index.php/en/

PHÁP NGỮ KINH HOA NGHIÊM (TẬP 2)
Tác giả: Bảo Anh Lạc Bookshelf 74 - Thích Nữ Giới Hương

NHÀ XUẤT BẢN TÔN GIÁO
53 Tràng Thi – Hoàn Kiếm - Hà Nội
ĐT: (024)37822845
Email: nhaxuatbantongiao@gmail.com

Chịu trách nhiệm xuất bản:
Giám đốc: ThS. Nguyễn Hữu Có

Chịu trách nhiệm nội dung:
Tổng Biên tập: Lê Hồng Sơn
Biên tập: Nguyễn Thị Thanh Thủy
Trình bày: Vũ Đình Trọng
Sửa bản in: Vũ Đình Trọng

Đơn vị liên kết: Bà Phạm Thị Ngọc Dung (Thích Nữ Giới Hương),
F3/29N1 Ấp 6 - xã Vĩnh Lộc A – huyện Bình Chánh - TP. Hồ Chí Minh.
Số lượng in: 1.000 bản, Khổ: 15,24 x 22,86 cm
In tại: Công ty TNHH Sản xuất Thương mại Dịch vụ In ấn Trâm Anh,
159/57 Bạch Đằng, phường 2, quận Tân Bình, thành phố Hồ Chí Minh.
Số ĐKXB: 2160-2023/CXBIPH/05-94/TG
Mã ISBN: 978-604-61-9646-4
QĐXB: 462/QĐ-NXBTG ngày 27 tháng 7 năm 2023
In xong và nộp lưu chiểu quý III năm 2023